என் வாழ்க்கைப் பயணம்

சுயசரிதை

அரங்க வேலு ஐ.ஏ.எஸ். (ஓய்வு)

படி வெளியீடு

கே.கே.நகர் மேற்கு, சென்னை - 600 078.

(பாண்டிச்சேரி கெஸ்ட் ஹவுஸ் அருகில்)

Mobile: +91 87545 07070

என் வாழ்க்கைப் பயணம் (சுயசரிதை)
ஆசிரியர்: அரங்க வேலு ஐ.ஏ.எஸ். (ஓய்வு)©

En Vaazhkkai Payanam (Autobiography)
Author: Aranga Velu I.A.S. (Rtd)©

Padi Veliyeedu
(A Division of Discovery Book Palace)
Second Edition : Dec -2018
Pages: 264 - ISBN: 978-93-84302-41-2
Cover Design: Manikandan
Book Design: Discovery Team

6, Mahaveer Complex, Munusamy Salai,
K.K.Nagar West, Chennai-600 078.
Mobile: +91 87545 07070

E-mail: **discoverybookpalace@gmail.com**,
Website: **www.discoverybookpalace.com**

Rs. 250

காணிக்கை
என் தாய், தந்தையருக்கு

நூலாசிரியர் பற்றி

முனைவர் ஆர். வேலு ஐ.ஏ.எஸ். (ஓய்வு) அவர்கள் திருவண்ணாமலை மாவட்டத்தில் உள்ள புதுப்பாளையம் என்ற சிற்றூரில், எளிய விவசாயக் குடும்பத்தில் அரங்கசாமிக் கவுண்டர் - எல்லம்மாள் இணையருக்கு இரண்டாவது பிள்ளையாக 1940ஆம் ஆண்டு பிறந்தவர்.

கண்ணமங்கலம் உயர்நிலைப் பள்ளியிலும், பின்பு வேலூர் ஊரிசுக் கல்லூரியில் பட்டப் படிப்பும், சென்னை கிருத்துவக் கல்லூரியில் முதுநிலை பட்டப் படிப்பும், சென்னை சட்டக் கல்லூரியில் சட்டமும் பயின்றார். சென்னை பல்கலைக் கழகத்தில் எம்.பி.ஏ பட்டமும் பி.எச்.டி. பட்டமும் பெற்றார்.

திருநெல்வேலி மாவட்ட ஆட்சியராக இரண்டு முறை பணியாற்றினார். இயற்கை பேரிடரையும், ஜாதி மோதல்களையும் மற்றும் பிற சமுதாயப் பிரச்சனைகளையும் சாதுர்யமாகக் கையாண்டு அமைதியை நிலைநாட்டியவர். அங்கு அறிவொளி இயக்கத்தை மக்கள் பங்களிப்புடன் வெற்றிகரமாக நடத்திக் காட்டியவர். தொடர்வண்டித்துறை இணை அமைச்சராக, திரு.லாலு பிரசாத் யாதவ் அமைச்சருடன் இணைந்து ஐந்து வருடங்கள் பணியாற்றியபோது நட்டத்தில் இயங்கிய அத்துறையை லாபகரமாக மாற்றியதோடு, தமிழகத்திற்கு பல புதிய இரயில்களை அறிமுகப்படுத்தியது. மீட்டர் கேஜ் பாதைகளை அறவே நீக்கி அனைத்தையும் அகலப் பாதைகளாக மாற்றியதுடன் 150க்கும் மேற்பட்ட இரயில்வே மேம்பாலங்களை கட்டியது, நூற்றாண்டுக் கனவான சேலம் கோட்டத்தைக் கொண்டு வந்தது போன்ற பல சாதனைகளைச் செய்தவர்.

செயல்களின் சரித்திரம்

மருத்துவர் ச.இராமதாசு

மக்கள் நலக்கொள்கைகளையும், நாட்டின் மேம்பாட்டிறகான வளர்ச்சித்திட்டங்களையும், அத்திட்டங்களைத்திறம்பட நிறைவேற்றி மண் பயனுறச் செய்கின்ற செயல் வல்லமையாளர்களையும் கொண்டது பாட்டாளி மக்கள் கட்சி. அதன் செயல் வீரர்களில் மிகவும் குறிப்பிடத்தக்கவர் நடுவண் மேனாள் தொடர்வண்டித்துறை இணையமைச்சர் திரு.அரங்க வேலு அவர்கள்.

இந்திய அரசின் நிர்வாகத்துறையில் ஓர் ஆட்சிப்பணி (ஐ.ஏ.எஸ்) நிர்வாகியாக இருந்து திறம்படச் செயலாற்றிய அனுபவமும், அதன் விளைவாக நற்பெயரும் பெற்றவர் அவர். தமிழ்நாடடில் திருநெல்வேலி மாவட்ட ஆட்சித் தலைவராகப் பணியாற்றிய காலத்தில் அவர் எதிர்கொண்ட, திறம்படக் கையாண்ட, சவால் நிறைந்த பணிகளையும் அவற்றின் பொருட்டு அவருக்குக் கிடைத்த பாராட்டுகளையும் நானறிவேன், நாடும் அறியும்.

நடுவண் நல்வாழ்வு மற்றும் குடும்ப நலத்துறையின் அமைச்சராக மருத்துவர் அன்புமணியும், தொடர்வண்டித்துறையின் இணையமைச்சராக அரங்கவேலுவும் பா.ம.க.வின் அமைச்சர்களாக பணியாற்றிய அந்த ஐந்தாண்டுக்காலம் இந்திய அளவில் அந்தந்த துறைகளின் பொற்காலம் என்று சொன்னால் அது கடுகளவும் மிகையல்ல.

உலகின் மிகப் பெரிய ஜனநாயக நாட்டின் நடுவண் அமைச்சர்கள் எப்படிப்பட்ட நிர்வாக வல்லமையாளர்களாக இருக்க வேண்டும் என்பதற்கான ஆகச் சிறந்த சான்றுகளாக அவர்கள் விளங்கினர். தங்களது துறை சார்ந்த தகவல்களையும், திட்டங்களையும் விரல் நுனியில் வைத்திருந்து அவற்றை பொழிந்து அவையின் அனைத்து உறுப்பினர்களையும், அமைச்சர்களையும் திகைக்க வைத்தனர்.

பா.ம.க.வின் நாடாளுமன்ற உறுப்பினர்களும், அமைச்சர்களும் அவையில் என்னென்ன செய்திகளை முன்வைத்துப் பேசவேண்டும், வினாக்களுக்கு எப்படி விடையளிக்க வேண்டும், அந்தந்த நேரத்தில் தங்களது துறை சார்ந்த தேவைகளை எப்படியெப்படி விளக்கிச் சொல்ல வேண்டும் என்பதையெல்லாம் நாங்கள் விரிவாகக் கலந்து பேசுவதுண்டு. என்னுடைய வழி காட்டுதலின்படி அவர்கள் மிகச் சிறப்பாகச் செயல்பட்டுக்கொண்டிருப்பவர்கள். மக்களின் பேராளர்களாகத் தேர்வு செய்யப்பட்டு சட்டமன்றத்திற்கோ, நாடாளுமன்றத்திற்கோ செல்பவர்கள் தங்களது கடமைகளிலும், பொறுப்புகளிலும், மக்கள் நலனிலும் மிகக் கவனமாக இருக்க வேண்டும் என்பதில் நான் கவனமாகவும் கண்டிப்பாகவும் இருப்பேன். சட்டமன்றத்திலும், நாடாளுமன்றத்திலும் உறுப்பினர்கள் அமைதிகாப்பது, தகவல் அறிவற்றுப் பேசுவது, காலம் கடத்துவது போன்றவையெல்லாம் தேர்ந்தெடுத்த மக்களுக்குச் செய்யபடுகின்ற இரண்டகம் ஆகும். எனவேதான் பா.ம.க. உறுப்பனிர்களுக்கான பணிகளையும், பயிற்சிகளையும் நான் மிகக் கூடுதலாக அவர்களுக்கு அளிப்பேன். அதுவே நமது நாடு பெற்ற பல பெரும்பயன்களாக மாறியது.

நாடாளுமன்றத்தில் வினாக்களுக்கு மிகவும் விரிவாக விடையளிப்பதில் மருத்துவர் அன்புமணியும், அரங்க வேலுவும் மிகவும் வல்லமை படைத்தவர்கள். அதுமட்டுமல்ல எதிர்பாராமல் கேட்கப்படுகின்ற துணைக் கேள்விகளுக்கும், கிளைக் கேள்விகளுக்கும்கூட மிகச் சிறப்பாக அவர்களால் விடையளிக்க முடிந்தது. அதற்குக் காரணம் தங்களது துறைகளின்மீதும் மக்கள் நலத்திட்டங்களின் மீதும் அவர்களுக்கிருந்த, இன்னமும் இருக்கின்ற ஈடிணையற்ற ஈடுபாடும் அக்கறையும்தான்.

இந்த நூல் மிகவும் நல்லதொரு தொடக்கம். தன் வாழ்வின் வரலாற்றையும், தான் செய்த அரசுப் பணிகளின் வரலாற்றையும், தான் மேற்கொண்ட நடுவண் இணையமைச்சர் சிறப்பாகவும் விவரித்திருக்கிறார் நூலாசிரியர் அரங்க வேலு. இந்த நூல் பா.ம.க. நடுவண் அமைச்சர் ஒருவரின் சாதனைகளை உறுதி செய்கின்ற சான்று ஆவணமாகவும் விளங்குகிறது. பா.ம.க.வின் மக்கள் பேராளர்கள் மட்டுமல்ல அரசுத் துறைகளின் நிர்வாகப்பணியாளர்கள், சட்டமன்ற, நாடாளுமன்ற உறுப்பினர்கள், அமைச்சர்கள், சமூக ஆர்வலர்கள் மற்றும் அரசியலை மேம்படுத்த விரும்பும் இளைஞர்கள் இந்நூலைத் தவறாமல் படிக்க வேண்டும்.

இந்நூல் ஒரு சாதாரணக் குடும்பத்தில் பிறந்த ஒருவரின் சாதனை வரலாறாகவும் மலர்ந்திருப்பது எனக்குப் பெரிதும்

மகிழ்ச்சியளிக்கிறது. ஒருவகையில் இந்நூலை தமிழக மக்களுக்கு பா.ம.க. சொன்ன சாதனை விடையாகவும் கருதலாம். போராடாமல், வாதாடாமல், உழைக்காமல், மக்கள்மீது அக்கறையில்லாமல் மக்களுக்கு எத்தகையச் சாதனையையும் செய்ய முடியாது என்பதற்கும் இந்நூல் சான்றாகியிருக்கிறது. ஒரே நூலில் பல நன்மைகளை விளையவைத்தமைக்காக நூலாசிரியர் அரங்கவேலுவைப் பெரிதும் பாராட்டுகிறேன்.

மேலும், ஒரு கனியைக் கொடுப்பதுபோல இந்நூலை வெளியிட்டிருக்கின்ற ‘டிஸ்கவரி புக் பேலஸ்’ நிறுவனத்தாரையும் பாராட்ட நான் பெரிதும் கடமைப்பட்டிருக்கிறேன்.

‘மண் பயனுற வேண்டும்’

30—06—2017 நல்வாழ்த்துக்களுடன்

தைலாபுரம் தோட்டம்

விழுப்புரம் மாவட்டம். நிறுவனர் பாட்டாளி மக்கள் கட்சி

என்னுரை

வெற்றிபெற்ற மனிதர்கள், சுயசரிதை எழுதுவார்கள். கடந்து வந்த பாதை, சோதனைகள், சாதனைகள் என அச்சரித்திரம் தற்கால மற்றும் பிற்கால சந்ததியினருக்கு பயன்பெறும் வகையில் அமையும். என் வாழ்க்கையில் இந்த 77 ஆண்டுகளில் எவ்வளவோ நிகழ்ந்திருக்கின்றன. அவற்றை நான் அசைபோட்டுப் பார்த்ததில்லை. மறுபடியும் என் நினைவுகளைத் திரும்பிப் பார்ப்பது கடினமான விஷயம்தான். இருந்தாலும் அவற்றைத் தேடிப் பிடித்து, வாழ்க்கை வரலாறாக்க வேண்டும் என்பது எனக்கான அன்புக் கட்டளை. நிர்ப்பந்தம்.

பட்டாளி மக்கள் கட்சி நிறுவனர் மருத்துவர் ராமதாஸ் ஐயா அவர்கள், என்னை அரசியலில் அறிமுகப்படுத்தி, பாராளுமன்ற உறுப்பினராக்கி, மத்திய ரயில்வே துறை இணை அமைச்சராக்கினார். நான் புதுடில்லியில் வசித்தபோது, ஒரு நாள் மருத்துவர் ஐயா, ஜனாதிபதி அப்துல் கலாம் அவர்களை சந்திக்கச் சொன்னார்கள். சந்தித்தேன். நாற்பது நிமிடம் சந்திப்பு நிகழ்ந்தது. நான் விடைபெற்றபோது எதிர்பாராத ஆலோசனை ஒன்றைச் சொன்னார் அப்துல் கலாம். 'வேலு, நீங்கள் இதுவரை ஆற்றிய பணிகள் குறித்து எழுதுங்கள். இளைஞர்களுக்கு அது ஊக்கத்தையும், உந்துதலையும் தரும். அந்த நூலுக்கு 'என் வாழ்க்கை சரித்திரம்' என்ற தலைப்பை இப்போதே தருகிறேன்' என்றார்.

'நான் ஒன்றும் சாதிக்கவில்லையே' என்றேன். 'உங்களுக்கு அப்படித் தோன்றலாம். ஆனால் நிர்வாகத்திலும் ரயில்வே துறையிலும் உங்களின் பணி பேசப்படுபவை. எழுதுங்கள்' என்றார் அவர்.

என்னைப் பற்றி நான் எழுதுவது கூச்சத்தை ஏற்படுத்தியதால், ஐந்து வருடமாக எழுதாமல் இருந்தேன். ஆனால் என்னுடன் நடை பயிற்சி மேற்கொள்ளும் நண்பர்கள், எழுத்தாளர் சா. கந்தசாமி,

பங்குச் சந்தை, மேலாண்மை வல்லுநர் சோம. வள்ளியப்பன் மற்றும் மருத்துவர் திருச்செல்வம் ஆகியோர் ஓயாமல் என்னை வற்புறுத்தி வந்ததால் எழுத ஆரம்பித்தேன்.

என் எல்லா பணிகளும் சிறக்க உறுதுணையாய் இருக்கும் துணைவியார் திருமதி மல்லிகாவேலு அவர்களுக்கும், என் வாழக்கைப் பயண நூலை எழுத உற்சாகப்படுத்திய தமிழனப் போராளி மருத்துவர் ச.இராமதாஸ் ஐயா அவர்களுக்கும், நடுவன் நலவாழ்வுத்துறை முன்னாள் அமைச்சரும், தருமபுரி நாடாளுமன்ற உறுப்பினருமாகிய மருத்துவர் அன்புமணி இராமதாஸ் அவர்களுக்கும், பா.ம.க. தலைவர் கோ.க.மணி அவர்களுக்கும், இந்நூலை சிறப்பாக வெளியிட்ட டிஸ்கவரி புக் பேலஸ் திரு. எம்.வேடியப்பன் அவர்களுக்கும் நன்றி.

சென்னை
15.06.2017

அரங்க வேலு

பிறப்பும் வளர்ப்பும்

என் பெற்றோர்கள் ரங்கசாமிக் கவுண்டர், எல்லம்மாள். ஊர், புதுப்பாளையம். அங்கேதான் பிறந்தேன். அப்பாவுக்கு விவசாயம்.கூடவே ஆடு, மாடுகளை வளர்ப்பது. சித்தப்பாக்கள் ஆறுபேர். கூட்டுக்குடும்பம். சுமார் 25 பேருக்கு மேல் ஒரே வீட்டில் வசித்தோம். வீடு அந்தக் கிராமத்துக்குள் ஒரு கிராமம் போலத் தோன்றும். ஆண் பிள்ளைகள் பள்ளிக்குச் செல்லுமுன் விவசாயம் சம்பந்தமான சின்ன சின்ன வேலைகள் செய்து விட்டுத்தான் செல்லவேண்டும். அதன் விளைவாக இன்றும் நான் முழுவிவசாயி.

புதுப்பாளையம் மூன்று தெருக்களைக் கொண்டது. எந்த அடிப்படை வசதியும் இல்லாத ஊர். பேருந்து என்றால் ஒரு கிலோமீட்டர் தொலைவில் ஆரணி — வேலூர் சாலைக்குச் செல்லவேண்டும். ரயில் என்றால் இரண்டு கிலோமீட்டர் தொலைவில் விழுப்புரம் — காட்பாடி பாதையில் அமைந்துள்ள ஒண்ணுபுரம் செல்லவேண்டும்.

எங்கள் ஊரில் ஒன்று முதல் ஐந்தாம் வகுப்பு வரை ஆரம்பப்பள்ளி இருந்தது. மேற்படிப்புக்கு ஆறு கி.மீ. தொலைவிலுள்ள கண்ணமங்கலம் அரசு உயர்நிலைப்பள்ளிக்குச் செல்லவேண்டும். விவசாய வேலைதான். பொருளாதார மேம்பாட்டுக்கு ஆதாரமில்லை. இரு நூறுக்கும் குறைவான தலைக்கட்டுகள். மக்கள் தொகை ஆயிரத்தைத் தொடாது. இங்கொன் றும் அங்கொன்றுமாக ஓட்டு வீடுகள். மற்றவை, மஞ் சள்புல் வேய்ந்த கூரை வீடுகள். பச்சையப்ப பிள்ளை, பார்த்தசாரதி பிள்ளை, துரைசாமி, கோவிந்தராஜ் வீராசாமி என்ற சிலரே, கண்ணமங்கலத்தில் எட்டாம் வகுப்பு வரை படித்துவிட்டு ஹையர் கிரேடு ஆசிரியராக வந்தவர்கள். மற்றவர்கள் ஐந்தாம் வகுப்பைத் தாண்டாதவர்கள். அப்போது கல்விக்கு முக்கியத்துவம் இல்லை.

என் தந்தை, அவர் அப்பாவுக்கு முதல் மனைவியின் மகன். பத்து மாதக் குழந்தையான என் அப்பாவை வீட்டில் விட்டுவிட்டு, என் பாட்டி, தாத்தாவுக்குக் கஞ்சி எடுத்துச் சென்றார். பாத்திரம் கழுவ கிணற்றில் இறங்கும்போது கால் நழுவி விழ, நீச்சல் தெரியாமல் இறந்துவிட்டார். தாய் முகம் அறியாத என் தந்தை, பிற்காலத்தில் தன் மனைவியை தாயாகவே கருதி வந்தார். தாத்தாவின் இரண்டாவது தாரத்துக்கு ஆறு ஆண் பிள்ளைகள். அந்த மாற்றுத் தாயால் அரவணைப்பில்லை. ஆண் வாரிசில்லாத தன் பெரியப்பாவிடம் வளர்ந்தார் அப்பா. பள்ளிக்குச் செல்லவில்லை. கையெழுத்து மட்டும் எழுதக் கற்றுக்கொண்டார். இளம் வயதில் தெருக்கூத்தில் சத்திய விதுரனாக நடிப்பாராம். நல்ல சாரீரம், பாடுவார். எங்களுக்கெல்லாம் பாடிக் காண்பிப்பார். என் அம்மா, கீழ்அரசம்பட்டு என்ற கிராமத்தில் வசதியான குடும்பத்தில் பிறந்தவர்.

அப்பா, முருக பக்தர். பக்கத்து வீட்டுக்காரர் ராஜகோபாலும் இவரும் தொண்ணூறு கி.மீ தூரத்தில் உள்ள திருத்தணிக்கு நடந்தே காவடி சுமந்து செல்வார்கள். கிராமத்தில் சிலர் இவர்களை கருவாட்டுக் கூடை சுமக்கிறார்கள் என கேலி பேசுவார்களாம். அப்படிப் பேசியவர்களும் பிறகு, காவடித் தூக்கியது அப்பாவின் அழுத்தமான பக்தியினால். என் பெற்றோருக்கு மொத்தம் ஒன்பது குழந்தைகள். குழந்தையிலேயே நான்கு பேர் இறக்க, இருப்பது மூன்று பெண்களும் இரண்டு ஆண்களும். அக்கா ஒருவர், தங்கைகள் இருவர். தம்பி ஒருவன். அவர்கள் என்னை சார்ந்து இல்லையென்றாலும், அவர்களின் வாரிசுகளுக்கு கல்வி, வேலை வாய்ப்பில் என் பங்குண்டு.

நான் பெற்றோருக்கு இரண்டாவது குழந்தை. புதுப்பாளையத்தில் 1940ம் ஆண்டு, ஜூலை 25ம் தேதி பிறந்தேன். இந்தியா அடிமைப்பட்டிருந்த நேரம். இரண்டாம் உலகப் போரின் ஓசையோடு பிறந்திருக்கிறேன். கூட்டுக்குடும்பமாகயிருந்தும் வீட்டு வசதியை தாத்தா, சரியாகப் பெருக்கிக் கொள்ளவில்லை.

எனக்கு ஐந்து வயது முடிந்ததும் பள்ளியில் சேர்த்தார்கள். வீட்டின் முற்றத்தில் நெல் பரப்பி, தலைமையாசிரியர் திரு. பச்சையப்பப் பிள்ளை என் கைபிடித்து 'அ' என்ற அட்சரத்தை எழுத வைத்தார். போர்க்காலமான காரணத்தாலோ என்னவோ, விமானம் ஒன்று பேரிரைச்சலுடன் தாழப் பறந்துசென்றது இன்னும் என் நினைவில் இருக்கிறது.

என் வாழ்நாளில் மாதா, பிதா, குரு ஆகியோரை தெய்வமாகத் தொழுது வருகிறேன். அப்பா படிக்காத காரணத்தால், நான்

படிக்க வேண்டும் என்பதில் தீவிரமாக இருந்தார். ஆரம்பப் பள்ளி, ஒரு ஓட்டுக் கட்டடம். ஒரே ஒரு நீண்ட விசாலமான அறை. ஒன்று முதல் ஐந்து வரை எல்லா வகுப்புகளும் ஒரே இரைச்சலுடன் இருக்கும். அப்படியே பாடங்கள் கற்பிக்கப்படும். என் பெற்றோர் செய்த புண்ணியத்தால் முளையிலேயே கல்வி ஆர்வம் வந்துவிட்டது. தினம் இரவு நேரங்களில் என் அப்பா, ‘நன்றாகப் படித்து கலெக்டர் வேலைக்குப் போக வேண்டும்' என்பார். அவர் அடிக்கடிக் கூறும்வார்த்தை ‘ஊக்கமது கைவிடேல்’. குப்பையில் பிறந்த என்னை கோபுரத்தில் ஏற்ற இவர்கள்தான் காரணம். அதை உணர்ந்தே அவர்கள் மறைந்தும் தொழுதுகொண்டிருக்கிறேன்.

பள்ளிப் படிப்பு

புதுப்பாளையம் ஆரம்பப் பள்ளியில் ஐந்தாம் வகுப்பு வரை படித்தேன். காலையில் பறந்தோடி பள்ளிக்கு வருவதும், இடைவேளையில் பையன்களுடன் சேர்ந்து கிணற்றில் குதிப்பதும் மூச்சைப் பிடித்து கிணற்றடி மண்ணை எடுத்துவருவதுமான விளையாட்டுகளையும் செய்வோம். வீட்டில் கிடைக்கும் கம்பங்கூழ் அல்லது சோளக்கூழைக் குடித்துவிட்டு நேரத்துக்குப் பள்ளிக்கு வருவதும், பள்ளி விட்டதும் சடுகுடு, நொண்டி விளையாட்டு என சட்டையெல்லாம் அழுக்காக்கி அம்மாவிடம் கோபத்தை வரவழைப்பதுமாக அந்த ஐந்து ஆண்டுகள் வேகமாக ஓடின.

நாடு விடுதலையான 1947ம் ஆண்டு, மூன்றாம் வகுப்பில் இருந்தேன். பள்ளியில் ஒரே கொண்டாட்டம். ஆனால் கிராமத்தில் ஏதோ இந்து —முஸ்லிம் கலவரம் வரப்போகிறது என்றும் அதற்கு ஆயத்தமாக இருக்க வேண்டும் என்றும் பேசிக்கொண்டார்கள்.

அரசம்பட்டுவில் என் பாட்டி வீட்டுக்குச் செல்வதென்றால் கொள்ளை ஆசை. அங்குள்ளவர்கள் என்னை வி.ஐ.பியைபோல் உபசரிப்பார்கள். அம்மாவை பெற்ற தாத்தா, நல்ல உயரம். சோளக் கொல்லையில் குருவிகளை விரட்ட வில்லுண்டு வைத்திருப்பார். அதை வாங்கி நானும் அதை விரட்ட முற்படுவதில் அலாதி பிரியம். அந்த ஊர், ஏழு மைல் தூரத்தில் இருப்பதால் கொஞ்ச தூரம் நடை, கொஞ்சதூரம் அப்பாவின் தோள், அம்மாவின் இடுப்பு எனப் பயணிப்பேன்.

புதுப்பாளையத்தில் ஐந்தாம் வகுப்பை முடித்தாயிற்று. ஆசிரியர்கள் அப்பாவிடம் ‘பையனை மேலே படிக்கவையுங்கள்' எனச் சொன்னார்கள். கண்ணமங்கலம் போர்டு உயர்நிலைப்

பள்ளியில்தான் சேர்க்க வேண்டும். தூரம் ஆறு கி.மீ. நடந்து செல்லவேண்டும். அப்பாவுக்கு நான் படிக்க வேண்டும் என்பதில் அக்கறை. தாத்தாவின் அனுமதிக்காக, கேழ்வரகு நடவை கண்காணித்துக் கொண்டிருந்தவரிடம் என்னை அழைத்துக்கொண்டு சென்றார். “பையனை மேலே படிக்க வைக்கலாம் என்றிருக்கிறேன்” என கூற, சுவற்றில் அடித்த பந்துபோல் வந்தது தாத்தாவிடமிருந்து பதில்.

“அவன் படிச்சு எனக்கா கஞ்சி ஊத்தப்போறான்? நீயாச்சி, உன் புள்ளையாச்சி; என்னை எதுவும் கேட்காதே, போ!” —அப்பா ஒன்றும் சொல்லவில்லை. தாத்தா அப்படிச் சொன்னதற்குக் காரணம் இல்லாமலில்லை. மற்ற பேரப்பிள்ளைகளும் படிக்க விரும்பினால் பள்ளிக்குப் பணம் கட்டுவது எப்படி?

ஆறாம் வகுப்பு சேர்க்கைக்கு அப்பா அழைத்துச் சென்றார். புதிதாக கட்டடம் கட்ட வேண்டியதற்கு தனிக் கட்டணம் கொடுக்க வேண்டும். ஐம்பது ரூபாய் என்பது அந்தக் காலத்தில் பெரிய தொகை. அப்பாவின் நண்பர் முனுசாமி ரெட்டியாரிடம் கடன் வாங்கி பள்ளியில் சேர்த்தார்.

புதுப்பாளையம் அருகே நாக நதி ஓடுகிறது. ஐவ்வாது மலைப்பகுதியில் உற்பத்தியாகி கிழக்கு நோக்கிப் பாய்ந்து, ஆரணிக்கு கிழக்கே படவேடு ஆற்றுடன் சேர்ந்துவிடும். எங்கள் கிராமம் இந்த நதியின்கீழ்த் திசையில் அமைந்துள்ளது. அதன் மேற்குக் கரையில் ஒண்ணுபுரம். நெசவாளர் வாழ்கின்ற ஊர். கல்வியிலும் வணிகத்திலும் முன்னேறிய கிராமம். அங்கிருந்து சில மாணவர்கள் கண்ணமங்கலத்தில் படித்தார்கள். என் வகுப்பில் தனபால் என்பவர் குறிப்பிடத்தக்கவர். இன்றும் எங்கள் நட்பு நீள்கிறது. எங்கள் ஊரில் நான் படிப்பது சில மேட்டுக்குடி மக்களுக்குப் பிடிக்கவில்லை.

ஒரு நாள் காலையில் ஏரிக்கரையின்மேல், பள்ளிக்குச் சென்றுகொண்டிருந்தேன். அப்போது அந்த மேட்டுக்குடியில் ஒரு பெரியவர், “டேய் வேலு, போய் ஆட்டை மேய்க்காம, எதுக்குடா பள்ளிக்குப் போற? நீயெல்லாம் படிச்சு என்ன கலெக்டர் வேலையா பார்க்கப் போற?’ என்று சொல்லிவிட்டுச் சிரித்தார். எனக்கு என்ன பதில் சொல்வதென்று தெரியவில்லை. ஆனால் அவரைப் பார்க்கும்போதெல்லாம் வெறுப்பு வந்தாலும், நன்றாகப் படிக்க வேண்டும் என்ற வெறி எனக்குள் ஏறும். பிறகு ஆற்றைக் கடந்தால் பள்ளிக்குச் செல்லும் மாணவர்கள் துணைக்கு வருவார்கள்.

ஒரு கையில் புத்தகப் பை, மற்றதில் மதிய உணவுக்கான டிபன்பாக்ஸ். அதில் கம்மங்கூழ். பள்ளியிலோ அல்லது பக்கத்திலுள்ள கிணறுகளுக்கோ சென்று தண்ணீரை எடுத்து கரைத்துக் குடிக்க வேண்டும். கூழ் என்றால் முந்தைய நாளே கம்பையும் கேழ்வரகையும் கையினால் அரைத்து, புளிக்க வைத்து, நன்றாகக் காய்ச்சி வைத்து விடுவார்கள். குடும்பத்தில் இருபத்தைந்து பேர் சாப்பிட வேண்டும் என்பதால் பெரிய மண் பானையில் காய்ச்சி வைத்து விடுவார்கள். அது அடுத்த நாள், வயலில் கடுமையாக உழைப்பவர்களுக்கு ருசியாக அமையும்.

நடக்கும்போதே மனப்பாடம்

இயல்பாகவே எனக்கு படிப்பின்மீது தொய்வற்றக் காதல். வகுப்பில் சொல்லித் தருவதை வீட்டுக்கு நடந்துவரும்போதே மனப்பாடம் செய்துவிடுவேன். தொடர்ந்து பள்ளியில் முதல், இரண்டாவது ரேங்க் மாணவனாக திகழ்ந்ததற்கு அது ஒரு காரணம்.

எனக்கு கிடைத்த ஆசிரியர்கள் எல்லோரும் அருமையானவர்கள். குறிப்பாக கொளத்தூரிலிருந்து வந்த சுறுசுறுப்பான சுப்ரமணி அய்யர், கணிதம் சொல்லிக்கொடுத்த, மூக்குப் பொடியைப் பிரிந்தறியாத குப்பு சாமி அய்யர், தமிழை தடபுடலாக நடத்திய சடகோபப் பிள்ளை, பொறு மையின் இருப்பிடமாக, பள்ளியை நடத்திய ஹெட்மாஸ்டர் ராமநாத ஐயர், 'எட்டன்களா' என மாணவர்களை அழைக்கும் உடற்பயிற்சி ஆசிரியர் ரஷித் கான் என அந்தப்பட்டியல் நீண்டுகொண்டே செல்லும்.

கிருஷ்ணசாமி ஐயங்கார் ஆங்கிலத்தை எளிதாகச் சொல்லித் தருவார். மாணவர்கள், ஆங்கிலத்தில் புலமைப் பெற நம்பிக்கையூட்டுவார். பிற்காலத்தில் அவர் ஓய்வுபெற்று, சென்னைவாசியாக மெரினா கடற்கரையில் நடைப் பயிற்சி மேற்கொண்ட ஒரு மாலை வேளையில் சந்தித்து ஆசி பெற்றது மறக்கமுடியாத நிகழ்வு. எப்போதும் வெற்றிலை பாக்குடன் சிவந்த அவ்வாயால் முகம் மலர்ந்து வாழ்த்தியது நான் பெற்ற பேறு.

ஒன்பதாம் வகுப்பில், பைபர் கேட்டட் கோர்ஸ் என்று விவசாயத்தை பாடமாக எடுத்தேன். ஒண்ணுபுரத்தைச் சேர்ந்த தனபாலும் அதையே பாடமாக எடுக்க, விவசாய நுண்ணறிவைப் பெற, ஒரு மாற்றுமுறை பாடமாகப் படிக்க நேர்ந்தது. பி.எஸ்..சி. (விவசாயம்) படிக்க இந்தப் பாடத் திட்டம் உதவும் என ஆசிரியர்கள் சொன்னதன் விளைவே இந்தப் புது முயற்சி.

மதுரை மாவட்டத்திலிருந்து பி.எஸ்..சி. (விவசாயம்) படித்த ராதாகிருஷ்ணன், இந்தப் பிரிவுக்கு ஆசிரியராக வந்தார். எங்களை உற்சாகப்படுத்தி படிக்க வைத்தார்.

பள்ளி நாட்களில் கல்விச் சுற்றுலா அழைத்துச் செல்வதில் இப்பள்ளி ஆசிரியர்கள் யாருக்கும் சளைத்தவர்கள் அல்ல. காட்பாடி கசம் என்ற இடத்தில் இருந்த கோழிப்பண்ணை, வேலூர் கோட்டை, தொரப்பாடி ஜெயில் என பல இடங்களைப் பார்த்த பிறகு சலுகைக் கட்டணத்தில் பராசக்தி சினிமாவும் பார்த்துவிட்டு, இரவு வேலூர் கன்டோன்மென்ட் ரயில் நிலையத்தில் தங்கி, காலையில் முதல் ரயிலைப் பிடித்து திரும்புவது சுற்றுலாவில் அடங்கும். ரயிலில், சலுகைக் கட்டணம் உண்டு. வீட்டிலிருந்து மாணவர்கள் மதியத்துக்கும் இரவுக்கும் கட்டுச்சோறு கட்டி எடுத்து வர வேண்டும். மற்றொரு பயணம் திருவண்ணாமலைக்கு. அருணாச்சலேசுவரர் கோயில், ரமண மகரிஷி ஆசிரமம். சாத்தனூர் அணை, இரவில் பாதாள பைரவி சினிமா, ரயில் நிலையத்தில் தங்குதல் என அது அமையும்.

பள்ளி நாட்களில் சென்னைக்கும் ஒரு பயணம். ஒண்ணுபுரத்துக்காரர் திரு. முருகேசப் பிள்ளை, இரண்டு எம்.ஏ. படித்தவர். வட்டார வளர்ச்சி அலுவலராகப் பணியாற்றி பின் பள்ளி ஆசிரியராக வந்தவர். சென்னை, மகாபலிபுரம், வாலாஜாபாத் என பல இடங்களுக்கு அழைத்துச் சென்றார். முதன்முதலாக பார்த்த கடல், கலங்கரை விளக்கம், டிராம் வண்டி, மாமல்லபுரம் சிற்பங்கள், வாலாஜாபாத் பள்ளியில் மாணவர்கள் நிகழ்த்திக் காட்டிய பல்வேறு விளையாட்டு சாகசங்கள், சிந்தாதிரிப்பேட்டை பள்ளியில் தங்குதல். பள்ளிப் பருவத்தில் இந்த வகையானப் பயணங்கள் பொது அறிவுக்கும் விட்டுக் கொடுக்கும் மனப்பான்மையை வளர்ப்பதற்கும் பலனாக அமைந்தன.

பெயர்க் காரணம்

இன்று (24.7.2011) பிறந்த ஊரான புதுப்பாளையத்துக்கு வந்திருக்கிறேன். வீட்டில் திருத்தணி உறை வள்ளி மணாளன் திருமுருகனுக்கு காவடி எடுக்கும் நாள். அப்பா அறுபது வருடங்களுக்குமேல் நடந்தே காவடியுடன் திருத்தணிக்குச் செல்வார். சிறுவனாக இருக்கும்போது நானும் வருவேன் என அடம் பிடிப்பேன். ஒரே ஒருமுறை எனக்கு வாய்ப்புக் கிடைத்தது. பகல் 12 மணிக்குப் புறப்பட்டு விடியற்காலை நான்கு மணிக்கு மேல் திருத்தணியை அடைந்தோம். பின், பேருந்து மூலம் மறுநாள் ஊருக்குத் திரும்பினோம்.

1940ம் ஆண்டு ஆடி மாதம் அப்பா, பரணி காவடி எடுப்பதற்கு மூன்று நாட்களுக்குமுன், நான் பிறந்தேன். அந்த ஆண்டு உடலில் வெள்ளி வேல்கள், நாக்கில் தங்கவேல் குத்திக்கொண்டு அப்பா, காவடி எடுத்தாராம். வேல் குத்திக்கொண்டு காவடி எடுத்தபோது பிறந்ததால் எனக்கு வேலு என்ற பெயரிட்டார்களாம். காரணப் பெயராக அமைந்துவிட்டது.

எங்கள் வீடு வடக்குத் தெற்காக உள்ள, ஏரிக்கரை தெருவில் அமைந்துள்ளது. தெருவின் வட எல்லையே ஏரிக்கரைதான். இந்த ஏரி அதிகமாக மழை பெய்யும்போதுதான் நிரம்பும். காரணம் தண்ணீர் வரும் கால்வாய்கள் எல்லாம் ஆக்கிரமிப்பால் அடைபட்டுப் போய்விட்டன. பள்ளியில் படித்தபோது நட்ட ஆலமரக்கன்றும், அரசமரக்கன்றும் இப்போதும் பெரும் மரங்களாக வளர்ந்துள்ளன. ஏரிக்கரையின் வடிகாலில் செல்லியம் மன் சிலை உண்டு. வேலூர் ஆரணி நெடுஞ்சாலையில் பேருந்தைப் பிடிக்க அந்த வழியாகத்தான் செல்லவேண்டும்.

சென்னைக்கு படிக்கச் செல்லும்போதும் பின்னாளில் பணி நிமித்தம் வெளிமாவட்டங்களுக்குச் செல்லும்போதும் என் அம்மா பஸ் ஏற்றிவிட வருவார்கள். அந்த செல்லியம்மனைக்கும்பிட்டு வழி அனுப்புவார்கள். அந்த அம்மனுக்கு விழா எடுக்க, பக்கத்து நிலத்துக்காரரிடம் தென்னை ஓலையைக் கேட்டிருக்கிறார்கள். அவர் மறுத்துவிட, இரண்டு நாட்களில் இடி விழுந்து ஒரு தென்னை பட்டுப்போய்விட்டதாம். இது, சக்தியின் மகிமை என கிராமத்தில் தொடர்ந்து கூறி வருகிறார்கள்.

திகில் தோப்பு

எங்கள் குலதெய்வம் ரேணுகா பரமேஸ்வரி எழுந்தருளியுள்ள இடம், படைவேடு. சுமார் பத்து கி.மீ. தூரம். ஒரு காலத்தில் சம்புவராய மகாராஜா, இந்த ஊரை தலைநகராகக்கொண்டு ஆண்டதாக வரலாறு. ஆடி மாதம் வெள்ளிக்கிழமை தோறும் அம்மனுக்குத் திருவிழா. நானும் குடும்பத்தில் சிலருடன் சென்று வருவதுண்டு.

பள்ளியில் படிக்கும்போது நடந்துதான் செல்லவேண்டும். மழைக்காலங்களில் ஆற்றில் வெள்ளம் வரும். சித்தப்பாக்களில் ஒருவர் தோளில் சுமந்து அக்கரையில் விடுவார்கள். ஆற்றங்கரையில் அடர்த்தியான மாந்தோப்பு உண்டு. பக்கத்தில் ஒரு சுடுகாடு. மழைக்காலங்களில் பள்ளியிலிருந்து திரும்பும்போது இருட்டிவிடும். தனியாக இந்தத் தோப்புக்குள் வரும்போது, பேய், பிசாசு

தோப்பில் இருக்கும் என பயந்து, ஓரே ஓட்டமாக ஓடுவது அனிச்சை செயலாக இருந்தது. அந்தத் தோப்பும், சுடுகாடும், இருளும், பிசாசும் ஆல்பிரட் இச்காக் படம் போன்ற திகிலை உண்டாக்கும்.

பள்ளிக்குச் செல்லும் முன், காலையில் உழவு மாடுகளை ஓட்டிச் சென்று பெரியவர்களிடத்தில் ஒப்படைக்க வேண்டும். சில நாட்களில், நீர் பாய்ச்ச வேண்டும். ஒரு மணிநேரம் வேலைகளை முடித்துவிட்டு, அவசர அவசரமாக ஓட வேண்டும்.

அதிகாலையில் அப்பா என்னை எழுப்பி விடுவார். தகரத்தால் ஆன சிறு மண்ணெண்ணெய் விளக்கை ஏற்றி வைத்து படிக்கச் சொல்வார். பக்கத்தில் அமர்ந்துகொண்டு, நான் படிப்பதை கேட்டுக்கொண்டிருப்பார். எந்தச் சூழ்நிலையிலும் என்னிடம் கோபப்பட மாட்டார். எனது அம்மா, ஒரு தியாகச் சுடர். கூட்டுக்குடும்பத்தில் உள்ள அத்தனைப் பேருக்கும் சமைப்பது, வயல் வேலைகளைக் கவனிப்பது என அதிகாலை முதல் இரவு நெடுநேரம் வரை தளராமல் உழைத்து உழைத்து தேய்வார்கள்.

கல்லூரிப் படிப்பு

உயர்நிலைப் பள்ளியில் ஆறு ஆண்டுகள் உருண்டோடி எஸ்..எஸ்..எல்.சி. தேர்வு வந்தது. சரியான காய்ச்சல். ஆசிரியர் சித்தப்பாதான் துணைக்கு வந்தார். கணக்கில் எப்போதும் நல்ல மார்க் வாங்கிவந்த நான், பொதுத் தேர்வில் எதிர்பார்த்த மார்க் வாங்கவில்லை. ஏமாற்றம். பள்ளியில் முதல் ரேங்க் என்றிருந்தவனை இந்தக் கணக்குப் பாடம் இரண்டாம் ரேங்கிற்குத் தள்ளிவிட்டது. கல்லூரியில் சேரவேண்டும். சென்னையில் பச்சையப்பன் கல்லூரியில் சேர்க்க வேண்டும் என்று ஒண்ணுபுரத்திலிருந்து கண்ணமங்கலத்தில் ஆசிரியராகப் பணிபுரிந்த முருகேசப் பிள்ளை, என் அப்பாவிடம் சொன்னார். அவர் பச்சையப்பன் கல்லூரியில் படித்தவர்.

ஆசிரியர், அப்பா மற்றும் நான் மூவரும் புறப்பட்டு காட்பாடி வழியாகச் சென்னை ரயிலைப் பிடிப்பதற்கு ஒண்ணுபுரம் ரயில் நிலையத்துக்கு ஓடினோம். அது கடைசி ரயில். வேகமாக ஓடியும் பயனில்லை. அது சென்றுவிட்டது. சென்னைப் பயணம் தடைபட்டது. மாற்று ஏற்பாடாக வேலூர் ஊரிசுக் கல்லூரிக்கு விண்ணப்பித்தேன். ஆங்கிலத்தில் நல்ல மதிப்பெண்களைப் பெற்றிருந்ததால் புதுமுக வகுப்பில் அட்வான்ஸ் இங்கிலீஸ் சி பிரிவில் நேர்காணலுக்கான அழைப்பு வந்தது. அப்பாவும் நானும்

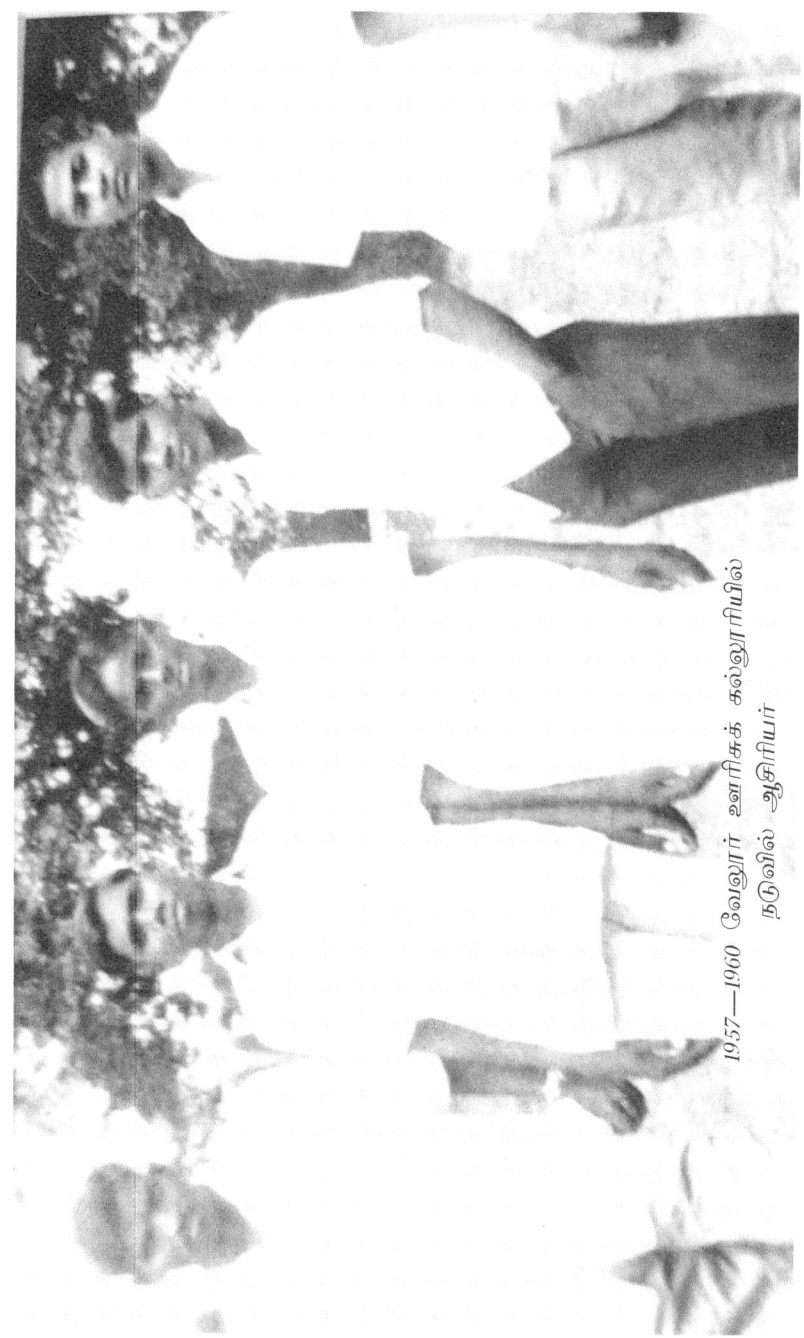

1957—1960 வேலூர் ஊரிசுக் கல்லூரியில்
நடுவில் ஆசிரியர்

வேலூருக்குச் சென்றோம். அப்பா புதிதாக, கிருஷ்ணா கோட்டிங்சில் கொஞ்சம் முரடாக இருக்கும் துணியில் தைத்துக் கொடுத்த பேன்ட்டையும், புஷ் கோட்டையும் அணிந்துகொண்டேன். அண்மையில் திருப்பதி சென்று மொட்டை அடித்து வந்ததினால் அரை அங்குலத்துக்கும் குறைவான முடி வளர்ச்சி. காலில் செருப்பு அணிந்திருந்தேனா என்பது சந்தேகம்.

கல்லூரி முதல்வர் ஜேசுரத்தினம் அறையில்தான் நேர்முகக் காணல். என்முறை வந்ததும் அப்பாவும் நானும் சென்றோம். இவ்வளவு குள்ளமான பையனைப் பார்த்ததும் அவர் முகத்தில் மகிழ்ச்சி. நன்றாகப் படிப்பாயா எனக் கேட்டார். படிப்பேன் என்றேன். ‘உனக்கு இடம் உண்டு, உடனே சேர்ந்து விடு’ எனச் சொன்னார். அப்பாவுக்கு மகிழ்ச்சி.

புதுப்பாளையத்திலிருந்து குறுக்குப்பாதையில் சென்றால்கூட ஒண்ணுபுரம் ரயில் நிலையம், சுமார் இரண்டு கிலோமீட்டர் தூரம். எட்டு மணி ரயிலைப் பிடித்தால்தான் கல்லூரிக்கு பத்து மணிக்குச் செல்ல முடியும். மாலையில் ஐந்து மணிக்கு கன்டோன்மென்ட்டில் ரயிலைப் பிடித்தால் ஆறு மணிக்கு ஒண்ணுபுரம் வந்தடையும். பல நாட்கள் இந்த ரயில், காலையில் தாமதமாகவே வேலூரைச் சென்றடையும். கல்லூரி பிரார்த்தனைக் கூட்டத்துக்கு உரிய நேரத்தில் செல்ல முடியாது. நான் ரயிலில் வந்து படிக்கிறேன் என்பது கல்லூரி முதல்வருக்குத் தெரியும். அந்தப் பிரார்த்தனைக் கூட்டத்திலேயே சில நாட்களில் என் பேரைச் சொல்லி வந்துவிட்டேனா என்று விசாரிப்பார்.

காலையில் இப்படி என்றால், மாலையில் வேறு பிரச்சனை. மழைக் காலங்களில் சீக்கிரமாகவே இருட்டிவிடும். ரயிலில் இறங்கி தன்னந்தனியாக வயல், ஆறு, தோப்பு எனக் கடந்து கிராமத்தை அடைவது சிரமம். இதனால் அப்பா வேறு முடிவெடுத்தார். எங்கள் ஊர் திரு. பச்சையப்ப கவுண்டர் உறவினர், டிரைவர் லட்சுமணன் மூலமாக வேலூர் ராமகிருஷ்ணாபுரத்தில், நாயுடு அவர்களின் வீட்டில் தங்குவதற்கும் உணவுக்கும் மாதம் முப்பது ரூபாய் என்ற அடிப்படையில் என்னை இருக்கச் சொன்னார். அவர்கள் தன் பிள்ளைபோல் என்னைப் பார்த்துக்கொண்டார்கள்.

பணத்தின் மதிப்பு

என் அப்பாவின் நிலைமையை அறிந்ததால் சிக்கனமாக இருக்க பழகிக்கொண்டேன். ஒருமுறை சனி, ஞாயிறு விடுமுறை. ஊருக்குச் செல்ல நினைத்தேன். கையில் காசில்லை. வேலூருக்கும்

புதுப்பாளையத்துக்கும் மொத்த தூரம் இருபத்தைந்து கி.மீ. பஸ் கட்டணம் ஐம்பது பைசா. 'காலிருக்கிறது, கவலை எதற்கு?' என்று காலை எட்டு மணிக்கு புறப்பட்டு நடந்தே சென்றேன். பனிரெண்டு மணிக்கு ஊரில் இருந்தேன். அந்த ஐம்பது பைசா இல்லாததால் ஏற்பட்ட பணத்தின் மதிப்பு, என்னை ஊதாரியாக்கவில்லை.

இன்னும் இரண்டு ஆந்திர மாணவர்கள் அந்த வீட்டில் மாடியில் தங்கியிருந்தார்கள். அவர்கள் எனக்குப் படிப்பதற்கு உதவியாக இருந்தார்கள். அந்த நாயுடு தம்பதிகளை நான் என்றும் மறப்பதில்லை. பி.யூ.சி.யில் அட்வான்ஸ்டு இங்கிலீஸ் பாடத்தில் ஷேக்ஸ்பியர் பாடத்தை அமெரிக்காவைச் சேர்ந்த பேராசிரியர் பிளெய்ஸ்லவே, நடிப்புடன் உற்சாகமாக நடத்துவார். பேராசிரியர் ஜகராஜ் சைகாலஜியை மனதிலே பணியவைப்பதில் வல்லவர். போராசிரியர் ரத்னாகரன் தாவரவியல் மற்றும் விலங்கியலை அருமையாகப் போதிப்பார். கெமிஸ்டிரிக்கு ஒரு கால்டுவெல், தமிழுக்கு பேராசிரியர் யோகசுந்தரம் என மணிமணியான ஆசிரியர்கள்.

புதுமுக வகுப்பு தேர்ச்சி பெற்றதும் டாக்டருக்கு படிப்பதா அல்லது பி.எஸ்..சி. (விவசாயம்) படிப்பதா என்ற குழப்பம். காரணம், டாக்டர் படிப்பு என்றால் லட்சக்கணக்கான பணம் வேண்டும். அப்பாவின் நிதிநிலை எனக்குத் தெரியும் என்பதால் வேலூரிலேயே படிக்க முடிவு செய்தேன். பி.ஏ. (பொருளாதாரம்) படிக்க விருப்பமில்லை. பௌதீகம், ரசாயனப் பாடத்தில் அதிக மார்க் வாங்கியிருந்ததால் கல்லூரி முதல்வர் ஜேசுரத்தினம் பி.எஸ்..சி. (பிசிக்ஸ்) படிக்க இடம் கொடுத்தார். ஒருமாதம் படித்தேன். அப்போதுதான் அது நடந்தது. பிசிக்ஸ் லேபாரட்ரியில் சோதனை செய்ய முற்பட்டபோது லாக்ரதம்ஸ் மற்றும் ஈக்வேசன்ஸ் சம்பந்தமாக நான் புரியாமல் தடுமாறிக்கொண்டிருந்தேன். அங்கு வந்த விரிவுரையாளர் அரிஹரன், பள்ளியில் காம்போசிட் மேத்தமேடிக்ஸ் படிக்கவில்லையா? எனக் கேட்டார்.

கண்ணமங்கலம் பள்ளியில் அந்தப் பாடம் இல்லாததால் படிக்கவில்லை என்றதும் 'அப்படியென்றால் நீ எள்' என்று வயிறு குலுங்கச் சிரித்தார். எனக்கு அவமானமாக இருந்தது. திக்குமுக்காடிப் போனேன். என்னையறியாமல் கண்கள் குளமாயின. அழுது சிவந்த கண்களுடன் முதல்வர் அறைக்குச் சென்றேன். அவரிடம் விஷயத்தைச் சொன்னேன். அவர், 'அப்படின்னா, பி.ஏ. (பொருளாதாரத்தில்) அட்மிஷன் தருகிறேன், சேர்ந்து கொள்' என்று சொல்ல, வேறு வழியின்றி 'சரி' என்றேன். அறிவியலில் இருந்து பொருளியலுக்குச் சென்றதே இந்த எதிர்பாராத விபத்தால்தான்.

பி.ஏ. படிக்க ஆரம்பித்ததும் கல்லூரி விடுதியில் தங்கினேன். ஒரு பகுதி தொகையை ரெசிடென்சியல் ஸ்காலர்சிப்பாக அரசு கொடுத்தது. பேராசிரியர் செல்லப்பா, துறைத் தலைவர். திரு. ரத்னசிங், திரு. சத்யநாதன், திரு சுதர்சனம் (வார்டனும்கூட) திரு. யோகசுந்தரம், திரு.பி.ஜி. சுவாமிதாஸ், திரு. டேவிட் அதிசயநாதன் திரு. எரிக்ராஜதுரை ஆகியோர் நினைவில் கொள்ளத்தக்க ஆசிரியர்கள்.

என்.சி.சியில் சேர்ந்தேன். நானோ ஒல்லிக்குச்சி, அந்த கனமான பூட்ஸ்களை அணிய கஷ்டமாக இருக்கும். வெயிலில் மார்ச் பாஸ்ட் என்பது கொடுமையிலும் கொடுமை. சில மாணவர்கள் மயங்கி விழுந்துவிடுவார்கள். என்றாலும் கஞ்சி போட்ட காக்கி யூனிபார்ம் அணிந்து, தலையில் தொப்பி மாட்டிக்கொண்டு ராணுவ வீரர்களைப்போல் நடப்பது மனதுக்கு நிறைவைக் கொடுக்கும்.

கல்லூரி நாட்களில் ஃபைன் ஆர்ட்ஸ் கிளப் மூலமாக நாடகம், கதாகாலட்சேபம், நடனம், மாறுவேடம், பாட்டுப் போட்டி, இன்டோர் மற்றும் அவுட்டோர் விளையாட்டுகள் என எல்லாவற்றிலும் கலந்துகொண்டேன். குறிப்பாக, நானும் பாலகோபாலும் (தற்போது சிங்கப்பூரில் பாரிஸ்டர்) 'குங்குமப்பூவே, கொஞ்சும் புறாவே' என்ற பாட்டுக்கு நான் ஆணாகவும் அவர் பெண்ணாகவும் ஆடிய நடனத்துக்கு பெரிய கைதட்டல். ஒன்ஸ் மோர் கேட்டார்கள். பிறகு வேறொரு பாட்டுக்கு ஆடியது மறக்கமுடியாத மகிழ்ச்சி. இன்றும் சமகால மாணவர்களைப் பார்க்கும் போதெல்லாம் அந்நிகழ்ச்சிப் பற்றி பேசுவது மகிழ்ச்சியை அளிக்கும்.

இளங்கலை முடித்து சென்னைக்கு வந்தேன். பட்டம் பெறுவதற்கான அங்கியை வாடகைக்கு எடுத்து, யுனிவர்சிட்டி செனட் ஹாலில் பட்டமும் பெற்று, புகைப்படம் எடுத்துக்கொண்டு, இந்தத் தேர், நான்கு வருடங்களுக்குப் பிறகு ஊருக்குச் சென்று நிலைகொண்டது.

ஆசிரியப் பணி

நான் பி.ஏ. படித்து முடித்து மேல்படிப்புக்கு, ஒன்று பி.எல் அல்லது எம்.ஏ., போக எண்ணம். அப்பாவுக்கு அதில் நாட்டமில்லை. சென்னையில் படித்தால் செலவு அதிகம். நிதி குறுக்கே நின்றது. விவசாயத்தில் நேரத்தைச் செலவிட்டேன். என் வகுப்பு நண்பர் திரு. பாலகோபால், பண்ருட்டியில்,

பயிற்சிப் பெறாத இளநிலை ஆசிரியராகப் பணியில் சேர்ந்தார். தென்னாற்காடு மாவட்டத்தில் ஆசிரியர் பணியில் காலியிடங்கள் இருப்பதாகவும், விரும்பினால் ஒரு எம்.எல்.ஏ., விடம் பரிந்துரைக் கடிதத்தைப் பெற்றுவருமாறும் எனக்கு கடிதம் எழுதியிருந்தார்.

களம்பூரில் அப்போது எம்.எல்.ஏ.வாகவிருந்த திரு. எஸ்..எம். அண்ணாமலை அவர்களிடம், கடலூர் திரு. ஏ.கோவிந்தசாமி எம்.எல்.ஏ. அவர்களுக்கு பரிந்துரை கடிதம் பெற்று சென்றேன். கடலூர் சென்று கோவிந்தசாமி அவர்களைச் சந்தித்தேன். என்னை தன் சைக்கிளில் பின்னால் உட்காரவைத்து (அக்காலத்தில் டபுள்ஸ் சவாரி செய்தால் குற்றம்) மாவட்ட போர்டு அலுவலகத்துக்கு அழைத்துச் சென்றார். போர்டு செயலாளர், கண்டாச்சிபுரம் போர்டு உயர்நிலைப் பள்ளியில் ஆசிரியராகச் சேர ஆணை வழங்கினார். கண்டாச்சிபுரம், விழுப்புரம் — திருவண்ணாமலை நெடுஞ்சாலையில் இருக்கிறது.

முதல் மாதச் சம்பளம்

மறுநாள் காலை பள்ளிக்குச் சென்றால் அதிர்ச்சி. பள்ளியின் தலைமையாசிரியர் தனக்குண்டான அதிகாரத்தின்படி, அவருக்கு வேண்டிய உள்ளூர்க்காரர் ஒருவரை, எனக்கான இடத்தில் பணியமர்த்தி, மாவட்ட போர்டு ஒப்புதலுக்கு அனுப்பி விட்டார். காலை பள்ளி தொடங்கும்போது நடைபெறும் இறை வணக்கக் கூட்டத்தில் என்னை அறிமுகப்படுத்தி ஆறுதல் கூறி வழியனுப்பி வைத்தார். இது, எனக்கு கவலையை உண்டாக்கியது. மறுபடியும் மாவட்ட போர்டை நோக்கி படையெடுப்பு.

இப்போது பண்ருட்டிக்கும் நெய்வேலிக்கும் இடையிலுள்ள முந்திரிக் காட்டினுள் முடங்கிப் போயிருக்கும் சிறு கிராமமான மருங்கூர் உயர்நிலைப் பள்ளியில் வேலைக்கான ஆர்டர் கிடைத்தது. அங்கு சுமார் ஐந்து மாதங்கள் பணியாற்றினேன். தலைமையாசிரியர் திரு ரங்கநாதன் நல்ல மனிதர். அன்பாகவே நடத்தினார். என்னுடன் கடையம் ரங்கநாதன் விஞ்ஞானம், கன்னியாகுமரி மாவட்ட கிருஷ்ணன் (கணக்கு) பயிற்சி பெறாத இளநிலை ஆசிரியராகப் பணியாற்றினர். முதல் மாதச் சம்பளம் 99 ரூபாய். நூறு ரூபாய் கட்டில் ஒரு நோட்டை எடுத்துவிட்டு முதல் மாதச் சம்பளம் வழங்கினர். அக்கட்டை பிரிக்காமல், நான் படித்தால், தனக்கா கஞ்சி ஊத்தப் போகிறான்? என்று சொன்ன தாத்தாவிடம் கொடுத்து காலில் விழுந்து வணங்கினேன்.

அந்த ஆசிரியர் பணி, சுமார் ஐந்து மாதங்கள்தான். நான் பி.ஏ. படிக்கும்போதே தமிழ்நாடு தேர்வாணையம் நடத்திய குரூப் நான்கு தேர்வு எழுதியிருந்தேன். அதில் பட்டதாரி கிளார்க் என்று வருவாய்த் துறைக்குத் தேர்வு செய்து, பணி நியமன ஆணை வந்தது. எனக்கான வேலை தென்னாற்காடு மாவட்டத்தில். அது 1961 மக்கள் தொகை கணக்கெடுப்புக்கான ஆண்டு. எல்லா ஆசிரியர்களும் கணக்கெடுப்பாளர்கள். முந்திரிக் காட்டில் ஊடுருவி இடுப்பில்கூட கட்டிக்கொள்ள சரியான துணியில்லாத அந்த மக்களின் எண்ணிக்கையை எடுக்கின்ற பணி. வருவாய்த் துறையில் பயிற்சியில் சேர, தகவல் வந்துவிட்டது. மக்கள் கணக்கெடுப்பு பணியை முடித்தால்தான் ஆசிரியர் பணியிலிருந்து விடுவிப்போம் என்றார்கள். பெரும் சங்கடம்; மன உளைச்சல். வேறு வழி இருப்பதாகத் தெரியவில்லை. வேக வேகமாக, ஊர் ஊராகச் சென்று கணக்கை முடித்து பெருமூச்சுவிட்டேன். பயிற்சிக்காக, தென்னாற்காடு கலெக்டர் அலுவலகத்தில் குறிப்பிட்ட நாளில் சேர்ந்ததை சாதனையாகக் கருதினேன்.

வருவாய்த்துறையில் பயிற்சி

கடலூரில் தலைமையகத்தில் பயிற்சி பெற்று, விழுப்புரம் வட்டாட்சியர் அலுவலகத்திலும் பயிற்சி பெற்றேன். அங்கு அறை எடுத்து தங்கினேன். அந்தப் பயிற்சி, வருவாய்த்துறை நிர்வாகத்தை அக்குவேறு, ஆணி வேறாகப் பிரித்து, நன்றாகப் புரிந்து கொள்ள பயனுள்ளதாக இருந்தது. அப்போதுதான் என்னோடு பி.ஏ. படித்த நண்பர், வி.பி.சண்முகம் சந்திக்க வந்திருந்தார். சாப்பிட்டுவிட்டு இருவரும் 'பாசமலர்' படம் பார்த்தோம். அவர் சென்னை லயோலா கல்லூரியில் எம்.ஏ. முதலாம் ஆண்டு படித்துக்கொண்டிருந்தார். என்னைக் கேட்காமலேயே எம்.ஏ. சேர்வதற்கான அப்ளிகேஷனை வாங்கி வந்திருந்தார். வேலையை விட்டுவிட்டு, மேலும் படிப்பது தொடர்பாக நீண்டநேரம் விவாதித்தோம். கடைசியில் படிப்பது என்று முடிவெடுத்தேன். அதற்கான மனுவை அனுப்பி விட்டேன். காக்காய் உட்கார பனம் பழம் விழுந்த கதையாய் அது நிகழ்ந்தது.

மூன்று மாதப் பயிற்சி முடிந்ததும் தென்னாற்காடு மாவட்டத்தில் காலியிடங்கள் இல்லாததால் பணி விடுப்பு ஆணை வழங்கப்பட்டது. மாவட்ட வருவாய் அலகில் சரியாக காலியிடக் கணக்கை நிர்ணயித்து தேர்வாணையத்துக்கு அனுப்பாததால் ஏற்பட்ட கோளாறு. என்னுடன் சேர்த்து சுமார் பத்துப் பேருக்கு பணிவிடுப்பு ஆணை வழங்கப்பட்டது. கனவுகளுடன் இருந்த பணியாளர்கள்

நொறுங்கிப் போனார்கள். மறு ஆணை எந்த மாவட்டத்துக்கு எப்போது வரும் என்று கணிப்பது கடினம்.

வேலையை விட்டுவிட்டு மேற்படிப்புக்குச் செல்வதில் அப்பாவுக்கும் தாத்தாவுக்கும் விருப்பமில்லை. தாத்தாவுக்கு வேறு சில காரணங்கள் உண்டு. அந்தக் காலத்தில் வருவாய் ஆய்வாளர், குதிரையில் வருவார். கிராம அலுவலர்கள் அவரைக் கண்டு நடுங்குவதும், உபசரிப்பதும் தடபுடலாக இருக்குமாம். மிகவும் சக்தி வாய்ந்த அதிகாரி. பேரனும் அந்தப் பதவிக்கு வந்து, தான் பார்க்க ஆசைப்பட்டார் தாத்தா. நியாயமான உணர்வுதானே!

தற்செயலாக, என் தாய்மாமா மகன் மாணிக்கம் அரசம்பட்டுவில் இருந்து எங்கள் வீட்டுக்கு வந்திருந்தார். அப்பாவின் மனநிலை அறிந்து அவர் ஒரு குண்டை எடுத்துப்போட்டார் 'டேய் வேலு, உங்கப்பா படிக்க வைக்கலைன்னா, நான் படிக்க வைக்கிறேன்டா' என்றார். அப்பா, ஆடிப் போயி விட்டார். மூன்றாவது மனிதன் இப்படி சொல்லிவிட்டானே என்று. 'யார் உதவியும் வேண்டாம். நீ போய் படி. ஆண்டவன் விட்ட வழி' என்று பச்சைக் கொடி காண்பித்துவிட்டார். சந்தோஷம் தாங்க முடியவில்லை. அந்தக் காலக்கட்டத்தில் எம்.ஏ. பட்டம் பெறுவது அரிதான காரியம்.

கிருத்துவக் கல்லூரியில்

அடுத்த நடவடிக்கை என்ன? எம்.ஏ. படிப்பு, வேலூர் மாவட்டத்தில் எந்தக் கல்லூரியிலும் இல்லை. சென்னையில் சில கல்லூரிகளில்தான் உண்டு. அதுவும் ஒவ்வொரு கல்லூரியிலும் வெறும் இருபது இடங்களே. யோசனை தோன்றியது. என்மேல் எப்போதும் அன்புகொண்டிருந்த ஊரிசுக் கல்லூரி முதல்வர் ஜேசுரத்தினத்தை சந்திக்கச் சென்றேன். என் மேற்படிப்பு ஆசையை சொன்னேன். எந்தத் தயக்கமுமின்றி சென்னைக் கிருத்துவக் கல்லூரி முதல்வர், ஸ்காட்லாண்டைச் சேர்ந்த ஜே.ஆர். மேக்பெய்ல் அவர்களுக்கு பரிந்துரைக் கடிதம் அளித்தார். அதில் என்னைப்பற்றி கொஞ்சம் அழுத்தமாகவே எழுதியிருந்தார். என்னை வாழ்த்தி, 'உனக்கு கிடைக்கும். போ' என்றனுப்பினார்.

அவரது கடிதத்துடன் சென்னை சென்றேன். வி.பி. சண்முகம் அவர்களை லயோலா கல்லூரியில் சந்தித்தேன். இருவரும், வண்ணாரப்பேட்டையில் தங்கியிருந்த எங்கள் பொருளாதாரப் பாட விரிவுரையாளரும், கிருத்துவக் கல்லூரியில் படித்தவருமான ரத்தின சிங் அவர்கள் வீட்டுக்குச் சென்றோம். எங்கள் இருவரையும் அவருக்குப் பிடிக்கும். கிருத்துவக் கல்லூரிக்கு

1961—1963 சென்னை கிருத்துவக் கல்லூரி, தாம்பரம்.
கல்லூரி முதல்வர் டாக்டர். சந்திரன் தேவநேசன் மற்றும் பேராசிரியர்களுடன் ஆசிரியர்.
(வலதிலிருந்து மூன்றாவது)

தாம்பரம் செல்வதற்கு அவரையும் அழைத்துச் செல்வதற்குச் சென்றோம். அங்கு முதல்வர், வெள்ளைக்காரர் முனைவர் ஜே.ஆர். மேக்பெய்ல் ஏதோ எழுதிக்கொண்டிருந்தார். தலை நிமிர்ந்து பார்த்ததும் கையிலிருந்த கடிதத்தைக் கொடுத்தேன். படித்துவிட்டு கடிதத்தின் மேல் ஏதோ எழுதினார்.

'யூ ஆர் அட்மிட்டட். யூ கேன் கோ'.

அவ்வளவுதான். மகிழ்ச்சியான செய்தியுடன் வந்துவிட்டேன்.

தங்கும் விடுதியில் உணவு மூன்று பிரிவுகளாக இருக்கும். ஒன்று அசைவம், இரண்டு சைவம். மூன்றாவது சாதாரண சைவ உணவு. பொருளாதாரத்தில் சற்று பின்தங்கியுள்ள மாணவர்களுக்கான மூன்றாவது பிரிவில் நான் சேர்ந்தேன். புதன், வெள்ளிக் கிழமைகளில் உணவுக்கூடத்துக்குச் செல்லும்போதே மனம் சஞ்சலப்படும். வசதியுள்ள மாணவர்களால் வேண்டியதை எளிதில் பெறமுடியும். 'கொடிது கொடிது இளமையில் வறுமை' எனும் ஔவையின் பாடல் நெஞ்சைப் பிளக்கும். ஆனாலும் வாழ்க்கையில் முன்னேற வேண்டும் என்ற உந்துதலினால் காலத்தை வீணடிக்காமல் நூலகம், கண்விழித்து படித்தல் போன்றவற்றை மேற்கொண்டேன். முதலாவது ஆண்டில் தனி அறை, இரண்டாவது ஆண்டில் வாடகை சற்று குறைவாகவுள்ள இருவர் தங்கும் அறை. என்னுடன் முதலாம் ஆண்டில் சேர்ந்த சபாத் அகமத்கான் என்ற தோழர், அறையை பங்குபோட்டுக் கொண்டார். ராமநாதபுர மாவட்டத்தை சேர்ந்தவர். பின்னாளில் போர்னியோ நாட்டிற்கு குடிபெயர்ந்ததாக கேள்வி. தொடர்பில்லை.

பொருளாதாரத்தைப் பாடமாக எடுத்ததால் அதற்கு பேராசிரியர் பால் டேவிட் துறைத்தலைவராக இருந்தார். அவர் எப்போதும் ரூரல் எகனாமிக்ஸ் பாடத்தை நடத்தும்போது, தி பார்பர் அன்டர் தி டாமரின்ட் ட்ரீ என்ற உதாரணத்தையே தொடர்ந்து சொல்லி வருவாராம். எங்களுக்கும் அது போதிக்கப்பட்டது. சவரத் தொழிலாளி எவ்வாறு பொருளீட்டுகிறார். அதை வைத்து எவ்வாறு தன் குடும்பத்தைச் சமாளிக்கிறார். கிராமத்தில் வருவாய் குறைவாக இருந்தால் அதைவைத்து நிறைவான, அமைதியான வாழ்க்கை வாழ மக்கள் கற்றுக்கொண்டிருக்கின்றனர்.

காந்தி கனவு கண்ட கிராம ராஜ்யம், தன்னிறைவு பெற்ற சுய தொழில், ஊக்கம் பெற்ற கிராமங்கள், இந்தியா அங்கேதான் வாழ்கிறது என்று பேராசிரியர் பால் டேவிட் கற்பிப்பார். பேராசிரியர் சூரியன் அமெரிக்காவில் தன் ஆராய்ச்சி மூலம்

முனைவர் பட்டம் பெற்று கிருத்துவக் கல்லூரிக்கு, பால் டேவிட்டுக்குப் பிறகு துறை தலைவராக வந்து சேர்ந்தார்.

பிரின்ஸ்பில்ஸ் ஆப் எகனாமிக்ஸ் பாடத்தை நடத்தினார். பிஷப் ஈபர் தங்கும் விடுதிக்கு காப்பாளராகப் பொறுப்பேற்றார். முதல் அசைன்மென்ட் இன்டிபரன்ஸ் கர்வ் பற்றியது. நான் அந்த தலைப்பில் ஒரு வித்தியாசமான கோணத்தில் என் ஆய்வுரையை எழுதியிருந்தேன். இதுவே என்னை பேராசிரியர் சூரியனுக்கு அறிமுகப்படுத்தியது. அந்த தியரி, எவ்வாறு லிமிடெட் யுடிலிட்டி என்பதை விளக்கியிருந்தேன். அது வித்தியாசமாக எண்ணப்பட்டு எழுதப்பட்டதால் பேராசிரியருக்கு தாக்கத்தை ஏற்படுத்தியிருந்தது. அதேபோல், ஜோசப்ஸ் ஜேம்ஸ் பொருளாதாரக் கொள்கைகளை வகுத்தவர்கள் என்ற பாடத்தைப் போதித்தவர். அதில் பிசியோ கிரட்ஸ் பற்றிய எனது அசைன்மென்ட்டை 'ஒரிஜினல் திங்கிங்' என்று பாராட்டி வகுப்பில் அதை எல்லோரும் கவனிப்பதற்காகப் படிக்கச் சொன்னார். எத்தனையோ இருந்தாலும் இந்த இரு உதாரணங்களைச் சொல்லக் காரணம், எதையும் ஆழ்ந்து படிக்க எனக்குப் பிடிக்கும்.

கல்லூரியும் விடுதிகளும் பசுமையான காடுகள் போன்ற சூழ்நிலையில் அமைந்திருந்ததால் மாலை நேரங்களில் விடுதிக்கு அருகிலுள்ள விளையாட்டு மைதானத்தில் தனியாக அமர்ந்து படிப்பேன். மயில்கள், முயல்கள், மான்கள் என பலதரப்பட்ட பிராணிகள் குறுக்கும் நெடுக்குமாக ஓடிக்கொண்டிருப்பது, கண் கொள்ளாக் காட்சி.

வாரத்தில் புதன் மற்றும் வெள்ளிக்கிழமைகளில் இன்டர்காலேஜ் லெக்சருக்காக தாம்பரத்திலிருந்து சென்னைக்கு வர வேண்டும். நான் விவேகானந்தா கல்லூரியை தேர்ந்தெடுத்தேன். முதலாம் ஆண்டு தொழிலாளர் பிரச்சனை, இரண்டாம் ஆண்டு நவீன தொழில் துறையின் பிரச்சனைகள் என்ற பாடங்கள். பேராசிரியர்கள் வாசுதேவன் மற்றும் ஜெகன்நாதன் ஆகியோர் ஆசிரியர்கள். மாலையில் வகுப்புகள் நடக்கும். பல நாட்கள் மைலாப்பூரிலிருந்து மாம்பலம் ரயில் நிலையத்துக்கு நானும் சக மாணவர் டேவிட்டும் நடந்தே செல்வோம். பனகல் பார்க் பக்கத்தில் பிரசித்தி பெற்ற ஹோட்டல் பார்க்லேண்டில் திராட்சை ரசம் மற்றும் மசால் தோசை சாப்பிடுவோம். ரயிலில் பாஸ் வாங்கிவிடுவதால் செலவு அதிகமில்லை. இரண்டாம் ஆண்டில் படித்துக்கொண்டிருந்த மாணவர் சுப்பையா, ஒருநாள் யுனிவர்சிட்டியில் இன்டர்காலேஜ் முடித்துவிட்டு அடுத்த வளாகத்திலிருந்த டி.என்.பி.எஸ்.. சி. அலுவலகத்துக்குச் சென்றிருந்தார். அப்போதெல்லாம் (1962)

எழுத்துத் தேர்வு மற்றும் நேர்முகத்தேர்வு என இரண்டு கட்டங்களில் வெற்றி பெற்றால்தான் அரசு வேலை கிடைக்கும். ஏன் இப்போதுகூடத்தான்!

சுப்பையா அங்கு வரவேற்பு மேசையில் இலவசமாக வைக்கப்பட்டிருந்த குரூப் ஒன்று தேர்வுக்கான ஐந்தாறு விண்ணப்பங்களை எடுத்து வந்தார். அவற்றைப் பெருமாள் கோயிலில் கொடுக்கும் பிரசாத சுண்டலைப் போல சிலருக்குக் கொடுத்தார். அதில் ஒருவன் நான். மாநில அளவில் முதன்மைப் பணிகளுக்கான தேர்வு அந்த ஆண்டு. துணை ஆட்சியர்கள் — 2 காவல் துறை துணை கண்காணிப்பாளர் — 3 மற்றும் துணைப் பதிவாளர்கள் — 6 என 11 காலியிடங்கள். 'ஆயிரக்கணக்கானவர்கள் போட்டியிடுவார்கள். தேர்வு கஷ்டமாக இருக்கும். சிபாரிசு இருந்தால்தான் கிடைக்கும்' என வதந்தி கிளப்பினார்கள். இந்தத் தேர்வுக்கு இளங்கலை பட்டம்போதும். எழுதிப் பார்ப்போமே என தன்னம்பிக்கையே இல்லாமல் விளையாட்டாக விண்ணப்பித்தேன்.

இதற்கிடையே கல்லூரியில் இரண்டாம் ஆண்டு எகனாமிக்ஸ் அசோசியேஷன் தலைவராகத் தேர்ந்தெடுக்கப்பட்டேன். இந்த அசோசியேஷன் சம்பந்தமாக பல்வேறு நாட்டுத் தூதுவர்கள், கல்லூரி முதல்வர்கள், பேராசிரியர்கள் என பலரைச் சந்திப்பது, அவர்களை வரவழைத்து பேசச் சொல்வது என்றும் ஈடுபட்டேன். அதன் காரணமாக ஆங்கிலத்தில் உரையாற்றுவது, வரவேற்புரை நிகழ்த்துவது என இருந்ததால் யாரிடமும் எளிதாக அணுகுவது, பழகுவது என்பது வரப்பிரசாதமாக அமைந்தது.

கூட்டுறவுத் துறையில்...

குரூப் ஒன்று தேர்வு எழுதிவிட்டேன். எம்.ஏ. இரண்டாம் ஆண்டு கடைசி தேர்வுக்கான தயாரிப்பில் இருந்தபோது நேர்காணலுக்கான அழைப்பு வந்தது. அதைக் கண்டதும் சக மாணவர் தேவராஜ், தன்னுடைய புதிதாக தைத்த கோட்டை கொடுத்து, அணிந்து செல்லுமாறு சொன்னார். ஒயிட் அண்ட் ஒயிட், கோட்டு மட்டும் பிரௌன். முதலாம் ஆண்டில் பச்சையப்பன் கல்லூரியில் எம்.ஏ. படித்துக்கொண்டிருந்த எம். கோபாலகிருஷ்ணன், துணைக்காக டி.என்.பி.எஸ்..சிக்கு வந்தார். ஊரிசுக் கல்லூரியில் பி.ஏ. வரை என்னுடன் படித்தவர். டி.என்.பி.எஸ்..சி. நேர்காணலில் ரத்னசாமி முதலியார் தலைவர். ஒரு ஓய்வுப்பெற்ற நீதிபதி அங்கத்தினர், துறை சார்பாக வி. பாலசுந்தரம். இ.ஆ.ப. ஆகியோர் குழுவாக அமர்ந்திருந்தனர். வி.ஆர். நாகராஜன் என்பவர் வரவில்லை. ஒருவர் பின் ஒருவராக கேள்விகளைக் கேட்டு வந்தனர்.

ஆங்கில மொழியொன்றும் பிரச்சனையாக இல்லாததால் தெரிந்ததைத் தெளிவாகச் சொன்னேன். கூட்டுறவுத் துறை பதிவாளர் பாலசுந்தரம் கூட்டுறவு இயக்கம் பற்றி என் கருத்தைக் கேட்டார். கூட்டுறவு இயக்கம் இன்னும் மக்கள் இயக்கமாக ஏன் மாறவில்லை என்றும், தோல்விக்கானக் காரணங்களையும் விரிவாகச் சொன்னேன். அரைமணி நேரம் நீடித்தது நேர்காணல்.

வெளியே வந்தேன். அங்கு காத்திருந்த கோபாலகிருஷ்ணன், ஏன் இவ்வளவு நேரம் என்று கேட்டார். மாறி மாறி கேள்வி கேட்டார்கள், என்றேன். அவர் தங்கியிருக்கும் பச்சயப்பன் கல்லூரி விடுதி வரை பேசிக்கொண்டே சென்றோம். பிறகு தாம்பரம் சென்றேன். எம்.ஏ. இறுதித் தேர்வு முடிவதற்கு முன்பாக, குரூப் ஒன்று தேர்வு முடிவுகள் வெளியாயின. கூட்டுறவுத் துறையில் துணைப் பதிவாளராகத் தேர்ந்தெடுக்கப்பட்டிருந்தேன் நான். இந்தத் தகவல் அரசு கெஜட்டில் வெளியாகி இருந்தது. அப்போதெல்லாம் மெரிட் மட்டும் இருந்தால் போதாது. சிபாரிசும் இருந்தால்தான் தேர்வாக முடியும் என்றார்கள். அதனால் இந்த கெஜட் அறிவிப்பு எனக்கு ஆச்சரியம் தந்தது.

எழுத்தர் வேலை

எம்.ஏ. முதலாம் ஆண்டு முடிந்ததும் விடுமுறையில், மதுராந்தகம் தாலுகா அலுவலகத்தில் பணியில் அமர்த்தப்பட்டேன். முதியோர் பென்சன் பிரிவில் எழுத்தர் வேலை. தாலுகா அலுவலகம் வித்தியாசமான அனுபவத்தை தந்தது. நிர்வாக அமைப்பில் ஒரு முக்கியமான அமைப்பு. மக்களின் அடிப்படைத் தேவைகளைப் பூர்த்தி செய்ய ஆங்கிலேயர் காலத்திலிருந்து தன் அதிகாரத்தைத் துணைகொண்டு செயல்படும் நிறுவனம். அவ்வளவு எளிதாக எந்த ஆணையும் இங்கு மக்களால் பெற்றுவிட முடியாது. காலம் தாழ்ந்தாலும் வழங்கப்படும் ஆணைகள் குறை ஏதுமின்றி சரியாகவே இருக்கும். அதுதான் இந்த வருவாய்த் துறையின் தனிச் சிறப்பு.

பிறகு எம்.ஏ. இரண்டாம் ஆண்டு படிப்பதற்கான விடுப்பு பெற்று மறுபடியும் கிருத்துவக் கல்லூரிக்கு வந்தேன். படிப்பதற்கான விடுப்பு என்பதால், கையில் வேலை இருக்கிறது. படிப்பை முடித்ததும் மீண்டும் வேலையில் சேரலாம். எம்.ஏ. இரண்டாம் ஆண்டு முடியும் தறுவாயில், நான் எகனாமிக்ஸ் அசோசியேஷன் தலைவராக இருந்ததால் பேராசிரியர் குரியன் முன்னிலையில் பிரிவுபச்சார விழா ஏற்பாடு செய்தேன். பேராசிரியர். குரியன் எல்லோரையும் வாழ்த்திப் பேசினார்.

துணைப் பதிவாளருக்கான தேர்வு ஆனவுடன் தமிழக அரசும் பணியமர்த்தலுக்கான ஆணையை அனுப்பியது. பிறகு வருவாய் உதவியாளர் பணியை ராஜினாமா செய்து செங்கல்பட்டு கலெக்டருக்கு கடிதம் அனுப்பினேன்.

கூட்டுறவுப் பயிற்சி

சென்னையில் கல்லூரி சாலையில் இருந்த கூட்டுறவு பயிற்சிக் கல்லூரியில் 1963—ம் ஆண்டு ஆகஸ்ட் முதல் நாள் அரசுப் பணியில் பயிற்சியாளராகச் சேர்ந்தேன். ஒரு வருடப் பயிற்சி. நவம்பர், டிசம்பர் மாதங்களில் களப் பயிற்சி என்று மாநிலத்திலுள்ள சில மாவட்டங்களிலும், பின்பு சில வாரங்கள் மகாராஷ்டிரா மாநிலத்திலும் பயிற்சி.

சேலம் மாவட்ட பயிற்சியின்போது ஒரு நாள் ஏற்காடுக்கு மாலையில் பஸ் பிடித்து சென்றேன். அங்கு வகுப்புத் தோழர் முருகானந்தம், வருவாய்த் துறையில் பணிபுரிந்துகொண்டிருந்தார். அவருடன் தங்க ஏற்பாடு. ஏற்காட்டை அடைந்ததும் ஒரே புயற்காற்று, கொட்டோ கொட்டேன்று மழை. மரங்கள் உடைந்து விழுவதும், வேரோடு சாய்வதும், டெலிபோன் கம்பங்கள், கம்பிகள் சேதமடைந்து விழுவதுமாக இருந்தது நிலைமை. மின்சாரமும் துண்டிக்கப்பட்டுவிட்டதால் பயமாக இருந்தது. இரவு அதிர்ச்சி தரத்தக்க செய்தி கிடைத்தது. மலைப் பாதையில் மண்சரிவுகள். மரங்கள் சாய்ந்துள்ளதால் பஸ் போகாது என்றார்கள். கூடவே மதுரை கூட்டுறவு மத்திய வங்கியின் ஆய்வாளர் தர்மராஜனும் ஏற்காடு வந்திருந்தார். கனமான உடல் அவருக்கு. வேகமாகக்கூட நடக்க முடியாதவர்.

மறுநாள் மாலை சேலத்திலிருந்து ரயிலில், மகாராஷ்டிராவில் உள்ள அகமத் நகருக்கு சுமார் இருபதுக்கும் மேற்பட்ட பயிற்சியாளர்கள் செல்லவேண்டும். இருபத்தைந்து கி.மீ. தூரத்திலுள்ள சேலத்தை எப்படி அடைவது என எல்லோருக்கும் குழப்பம். நடந்து செல்வதைத் தவிர வேறு வழியில்லை. விடியற்காலை சுமார் ஐந்து மணிக்கு மதுரை நண்பருடன் புறப்பட்டேன். மழை விட்டிருந்தது. பசியோடு நடந்தோம். வழியெல்லாம் மரங்களின்மீதும் கற்களின்மீதும் ஏறி இறங்க வேண்டியநிலை. லேசான தூறலும் சேர்ந்துவிட, பல இடங்களில் சறுக்குகின்ற பாதை. ஒரு பத்து கிலோமீட்டர் கடந்திருப்போம். கூட வந்த நண்பரால் நடக்க முடியவில்லை. கால்களில் கொப்பளங்கள். அவரை என் தோள் மீது கையைப் போடச் சொல்லி கொஞ்சம் தூரம் மெதுவாக நடந்தோம். சரிப்பட்டு

வருவதாகத் தெரியவில்லை. வழியில் யாரும் தென்படவில்லை.. எட்டு மணியாகிவிட்டது. வேறு வழியில்லை, அவரை முதுகில் சுமந்துகொண்டுதான் செல்லவேண்டும் என நினைத்தேன். அசாத்திய துணிச்சல் வந்தது. நண்பர் சங்கோஜப்பட்டார். என் கிராமத்தில் இருந்து வண்ணாங்குளத்துக்கு சுமார் மூன்று கி.மீ தூரம் தலையில் நெல் மூட்டையை சுமந்து சென்று அரிசி மிஷினில் அரைத்துப் பின் சுமந்துவருவதும், களத்துமேட்டில் நெல்மூட்டைகளை முதுகில் சுமந்து வண்டியில் ஏற்றுவதும் எனக்குப் பழக்கப்பட்ட ஒன்று. அதைப் போல நண்பரை முதுகில் சுமந்து வந்தேன்.

சுமார் பதினைந்து கிலோமீட்டர் தூரம். ஆரம்பத்தில் சுலபமாகத் தோன்ற, போகப் போக எடை கூடுவதுபோலவும் என் கால்களும் தத்தளிப்பது போன்ற உணர்வும் தோன்றியது. பசி வேறு. பச்சைத் தண்ணீருக்குக்கூட வழியில்லை. காலை ஐந்து மணிக்குப் புறப்பட்டு சுமார் மதியம் இரண்டு மணிக்கு மலையடிவாரத்தை வந்தடைந்தோம். நண்பர் குழந்தையை போல அழ ஆரம்பித்துவிட்டார். உணர்ச்சிவசப்பட்ட அவரைத் தேற்றி விடுதிக்கு வந்தோம். மாலையில் ரயிலை தவறவிடாமல் பிடித்தோம். பயிற்சிப் பொறுப்பாளர் எம்.ஏ. விக்டர் மற்றும் சக பயிற்சியாளருக்கு நம்பிக்கையில்லை. பாதை துண்டிக்கப்பட்டு விட்டதால் ஏற்காட்டிலிருந்து எங்கே வந்து சேரப் போகிறார்கள்? அகமத் நகரை இவர்கள் மறந்துவிட வேண்டியதுதான் என்ற முடிவுக்கே வந்துவிட்டார்கள். இந்த நிகழ்வு என் வாழ்க்கையில் மறக்கமுடியாதது. எப்படி, இந்த பெருத்த சரீரமுடைய மனிதரை சுமந்து வந்தேன் என்பதை நினைக்கும்போது நிலை குலைந்து போகிறேன். இதை Velu'sOrdeal என்ற தலைப்பிட்டு அழைக்கலாம்.

அக்மத் நகர், நவம்பர் மாதக் குளிருடன் வரவேற்றது. அங்கு மூன்று வாரம் பயிற்சி. அந்தப் பகுதியிலுள்ள கூட்டுறவு சர்க்கரை ஆலைகள், விற்பனைச் சங்கங்கள் என, பல நிறுவனங்களைப் பார்வையிட்டுப் படித்தோம். அப்போது ஷிர்டி சாயிபாபா கோவிலுக்கும், பூனா வழியாக பம்பாய்க்கும் சென்று வந்தோம். பூனா — பம்பாய் — டெக்கன் குயின் ரயில் பயணம் நினைவில் கொள்ளத்தக்கது.

என் அப்பா செலவுக்காக அனுப்பிய நூறு ரூபாய், அகமத் நகருக்குப் பதிலாக குஜராத்திலுள்ள அகமதாபாத்துக்கு அனுப்பப்பட்டு சுமார் இருபது நாட்கள் கழித்து அவருக்கே திரும்பி வந்ததும் நான் பணக் கஷ்டத்துக்குள்ளாகியதும் சுமக்க முடியாத சுமை. அகமத் நகர் சிறையில்தான் பண்டிதர் நேரு

பல மாதங்கள் சிறைவாசம் செய்தார். தன் மகளுக்கு இந்திய சரித்திரத்தை உள்ளடக்கிய பல அற்புதமான கடிதங்களை எழுதினார். பல சிரமங்களை சிறை அவருக்கு கொடுத்திருந்தாலும் அதன் தனிமை சிந்திக்கவும் பல நூல்களைப் படிக்கவும் 'ஆசிய ஜோதி' நேருவுக்கு மிகவும் பயன்பட்டிருக்கிறது.

அகமத் நகரை மையமாகக்கொண்டு சுமார் மூன்று வாரங்கள் பயிற்சி. நாங்கள் சுமார் இருபது பேர். கல்லூரி விடுதியின் ஹாலில்தான் தங்கியிருந்தோம். பனிகாலம். இரவுக் குளிரைக்கூடத் தாங்கிக் கொள்ளலாம், ஆனால் சக பயிற்சியாளர் திருநெல்வேலியைச் சேர்ந்த இருதயசாமி விட்ட குறட்டையைத்தான் தாங்க முடியவில்லை.

சென்னையில் பயிற்சி முடிந்து இரண்டாம் ஆண்டு பயிற்சி தஞ்சாவூரில். மொத்தம் இரண்டு ஆண்டு பயிற்சி அதிகம்தான். இந்தக் காலத்தில் சங்கங்களை ஆய்வு மற்றும் தணிக்கை செய்வது எப்படி என்பதைக் கற்க வேண்டும். முதலாம் ஆண்டு, பயிற்சிக் கல்லூரியில் தியரியைப் படிக்கிறோம்; கொஞ்சம் களம் சென்று பார்க்கிறோம். ஆண்டு முடிவில் தேர்வு எழுதி ஹெச்.டி.சி அதாவது, ஹையர் டிப்ளமோ இன்கோவபரேஷன் என்ற பட்டத்தையும் கொடுக்கிறார்கள். அந்த 1963ம் ஆண்டு பேட்ச்சில் இறுதித் தேர்வில், நான் முதல் மாணவனாக, 'வெரிகுட்' என்ற கிரேடைப் பெற்றேன். இது எனக்கு உற்சாகத்தையும், வேலையில் உத்வேகத்தையும் தன்னம்பிக்கையையும் கொடுத்தது.

தஞ்சையில் பயிற்சி

1964ல் தஞ்சையில் துணைப்பதிவாளர் அலுவலகத்தில் பயிற்சிக்குச் சேர்ந்தேன். ஓராண்டு பயிற்சி என்பதால், நண்பர் வைகுந்தம், பீல்ட் பப்ளிசிட்டி ஆபீசரோடு சேர்ந்து வீடு எடுத்து, சமைப்பதற்கு ஓர் ஆள் உதவியோடு தங்கினோம். அப்போது துணைப்பதிவாளராக இருந்த திரு. நடராஜன் உதவியாகயிருந்தார். திரு. எர்பார்ட், சி.எஸ்..ஆர் கிருத்துவர். வேண்டிய உதவிகள் செய் தார். அவர்மூலம் முதன்முதலாக, போவர்லுபா கைக்கடி காரத்தை வாங்கினேன். சுமார் இருபது ஆண்டுகளுக்கு மேலாக, என்னோடு ஒட்டிக் கிடந்தது அந்தக் கடிகாரம். எந்தவிதமான பழுதும் ஏற்படவில்லை. பின், தம்பி குப்புசாமியிடமும் பல ஆண்டுகள் உழைத்தது.

மாயவரம் துணைப்பதிவாளர் திரு. சம்பத்குமார் ஒரு டென்னிஸ் பிரியர். எனக்கு ஒரு மேக்ஸ்பிளே டென்னிஸ் ராக்கெட்

வாங்க உதவி செய்தார். தஞ்சாவூர் யூனியன் கிளப் டென்னிஸ் கோர்ட்டில் டென்னில் ஆட பயிற்சிப் பெற்று, அந்த ஓராண்டு ஆடினேன். பிறகு என்ன காரணத்தாலோ அந்த விளையாட்டை தொடரவில்லை.

தணிக்கைப் பிரிவில் மூன்று மாத காலப் பயிற்சி. திரு.வரத தேசிகன்தான் மாவட்ட கூட்டுறவு அதிகாரி. தணிக்கை பற்றி துல்லியமாக எனக்குப் பயிற்சி அளித்தார். இரண்டு வருடப் பயிற்சி முடிந்து, 1.8.1965 அன்று திருச்சி சரக துணைப் பதிவாளராக பதவியேற்றேன்.

அலுவலகம் தென்னூரில் பழமையான கட்டடத்தில் இயங்கியது. மேற்கே கரூர், வடமேற்கே தொட்டியம், துறையூர், வடக்கே லால்குடி, கிழக்கே துவாகுடி, தெற்கே குழுமணி, வயலூர் என திருச்சி, கரூர், முசிறி, துறையூர், லால்குடி தாலுகாக்களை உள்ளடக்கிய பகுதிதான் திருச்சி. கூட்டுறவும் துணைப் பதிவாளரின் நிர்வாகத்துக்குட்பட்டவை. தனியாக ஒரு ஜீப் உண்டு. ராஜலிங்கம் என்று ஒரு டிரைவர். மதிய உணவுக்குப் பின் ஓட்டினால் அரை தூக்கத்திலேயே ஓட்டுவார். நாம்தான் கவனிக்க வேண்டும். இடையிடையே சம்பந்தமில்லாத சிலவற்றை பேசி அவர் உறக்கத்தைக் கலைத்துக்கொண்டு வர வேண்டும்.

புதிதாக பொறுப்பேற்றதால் இரவு எட்டு மணிவரை பணியில் இருப்பேன். இங்கு, ஆகஸ்ட் 1965ல் இருந்து ஜனவரி 1967 வரை சுமார் ஒன்றரை ஆண்டு காலம்தான் பணியாற்ற அனுமதித்தனர் (?). இக்காலத்தில் முக்கிய நிகழ்வாக சிந்தாமணி கூட்டுறவு சிறப்பு அங்காடியை நிறுவியது. கோவையில் ஏற்கனவே புகழ்பெற்ற சிந்தாமணி கூட்டுறவு சிறப்பு அங்காடியின் பெயர் இங்கும் சூட்டப்பட்டது. திருச்சி நகராட்சிக்குச் சொந்தமான பழைய கட்டடத்தை வாடகைக்குப் பெற்று தேவைக்கேற்ப புதுப்பித்து, தென்னூரிலும், தெப்பக்குளத்தருகிலும் இரு இடங்களில் இந்த கூட்டுறவு சிறப்பு அங்காடிகள் துவங்கப்பட்டன. மக்களிடையே நல்ல வரவேற்பு. இவற்றை நிர்மாணிப்பதில் என் பங்கு பெருமளவில் இருந்ததால், மகிழ்ச்சியும் மனநிறைவும் அளித்தது.

இதேபோல் துறையூர் பகுதியில் ஏற்பட்ட பெரிய கையாடலை கூட்டுறவுச் சட்டம் பிரிவு 65ன் கீழ் விசாரணை நடத்தியது என சிலவற்றைக் குறிப்பிடலாம். குடியிருக்க செங்குளம் ஹவுசிங்போர்டு காலனியில் சுமார் ஐநூறு சதுர அடியில் ஒரு பிளாட் கிடைத்தது. என்னுடன் குடி புகுந்தது ஒரு மடக்கக்கூடிய பனை நார்க் கட்டில், ஈஸி சேர், நாகப்பட்டினம் ஸ்டீல் டிரங், ஒரு ஹோல்டால். நானே சமைக்க, கெரோசின் ஸ்டவ், சில அலுமினியப் பாத்திரங்கள்,

பால் வாங்குவதற்கு அழகான சொம்பு (இது 1965ல் இருந்து இதுநாள் வரை சுமார் 46 ஆண்டுகளாக இணை பிரியாமல் இருக்கிறது. தற்போது பூசைக்குத் தண்ணீர் எடுக்கும் பாத்திரமாக விளங்கிக்கொண்டிருக்கிறது) என இவையே பிரம் மச்சாரியின் தட்டுமுட்டு சாமான்கள்.

காலையில் எழுந்ததும் சுலபமாக செய்யக்கூடிய ரவா உப்புமா, சில நாட்களில் பிரட், மதியத்துக்கும், இரவுக்கும் சேர்த்து அரிசிச் சோறு, ஒரு குழம்பு, பாலைக் காய்ச்சி தோய்த்த தயிர் என ஓரளவுக்குச் செய்ய பழகிக்கொண்டேன். இரண்டு பிளாக் தள்ளி வேலூரைச் சேர்ந்த கே.ஜி. சாந்தலிங்கம் அவர்கள் வசித்து வந்தார். அவரின் தம்பிகள் சுப்பிரமணியம், சுந்தரமூர்த்தி ஊரிசு கல்லூரியில் என்னுடன் படித்தவர்கள். அவருக்கு புவனா என்ற மூன்று வயதுச் சிறுமி. துடிப்பும் அழகுமுள்ள பாப்பா, மனைவி இராஜேஸ்வரி விருந்தோம்பலில் சிறந்தவர். பல நாட்கள் அவர்கள் வீட்டில் உணவளிப்பார்கள். அவர்கள் வீட்டில் ஒருவனாகவே கருதினார்கள். வைத்தீஸ்வரன் கோவிலில் நடைபெற்ற என் திருமணத்துக்குக் குடும்பத்தோடு வந்ததோடு மட்டுமில்லாமல் திருச்சியில் வீட்டிற்கு அழைத்து விருந்து படைத்தார்கள்.

திருச்சியில் இருக்கும்போது சம்பந்தமூர்த்தி (பின்னாளில் பெரிய குளம் தோட்டக்கலை கல்லூரிக்கு டீன் ஆக பணியாற்றியவர்) ஆறுமுகம், எண்டோமாலஜிஸ்ட், பாக்கியம் (பின்னாளில் நெல்லை மனோன்மணீயம் பல்கலைக்கழகப் பதிவாளர்) பேராசிரியர் திருமேனி (நேஷனல் கல்லூரி தமிழ்த்துறைத் தலைவர்) அவரது மனைவி கமலம் (சீதாலட்சுமி மகளிர் கல்லூரியில் தமிழ்த்துறை பேராசிரியர்) அவர்களது குழந்தைகள் வள்ளி, கோவலன் ஆகியோருடன் நட்பு ஏற்பட்டது. சம்பந்தமூர்த்தி, திருமேனி ஆகியோருடன் நெருங்கிப் பழகும் வாய்ப்பு ஏற்பட்டது.

திருமேனி அவர்களின் அண்ணன் டாக்டர். கு. சீனிவாசன், சிதம்பரம் அண்ணாமலைப் பல்கலைக்கழகத்தில் தாவரவியல் பேராசிரியராக இருப்பதாகவும் அவரது மூத்த மகள், சீதாலட்சுமி கல்லூரியில், திருமேனி வீட்டில் தங்கி பி.எஸ்..சி. படித்ததாகவும், அவருக்கு வரன் தேடுவதாகவும் என்னிடம் சொன்னார்கள். நான் அப்போது திருமணம் பற்றி யோசிக்காததால் அதைக் கண்டு கொள்ளவில்லை.

நிர்வாகத்தில் நேர்மை, துரித நடவடிக்கை என கடைப்பிடித்ததால் துறைத் தலைவர் (கூட்டுறவுப் பதிவாளர்) கூட்டுறவு அமைச்சர், கூட்டுறவாளர்கள், பொதுமக்கள் ஆகியோருக்கு என்னைப் பிடித் திருப்பதாகத் தகவல்கள் வரும். அப்போது கூட்டுறவுத் துறை அமைச்சர், காங்கேயம் பகுதியில் பிரசித்தி பெற்ற மன்றாடியார்

அவர்கள், திருச்சிக்கு வரும்போதெல்லாம் என்னை அன்புடன் சிற்றுண்டி சாப்பிட வைத்து, துறை சம்பந்தமாக விசாரிப்பார்கள்.

கலைக்க மறுத்தேன்

அமைச்சரிடம் லூர்துசாமி பிள்ளை என்பவரும் மற்றும் சிலரும் ஒருமுறையீடு செய்தார்கள். திருச்சி பாலக்கரை நகர கூட்டுறவு வங்கியின் குழுவைக் கலைத்துவிட்டு வேறொரு குழுவை அமைக்க வேண்டும் என்றார்கள். அப்போது அந்நகர வங்கித் தலைவராக புஷ்பநாதம் பிள்ளை இருந்தார். இந்த வங்கி சிறப்பாக எந்த தணிக்கை குறையுமில்லாமல் செயல்படும் ஒன்று. கூட்டுறவு மத்திய வங்கியில் நிதியுதவி பெறாமல் தன் காலிலே நிற்கும் வங்கி. அதன் குழுவைக் கலைத்து வேறொரு குழுவை நியமிக்க யாதொரு முகாந்திரமுமில்லை. அமைச்சரும், ஏதோ முறையீடு செய்கிறார்களே, அதைக் கொஞ்சம் பரிசீலனை செய்யுங்கள் என அறிவுரை செய்தார்.

ஒரு வாரம் பொறுத்துப் பார்த்தார்கள். எந்த நடவடிக்கையும் எடுக்கப்படவில்லை. அந்நாளில், திருச்சியில் காங்கிரஸ்காரர் அருணாசலம் பிள்ளை என்பவர், காமராஜ் அவர்களுக்கு வேண்டியவர். இவர்தான் மாவட்டத்தில் 'கிங்மேக்கர்' என்பார்கள். அவரை அழைத்துக்கொண்டு மேற்சொன்ன லூர்துசாமிப் பிள்ளை என் அலுவலகத்துக்கு வந்தார். "என்னுடன் வந்திருப்பவர் யார் தெரியுமா?" என லூர்துசாமி உரத்தக்குரலில் கேட்டார்.

"கொல்லன் தெருவிலே ஊசி விற்கிறீர்களே — அவரைத் தெரியாமல் யார் இருக்க முடியும்?" என்றேன்.

"அமைச்சர் சொன்னதை ஏன் செய்யவில்லை? உடனே அந்த வங்கிக் குழுவைக் கலைக்கவில்லை என்றால் அண்ணன் (அருணாசலம் பிள்ளை) முதலமைச்சர் வரை பேசி உடனே உங்களை இந்தப் பதவியிலிருந்து தூக்கிவிடுவார்" என்றார்.

"அதை நீங்கள் என்னிடம் சொல்லவேண்டிய அவசியமில்லை. என்னை மாற்றுவதானால் மாற்றிக் கொள்ளுங்கள். ஆனால் அந்த வங்கி எந்தக் குறையுமின்றி செயல்படும் வங்கி. அந்தக் குழுவைக் கலைக்க முடியாது" என்றேன்.

கோபம் கொந்தளித்தது லூர்துசாமி பிள்ளைக்கு. "உங்களை மாற்றிவிட்டுத்தான் மறுவேலை" என கர்ஜித்துவிட்டு வெளியேறினார். இவ்வளவுக்கும் அருணாசலம் பிள்ளை வாயைத் திறக்கவேயில்லை. அவரை அழைத்து வந்து என்னை மிரட்டி,

காரியம் சாதிக்கவே கடைபிடிக்கப்பட்ட யுக்தி. இந்த நிகழ்வை கவனித்துக்கொண்டிருந்த என அலுவலகப் பணியாளர்கள், நடுங்கிப் போனார்கள். எந்த அலுவலகத்துக்கும் போகாத அருணாசலம் பிள்ளை, நம் அலுவலகத்துக்கு வந்துவிட்டாரே, நம் அதிகாரிக்கு என்ன நேருமோ என்பதுதான் அவர்களின் கவலை.

நான் எடுத்த முடிவு சரியானது என மனசாட்சி சொன்னதால் சிறிதும் கவலைப்படவில்லை. பின்னர் மாநில முதலமைச்சர் திரு. பக்தவத்சலத்தைத் தொடர்புகொண்டனர். அவர், துறைத் தலைவர் ஆர். பசுபதி ஐ.ஏ.எஸ்.சுக்கு ஆணையிட்டார். அவர் என்னிடம் தொலைபேசியில் தொடர்புகொண்டார். “உங்களை ஊட்டிக்கு மாற்ற இருக்கிறேன். அங்கு புதிதாக இண்டோ —ஜெர்மன் புராஜக்ட் ஆரம்பிக்க இருக்கிறார்கள். ஜெர்மனிக்கு பயிற்சிக்கு அனுப்ப உத்தேசித்திருக்கிறேன். நாளை விமானம் மூலம் மதுரை செல்ல இருக்கிறேன். வழியில், திருச்சி விமான நிலையத்தில் என்னைச் சந்தியுங்கள்” என்றார். என்னை மாற்றும் பின்னணி எனக்குத் தெரியாதா என்ன? ஜெர்மனி பயிற்சி என்பதெல்லாம் வெறும் சப்பைக்கட்டு.

நான் விமான நிலையத்தில் பசுபதியிடம் என் அலுவலகத்தில் நடைபெற்ற நிகழ்வைக் கூறவில்லை. அவரும் கேட்கவில்லை. ‘எனக்கு ஊட்டி செல்ல எந்த ஆட்சேபணையும் இல்லை. பொங்கல் நேரமாக இருப்பதால் என் கிராமத்துக்குச் சென்றுவிட்டு செல்வேன். ‘உடனே’ என்பதை சற்று தள்ளிப் போட அனுமதியுங்கள்’ என்றேன். பசுபதி கறாரான அதிகாரி, முன்கோபி. அவரிடம் பதில் பேச பயப்படுவார்கள். அவர் இக்கட்டான சூழ்நிலையில், எந்த தவறும் செய்யாதநிலையில், என்னை மாற்றுகிறார் என்பதை அவர் மனசாட்சி உறுத்தியிருக்கும் என்றே நினைக்கிறேன். மறுப்பேதும் சொல்லாமல், ‘நீங்கள் வேண்டிய கால அவகாசத்தை எடுத்துக்கொண்டே சேருங்கள். ஆனால் சேராமல் விடுப்பில் செல்லவேண்டாம்’ என்று சொன்னார். அந்த நாளில் ஊட்டிக்கு மாற்றம் என்பது தண்டனை கொடுப்பதற்கு சமம். அரசுக்குப் பிடிக்கவில்லையென்றால், பழி வாங்க வேண்டுமென்றால் ஒன்று ஊட்டி அல்லது ராமநாதபுரம் மாவட்டம். ஒன்று குளிர் வாட்டும். மற்றது தண்ணியில்லா காடு.

1967ம் ஆண்டு ஜனவரியில் புதுப்பாளையம் சென்று பொங்கலைக் கொண்டாடி சில நாட்கள் தங்கினேன். எம். கோபால கிருஷ்ணன் ஐ.ஏ.எஸ்., திருமதி. மீனா கோபாலகிருஷ்ணன், சாந்த லிங்கம், திருமதி. இராஜேஸ்வரி சாந்தலிங்கம் ஆகிய நால்வரும் என் கிராமத்துக்கு வந்தனர். அந்தச் சிறிய கூரை வீட்டில் அம்மா,

விருந்தளித்து இரண்டு பேருக்கும் புதிய புடவைகளைப் பரிசாக அளித்து வழியனுப்பினர்.

ஊட்டிக்குச் சென்றேன்

தைப் பொங்கல் கழித்து காட்பாடி வழியாக, ஊட்டிக்கு ஒரு டிரங்க் பெட்டி, ஒரு ஹோல்டால் சகிதம் ரயிலில் புறப்பட்டு கோவைக்கு விடியற்காலை சென்றடைந்தேன். தினசரி பேப்பர்களை ஊட்டிக்கு எடுத்துச் செல்லும் வாடகை டாக்ஸியில் சவாரி. காலை ஆறு மணிக்கு ஊட்டி தாஸ்பிரகாஷ் ஓட்டலில் வாடகை கார்காரர் இறக்கிவிட்டார். ஜனவரி மாதக் குளிர், உடம்பு நடு நடுங்கியது. சரியான போர்வையும் கையில் இல்லை. அறைக் குள் சென்றதும் தனிமை என்னை நிலைகுலையச் செய்தது.

‘என்ன தவறு செய்தேன்?. சத்தியத்தின் அடிப்படையில் வேலை செய்ததற்கா இந்தத் தண்டனை?’ என்னை அறியாமல் கண்ணீர் வழியத் தொடங்கியது. 39 ஆண்டுகால அரசுப் பணியில் நினைவில் இருந்து அகற்ற முடியாத, அழிக்க முடியாத வடுக்களை மனதில் ஏற்படுத்திய இந்தத் தண்டனை., நேர்மைக்குக் கிடைத்த பரிசு.

ஜெர்மனிக்கு வேறொருதுறை அதிகாரியை அனுப்பியிருந்தார்கள். துறைத் தலைவர் நிர்ப்பந்தங்களினால் எவ்வளவு பெரிய பொய்யை சொன்னார் என்று நினைத்துக்கொண்டேன். ஊட்டி எனக்குப் பயத்தைக் கொடுக்கவில்லை. அரசு, குளிருக்கான உடைகள் வாங்க முன்பணம் கொடுத்தது. ஒரு உல்லன் கோட் மற்றும் பேன்ட் தைத்துக்கொண்டேன். அரசு வீடுகளில் ஒன்று ஒதுக்கீடு. ஏற்கனவே கூட்டுறவுத் துறைக்கு ஒதுக்கப்பட்டு எனக்கு முன் பிருந்த துணைப் பதிவாளர் வசித்தது அது. ஸ்டோன் ஹவுஸ் என்று மலைக்குன்றில் இருந்தது. எதிரில் மேட்டுப்பாளையம் — ஊட்டி சாலை, சுமார் இருநூறு அடி பள்ளத்தில்!. அது ஒரு பள்ளத் தாக்கு. அந்தக் குளிர் நாளில் நீலகிரித்தைல மரங்களில் அதி காலையில் மேகங்கள் தவழ்ந்து கிடக்கும். புற்களில் பனி படர்ந்து, காலை மஞ்சள் வெயிலில் ஒவ்வொரு பனித்துளியும் உருகி தரையில் விழுவது பாமரனையும் கவிஞனாக்கும்.

அந்த வீட்டின் முன்புறத்தில் 25' x 15' சதுரத்துக்கு கட்டாந்தரை. அதற்கு வேலி அமைத்து ரோஜா தோட்டமாக மாற்றினேன். பல வகையில் அவை பூத்து நின்றன. பின்பக்கம் சிறிய இடமாயினும் அதில் முட்டைகோஸ், பீன்ஸ் போன்ற ஊட்டி காய்கறிகளைச் சாகுபடி செய்தேன். என் சுயமான சமையலுக்கு அவ்வப்போது அத்தோட்டம் காய்கறிகளைக் கொடுக்கும். ஊட்டி மக்கள்

பழகுவதற்கு நல்லவர்கள். சிறுசிறு காய்கறித் தோட்டங்கள், சிறிய தேயிலைத் தோட்டங்கள் என்று தங்கள் வீட்டைச் சுற்றி விவசாயம் செய்பவர்கள். உருளை, கோஸ், காரட், பீட்ரூட் போன்றவைதான் முக்கியப் பயிர்கள்.

முதுமலை காடுகள், சரணாலயம் (மான், யானை, புலிகள் சிறுத்தைகள், முள்ளம்பன்றி, காட்டெருமை, காட்டு நாய்கள், காட்டுப் பன்றிகள் என வனவிலங்குகள் ஏராளம்). மசினகுடி, அபயாரண்யம் எனப் பல பகுதிகள். சரணாலயத்தில் யானைகளுக்கும் மற்றும் விலங்குகளுக்கும் எல்லை பிரச்சனை ஏதுமில்லை. அவை சரணாலயத்தைக் கடந்து தண்ணீர் தட்டுப்பாடான காலங்களில் கர்நாடக மாநிலத்தின் பந்திப்பூர் சரணாலயத்துக்குப் புலம்பெயர்ந்துவிடும். யானைகளைப் பயிற்றுவித்து முகாம் அமைத்து மரக்கட்டைகளை இழுத்து செல்லவும், சுற்றுலாப் பயணிகளைக் காட்டுக்குள் சுமந்து செல்வதற்கும் பயன்படுத்துகிறார்கள். அவற்றை மோயாறில் குளிப்பாட்டுவது, ரேசன்படி உணவளிப்பது போன்றவை சுற்றுலாப் பயணிகளைக் கவரும் நிகழ்ச்சிகள்.

மசினகுடியில் மலைவாழ் மக்களுக்காக வனப் பொருள்களான கடுக்காய், பாசி, புளி போன்றவற்றைச் சேகரித்து விற்க, ஒரு சங்கம் செயல்பட்டுக்கொண்டிருந்தது. அதை ஆய்வு செய்ய, மாதத்தில் ஒருமுறை செல்வதுண்டு. போகும் வழியில் காட்டு விலங்குகளைக் கண்டுகொண்டே செல்லலாம். ஒருமுறை காட்டு நாய்கள், மானை எப்படி வளையம் அமைத்து சுற்றிச் சுற்றி வந்து, வேட்டையாடுகிறது என்பதைப் பார்த்து திகைத்துப் போனேன். ஊட்டி மலைகளில் பெய்யும் மழையின் ஒரு துளியும் வீணாக்கப்படாமல், குந்தா அணை, மோயார் அணை என பல அணைகள் கட்டப்பட்டு பென் ஸ்டாக் பைப்புகள் மூலம் நீர் மின்சாரம் உற்பத்தி செய்யப்படுகிறது. பிறகு அந்தத் தண்ணீர் தெங்கு மராட்டா வழியாக, பவானிசாகர் அணைக்கு விவசாயத்துக்கு வந்துசேரும்.

உதகை மாவட்டத்தில் பல அரசு விடுதிகள் அணையைச் சார்ந்தும், வனத்துறை சார்பிலும் அமைக்கப்பட்டுள்ளன. அரசு அதிகாரிகள் ஆய்வுக்குச் செல்லும்போது அவற்றில் தங்க அனுமதியுண்டு. தெங்கு மராட்டாவில் விவசாயிகளுக்கு கூட்டுறவு பண்ணை சங்கம். மோயாரை ஒரு தொங்கும் நடை பாலத்தின் மூலம் கடந்து செல்லவேண்டும். வெள்ளப் பெருக்குக் காலங்களில் அது ஒரு திகில் அனுபவம்.

கோவை மாவட்டத்தினூடே பவானிசாகர் வழியாகச் சென்று, காட்டுப் பாதையை சுமார் பத்து கி.மீ. கடந்து அந்தச் சங்கத்துக்குச் செல்லவேண்டும். அந்தப் பண்ணையில் தரமான நெல் உற்பத்தி செய்து அங்கேயே அமைந்துள்ள சிறிய அரிசி ஆலையில் அரைத்து விற்பனைக்கு அனுப்புவார்கள். மோயார் தண்ணீர், வருடம் முழுவதும் கிடைக்கும். தெங்கு மராட்டாவிலும் பவானி சாகரிலும் இரவு தங்க, சங்க கட்டடத்திலும் அரசு விடுதியிலும் வசதியுண்டு. காட்டுவழியில் இங்கும் ஏராளமான யானைகள் நடமாட்டம்.

1967ல் ஜனவரியில் உதகையில் பணியில் சேர்ந்தேன். ஒரே வருடத்தில் இடமும் மக்களும் பிடித்துப் போனார்கள். சுற்றுலா அதிகாரி திருநாமதேவன், வனத்துறை அதிகாரிகள், தியாகராசன், வெங்கடேசன், ஜெயராமன், தினகரன், விசுவநாதன், நகர சுகாதார அதிகாரி, டாக்டர் ராகவேந்திரராவ், திருமதி சாவித்திரி, அவர்கள் குழந்தைகள் ஜானவி, குந்தவி, தியாகராசனின் குழந்தைகள் அசோக், மஞ்சுளா, சித்து, விவேக், திருமதி. கிருஷ்ணவேணி தியாகராசன் என நண்பர்கள் பட்டாளம். அடிக்கடி எல்லோரும் கூடுவதும், வனப்பகுதிகளுக்கு முகாம் செல்வதுமாக ஓராண்டு ஓடியது. அந்த வருடத்தில் தங்கை மீனாட்சிக்குத் திருமணம். தங்கை கோவிந்தம்மாளும் தம்பி குப்புசாமியும் பள்ளியில் படித்துக்கொண்டிருந்தார்கள். எனக்கும் வயது 28 ஆகிக்கொண்டிருந்தது.

திருமணம்

வீட்டிலும் நண்பர்கள் மத்தியிலும் என் திருமணப் பேச்சு எழுந்தது. குன்னூரில் வனத்துறை அதிகாரி தியாகராஜன் மதிய உணவுக்கு அழைத்திருந்தார். அப்போது திருச்சிப் பேராசிரியர் முனைவர் திருமேனி அவர்களின் அண்ணன், முனைவர் சீனிவாசன் அவர்களையும் அழைத்திருந்தார். அவர் தாவரவியல் சம்பந்தமாக மாணவர்களை அழைத்துக்கொண்டு ஊட்டிக்கு வந்திருந்தார்.

என்னைப் பார்த்ததும் சீனிவாசனுக்கு அவ்வளவாகப் பிடிக்கவில்லை. ஆனால், தியாகராஜனிடம் என்னைப் பற்றி விசாரித்திருக்கிறார். அதற்கு அவர், எனக்கு ஒரு பெண்ணோ அல்லது தங்கையோ இருந்தால் வேலுவுக்குத்தான் கொடுப்பேன் எனக் கூறியதாகப் பின்னாளில் என்னிடம் தெரிவித்தார். தயக்கத்துக்குக் காரணம், எனது கருப்பு நிறம். தனது சிவப்பு நிறப் பெண்ணுக்கு எனது நிறம் குறுக்கே நின்றது.

அவரும் பல வரன்களைப் பார்த்து ஓய்ந்து போயிருந்தார். இந்த வரனையும் அந்தப்பட்டியலில் சேர்த்துவிட்டார். ஆனாலும் வனத்துறை அதிகாரி வெங்கடேசன், எண்டோமாலஜிஸ்ட் சம்பந்தம், திருமேனி ஆகியோர் இதில் நாட்டம்கொண்டு காயை நகர்த்தினர். திருமேனி அவர்கள் அண்ணனிடம் கலந்தாலோசித் திருப்பார் போலும். பெண்ணை சிதம்பரத்திலிருந்து திருச்சிக்கு அழைத்து வந்துவிட்டார். பெண் பார்க்க வருமாறு தகவலும் தந்தார்.

ஊட்டியிலுள்ள முனிசிபல் சுகாதார அதிகாரி ராகவேந்திரராவ், அவர் மனைவி சாவித்திரி ஆகியோருடன் அவரின் காரில் திருச் சிக்கு வந்தோம். ஆண்டார் தெருவில் திருமேனி வீடு. நாங்கள் மூவரும் சென்றோம். பெண் சிவப்பு நிறத்துடன் லட்சணமாக இருந்தார். ஆனால் உயரம் ஐந்தடியைத் தாண்டக் காணோம். நானோ ஐந்து புள்ளி பத்து. ராவ் தம்பதியினர் பாஸ்மார்க் போட்டார்கள். பெண் பி.எஸ்..சி. கெமிஸ்ட்ரி படித்திருந்தார். மறுநாள் திருமேனி என்னை வீட்டிற்கு அழைத்து கருத்தைக் கேட்டார். பெண்ணைப் பிடித்திருக்கிறது என்றேன். அப்படியென்றால் சிதம்பரத்துக்குப் பெற்றோர் உற்றாருடன் முறையாகச் சென்று பெண் கேட்கச் சொன்னார். என் அப்பாவிடம் விவரங்களைச் சொன்னேன்.

‘வாழப்போகின்றவன் நீ, உனக்குப் பிடித்திருந்தால் எனக்கும் சரி’ என்றார். அப்பா சிதம்பரம் உறை நடராஜப் பெருமானை என்றும் துதிப்பவர். தில்லை நடராஜனே தன் மகனுக்குப் பெண் பார்த்து அனுப்புகிறார் என்ற நம்பிக்கை அவருக்கு வந்துவிட்டது. இடையில் முறையாகப் பெண் பார்க்கப் போவதற்கு முன்பாக, ஒரு நடை சிதம்பரத்திற்குப் போய் வருமாறு திருமேனி கடிதம் எழுதியிருந்தார்.

அப்போது சம்பந்தமூர்த்தி, திருச்சியில் உள்ள வாழை ஆராய்ச்சி நிலையத்தில் பணியாற்றிக்கொண்டிருந்தார். திரு. சீனிவாசன், திரு திருமேனி ஆகியோரின் குடும்பங்களை அவர் நன்கு தெரிந்து வைத்திருந்ததாலும், நான் திருச்சியில் பணியாற்றியபோது இந்தப் பெண்ணைப் பற்றி அவரும் என்னிடம் தெரிவித்திருந்ததாலும், துணைக்கு சிதம்பரம் வருமாறு அவருக்கு கடிதம் எழுதியிருந்தேன்.

சிதம்பரத்தில் வாண்டையார் மேன்ஷன் என்ற ஓட்டலில் அறை எடுத்திருந்தேன். சம்பந்தமூர்த்தியும் நானும் சென்றோம்.

சீனிவாசன் அவர்கள் பல்கலைக்கழகக் குடியிருப்பில் வசித்துக்கொண்டிருந்தார். அவர் என்னை ஏற்கனவே ஊட்டியில்

பார்த் திருக்கிறார். மணப்பெண்ணும் திருச்சியில் என்னைப் பார்த்திருக்கிறார். தாயும் மற்ற பிள்ளைகளும்தான் பாக்கி. அவர்களும் பார்த்தார்கள். மணப்பெண் அந்த வரவேற்பறையில் வந்து மண்டியிட்டு வணக்கம் செய்துவிட்டுச் சென்றார்.

திரு. சீனிவாசன், தாவரவியல் பேராசிரியர். ஆனால், தமிழில் பெரிய படிப்பாளி. வடலூர் ராமலிங்கசாமியின் பால் ஈடுபாடு. ஊட்டியில் இவர் வருவாய்த்துறையில் இருந்தபோது, கொள்ளிடம் பிள்ளை, திருவருட்பாவின் பால் இவரை ஆற்றுப்படுத்தியிருக்கிறார். அவரே குரு. வாழ்நாள் முழுவதும் புலால் மறுப்பு என வாழ்ந்து சுத்த சன்மார்க்க விளக்கம், 'ThePhilosophyOf Ramalinga swamy', திருவாசக ஆங்கில மொழிபெயர்ப்பு, சங்ககால இலக்கியங்களில் தாவரங்கள் என பல ஆராய்ச்சி நூல்களை உலகத்தரத்தில் இயற்றியவர். வடலூர் ராமலிங்கசாமி அறக்கட்டளையிலும் உறுப்பினராகப் பணியாற்றியுள்ளார். தாவரவியலில் மாஸ் என்ற பொருளில் பிரசித்தி பெற்றவர். ஊட்டி வருவாய்த்துறையை உதறிவிட்டு, அண்ணாமலைப் பல்கலையில் ஆசிரியராக சேர்ந்தார். அண்ணாமலை நகரில் (திருவேற்களம்) அப்போது மீனாட்சிக் கல்லூரி (தற்காலம் அண்ணாமலைப் பல்கலைக்கழகம்) அமைய, அண்ணாமலைச் செட்டியாருக்கு விளைநிலத்தை வழங்கிய திரு கோவிந்தசாமி படையாட்சியாரின் மகளைக் காதலித்து கரம் பற்றியவர்.

தஞ்சை மாவட்ட சீர்காழிக்கு அருகிலுள்ள தென்னலக்குடியில், தென்னாப்பிரிக்காவின் நெட்டாலுக்குச் சென்று பொருளீட்டி, கப்பல்காரர் என பெயர் பெற்று வாழ்ந்த குமாரசாமி படையாட்சியின் இருமகன்களில் மூத்தவர் இவர். வெளியுலகம் அதிகம் அறியாதவர். சிவந்த மேனி, சீனிவாச அய்யங்கார் என்றேகூட அழைக்கலாம். வரனும் அப்படியிருக்க வேண்டும் என்று அவர் நினைத்ததில் தவறில்லை. அதனாலேயே பல வரன்களை நிராகரித்திருக்கிறார். அவர் பார்வையில் இந்த வரனுக்கும் அதே கதிதான். ஆனால் குடும்பத்தில், பையனைப் பிடித்திருக்கிறது. நல்ல உயரம், படிப்பு, அரசாங்கப் பதிவு பெற்ற அலுவலர் பணி என்பதால் கறுப்பு, நிறமாறிப் போயிற்று. எல்லாவற்றையும்விட பெண்ணுக்குப் பிடித்திருக்கிறது. திருச்சியிலிருந்து திருமேனியும் திருமதி கமலம் திருமேனியும், வேலு நல்ல வரன், முடிக்கலாம் என அண்ணனுக்கு ஆலோசனை கூறுகிறார்கள்.

ஒரு நல்ல நாளில் என் பெற்றோர், சுற்றத்தினர், நண்பர் என அண்ணாமலை நகருக்குப் பெண் கேட்டு வந்தார்கள். பேச்சுவார்த்தையில் உடன் வந்தோர்கள், வரதட்சணையாக

முப்பது பவுன் நகை வேண்டுமென முட்டுக்கட்டை போட்டார்கள். பெண் வீட்டாருக்கு அதில் ஒப்புதல் இல்லை. உடன் நிச்சயம் செய்வதில் தடை. எனக்கு இதுகுறித்து தந்தி அனுப்பினார்கள். இரவோடு இரவாக நண்பர் ஒண்ணுபுரம் தனபாலும் பஸ் பிடித்து ஊட்டிக்கு தடைச் சேதியுடன் வந்தார். பிறகு தடை மீறி, நிச்சயம் ஆயிற்று. நாங்களெல்லாம் சுத்த சைவம். மாப்பிள்ளை எப்படி? என பெண்ணின் அம்மா, கேட்டிருக்கிறார்கள். அவர் அதற்கு பறப்பன, ஊர்வன, நடப்பன எல்லாவற்றையும் சாப்பிடுவார் எனக் கூற, பயந்தே போனார்களாம். ஆனாலும் பெண்ணைச் சமைக்கச் சொல்வதோ அல்லது சாப்பிடச் சொல்வதோகூடாது எனச் சொன்னார்களாம். இந்த நிச்சயதார்த்தத்தில் தடை ஏற்பட்டபோது பெண்ணை தன் கருத்தைக் கூறக் கேட்டிருக்கிறார்கள். பெண் பிடிவாதமாக இந்த வரனைத்தான் முடிக்க வேண்டும் என ஒற்றைக் காலில் நின்று முரண்டு பிடித்திருக்கிறது. அதனால் இந்த சைவ, அசைவ பிரச்சனை தலை தூக்கவில்லை.

வித்தியாசமான காட்சி

திருமணம் 1968—ம் ஆண்டு பிப்ரவரி ஒன்பதாம் நாள் வைத்தீஸ்வரன் கோவிலில் நடைபெற்றது. எனக்கு வேண்டிய, பட்டு வேட்டி மற்றும் துண்டை சிதம்பரத்தில் வாங்கி வந்துவிட்டேன். புதுப்பாளையத்திலிருந்து எல்லோரும் திருமணத்துக்கு முந்தைய நாளே, மாப்பிள்ளை வரவேற்புக்கு வந்துவிட்டனர். ஊட்டியிலிருந்து திருநாமதேவன், தியாகராஜன், வெங்கடேசன், சம்பந்தமூர்த்தி வந்தனர். எனக்கு முதன்முதலாக “அ” என்ற அச்சரத்தைக் கற்பித்த ஆசிரியர் பச்சயப்ப பிள்ளையில் இருந்து ஆசிரியர்கள், நண்பர்கள் என எல்லோரும் வந்து ஆசி வழங்கினார்கள்.

திருமணம், திருவருட்பா ஓத நடைபெற்றது. திருமாங்கல்யம் கட்டி முடித்ததும் மணமக்கள் நின்ற கோலத்தில் மாலை மாற்றும் வைபவம். முதலில் மணமகன் எளிதாகக் குனிந்து மாலை அணிவிக்கிறார். மணமகளோ, மணமகனின் தோளுக்கு எட்ட முடியாமல் தவிக்கிறார். மணமகன் வளைந்து கொடுக்காமல் நிற்க, மணக்கூடத்தில் ஆரவாரம். மகிழ்ச்சி வெள்ளம் என்றாலும் மணமகள் விடுவதாயில்லை. வெற்றியும் பெற்றார் உறுதியுடன். இன்று போனால் போகட்டும், பின்னால் இருக்கிறது சேதி, என நினைத்தாரோ என்னவோ? மணமகளை அழைத்துக்கொண்டு திருமேனி, கமலம் சகிதம் ஒரு காரில் பயணிக்கும் வேளை. திருமண சத்திரத்துக்கு வெளியே வந்தோம். என் உறவினர்கள் விடைபெற்றார்கள். மணமகளின் தாய், தந்தையென அவர்கள்

முறை. சாதாரணமாக பெண் வீட்டார் பெண்ணைப் பிரியும் வேளையில் சற்று உணர்ச்சி வசப்படுவர். குறிப்பாக தாய் தந்தையரின் கண்கள் குளமாகும். ஆனால் அப்படியொன்றும் இங்கு நடைபெறவில்லை. மகிழ்ச்சியுடன் வழியனுப்பினர். வித்தியாசமான காட்சி.

அன்று மாலை திருச்சி, ஆண்டார் தெருவிலுள்ள திருமேனியின் வீட்டுக்கு வந்தோம். மறுநாள் சீர்வரிசை சாமான்களுடன் பஸ்சில் ஊட்டிக்குச் சென்றடைந்தோம். எனக்கு ஒதுக்கப்பட்டு ஓராண்டுக்கு மேலாக குடியிருந்த அந்த அரசு குடியிருப்பை, திருமதி சாவித்திரியும் அவர் கணவர் டாக்டர் ராகவேந்திராவும் அலங்கரித்து வைத்திருந்தனர். திருமேனிக்கு ஊட்டி உயிர். நன்கு ரசிப்பார். மலர்கள், அன்று அறுவடை செய்த காய்கறிகள், முதுமலைக் காடுகள் என அனுபவித்து அவற்றைப் பற்றி பேசிக்கொண்டே இருப்பார். நல்ல அறிவாளி, ஆராய்ச்சியாளர், தமிழ் இலக்கியத்தில் பல ஆராய்ச்சி நூல்களை இயற்றி தனக்கென ஓரிடத்தை தமிழ் உலகில் இடம் பிடித்தவர். கம்பருக்கு வால்மீகி கதை கொடுக்கவில்லையென்பதை பல ஆதாரங்களுடன் நிரூபித்து அந்தப் பொருளில் முனைவர் பட்டம் பெற்றவர்.

ஒரு வாரத்துக்குப் பின், திருச்சி திரும்பினர். எங்களுக்கோ தனிக்குடித்தனம். ஒருவரை ஒருவர் அறிதலில் சற்று காலம் எடுத்துக்கொண்டாலும் பிரச்சனை ஏதுமில்லை. ஆனால் ஒருநாள் கோத்தகிரி அருகிலுள்ள கொடமலை எஸ்.டேட்டில் நண்பகலில் திறந்த வெளியில் இதமான வெயிலில் மதிய உணவிற்கான பார்ட்டி. அரசு அலுவலர்கள் தங்கள் குடும்பத்துடன் வந்திருந்தனர். எல்லாம் சுயமாக எடுத்து சாப்பிடுவதற்கான ஏற்பாடு. சாப்பிட்டுக்கொண்டிருக்கும் வேளையில் திடுதிப்பென்று டாக்டர் ராகவேந்திர ராவும் அவர் மனைவியும் ஒரு வேகவைத்த ஓடு நீக்கிய கோழி முட்டையை மல்லிகாவின் (என் மனைவி) பிளேட்டில் வைக்க வர, ஆரம்பித்தது சங்கடம். மனைவிக்கு அழுகை வந்துவிட்டது. சாப்பிடமாட்டேன் எனப் பிடிவாதம். அவர்கள் விளையாட்டாக செய்யப் போக, வினையாக முடிந்தது. அன்று இரவு காய்ச்சல். அசைவத்துக்கு மாற்ற முயற்சிக்கிறார்களோ என்ற கற்பனையில் எழுந்த பயம், காய்ச்சலில்கொண்டு போய்விட்டது. எவ்வளவு தேற்றியும் ஆறுதல் கூறியும் பயனில்லை. காய்ச்சலும் குறைந்தபாடில்லை.

ஒருநாள் இரவு சென்னை செல்வதற்காக, சிதம்பரம் ரயில்வே பிளாட்பாரத்தில் காத்திருந்தேன். அப்போது இஸ்லாமிய மதத்தை சேர்ந்த தாய் தனது கணவர், மூன்று பிள்ளைகளோடு

உட்கார்ந்திருந்தார். பிளாட்பார ஓரத்தில், தான்கொண்டு வந்த சாப்பாட்டு கலயத்தை எடுத்தார். குழந்தைகளுக்கும் கணவனுக்கும் கொஞ்சம் கொஞ்சமாகப் பங்கிட்டுக் கொடுத்தார். கடைசியாக பாத்திரத்தில் ஒன்றுமில்லை. பிளாட்பார குழாயிலிருந்து பிடித்து வந்த தண்ணீரைப் பாத்திரத்தில் ஊற்றி, அதில் உணவு இருப்பது போல பாசாங்கு செய்து அந்தப் பாத்திரத்தை கலக்கி சுழற்றி அப்படியே தண்ணீரைப் பருகுகிறாள். வறுமையின் உச்சக் கட்டம். பாரத நாட்டில் இன்னும் உணவுக்கு பஞ்சம். மூன்று வேளை உண்பதற்கு உத்தரவாதம் இல்லை. கிடைக்கும் உணவுப் பொருளை வீணாக்குவதற்கு இங்கே யாருக்கும் உரிமையில்லை. என் இதயத்தை வாட்டி வதைத்த அந்த வறுமைத் தாயின் செயல், ஆழ்ந்த வடுவை ஏற்படுத்தியது. இந்த நிகழ்வு அவ்வப்போது தோன்றி மறைந்து என்னைத் துயரத்தில் ஆழ்த்தும்.

கூட்டுறவு சூப்பர் மார்க்கெட்

தண்டனை என நினைத்து அதர்ம முறையில் என்னை ஊட்டிக்கு அனுப்பியது அரசு. சில மாதங்களுக்குப் பின் குளிரும் மக்களும் நன்றாகப் பழகிப் போயினர். ஆரம்பத்தில் சரகத் துணைப் பதிவாளர், ஒன்றரை ஆண்டுகள் கழித்து மாவட்ட கூட்டுறவு தணிக் கை அலுவலர், பின் நீலகிரி கூட்டுறவு மத்திய வங்கியின் செயலர் என மூன்று துறைப் பதவிகளையும் அங்கு பார்த்து விட்டேன்.

நீலகிரி மலைகளின் அரசி. பசுமையான மலைகள் அடிவாரத்தில் எங்கும் காடுகள். முதுமலை காடுகளில் வனத்துறையின் விருந்தினர் மாளிகைகள் பல இடங்களில் உண்டு. தேனிலவுக்கு உகந்த இடங்கள். அரசு மறைமுகமாக அதன் செலவிலேயே எனக்கு ஏற்பாடு செய்திருப்பதுபோல் தோன்றியது. ஒருநாள் திருமணம் ஆன புதிதில் மனைவி பக்கத்திலிருக்க, மசின குடியிலிருந்து மோயாருக்கு போகும் பாதையில் ஜீப்பை ஓட்டிச் செல்லுகிறேன். நடுக்காட்டில் ஒரு பெரிய யானை குறுக்கே நிற்கிறது. இருட்டும் நேரம். தனியாக யானை வந்தால் அது முரட்டு யானையாக இருக்கலாம் அல்லது கூட்டத்தை விட்டுப் பிரிந்து வழி தவறி வந்திருக்கலாம். வண்டியைப் பார்த்தது. நான் என்ஜினை நிறுத்தவில்லை. ஆனால் எங்கள் இருவரின் இதயமும் நின்று போயிருந்தது. அது மட்டும் கோபப்பட்டு ஜீப்பை தாக்க வந்தால் அதோ கதிதான். கடவுளைப் பிரார்த்தித்தேன். யானை முகத்தோனே, அந்த யானையை எங்கள் துயரம் அறிந்து காட்டுக்குள் அனுப்பிவைத்தான் என்றே தோன்றியது. சகுணம்

சரியில்லையென திருப்பி, மசினக்குடி வன விருந்தினர் விடுதிக்கு வந்தோம். இது எனக்கு நேர்ந்த இரண்டாவது சோதனை.

நீலகிரி மாவட்டத்தில் உருளைக்கிழங்கு, காரட் போன்ற காய்கறிகள், சிறு தேயிலைத் தோட்டங்கள்தான் மக்களின் வாழ்வாதாரங்கள்.

நகரங்களில் (ஊட்டி, கூனூர், கூடலூர், கோத்தகிரி) சுற்றுலாப் பயணிகளின் மூலம் வருவாய்க்கு வழியுண்டு. மக்கள் பலநூறு ஆண்டுகளாக மத்தியத்தர குடிமக்களாகவே, வரும் வருமானத்தில் நிறைவாக, எந்தவித பேராசையுமின்றி வாழ்கின்றனர். தோடர்கள், இருளர்கள், பனியர்கள் என பழங்குடி மக்களும் சிறுபான்மையினராக வாழ்கின்றனர். பெரும்பான்மையாகப் படுகர் இனத்தவர்களே. கூட்டுறவு தேயிலை தொழிற்சாலைகள், இந்துஸ்தான் போட்டோ பிலிம்ஸ் என விரல்விட்டு எண்ணக் கூடிய தொழிற்சாலைகள். பெரிய அளவில் வேலை கொடுப்பவைகள் அல்ல. கூட்டுறவு மத்திய வங்கியின் மூலம் கொடுக்கும் கடன்கள் வசூல் ஆவதில்லை. பருவமழை பொய்த்தாலோ, அல்லது பனி அதிகம் பெய்தாலோ மகசூல் பாதிப்படையும். தவணை நீட்டிப்பு செய்வதே அங்கு வாடிக்கை. வேறு வழியில்லை. குளிரிலும் மழையிலும் கிராமம்தோறும் சென்று மக்களைக் கூட்டி, கடனைத் திரும்பச் செலுத்த வேண்டியதின் அவசியத்தை வலியுறுத்தி வசூல் செய்வது இமாலயப் பாடாகயிருந்தது. அந்தக் காலக்கட்டத்தில் மாவட்ட ஆட்சியராகயிருந்த அலுவாலியா ஐ.ஏ.எஸ்., ஒரு கூட்டுறவு சூப்பர் மார்க்கெட் அமைக்க வேண்டுமென்று விரும்பினார். சேரிங்கிராஸ் பகுதியிலேயே புதிதாக ஒரு கட்டடம் கட்டி ஏற்பாடு செய்தோம். ஒரு கூட்டுறவு உண வகமும் சூப்பர் மார்க்கெட் சார்பில் அமைக்கப்பட்டது. தாவரப் பூங்காவிலும் ஒரு அவுட்லெட் என துவக்கினோம். மக்களிடம் நல்ல வரவேற்பு.

கடுமையான உழைப்பால் வங்கியின் வராக்கடன் போன்றவை வசூலிக்கப்பட்டு, நிதி நிலைமை ஸ்தரப்படுத்தப்பட்டது. மனை விக்கு சில அசௌகரியங்களும் ஏற்பட்டன. ஒன்று அடிக்கடி தாய், தந்தையரைப் பார்க்க முடியவில்லையே என்ற குறை. இரண்டு முதலில் உண்டான கருகலைந்து உடல் நலம் பாதிப்பு. பின் அதற்கான மருத்துவம், ஊசி என போட்டு மறுபடியும் கருவுற்று காப்பாற்ற முயற்சித்தது. டாக்டர் ஜெயலட்சுமி, டாக்டர் ராம மூர்த்தி நன்றாகவே பரிவுடன் கவனித்துக்கொண்டனர். இடையில் கோவை மாவட்டம் மடத்துக்குளம் கூட்டுறவு சர்க்கரை ஆலைக்குப் பொது மேலாளராக மாற்றம் வந்தது. அந்த சமயம், மேற்சபை

சேர்மன் பணி வகித்துவந்த எம்.ஏ.மாணிக்க வேலு அவர்கள், எங்கள் வீட்டுக்கு விருந்துக்காக வந்திருந்தார். மாற்றத்தைக் கேள்விப்பட்டு, மனைவி வைத்தியம் மேற்கொண்டிருப்பதால் அந்நாளில் கூட்டுறவுத் துறைக்கு அமைச்சராகயிருந்த ஏ.கோவிந்தசாமி அவர்களுக்கு கடிதம் எழுதி, மாற்றத்தை ரத்து செய்தார். ஊட்டி உறவு விடுவதாயில்லை, கருவுற்றிருந்த மனைவி வடிவில்.

தாக்கம் ஏற்படுத்திய வழக்கு

இன்னுமொரு சம்பவம். முன்னாள் எம்.எல்.ஏ. கார்ச்சா கவுடர் என்பவர், நீலகிரி கூட்டுறவு விற்பனைச் சங்க இயக்குனராக இருந்தபோது, பணம் கையாடல் செய்ததால் அவர்மீது துறைசார்ந்த நடவடிக்கை எடுக்கப்பட்டது. நீதிமன்றத்தில் வழக்குப் பதிவு செய்யவேண்டிய கட்டம். காங்கிரஸ் கட்சிக்காரரான அவர் அன்றைய மாநில முதலமைச்சர் பக்தவத்சலத்துக்கு ஒரு கோரிக்கை மனுவை கொடுத்து, வழக்கை பதிவு செய்யாமல் கைவிடுமாறு வேண்டுகிறார். அதன் அடிப்படையில் அன்றைய துறைத் தலைவர் பசுபதி ஐ.ஏ.எஸ்., (செய்யாத தவறுக்கு என்னை ஊட்டிக்கு மாற்றியவர்) எனக்கு ஒரு கடிதம் எழுதி கோரிக்கையை ஆய்வு செய்து அறிக்கை அனுப்பக் கோரியிருந்தார். நானும் இது கையாடல் என்றும், அவர் முதலமைச்சரிடம் கோரிக்கை வைத்ததாலேயே குற்றத்திலிருந்து விடுவிக்க முடியாது என்றும் எழுதிவிட்டு, நீதிமன்றத்தில் வழக்கை பதிவு செய்துவிட்டேன். அன்றைய கூடுதல் மாவட்ட நீதிபதி அருணகிரி அவர்களின் முன்னால் வழக்கு விசாரிக்கப்பட்டு தண்டனை வழங்கப்பட்டது. அவர் மறுபடியும் எம்.எல்.ஏவாக போட்டியிட தகுதியிழந்தார். இந்த வழக்கின் முடிவு அந்த மாவட்டத்தில் ஒரு தாக்கத்தை ஏற்படுத்தி, கூட்டுறவுத் துறையில் நிதிமோசடி செய்ய முனைவோர்க்கு பாடமாக அமைந்தது.

தலைப்பிரசவம்

1967ல் ஜனவரியில் ஊட்டிக்குச் சென்றேன். 68, 69 என மூன்று வருடங்கள் அங்கு உருண்டோடின. மனைவிக்குத் தலைப் பிரசவம். சிதம்பரத்துக்கு அழைத்துப் போய் சீமந்தம் நடத்தி முடித்தனர். அக்டோபர் 31, 1969 பிற்பகலில் எனக்கு தொலைபேசி செய்தி. மனைவியை மருத்துவமனையில் சேர்த்திருப்பதாகவும், உடனே புறப்பட்டு வரவேண்டும் என்றும் அழைத்தார்கள். நான் பஸ்ஸை பிடித்து சிதம்பரம் வந்து சேர்ந்தேன். அங்கு பழனியம்

மாள் மருத்துவமனையில் டாக்டர் சுசீலா, சீசரியன் செய்து ஓர் ஆண் குழந்தையை வெளிக்கொண்டு வந்திருந்தார்.

பிறந்ததிலிருந்தே குழந்தைக்குப் பலவிதமான உடல் நலப் பிரச்சனைகள். திருச்சியில் திருமேனி வீட்டில் தங்கி ஓர் இசுலாமிய டாக்டரிடம் தொடர்ந்து மருத்துவம் செய்து வந்தோம். அவனைப் படிக்க வைக்க, அவன் தாய் பட்ட பாடு எழுத்தில் அடங்காதது. 1970—ம் ஆண்டு நடுவில் கோவை மாவட்ட ஆட்சியர் அலுவலகத்தில் ஏஆர்சி திட்டத்தின்கீழ், திட்ட அலுவலராகப் பணிமாற்றம் செய்யப்பட்டேன். நீலகிரி மாவட்ட மக்கள், என்னை நேசித்த காரணத்தால் இந்த மாறுதலுக்கு அவர்கள் தடையாய் நின்று முக்கியப் பிரமுகர்கள் மூலம், துறைத் தலைவருக்கு மாறுதல் ஆணையை ரத்து செய்ய கோரிக்கை வைத்தனர். பசுபதி ஐ.ஏ.எஸ்., ஏற்கனவே நீலகிரி மாவட்டத்தில் கலெக்டராகப் பணியாற்றியவர். பிரமுகர்களை அவருக்குத் தெரியும். அவர்களிடம், திட்ட அலுவலர் பதவி புதிதாக ஏற்படுத்தப்பட்டது என்றும், இதற்கு என்னை பிரத்யேகமாகத் தேர்ந்தெடுத்து பணிக்கு அமர்த்தியிருக்கிறார் என்றும் அவர்களிடம் கூறி, என்னிடம் உடனடியாக கோவையில் சேருமாறு கேட்டுக்கொண்டார்.

தண்டனைக்காக, மலையேற்றுகிறார்கள். அதிகார துஷ்பிரயோகத்தால் அவர்களே, உடனே மலையிறங்கி வாருங்கள் என்கிறார்கள். என்ன கொடுமை இது?

பசுமையான நினைவுகளுடன், ஊட்டியை விட்டு இறங்கி கோவையில் சேர்ந்தேன். கவுண்டம்பாளையத்தில் அரசுக் குடியிருப்பில் ஒரு ஃப்ளாட் ஒதுக்கப்பட்டது. கோவை மாவட்ட ஆட்சியர் அலுவலகத்தில் பணி. அங்கு மாவட்ட கூட்டுறவு தணிக்கை அதிகாரி சிகாமணி அவர்களின் நட்பு கிடைத்தது. நல்ல மனிதர். கோவை மாவட்டத்தில் ஏற்கனவே பி.டி.ஓ.வாகப் பணியாற்றியவர். மாவட்ட ஆட்சியர் ஜே.எஸ்..பாங்கோ ஐ.ஏ.எஸ்.. என்னை அன்புடன் நடத்தினார்.

பரம்பிக்குளம், ஆழியார், பவானி, மேட்டூர் அணை போன்ற நீர்பாசனத் திட்டங்களின் கீழ் அறிக்கை தயார் செய்யும் பணி. சங்கர மேனன், நிலவள வங்கிகளின் துணைப்பதிவாளர். மிகவும் துணையாக நின்று திட்டங்கள் தயாரிக்க உதவினார். எதைப் பற்றியும் அதிகமாக அலட்டிக் கொள்ளாமல் மாலை நெருங்கியதும் பணியை முடித்துக்கொண்டு கூட்டுக்குத் திரும்பி விடுவார். வித்தியாசமான மனிதர். இந்த திட்டங்களின் கீழ், ஒரு போகம் விளைந்தால் மறுபோகத்துக்கு அணையின் நீர் கிடைக்காது. ஆகவே, சிறு நீர் பாசன திட்டத்தின்கீழ் நிலத்தடி

நீரை கிணறுகள், ஆழ் குழாய்கள் மூலம் வெளிக் கொணர்ந்து ஆயக்கட்டுகளுக்கு நீர்வழங்கி பயிரிடுதலை ஸ்திரப்படுத்துவதாகும். அதற்கு நிலவள வங்கிகள் கடன் கொடுக்கும். மாவட்டத்திலுள்ள பிரதம நிலவள வங்கிகளை இதில் ஈடுபடுத்த வேண்டிய நிலை. மூன்று மாதங்களுக்கு ஒருமுறை மாவட்ட ஆட்சியர் தலைமையில் ஆய்வுக் கூட்டம் நடைபெறும். திட்ட அதிகாரிதான் மாவட்ட ஆட்சியரின் Ex-Officio P.A. to the Collector.

பிரிக்கப்படாத கோவை மாவட்டம் பெரிய மாவட்டம். காலையில் முகாமுக்குச் சென்றால் வீடு திரும்ப இரவு அதிக நேரமாகும். மகன் தரையில் தவழ்வதும், எடுத்து அடி வைப்பதுமாக இருந்தான். அவன் தாய் அடுப்படி பணியைக் கவனிக்க வேண்டியதால் அவன் இடுப்பில் ஒரு கயிறைக்கட்டி, கோவை கூட்டுறவு சூப்பர் மார்க்கெட்டில் வாங்கிய பிரம்பு நாற்காலிகள் ஒன்றில் கட்டிவிடுவார். அந்த பிரம்பு நாற்காலி, எங்களை விட்டுப் பிரியாமல் நாற்பத்து நான்கு ஆண்டுகளுக்கு மேல் வயதை வளர்த்துக்கொண்டிருக்கிறது. அவன் நகரும் இடம் சுருக்கப்பட்டுவிடும். திருச்சியிலிருந்து சமையலுக்கு ஒரு நாற்பத்து ஐந்து வயது பெண்மணி வந்திருந்தார். சில மாதங்களே உதவியாயிருந்து திரும்பிவிட்டார். இதனால் வீட்டில் குழந்தையையும் சமையலையும் கவனிக்க ஆளில்லை. உள்ளூரில் வீட்டு வேலைக்கு ஆள் கிடைப்பது அரிது. கிடைத்தாலும் அவர்கள் கேட்கும் பணம் அதிகம். மாதச் சம்பளத்திலேயே வாழ்ந்த எனக்கு, கூடுதலாகச் செலவு செய்ய பட்ஜெட்டில் இடமில்லை. என் வீட்டில் எந்த நாளிலும் ஆடம்பரத்துக்கு இணங்கி கடன் வாங்கியதில்லை.

கோவை மிதமான தட்பவெப்ப நிலையுள்ள ஊர். காய்கறிகள், பால், வீட்டு வாசலுக்கு வரும். மற்ற பொருட்கள் வாங்க வேண்டுமென்றால் டவுன் பஸ் அல்லது ஆட்டோ பிடித்து நகருக்கு வரவேண்டியிருக்கும். கார், மோட்டார் சைக்கிள் ஏதும் என்னிடமில்லை. இல்லை என்பதைப் பற்றி நினைத்ததுமில்லை, கவலைப்பட்டதுமில்லை. ஒரு நாள் உடுமலைப்பேட்டை நிலவள வங்கியின் ஆளுமைக்குட்பட்ட நில ஆய்வை மேற்கொண்டிருந்தபோது ஒரு தொலைபேசி செய்தி வந்தது. சேலம் சரக துணைப் பதிவாளராக மாற்றப்பட்டிருப்பதாகவும், உடன் பொறுப்பை ஒப்படைத்துவிட்டு சேலத்தில் மறுநாளே சேர வேண்டும் என்றும் அரசு ஆணை.

அப்போது திராவிட முன்னேற்றக் கழகம் ஆட்சிக்கு வந்தது. சி.பா. ஆதித்தனார் கூட்டுறவுத் துறையின் அமைச்சராக

இருந்தார். காங்கிரஸ் கட்சியின் சார்பில் கூட்டுறவில் பதவி வகித்துக்கொண்டிருந்த அனைத்து பொறுப்பாளர்களையும் தேர்தல் மூலமாகவும், நியமனம் மூலமாகவும் பதவிநீக்கம் செய்துகொண்டிருந்தார். அவர், ஒரு பாரிஸ்டர். சட்டம் தெரிந்தவர். துறைக்கான சட்டத்தையும் விதிகளையும் ஆளுங்கட்சிக்குச் சாதகமாக மாற்றியும் வளைத்தும்கொண்டிருந்தார். மிகப் பெரிய புத்திசாலி. லண்டனில் படித்தபோது அங்கு வெளிவந்த டெய்லி டெலிகிராப் நாளிதழ் போன்று தமிழகம் திரும்பியதும் தினத்தந்தி நாளிதழ் ஒன்றை பாமரனும் படிக்கின்ற அளவுக்கு எளிமையான தமிழில் ஆரம்பித்து பெரும் வெற்றியைக் கண்டவர். மக்களின் நாடித்துடிப்பை அறிந்து செயல்பட்ட தொழில் அதிபர். அரசியல்வாதி.

சேலத்தில் ஒரு பிரச்சனை. கூட்டுறவு மத்திய வங்கியில் தலைவர் மற்றும் டைரக்டர்கள் தேர்தல் சரியாக நடைபெறாமல் தள்ளிப் போய்க்கொண்டிருக்கிறது. திரு.சுப்ரமணிய கவுண்டர், பிரசித்தி பெற்ற கூட்டுறவாளர். சேலம் மாவட்டத்தில் கூட்டுறவை நன்கு வளர்த்தவர். கடன் சங்கங்கள், விற்பனைச் சங்கங்கள், நுகர்வோர் கூட்டுறவுகள் என சிறப்பாக இயங்கிக்கொண்டிருந்தன. அக்காலத்தில் மத்திய வங்கித் தலைவர்களெல்லாம் பிரசித்தி பெற்ற கூட்டுறவாளர்கள். தன்னலமின்றி சேவை செய்தவர்கள். இந்தியாவில் மகாராஷ்ரா, குஜராத், தமிழ்நாடு ஆகிய மாநிலங்கள்தான் கூட்டுறவு இயக்கத்தில் மிக முன்னேறியவை. மகாராஷ்ராவில் கூட்டுறவு சர்க்கரை ஆலைகள், நீரேற்று கூட்டுறவு பாசன சங்கங்கள், விற்பனைச் சங்கங்கள் மிகவும் புகழ்வாய்ந்தவை. குஜராத்தில் பருத்தி கூட்டுறவு விற்பனைச் சங்கங்கள், பால் உற்பத்திக் கூட்டுறவுகள் என அங்கு பிரசித்தம். ஆனந்த் பால் கூட்டுறவு, டாக்டர். குரியன் முயற்சியால் இந்தியா விற்கே முன் உதாரணம். ஆபரேஷன் பிளட் என திட்டங்கள் வகுத்து கிராம அளவில் பால் மாடுகளை விவசாயிகள் பெற்று கூடுதல் வருமானத்தைப் பெருக்க வழிவகை செய்தது. இந்தியாவில் பல மாவட்டங்களைத் தேர்வு செய்து, மைய அரசின் உதவியுடன் அமல்படுத்திய வெண்மைப் புரட்சி எனப் பெயர் பெற்ற உருப்படியான திட்டம்.

சேலத்துக்கு மாற்றம்

தமிழகத்தில், கூட்டுறவில் சேலம் முன்னோடி மாவட்டம். முதல் நிலை எனக்கூட அழைக்கலாம். அந்த மாவட்டத்திலுள்ள கூட்டுறவுச் சங்கங்களை, அந்நாளைய தி.மு.க. அரசு, காங்கிரஸ்

சார்புடைய சுப்ரமணிய கவுண்டர் தலைமையின் கீழ் இயங்கும் மத்திய கூட்டுறவு வங்கி உள்பட அனைத்தையும் சி.பா. ஆதித்தனார் ஆலோசனையின்படி, தன் கட்டுப்பாட்டின்கீழ் கொண்டுவர தீர்மானித்தது. அதற்கேற்றபடி சட்ட விதிகளை மாற்றியது. சேலம் கூட்டுறவு மத்திய வங்கியில் தள்ளித் தள்ளிப் போன தலைவர், நிர்வாக உறுப்பினர்கள் தேர்தலை நடத்தத்தான், கோவையிலிருந்து சேலத்துக்கு மாற்றப்பட்டேன்.

மத்திய வங்கி என்பது கிராமப் பொருளாதார மேம்பாட்டுக்காக விவசாயக் கடனை, கிராம கூட்டுறவுச் சங்கங்கள் மூலமாக வழங்கும் நிறுவனம். விற்பனை, நுகர்வோர் என மற்ற கூட்டுறவு நிறுவனங்களுக்கும் நிதியளித்து, முறையாகச் செயல்பட வழி வகுக்கும். தேர்தல் நாளில் சட்டம் ஒழுங்கு பிரச்சனை ஏற்படுத்தவும் திட்டம் தீட்டப்படுவதாகத் தெரியவந்தது. தலைவர் பதவிக்குப் போட்டியிடும் திரு. நல்லத்தம்பி கவுண்டர் என்பவர் துப்பாக்கியுடன் திரிகிறார் என்ற செய்தியும் பீதியைக் கிளப்பியது. எதற்கும் நான் அஞ்சவில்லை. தேர்தலை எக்காரணம்கொண்டும் தள்ளிப் போடத் தயாராயில்லை. ஏற்கனவே, சென்னை உயர்நீதிமன்றத்தில் பெறப்பட்டிருந்த இடைக்கால தடையை ரத்து செய்ய சென்னைக்கு வந்து, அரசு வழக்கறிஞரைச் சந்தித்து விவாதித்து உரிய நடவடிக்கை எடுத்து, நீதிமன்ற ஆணையை பெற்ற பின்தான், தேர்தல் தேதியை அறிவித்திருந்தேன்.

தேர்தல் எந்தவிதமான பிரச்சனையுமின்றி சட்டப்படி நடந்து முடிந்தது. திரு. வீரபாண்டி ஆறுமுகம் அவர்களின் தலைமையில் மற்ற உறுப்பினர்களும் தேர்ந்தெடுக்கப்பட்டார்கள். இது, அந்த மாவட்டத்தில் நடைபெற்ற முக்கியமான தேர்தல் என கூறப்பட்டது.

திருச்சியில்...

சேலம் மாவட்டத்தில் சுமார் ஒரு வருடம் பணியாற்றினேன். பிறகு 1971—ம் வருடம் அக்டோபர் மாதம் கூட்டுறவு இணைப் பதிவாளராகப் பதவி உயர்வு பெற்று, திருச்சி மண்டலத்துக்கு வந்தேன். இங்கேதான் இரண்டு வருடப் பயிற்சி முடிந்து முதன்முதலாக துணைப்பதிவாளராக பணியமர்த்தப்பட்டேன். திருச்சி, தென்னாற்காடு மாவட்டம், புதுக்கோட்டையென மூன்று மாவட்டங்களை உள்ளடக்கிய பெரிய நிலபரப்பைக்கொண்டது திருச்சி மண்டலம். எனது முப்பதியோறு வயதில் இது பெரிய பதவியென கருத இடமுண்டு. காஜாமலை தமிழ்நாடு வீட்டுவசதி வாரியத்தின் காலனியில் மூன்றாவது மாடியில் ஒரு பிளாட்டில்

குடியிருப்பு. மகன் தணிகைநாதனுக்கு இரண்டு வயது. வீட்டில் அவன்தான் அம்மாவுக்குத் துணை, பொழுதுபோக்கு.

பணிநிமித்தம் தென்னாற்காடு, புதுக்கோட்டை போன்ற மாவட்டங்களுக்கு முகாமிட்டு இரவு தங்கும் நாட்களில் வீட்டில் சிறிது சங்கடமே. அரசு பணியாளனுக்கு வாழ்க்கைப்பட்டால் ஏற்படுகின்ற சிரமங்களில் இது ஒன்று. நாளடைவில் இது பழகிப் போயிற்று. இருந்தாலும் ஏதோ ஒரு முணுமுணுப்பு இருக்கத்தான் செய்யும். அதை அதிகம் பொருட்படுத்தினால் பணி இயந்திரம் நின்று போய்விடும். வாசற்படி இறங்கும் வரைதான் வீட்டு ஞாபகம். பின் எல்லாம் மறந்துவிடும் என்று அடிக்கடி இந்த குற்றப்பத்திரிகை, மனைவியால் வாசிக்கப்படும். காலையிலேயே சிற்றுண்டிக்குப் பதிலாக முழுச்சாப்பாடு.

நான் திருமணத்துக்கு முன்பே, பணியில் சேர்ந்தபின் ஐந்து வருடங்கள் காலையிலேயே சோறு, சாம்பார், பொரியல் என சமைத்து விடுவேன். மதியத்துக்கு வேண்டிய சிற்றுண்டியும் தயார் செய்து அலுவலத்துக்கு எடுத்துச் சென்று விடுவேன். நான் சமைக்கும் சாம்பார் பற்றி சில கருத்துகள் உண்டு. அதன் அடிப் பகுதி கூட்டு என்றும் நடுப்பகுதி சாம்பார் என்றும், மேற்பகுதி ரசம் என்றும் மூன்று அடுக்குகளாகப் பிரித்து உண்டு மகிழலாம் என்று. ஆகவே திருமணத்துக்குப் பிறகு இந்த உணவுப் பழக்கத்தில் மாற்றமில்லாததால் பிரச்சனை ஏதுமில்லை. ஓரளவிற்கு சமைக்கக் கற்றுகொண்டு விட்டதால், அவ்வப்போது சமையல் கட்டில் என்ன நடக்கிறது என்று எட்டிப் பார்த்தாலோ அல்லது காய்கறியாவது நறுக்கித் தரட்டுமா என முன்வந்தாலோ, அனுமதியில்லை. சமையற்கட்டு மனைவியின் தனி ராஜ்யம் எனக் கருதியதால் வந்த வினை. சிலவற்றை விட்டுக் கொடுப்பதும், தலையிடாமல் இருப்பதும் உத்தமமான காரியங்கள் எனக் கற்றுக்கொண்டேன்.

திருச்சியை தலைமையிடமாகக் கொண்டதால் மனைவியின் தாய்வீட்டுப் (சிதம்பரம்) பயணம் அடிக்கடி நடந்தது. திருச்சி தமிழகத்தின் மையப் பகுதியாக இருப்பதால் முக்கியப் பிரமுகர்கள் வருவதும் போவதும் அடிக்கடி நிகழும். அவர்களை வரவேற்பது, சவுகரியங்களைச் செய்து தருவது, வழி அனுப்புவது என நேரம் செலவழியும். அரசுப் பணியில் இது முக்கியமான பகுதி. சிறிது குளறுபடியானாலும், அலுவலர் திறன்படி செய்த பணியெல்லாம் நொடியில் அடிபட்டுப் போகும். அந்தரத்தில் கயிறின் மேல் நடப்பது போல. அலுவலகப் பணி ஒரு பக்கம், அதற்கப்பாற்பட்ட பணி இன்னொரு பக்கம். அலுவலருக்கு இந்த இரண்டையும் சரியாக சமாளிக்கத் தெரிய வேண்டும்.

1971 அக்டோபரில் திருச்சியில் பணியில் சேர்ந்து ஒன்றரை ஆண்டுகள்தான் முடிந்திருக்கும். தஞ்சாவூர் மண்டலத்துக்கு பணி மாற்றம் செய்ய, கூட்டுறவுத் துறை அமைச்சர் நினைக்கிறார். காரணம் தஞ்சை மாவட்டத்தில் உலக வங்கி நிதி உதவியுடன் நீர்பாசனத் திட்டம், நிலவள வங்கிகளின் மூலம் செயல்படுத்துவதில் மந்த நிலை. இரண்டு கூட்டுறவு இணைப் பதிவாளர்களை மாற்றிப் பார்த்தும் முன்னேற்றம் எதிர்பார்த்த அளவிற்கில்லை. துறைத் தலைவரும், துறைச் செயலாளரும் முடிவு எடுத்து என்னை அங்கு மாற்ற வேண்டுமென்று அமைச்சரிடம் கூறியதன் விளைவு. அமைச்சர் என்னிடம் பேசினார். சாதாரணமாக இப்படி கேட்டுப் போடுவதல்ல, மாறுதல் பணி. அமைச்சருடன் எனக்கு நேரடி தொடர்பு இருந்ததால் இந்தச் சலுகை. தஞ்சைக்குச் செல்வதில் எனக்கொன்றும் ஆட்சேபணையில்லை. ஆனால் ஒரு நிபந்தனை. சில மாதங்கள் திருச்சியில் இருந்துகொண்டே தஞ்சையை கூடுதல் பொறுப்பாகக் கவனிக்கிறேன். காரணம் மனைவிக்கு இரண்டாவது குழந்தை பிறக்க, இரண்டு மூன்று மாதங்கள் ஆகலாம். திருச்சியில் மகப்பேறு மருத்துவர் கண்காணிப்பில் உள்ளதால் அங்கேயே இருக்கவேண்டிய சூழ்நிலை. இதை, துறையும் அரசும் ஒப்புக்கொண்டன.

திருநெல்வேலி மாவட்ட ஆட்சியாளர்
(19991—1993)

தன்னம்பிக்கை தந்த தஞ்சை

தஞ்சை மண்டலத்தில் கூடுதல் பொறுப்பேற்றேன். பணியின் சுமை அதிகம். தஞ்சையிலேயே முழு நேரமும் இருக்க வேண்டிய கட்டயம். நிர்வாகச் சீர்கேடும், நிலவள வங்கிகளின் ஏனோதானோ மனப்பான்மையும் என உலக வங்கித் திட்டத்தை முடக்கிப் போட்டிருந்தன. இரவு பகலாக ஆய்வுகள், களத்தில் நேரடிப் பார்வை, வங்கிகளின் வாராந்திரக் கூட்டம், பணியாளர் மாற்றங்கள் என அதிரடி நடவடிக்கை மேற்கொள்ளப்பட்டது. அரசு அளவில் தலைமைச் செயலாளர் (சபாநாயகம் ஐஏஎஸ்.) ஆய்வுக் கூட்டத்தை நடத்தினார். துறைத் தலைவர் பி.எம் பெல்லியப்பா ஐ.ஏ.எஸ்., துறைச் செயலாளர் நடராசன் ஐ.ஏ.எஸ்.. உடனிருக்க, உலக வங்கித் திட்டத்தில் உள்ள குறை நிறைகளை எடுத்துக் கூறினேன். குறையை களைவதற்கு உபாயம் ஒன்றும் அவர்களால் சொல்லப்படவில்லை. ஒன்று மட்டும் தெரிவித்தனர். திட்டம் செயல்படத் தொடங்கியிருக்கிறது என்று! இளம் வயது என்பதால், தொடர்ச்சியான பயணம் மேற்கொள்வதும், இரண்டு மண்டலங்களை நிர்வகிப்பதும் பெரிய சுமையாகத் தெரியவில்லை. திட்டத்தை வெற்றிகரமாகச் செயல்படுத்த வேண்டும் என்ற வெறி, உடல் மனச் சோர்வுகளை மாய்த்துவிட்டது.

தஞ்சைத் தரணியிலும் திருநெல்வேலியிலும் கன்னியாகுமரி மாவட்டத்திலும் அரசுப் பணிக்கு, ஆதிகாலம் தொட்டே ஒரு பொதுவான அபிப்பிராயம் மக்களிடம் உண்டு. ‘நீண்ட நாட்கள் அங்கே குப்பை கொட்ட முடியாது’ என்பதுதான் அது. மூன்று மாவட்டங்களிலும் கல்வியின் நிலையும், விழிப்புணர்வும் மற்ற மாவட்டங்களைவிட அதிகம். விளைவு, நன்கு பணிபுரியும் அலுவலர்கள் மீதுகூட மொட்டை பெட்டிசன் போடுவது சர்வ சாதாரணம். இல்லாததையும் பொல்லாததையும் தங்களுக்கே உரிய கற்பனைத் திறனைத் துணைகொண்டு எழுதுவதுதான் மொட்டை பெட்டிசன். பல நேரங்களில் அவற்றுக்கு மதிப்புக் கொடுத்து மேல்நிலை அலுவலர்கள் விசாரிப்பார்கள். இதனால் ஏற்படும் மன உளைச்சல், நிலைகுலையச் செய்யும். இதனாலேயே இம்மாவட்டங்களில் பணிபுரிய யாரும் அதிகமாக விரும்பு வதில்லை.

தஞ்சையைப் பொறுத்தவரை எனக்கு பிரச்சனை ஒன்றுமில்லை. தஞ்சையில் எனக்கு ஒரு வருடகாலம் அலுவலக மற்றும் களப்பயிற்சி பெற்றதால் ஏறக்குறைய எல்லா அலுவலர்கள், நிறுவனங்கள் அவற்றின் குறை நிறையாவும் அத்துப்படி. அந்த அனுபவத்தின் அடிப்படையில் என் பணியை நானே திட்டமிட்டு முடுக்கியும் விட்டேன். இரவு பகலாகச் சுழன்று சுழன்று நானே பணியில் கவனம் செலுத்தியதால் நிர்வாக இயந்திரம் வேகமாகச் சுழல ஆரம்பித்துவிட்டது.

கிராமங்களிலே ஒரு பழமொழி உண்டு. முன் ஏர் கோணல் மாணல் இன்றி சரியாக, உழுது சென்றால், பின் ஏர் அப்படியே செல்லும் என்று. நிர்வாகத்தில் உழைப்பும், நேர்மையும் இருந்தால் எதிர்பார்த்த பலனைத்தரும். சுணங்கிக் கிடக்கும் ஊழியனும் சுறுசுறுப்பாகிவிடுவான். நான் குறிப்பிட்ட, 'மொட்டை'களுக்குகூட அதிகம் வாய்ப்பில்லை. பொறுப்பேற்ற ஆறு மாதங்களுக்குள் களம் சரியாகிவிட்டது. ஏனோதானோ என்றில்லாமல் உலக வங்கித் திட்டத்தை கூட்டுறவு நிலவள வங்கிகளும், அவை சார்ந்த நிறுவனங்களும் செவ்வனே நிறைவேற்ற முனைப்புக் காட்டின. பிரதம நிலவள வங்கிகளின் கடன் நிலுவையும் அநேக இடங்களில் பாக்கியில்லை என்ற அளவில் விவசாயிகளிடம் நிலுவையை வசூலித்து தமிழகத்திலேயே முதல் மாவட்டமாகத் தஞ்சை மாவட்டம் பெயரை தட்டிச் சென்றது. துறைத் தலை வரும், அரசும் பெரும் மாற்றத்தைக் கண்டு பாராட்டைத் தெரி விக்கத் தவறவில்லை.

அந்தக் காலக்கட்டத்தில் தஞ்சாவூர் மண்டலம் முதலிடம் பெற்றதற்கு கும்பகோணம் கூட்டுறவு மத்திய வங்கியின் தலைவராகயிருந்த கோசி. மணி எம்.எல்.ஏ. அவர்களின் ஒத்துழைப்பும் முக்கிய காரணமாகயிருந்தது. அமைச்சர் சி.பா. ஆதித்தனாரும், அவரை பெருமளவில் உற்சாகப்படுத்தி, குறுகிய, மத்திய, நீண்ட காலக் கடன்கள் நிலுவையில்லாமல் வசூலிப்பதற்குத் துணையாகயிருந்தார். தஞ்சைப் பணி, என் அலுவலகப் பணியில் ஒரு மைல்கல். எந்தப் பணியையும் திட்டமிட்டு, செயலாற்றி வெற்றியைப் பெற்றுத் தரமுடியும் என்ற தன்னம்பிக்கையை ஏற்படுத்திய அளித்த பூமி, தஞ்சை.

மகள் பிறந்தாள்

திருச்சியில் மனைவிக்குப் பிரசவ வேதனை. தனியார் மருத்துவமனையில் அனுமதிக்கப்பட்டிருக்கிறார் என்ற செய்தி

தஞ்சை மாவட்டத்தில் ஏதோ ஒரு கிராமத்தில் நானிருந்தபோது வந்தடைந்தது. அவசரமாக திருச்சிக்குச் சென்றேன். மனைவியின் வேதனை, தொடர்கதையாயிருந்தது. மருத்துவர்கள் ஏதேதோ முயற்சி செய்து, கடைசியில், ஆயுதம் மூலம் குழந்தையை வெளிக் கொணர்ந்தனர். பெண் குழந்தை. சிவப்பு நிறம். மகிழ்ச்சி வெள்ளம் காவிரியை பின்னுக்குத் தள்ளியது.

என் பிரியமான மகள் பிரியா 19.2.73 அன்று பிற்பகலில் பிறந்தாள். குழந்தையை பார்த்ததும் வேதனையின் விளிம்பிலிருந்த தாய்க்கு ஆனந்தம். இரண்டு ஆசைகள் இக்குழந்தை மூலம் நிறைவேறின. ஒன்று பிறப்பது பெண்ணாக இருத்தல் வேண்டும். இரண்டாவது தன்னைப்போல் தங்க நிறமாக இருக்கவேண்டும். அதற்குக் காரணம் முதல் குழந்தை மாநிறம். நிறத்தில் என்ன இருக்கிறது என்று அடிக்கடி வீட்டில் விவாதம் எழும். குணமும், அறிவும், உழைப்புமே ஒருவரை குன்றிலேற்றும் என்றும், நிறம் என்றும் சோறு போடாது என்றும் விவாதிப்பதுண்டு. காந்தியும் காமராஜரும் என்ன தங்க நிறத்தினரா? தரணிக்கே முன் உதாரண புருஷர்களாகத் திகழவில்லையா?

குடும்பம் பெருகி நான்காக உருவெடுத்தது. மனைவியின் பிரசவ காலம் முடிவடைந்து, திருச்சியில் தொடர்ந்து பணியாற்ற வழங்கப்பட்ட அனுமதியும் காலாவதியானது. வழக்கம்போல் மூட்டையைக் கட்டிக்கொண்டு தஞ்சைக்குப் புறப்படலானோம். சென்னையில் 1963ல் அரசுப் பணியில் சேர்ந்து ஓராண்டு பயிற்சி முடிந்தபின் தஞ்சையில் ஓராண்டு களப் பயிற்சி. மறுபடியும் 1973ல் தஞ்சைக்கு கடிகாரம் ஒரு சுற்று வந்துவிட்டது. அங்கு கூட்டுறவு காலனியில் ஒரு தனிவீட்டை வாடகைக்கு அமர்த்திக்கொண்டு குடிபெயர்ந்தோம். சில மாதங்கள் கழித்து மாநில வீட்டு வசதி வாரியத்தில் கட்டப்பட்ட எம்.ஐ.ஜி. பிளாட்டில் வாழ்வைத் தொடர்ந்தோம்

அரசு உத்தியோகத்தில் எப்போது மாற்றம் வரும், எந்த ஊருக்கு என்றெல்லாம் ஊகிக்க முடியாது. குருவிக்காரர்கள், குடுகுடுப் பைக்காரர்கள், தேசமே எல்லையாக நிர்ணயித்துக்கொண்டு எப்போது வேண்டுமானாலும், எங்கு வேண்டுமானாலும் தங்கள் வாழ்க்கைப் பயணத்தைச் சுலபமாக, சுயமாக முடிவெடுத்து மேற்கொள்ளலாம். அரசுப் பணி அதற்கிடங்கொடுக்காது.

மறைந்த திருக்குறள் முனுசாமி அவர்கள், நான் பள்ளியில் கண்ணமங்கலத்தில் படித்திருந்த நேரம், காட்டுக்காநல்லூர் என்ற பக்கத்து கிராமத்துக்குச் சொற்பொழிவு ஆற்ற வந்திருந்தார். தன்

சொற்பொழிவின் நடுவில் வேடிக்கையாக, அதே சமயத்தில் சிந்திக்கத்தக்க ஒன்றைக் குறிப்பிட்டார். அதாவது, "நாட்டில் படித்த மக்கள், அரசு உத்தியோகத்தையே முக்கியமாக நாடுவார்கள். அரைக்காசு சம்பளம் என்றாலும் அரண்மனை உத்தியோகம். ஆனால் ஓர் உத்தியோகஸ்தன் பணியில் சேரும்போது பணிப்பதி வேட்டில் முதன்முதலாக கையொப்பம் இடும்போது, என்ன நினைத்து இடுகிறான் என்று தெரியுமா? நான் இன்று முதல் ஏதும் சுயமாகச் சிந்திக்காமல், செக்குமாடுபோல் பணியில் சுழன்று, சுழன்று வந்து இன்னும் முப்பது ஆண்டுகளுக்கு ஓய்வு பெறும் வரை எந்தவிதமான முன்னேற்றமும் இல்லாமல் அப்படியே இருப்பேன். குருவிக்காரனுக்கு இருக்கும் சுதந்திரம்கூட அரசுப் பணியில் இருப்பதில்லை. அதனால்தான் மேல்தட்டு மக்கள் இப்போதெல்லலாம் அதிகமாக அரசுப் பணிக்கு ஆர்வம் காட்டுவதில்லை"

1963 — 1973 ஆம் ஆண்டுகளில் சென்னை, தஞ்சை, திருச்சி, நீலகிரி, கோவை, சேலம், திருச்சி, தஞ்சை என எட்டு மாறுதல்கள். சாதாரணமாக மூன்று வருடம் ஓரிடத்தில் பணி என்பது அரசு அளவுகோல் — நடைமுறை. என் விஷயத்தில் அது சராசரியாக ஒன்னேகால் ஆண்டாக அமைந்துவிட்டது. இந்த கல் உருளை, வேகமாக அரசால் உருட்டப்பட்டிருக்கிறது என்பதுதான் கசப்பான உண்மை.

திருச்சியிலிருந்து புதிதாகப் பிரிக்கப்பட்ட புதுக்கோட்டை மாவட்டமும் கூட்டுறவுத் துறையில், என் ஆளுமையின் கீழ் இருந்தது. அந்த மாவட்டத்தின் முதல் கலெக்டர், சி.என். ராம்தாஸ் ஐ.ஏ.எஸ்.. என்னையும் குடும்பத்தையும் மதிய விருந்துக்கு அழைத்திருந்தார். கலெக்டர் பங்களாவுக்குப் போன பின்புதான் தெரியவந்தது, எல்லாம் அசைவ உணவென்று. எனக்குப் பிரச்சனை இல்லை. மனைவி சைவம். கலெக்டரின் மனைவி நிர்மலா ராம்தாஸ் என்ன செய்வதென்று திகைத்துப் போனார். அவசர அவசரமாக இருக்கின்ற காய்கறிகளைப் பயன்படுத்தி சைவத்தை நிலை நாட்டினார். தவறு என்னுடையதே. முதலிலேயே தெரியப்படுத்தியிருந்தால் இந்தச் சங்கடம் தவிர்த்திருக்கலாம்.

முதல் கார்

அரசுக் கடன் பெற்று முதன்முதலாக புதிய பீயட் கார் வாங்க ஆசை. கடனும் பெற்றாயிற்று. புதுக்கோட்டை டி.வி.எஸ்.. முகவர் பீயட் பிரசிடென்ட் மாடல் கார் விற்பனையாளர். அந்த மாடலில்

இருக்கும் ஒரே கடைசிக் கார். அடுத்து பிரமியர் பத்மினி என்ற மாடல் சந்தைக்கு வரவிருக்கிறது. கூடுதலான விலையில் அந்த பிரசிடென்ட் மாடல் கடைசிக்காருக்கு எனக்கும் புதுக்கோட்டை அமைச்சருக்கும் போட்டி. ராம்தாஸ் ஐ.ஏ.எஸ்.. தலையிட்டு எனக்கு ஒதுக்கீடு பெற்றுத் தந்தார். அந்தக் கார்தான், டிஎன்ஓ 7000.

இந்த பேன்ஸி எண்ணை தஞ்சையில் அப்போது மாவட்ட ஆட்சியராகயிருந்த கே.ஏ.நம்பியார் ஐ.ஏ.எஸ்.. அவர்கள் ஒதுக்கித் தந்தார். 1973ல் வாங்கிய அந்தக் கார், என்னை விட்டுப் பிரியவில்லை. 2010—ம் ஆண்டில் வின்டேஜ் கார் பிரியரான நண்பர் ஜெயராமய்யா (தினத்தந்தி சிவந்தி ஆதித்தன் அவர்களின் மருமகன்) அந்த காரை வாங்கிச் சென்றுவிட்டார். 37 ஆண்டுகள் பிரிய மனமில்லை. என் மகள் பிரியா பிறந்த ஆண்டில் வாங்கியதால் அதற்கும் பிரியா என பெயரிட்டு அழைத்து வந்தோம். கடைசி இரண்டு ஆண்டுகளைத் தவிர, நானேதான் செல்ஃப் டிரைவிங். அந்த இரண்டு ஆண்டுகள், என் மகன் ஓட்டினான். இந்தக் கார் எந்த பெரிய விபத்துக்கும் ஆளானதில்லை. ஒரு தடவை தஞ்சை அம்மாப்பேட்டையில் சைக்கிளில் சென்ற பெரியவர் குறுக்கே வந்து பம்பரில் இடித்து, அவருக்கு லேசான காயம். பம்பருக்கும் லேசான சொட்டை. புதிய சட்டையை மாட்டிக்கொண்டு வந்துவிட்டது.

மகன் தணிகைநாதன் நான்கு வயதுக் குழந்தை. தஞ்சையில் ஒரு கிருத்துவ பள்ளியில் சேர்த்தோம். அந்த பள்ளிக்குச் செல்ல அவனுக்கு மனமில்லை. வற்புறுத்தலால் ஏதோ சென்று வந்தான். நாங்கள் வசித்த அந்த வீட்டுவசதி வாரிய பிளாக்கில்தான் பின்னாளில் மேற்கு வங்க கவர்னராகப் பணியாற்றிய கோபால கிருஷ்ண காந்தி ஐ.ஏ.எஸ்., அஸிஸ்டென்ட் செட்டில்மென்ட் அலுவலராக, தன் குடும்பத்துடன் வசித்தார். காந்தி, மிகவும் எளிமையானவர். வீட்டின் ஹாலில் கோரைப்பாய். மனைவியும் குழந்தைகளும் எளிய கதர் உடையில்தான் இருப்பார்கள். செருக்கு என்பதின் அடையாளத்தை அங்கு எங்கு தேடினாலும் கிடைக்காது. பின்னாளில், நான் ரயில்வே துறையின் இணை அமைச்சராக இருந்தபோது, நின்றுபோயிருந்த பங்களாதேஷ்க்கான ரயிலை இயக்க, கல்கத்தா சென்றிருந்தபோது கவர்னர் கோபாலகிருஷ்ண காந்தியை சந்தித்தேன். மனிதர் என் பெயரையும், தஞ்சையில் ஒரே பிளாக்கில் குடியிருந்ததையும் நினைவுகூர்ந்து, குடும்ப நலம் விசாரித்து என்னை வியப்பில் ஆழ்த்தினார். அதோடு என் உரையில் பயன்படுத்திய வங்க மொழியின் உச்சரிப்பையும் பாராட்டினார்.

தம்பியை அடித்தேன்

இந்த வீட்டு வசதி வாரிய பிளாட், சிறிய குடியிருப்புதான். மகன் தணிகைநாதன், ஒருநாள் விக்ஸ் டப்பாவிலிருந்த மருந்தை முழுவதுமாக சாப்பிட்டு விட்டான். வீடே என்ன செய்வதென்று அறியாமல் குழம்பிப் போனது. டாக்டர், பயப்படுவதற்கு ஒன்றுமில்லை எனக் கூறியபின்தான் நிம்மதி. இந்த வீட்டில் இருக்கும்போது என் தந்தையார் ரங்கசாமிக் கவுண்டர், வேலைக்காக ஒரு பையனை அழைத்து வந்தார். முதன்முதலாக நான் வாங்கியிருந்த காரில் ஏறுவதற்கு முன்பாக, பிரார்த்தனை செய்து பின் ஏறினார். தம்பி குப்புசாமியும் என்னுடன் பத்தாம் வகுப்பை ஒண்ணுபுரத்தில் முடித்து விட்டு கல்லூரியில் படிப்பதற்காகத் தஞ்சைக்கு வந்து தங்கினான். குடும்பத்தில் ஒருவராகவே பழகிப்போன லட்சுமணச்சாரி, பூண்டி புஷ்பம் கல்லூரியில் பி.யூ.சி.யில் சயின்ஸ் குரூப்பில் அய்யாறு வாண்டையாரிடம் கூறி சேர்த்துவிட்டார். நன்றாகப் படித்தால் டாக்டருக்கு படிக்க வைக்கலாம் என்ற நோக்கத்துடன் அந்த குரூப்பில் சேர்க்கப்பட்டது. ஆனால் அதை அவன் சரியாகப் பயன்படுத்தவில்லை. பரீட்சையில் வெற்றி பெறவும் இல்லை. என் முயற்சி பலிக்கவில்லை. கட்டுக்கடங்காத கோபம். வீட்டில் யாரும் இல்லை அவனைத் தவிர. கோபத்தின் வெளிப்பாடாக அவனை நையப்புடைத்துவிட்டேன். பிறகு மிகவும் மனம் வருந்தினேன்.

அந்த வீட்டு வசதி வாரிய காலனியில், இரண்டு படுக்கையறை எம்.ஐ.ஜி பிளாட் ஒன்று ஒதுக்கீடானது. தப்பி குப்புசாமியை எப்படியாவது படிக்க வைக்க வேண்டும் என்பதற்காக, கரந்தை தமிழ் கல்லூரியில் பி.லிட்டில் சேர்த்தேன். அதில் தேறி பின்னாளில் சென்னைக்கு மாறுதலாகிப் போனபோது, அங்கே சிறிய அளவில் கான்ட்ராக்ட் வேலை செய்துகொண்டு, மாலை நேரப் படிப்பாகப் பச்சையப்பன் கல்லூரியில் எம்.ஏ. தமிழ் பட்டத்தைப் பெற்றான். தஞ்சையில் தங்கை கோவிந்தம்மாள், அண்ணிக்குத் துணையாக வந்து சேர்ந்தாள். பிரியா, கைக்குழந்தை. குழந்தையை வைத்துக் கொள்ளுவதற்கும் சமையலுக்கு உதவியாகவும் இருந்தாள்.

1967 வாக்கில் ஊட்டியில் பணியாற்றியபோது, தங்கை மீனாட்சிக்கும் பெங்களூரில் பாதுகாப்புத்துறையில் பணியாற்றிய இராச கோபாலுக்கும் திருமணம் நடந்தது. என்னால் இயன்ற அளவு பொருள் உதவி செய்து திருமணத்தை திருப்திகரமாக முடித்தோம். அவர்களுக்கு இரண்டு ஆண் குழந்தைகள். செந்தில்குமார் மற்றும் குமார். ஒருவன் சங்ககிரியில் சிமென்ட்

தொழிற்சாலையில் பணி. குமார், ரயில்வேயில் பணியாற்றுகிறான். என் வகுப்புத் தோழர் வருமானத்துறை கமிஷனர் சண்முகம் என்ற சம்சுதின் ஐ.ஆர்.எஸ்.. அவர்கள் உதவியில், கூட்டுறவு வீடு கட்டும் சங்கம் மூலமாக கடன் பெற்று, பெங்களூர் இந்திரா நகருக்கு அருகில் அல்சூர் என்ற இடத்தில் வீடுகட்டினர்.

என் அக்காள் காசியம்மாளுக்கு மேல்கல்பட்டில் சொந்தத்தில் திருமணம். ஒரு மகன். இரண்டு மகள்கள். மகன் சாம்பசிவம் வருவாய்த்துறையில் நில அளவையாளராக வேலைபார்க்கிறான். ஒரு மகள் பத்மாவை, டான்பெட்டில் பணிபுரிந்த சந்திரசேகரனுக்கு திருமணம் செய்துகொடுத்திருக்கிறோம். இன்னொரு மகள் சாந்தியை என் தம்பி குப்புசாமிக்குத் திருமணம் செய்து வைத்தோம். காசியம்மாளின் கணவர், என் மாமா பச்சயப்ப கவுண்டர் என்ற கண்ணுகவுண்டர், 1990ல் நான் நாகப்பட்டினத்தில் சார் ஆட்சி யராகப் பணியாற்றியபோது சாலை விபத்தில் மரணமடைந்தார்.

தங்கை மீனாட்சியின் கணவர் இராசகோபால் சில காலம் நோய்வாய்ப்பட்டு நான் இணை அமைச்சராக இருந்தபோது பெரம்பூர் ரயில்வே மருத்துவமனையில் 2006/07 வாக்கில் இறந்து விட்டார். அதற்காக சென்னையிலிருந்து எங்கள் கிராமத்துக்குச் செல்லும் வழியில் காஞ்சிபுரத்தருகில் செங்கல்வராயன் பொறியல் கல்லூரிக்குச் செல்லவேண்டிய நிலை. அப்போது செங்கல்வராயன் டிரஸ்டின் தலைவராக இருந்த நீதியரசர் கே. எம். நடராஜன் அவர்களின் வேண்டுகோளின்படி செங்கல்வராயன் நாய்க்கரின் திருவுருவச்சிலை திறந்து வைக்க வேண்டியதாயிற்று. அதன் பிறகே துக்கத்துக்குச் சென்றேன். காலம் சென்ற கண்ணுக்கவுண்டரும் இராசகோ பாலும் அற்புதமான மனிதர்கள். யாருக்கும் எள் முனை அளவுகூட தீங்கு நினைக்காதவர்கள். இருவர் இழப்பும் ஈடுசெய்ய முடியாதது.

கண்ணுக்கவுண்டர் நான் பள்ளியில் படிக்கும்போது முதன்முதலாக ஒரு பேன்ட் மற்றும் சட்டை துணி வாங்கிக் கொடுத்தார். அதை புஸ் கோட்டாக தைத்துக்கொண்டேன். அதை அணிந்து கொள்வதில் எனக்கு அளவில்லாத ஆனந்தம். அந்தக் காலங்களில் காலில் செருப்புப் போட்டுக் கொள்வதில்லை. கண்ணமங்கலம் பள்ளிக்கு வெறுங்காலில்தான் நடப்போம். முதன்முதலாக கல்லூரியில் சேர்ந்தபோதுதான், என் கால்கள் செருப்பை அணிந்தன. காலணி என்பது கிராமத்து மாணவர்களுக்கு எட்டாக் கனி; அதைப் பற்றி பெற்றோர்களோ, ஆசிரியர்களோ கவலைப்படுவதில்லை. 'கல்லும் முள்ளும் காலுக்கு மெத்தை'யாகவே இருந்தன.

தஞ்சையில் பணியாற்றிய காலத்தில் விடுமுறை நாட்களில் சிதம்பரத்துக்கு மாமனார் வீட்டிற்கு வருவது சற்றுக் கூடுதலாகவேயிருந்தது. காரணம் கொள்ளிடம் வரை, என் ஆளுகைக்கு உட்பட்ட இடமாக இருந்தது. அங்கிருந்து சிதம்பரம் ஐந்து கி.மீட்டர். மனைவிக்கும் குழந்தைகளுக்கும் மிக்க உற்சாகம். கொள்ளிடம் டாக்டர் முருகேசன், குழந்தை வைத்தியர். மகள் பிரியாவுக்கு அவரிடம் வைத்தியம் பார்ப்போம். ஊசி போட்டுக்கொள்ள அப்படி அழுவாள். எனக்கும் வருத்தமாக இருக்கும். தவிர்க்க முடியாதது. கொள்ளிடத்திலிருந்து தஞ்சை செல்லும்போது நான் பீயட் காரை ஓட்ட, பின் சீட்டில் நின்றுகொண்டே வருவாள். தெரிந்த பாடல்களைப் பாடுவாள். வழியில் சாலை ஓரங்களில் விற்கும் பச்சைக் காய்கறிகளை வாங்கிச் செல்வதற்கும் தவறுவதில்லை.

திரு. விஜயராகவன் ஐ.ஏ.எஸ்., கூட்டுறவுப் பதிவாளராக இருந்தபோது ஊட்டியில் மூன்று நாள் கான்பரன்ஸ். சேலத்திலிருந்து சட்டகர் பொன்னையாவும், அவர் மனைவி வசந்தாவும் தஞ்சை வந்தனர். எல்லோரும் பீயட் காரை நான் ஓட்ட, ஊட்டிக்குப் புறப்பட்டோம். புதிய கார் எனினும் ஏதோ பிரச்சனையால் வழியில் குன்னூருக்குச் சற்று முன்பு நின்றுவிட்டது. பின்னால் வந்த விவசாயத் துறை இயக்குநர் வெங்கட்ராமன் ஐ.ஏ.எஸ்., எங்களை குன்னூர் தோட்டக்கலை விருந்தினர் மாளிகையில் இருக்க வழி செய்து காரை சரி செய்து எடுத்துவரவும் ஏற்பாடு செய்தார்.

ஊட்டி, முதுமலை, மைசூர், பிருந்தாவனம், பெங்களூர் பொன்னையாவின் ஊரான சாத்தப்பாடி சேலம் (பொன்னையாவும் வசந்தாவும் சேலத்தில் இறங்கிக்கொண்டனர்) என ஒரு பெரிய அலுவலக, உல்லாசப் பயணத்தை முடித்துக்கொண்டு தஞ்சை திரும்பினோம். பெங்களூரில் தங்கை மீனாட்சி வீட்டுக்குச் சென்று வந்தோம். ஊட்டிக்கு விஜயராகவன் ஐ.ஏ.எஸ்., தன் அம்மாவை அழைத்து வந்திருந்தார். என்னிடம் அவர் தனிப்பட்ட முறையில் காட்டிய அன்பும் உதவியும், என் பணியைப் பற்றி கான்பிடன்ஷியல் ரிப்போர்ட்டில் எழுதிய குறிப்புகளும் பிற்காலத்தில் என்னை ஐ.ஏ.எஸ்.. ஆக்க பெரும் உதவியாயிருந்தன.

கறாரான, நேர்மையான, திறமைமிக்க, யாருக்கும் அஞ்சாத அந்த அதிகாரியின் குறிப்புகள் மிகவும் கவனத்தில் கொள்ளக்கூடியவை. அவற்றைப் பார்த்துதான், அப்போதைய கூட்டுறவுத்துறை செயலர் செல்வி இரமேஷ் ஐ.ஏ.எஸ்., கூட்டுறவுத் துறையில் இப்படியும் ஒருத்தரா? என வியந்தார்.

எனக்கு மேல், சீனியாரிட்டி முறையில் பலர் இருந்தாலும், என் பெயரை ஐ.ஏ.எஸ்.. தேர்வுக்கு 1984—லிலேயே பரிந்துரைத்தார். துறையில் இந்நிகழ்வு பெரும் புயலைக் கிளப்பியது. மேலேயுள்ள சீனியர்கள் பொறாமை கொண்டனர். எப்படியும் மட்டம் தட்ட வேண்டுமென முயற்சிகளையும் மேற்கொண்டனர். அதேபோல் எனக்கு மேலுள்ள கூடுதல் பதிவாளர் நிலையிலுள்ள இரண்டு அதிகாரிகள், (பெயரைக் குறிப்பிடுதல் நாகரீகமல்ல) என் சிஆர், இரகசிய குறிப்பேட்டில் அவுட்ஸ்டாண்டிங் என்றே காலமெல்லாம் பெற்று வந்த அந்த கிரேடை கீழே இறக்கி, ஒருவர் வெரி குட் என்றும் மற்றவர் குட் என்றும் குறிப்பை எழுதினர். ஆனால் அதற்கு மேலேயுள்ள துறைத்தலைவர், சம்பந்தப்பட்ட காலக் கட்டத்தில் அந்த கிரேடுகளை புறந்தள்ளி அவுட் ஸ்டாண்டிங்கை நிலை நிறுத்தினார். சூதும் வஞ்சகமும் தோல்வியைச் சந்தித்தன. அரசுப் பணியில் மேலே வர, சாதாரணமாக மேல்நிலை அலுவலர்கள் விரும்பமாட்டார்கள். உழைப்பையும் உண்மையையும் மூடி மறைத்து விடுவார்கள். தானும் வாழார்; பிறரையும் வாழவிடமாட்டார். அவர்கள் பின்னும் வலையில் சிக்கிச் சிதறுண்டு போகாமலிருக்க, இறையருள் இருந்தாலொழிய அது சாத்தியமல்ல. நேரே சிரித்து சிரித்து பேசுவதும் பின்புறம் புறம் பேசுவதும் எழுதுவதும் இவர்களுக்கு கைவந்த கலை. போதாததற்கு இன்னும் தங்களைச் சுற்றியுள்ள சில நல்லவர்கள், அவர்களைத் தூண்டிவிட்டு எரியும் கொள்ளியில் எண்ணெய் ஊற்றுவார்கள்.

டி.யூ.சி.எஸ்.சில் நான்

தஞ்சையில், 1973—76 வரை பணியாற்றினேன். 1975ல் இந்திராகாந்தி நெருக்கடி நிலையைப் பிரகடனம் செய்தார். பல கலெக்டர்கள், உயர்நிலை அலுவலர்கள் மாற்றப்படுகின்றனர். தஞ்சையில் பணியாற்றிய என்னை முதன்மை நிர்வாக அலுவலராக டி.யூ.சி.எஸ்.சுக்கு மாற்றினார்கள். சென்னையில் அப்போது கூட்டுறவுத்துறை செயலாளராக செல்வி ரமேஷ் ஐ.ஏ.எஸ்., உணவுத்துறை செயலர் க. திரவியம், கூட்டுறவுப்பதிவாளர் ஷெட்டி ஆகியோர் எடுத்த முடிவின்படிதான் என் மாற்றம் என பின்னால் தெரிந்துகொண்டேன். மனைவியையும் குழந்தைகளையும் அண்ணாமலை நகரில் விட்டுவிட்டு சென்னைக்கு வந்தேன்.

டி.யூ.சி.எஸ்.. பழமைவாய்ந்த நிறுவனம். கூட்டுறவுச் சட்டம் முதல் முதலாக 1904ல் இயற்றப்படுவதற்கு முன்பாகவே, திருவல்லிக்கேணியில் சீனிவாச சாஸ்திரி போன்றவர்கள் ஒன்று கூடி ஆரம்பிக்கப்பட்ட நுகர்வோர் கூட்டுறவு சங்கம் இது.

அதன் எல்லை, வடக்கே எண்ணூர், தெற்கே தாம்பரம், மேற்கே செங்குன்றம் என பரந்து விரிந்திருந்தது. சுமார் ஆயிரத்து ஐநூறு தொழிலாளர்கள் பணிபுரிய, ஆசியாவிலேயே பெரிய செயின் ஸ்டோர் என்ற பெயர் பெற்றிருந்தது. முக்கியமாக, விளையும் இடங்களிலேயே உணவுப் பொருட்களைக் கொள்முதல் செய்வதும், நியாயமான விலையில் நுகர்வோர்களுக்கு வழங்குவதும் அதன் வேலை. இடைத்தரகர்கள் இல்லாமையால் பொருட்களின் விலை வெளிச்சந்தை விலையைவிட இங்கு குறைவாகயிருக்கும். பொருட்களும் தரமாக இருக்கும்.

சொந்தமாக எண்ணெய் ஆலையில் நல்லெண்ணெய் உற்பத்தி செய்து மணம் கமழும் டி.யூ.சி.எஸ்.. ஆயில் என்ற முத்திரையுடன் விநியோகிப்பார்கள். ஆந்திர மாநிலம் நெல்லூரில் அரிசி ஆலையை வாடகைக்கு எடுத்து மொலகுலு, மசூரி அரிசியை தயார் செய்து விற்பனை செய்வார்கள். பெங்களூரில் காப்பிக் கொட்டையை அரசு நிறுவனமான காஃபி போர்டு நடத்தும் ஏலத்தில், தரமான காப்பிக் கொட்டையை கொள்முதல் செய்து அரைத்து விற்று நுகர்பொருள் வாணிபத்தில் மகத்தான சாதனை செய்தார்கள்.

சுமார் எழுபது ஆண்டுகளுக்குமேல், லாபத்தில் இயங்கிய நிறுவனம், சில நெறி தவறிய கூட்டுறவாளர்கள் மற்றும் பணியாளர்களால் நஷ்டத்தைச் சந்திக்கவேண்டிய நிலையில் இருந்தது. இந்த நிறுவனம் சென்னை மாநகர் மற்றும் புறநகர் பகுதிகளில் பொது விநியோகத் திட்டத்தை செயல்படுத்த அரசால் நியமனம் செய்யப்பட்ட நிறுவனம். ஆனால் நிர்வாகம் சரியாகச் செயல்படாததால் பொது விநியோகத் திட்டத்தை முறையாகச் செயல்படுத்த முடியாத நிலைமை. பொதுமக்களிடமிருந்து ஏராளமான புகார்கள். இந்தச் சூழ்நிலையில்தான் டி.யூ.சி.எஸ்..சுக்கு என்னை மாற்றுகிறார்கள்.

எழும்பூரில் உள்ள கோ ஆப்டெக்ஸ் விருந்தினர் இல்லத்தில் தங்கினேன். எனது சொந்த காரை திருவல்லிக்கேணி பெரிய தெருவில் இருந்த ஒரு கிளையின் காரேஜில் நிறுத்தினேன். சில நாட்களுக்குப் பிறகு குடும்பம் அந்த விருந்தினர் இல்லத்துக்கு வந்தது. ஓட்டல் உணவு, மனைவி, குழந்தைகள் மூவருக்கும் ஒப்புக் கொள்ளாததால் அவர்களுக்கு உடல் நலம் சரியில்லாமல் போனது. மறுபடியும் அண்ணாமலை நகருக்கு அனுப்பிவைக்க வேண்டிய நிர்ப்பந்தம். வீடு கிடைக்கவில்லை என்பதால் என் நிலைமையை உணர்ந்து செல்வி ரமேஷ், திரவியம் அப்போதிருந்த பிடபிள்யூடி செயலர் ராகவனிடம் நேரிடையாகப் பேசி பிரத்யேகமாக அரசு எஸ்டேட்டில் ஒரு வீட்டை ஒதுக்கித் தந்தார்கள்.

ஒரு கூடுதலான இணைப்புடன் தாராளமான வீடாக அரசு வழங்கியது. டியூசிஎஸ்.. தலைமையிடம், குவாட்டார்ஸிலிருந்து அதிக தூரமில்லை. சுயசேவைப் பிரிவை சென்னையில் முதன்முதலாகத் தொடங்கி நடத்திவந்த காமதேனுவும் இதன் ஒரு பிரிவு. தொழிலாளர்களால்தான் அங்கு பெரும் பிரச்சனை. கையாடல், சரக்கு இருப்புக்குறைவு, நேரத்தோடு கிளைகளைத் திறக்காதது, வாடிக்கையாளரிடம் தரக்குறைவாகப் பேசுவது, நடந்துகொள்வது, வியாபாரத்தில் விருப்பமில்லாமல் இருப்பது, அடிக்கடி விடுப்பில் செல்வது, அதனால் கிளைகளை மூடவேண்டிய நிலைமை, கிளைகளில் தேவைக்கதிகமாகப் பொருள்களைத் தலைமையிடத்தில் பெற்று முடக்கிவைப்பது, விற்பனையைக் குறைப்பது என பலவிதமான பிரச்சனைகள்.

கம்யூனிஸ்ட், தி.மு.க. என இரண்டு தொழிற்சங்கங்கள் இருந்தன. நிர்வாகம் என்ன நடவடிக்கை எடுத்தாலும் உடனே எதிர்ப்பைத் தெரிவிக்கும். தனி அலுவலரையும் மற்ற அதிகாரிகளையும் தரக் குறைவாக அடிக்கடி அச்சடிக்கப்பட்ட பிரசுரங்களில் குறிப்பிட்டு தங்கள் எதிர்ப்பையும், கோபத்தையும் வெளிப்படுத்துவதுதான் நான் பொறுப்பேற்ற பொழுது இருந்த நிலை. எனினும் இவற்றைப் பொருட்டாக எடுத்துக் கொள்ளவில்லை. எப்படியும் பணியாளர்களை செயல்பட வைக்கலாம் என்ற நம்பிக்கையுடன் இருந்தேன். மாதந்தோறும் எல்லா கிளை மேலாளர்களையும் அழைத்து ஆய்வை நடத்தினேன். நன்கு பணிபுரிபவர்களைப் பாராட்டியும், பின் தங்கியுள்ளவர்களை எச்சரித்தும், வாய்ப்புகள் கொடுத்தும் சங்கத்தை இயக்கத் தொடங்கினேன்.

மத்திய வங்கியில் பெற்ற கடனுக்குத் தக்க ஆதாரம் காட்டுதல், சரக்கிருப்பை அடிக்கடிச் சரிபார்த்தல், கிளைகளில் திடீர் ஆய்வு, கொள்முதலில் வெளிப்படைத்தன்மை, வாடிக்கையாளர்களின் சந்திப்பு, குறைகளை நிவர்த்தி செய்வது, உரிய நேரத்தில் கிளைகள் திறப்பு மற்றும் மூடுதல் என பல நடவடிக்கைகளை மேற்கொண்டேன். கடுமையான உழைப்பும், முயற்சிகளும் மேற்கொள்ளும்போது, சில அறுவை சிகிச்சைப் போல சிலரை தற்காலிக நீக்கம், நிரந்தரமாக நீக்கம் என்ற நடிவடிக்கைகளையும் கையாள வேண்டி இருந்தது. களைகளென அவர்களை நீக்கும்போதுதான் பயிர் செழித்து வளர்வதுபோல், சங்கமும் சீராகச் செயல்படத் தொடங்கும். பணியாளர்கள் தங்கள் கடமைகளைச் செய்ய அதுபோன்ற நடிவடிக்கை பெரிதும் உதவியது.

ஆனால் தொழிற்சங்கங்கள் வரிந்து கட்டிக்கொண்டு போர்க்கொடி தூக்கின. கேட் மீட்டிங் கூட்டி, வசை பாடினர். அதன்

உச்சகட்டமாக நான் வசித்துவந்த அரசு மனை வழியாக, பெல்ஸ் சாலையில் எனக்கு பாடைகட்டி கோஷம் எழுப்பிக்கொண்டு சவ ஊர்வலம் வந்தனர். வீட்டில் அப்போது என் மாமனார், மாமியார், மனைவி, குழந்தைகள், நான் என இருந்தோம். அநாகரிமாகப் பணியாளர்கள் மேற்கொண்ட அந்த நடவடிக்கையைப் பார்த்து அனைவரும் கண்ணீர் வடித்தனர். எனக்கோ அதனால் எந்த சஞ் சலமும் ஏற்படவில்லை. காரணம், தவறு செய்த பணியாளர்களின் மேல் எடுக்கப்பட்ட நடவடிக்கை, நியாயத்தின் அடிப்படையில் என்பதால் இந்த நிகழ்வை ஓர் அறிக்கையாக, எவ்வாறு அது குடும்பத்தினரை பாதிக்கிறது என்பதை குறிப்பிட்டு அரசுக்கு அனுப்பினேன். அதனடிப்படையில், அரசும் உடன் நடவடிக்கை எடுத்து இனி வரும் காலங்களில் சங்கங்கள் நடத்தும் ஊர்வலங்கள், அலுவலர்களின் குடியிருப்புக்கள் வழியாகச் செல்லுதல் கூடாது என தடைவிதித்தது. தொழிற்சங்கங்கள் எந்த அளவுக்கு அந்த ஆணையை மதித்து செயல்படும் என்பது வேறு விஷயம். அரசு இதில் கவனம் செலுத்தியது என்பதுதான் ஓரளவுக்கு அலுவலர்களுக்கு ஆறுதல் அளிக்கக்கூடிய நடிவடிக்கை.

லாபத்தில் சங்கம்

இடைவிடாது இராப் பகலாக, உழைத்த காரணத்தால் சங்கத்தின் நஷ்டம் சரி செய்யப்பட்டு மூன்றாம் ஆண்டு முடிவில் சுமார் ஐம்பத்தைந்து லட்சம் ரூபாய் லாபம் காட்டியது. சங்கத்துக்கு மறுவாழ்வு திட்டம் ஒன்றை வகுத்து மைய அரசின் நிதியுதவிக்கு அனுப்பப்பட்டது. அதன்மூலமாக சங்கம் தலைநிமிர வழி வகை செய்யப்பட்டது. டி.யூ.சி.எஸ்..சின் மறுவாழ்வு திட்டம், பல்வேறு மாநிலங்களில் செயலற்றுப்போன நுகர்வோர் கூட்டுறவு சங்கங்களுக்கு ஒரு மாடல் திட்டம் ஆவதற்கு உதவியது என்பது குறிப்பிடத்தக்து. வீழ்ந்து கிடந்த சங்கம் வீறுகொண்டு எழுந்த நிலையில், ஆயிரம் பிரச்சனைகளைத் தாண்டி முற்போக்குப் பாதையில்லாபத்துடன் பயணிக்கத் தொடங்கிய காலத்தில் என் பணி, மூன்றாண்டை நிறைவு செய்தது.

தனி அலுவலர்

பிறகு தமிழ்நாடு மாநில நுகர்வோர் கூட்டுறவு இணையத்துக்கு அரசு, என்னை தனி அலுவலராக நியமித்தது. டி.யூ.சி.எஸ்.. சில், கடுமையான உழைப்பு காரணமாக, சங்கம் வளர்ந்தாலும்,

தனிப்பட்ட முறையில் குடும்பத்தை சரிவர கவனிக்காமல் போனது பெரிய பாதிப்பை உண்டாக்கியது. பணி வெறியால் போதிய நேரம் குடும்பத்துக்கு ஒதுக்காததால் சலிப்பும் வெறுப்பும் அவர்களிடத்தில் மனதளவில் மாற்றத்தை உண்டாக்கியது கண் கூடு. என்ன செய்வது? ஒன்றைப் பெற, ஒன்றை இழக்க வேண்டுமென்பதுதானே உலகின் நியதி.

டி.யூ.சி.எஸ்..சில் தொழிலாளர்கள் கொடுத்த பல்வேறு பிரச்சனைகளை வெளியிலிருந்து கவனித்தவர்களில் கோபாலன் என்பவரும் ஒருவர். அவர் டி.டி.கே. சாலையில் குமரிமலர் என்ற பத்திரிகையை நடத்திக்கொண்டிருந்தார். உலகம் சுற்றிய தமிழன் ஏ.கே.செட்டியாரின் பி.ஏ.வாகயிருந்து, அவரின் மறைவிற்குப் பிறகு இந்தப் பத்திரிகையை நடத்திக்கொண்டிருந்தார். டி.யூ.சி.எஸ்.. மீது ஈடுபாடு கொண்டவர். அவர் எனக்காக ஒரு செய்தியை எழுதியிருந்தார். நான் படும் துயரத்தையும் பணியாளர்கள் படுத்தும் பாட்டையும் நினைவுகூர்ந்து, 'தர்மத்தின் வாழ்வு தன்னை சூது கவ்வும், பின் ஒரு நாள் தர்மம் வெல்லும்' என்று ஆறுதலாக எழுதியிருந்தார். அதற்குப் பதிலாக நான் ஒன்றைச் சுருக்கமாக எழுதினேன். அந்த தர்மம் வெல்ல எடுத்துக் கொள்ளும் காலத்தைக் கணக்கிட்டால் தாக்குதலுக்கு உண்டானவன் தரணியில் இருக்கமாட்டான். அது வென்று யாருக்கு என்ன பயன்? என்று குறிப்பிட்டிருந்தேன்.

டி.யூ.சி.எஸ்..சின் ஒரு பெரிய கிளையாக காமதேனு கூட்டுறவு சிறப் பங்காடி சுய சேவைக்கான முன்னோடி கிளையாகச் செயல்பட்டது. அதுவும் தேனாம்பேட்டையில் மவுண்ட் ரோடில் செயல்பட்டது, மக்களின் கவனத்தை ஈர்த்து. வியாபாரத்தைப் பெருக்குவதற்கு வாய்ப்பாக இருந்தது. காய்கறிகளை வீட்டின் வாசற்படிக்கே எடுத்துச் சென்று வழங்கும் திட்டத்தை அன்றைய முதல்வர் திரு. எம்.ஜி. இராமச்சந்திரன் துவக்கி வைத்தார். ஆனால் இந்தத் திட்டம் சில மாதங்களே செயல்பட்டது. காரணம், மக்கள் தங்கள் தேவைகளை முன்கூட்டியே தெரிவிக்காததால் காய்கறிகளை சப்ளை செய்வதில் சிரமத்தைக் காண முடிந்தது. ஊழியர்களும் சுணக்கம் காட்டினார்கள். அழுகும் பொருள் என்பதால் இதில் வீடுகளுக்குக் கொண்டுபோய் சேர்ப்பது என்பது சாத்தியப்படாத ஒன்றாகிவிட்டது.

டி.யூ.சி.எஸ்.. சென்னை மாநகரின் பெரிய இண்டேன் கேஸ் விநியோகஸ்தராக சுமார் முப்பதைந்தாயிரம் இணைப்புகளுடன் செயலாற்றியது. இதன்மூலம் கணிசமான வருமானத்தைப் பெற்றது. அதேபோல், சிமெண்ட் கட்டுப்பாட்டுப் பொருளாக

இருந்தபோது கொரியன் சிமெண்ட் போன்ற வெளிநாட்டு சிமெண்ட்டுகளை சீராக விநியோகிக்கும் பொறுப்பையும் மேற்கொண்டது. கட்டுப்பாடான பொருட்கள், கட்டுப்பாடில்லாத பொருட்கள் என இருவிதமாக பொருள்களை விநியோகித்து வந்தது. இதில் கட்டுப்பாடில்லாத பொருள்கள்தான் சிறிதளவு இலாபத்தைக் கொடுக்கும். கட்டுப்பாட்டுப் பொருட்களால் டி.யூ.சி.எஸ்.. தொடர்ந்து நட்டத்தில் இயங்கியது. கட்டுப்பாடில்லாத பொருட்களை அதிகமாக விற்பனை செய்யத் தொடங்கியதும், இழப்புகள் மற்றும் கையாடல்களை கட்டுப்படுத்தியதும், சங்கம் லாபப் பாதையில் தன் பயணத்தைத் தொடங்கியது.

பின்னர் மூன்றாண்டு காலம் ஒரு சவாலை சமாளிக்கும் காலமாகவே விளங்கியது. மக்களிடத்தில் இழந்த நற்பெயரை மீட்டு எடுத்தது. எனக்கு உடல்ரீதியாக ஆரோக்கியத்தில் பின்னடைவு ஏற்பட்டாலும் சங்கத்துக்கும் அதன் பணியாளர்கள் தொடர்ந்து பணியாற்றுவதற்கும், பொதுமக்களுக்கு, நம்பிக்கையான பொருள் வாங்கும் இடம் என்ற பெயரை ஏற்படுத்தித் தந்ததற்கும் ஏதோ முடிந்ததை செய்திருக்கிறேன் என்ற மனநிறைவான உணர்வு ஏற்பட்டதில் மகிழ்ச்சி.

ஒருநாள் கூட்டுறவுத் துறை செயலாளர் செல்வி இரமேஷ் ஐ.ஏ.எஸ்., அவர்கள் தொலைபேசியில் என்னை அழைத்து, தமிழ்நாடு கூட்டு றவு நுகர்வோர் கூட்டுறவு இணையத்துக்குத் தனி அலுவலராகப் பொறுப்பேற்க வேண்டுமென்றும், முதற் பணியாக அங்கு ரீஜினல் டிஸ்டிரிபியூஷன் மையம் என்ற மத்திய அரசின் புதிய திட்டத்தை செயல்படுத்த வேண்டுமென்று சொன்னார். அதற்கான அலுவலகம் மற்றும் கிடங்குகளைக் கட்டுவதற்கான நிலத்தை வாசு ஸ்டூடியோஸிடம் இருந்து கிரயம் பெற வேண்டுமென்றும், அந்த நிலம் வாங்குவதில் பிரச்சனை ஏற்பட்டிருப்பதால், அதைத் தீர்த்துவைத்து, நிலத்தை பெற வேண்டுமென்றும் சொன்னார். உரிமையாளர் ராஜலட்சுமி, பழம்பெரும் நடிகை. அவர் மற்றும் அவர் மகனிடம் பேசி இடத்தை வாங்கினோம். சங்கத்துக்கு பெரிய சொத்து. அங்கு சுமார் ஓராண்டு காலமே என்னால் பணியாற்ற முடிந்தது.

அங்கத்தினர்களான மாவட்ட கூட்டுறவு நுகர்வோர் பண்டக சாலைகளுக்கான பொருட்களை, மொத்தமாக, உற்பத்தியாகும் இடங்களிலிருந்து கொள்முதல் செய்து வழங்க வேண்டும். துணிகள் பல் வேறு மில்களிடமிருந்து நேரிடையாகக் கொள்முதல் செய்ய வேண்டும். இடைத்தரகர்கள் அல்லது முகவர்கள் மூலம் கொள்

முதல் செய்யக்கூடாது என்பது விதி. அப்போது கூட்டுறவுத் துறை அமைச்சராக இருந்தவர், முகவர்கள் மூலம் கொள்முதல் செய்ய பிரஷர் கொடுத்தார். அதேபோல், இணையத்தில் புதிதாக பணி அமர்த்துவோர் பட்டியலை நேரடியாக அரசுக்கு அனுப்ப வேண்டுமென்று சொல்லப்பட்டது. அதை நான் பதிவாளர் மூலம்தான் அனுப்ப முடியும் என்ற விதிமுறையைக் கூறினேன். அப்போதிருந்த பதிவாளர் பிரகாசம் ஐ.ஏ.எஸ்., நான் செய்தது முறையானது என்று கூறியும் ஏற்காத அமைச்சர், மறுபடியும் டி.யூ.சி.எஸ்..சுக்கு சிறப்பு அதிகாரியாக என்னை மாற்றினார். எனக்கு அதிலென்றும் கவலையில்லை. அவமானமும் இல்லை. விதியை மீறாமல் செய்த காரியங்களுக்கு என்ன வெகுமதி என்பதை நான் நன்கு தெரிந்துவைத்திருந்த காரணத்தால் இந்த மாற்றம் அதிர்வையும், வியப்பையும் அளிக்கவில்லை.

டி.யூ.சி.எஸ்..சில் பணியாற்றிய மோகனசுந்தரம், தமிழ்நாடு நுகர்வோர் கூட்டுறவு இணையத்துக்கு மாற்றப்பட்டார். அவர் மகிழ்ச்சியுடன் அங்கு செல்கிறார். எனக்கு டி.யூ.சி.எஸ்..சுக்கு இரண்டாம் முறையாக வருவதில் வருத்தமோ, மகிழ்ச்சியோ இல்லை. எங்கு சென்றாலும் வேலையை குறையின்றி செய்தால் சரி. டி.யூ.சி.எஸ்.. சுக்கு மீண்டும் வந்த சில மாதங்களில் மறுபடியும் பொருட்கள் கொள்முதலில் அமைச்சர் தலையீடு. என்னால் இசைந்து போக முடியவில்லை. உடன் மதுராந்தகம் கூட்டுறவு சர்க்கரை ஆலைக்கு மாற்றினார்கள். அதற்கான ஆணை வழங்கப்பட்டது. அந்த ஆலைப் பணி என்றால் தொழிற்துறை அமைச்சரின் கீழ் பணியாற்ற வேண்டும். மாற்றத்துக்கான காரணம், தொழிற்துறையில், குறிப்பாக அந்த கூட்டுறவு சர்க்கரை ஆலைக்கு என்னை நியமிக்க வேண்டும் என்று கேட்டதால், அவ்வாறு மாற்றம் செய்யப்பட்டது என்று சொல்லப்பட்டது. திரு.பண்ருட்டி ராமச்சந்திரன் அவர்கள் மின்துறை அமைச்சர். அவரை எனக்கு நன்றாகத் தெரியும். அவரைச் சந்தித்து கூட்டுறவு அமைச்சர் என்னை பந்தாடும் காரணத்தை விளக்கினேன். அவர் தலையிட்டு, என் குழந்தைகள் படிப்பு மற்றும் குடும்பச் சூழ் நிலையை அமைச்சரிடம் கூறி அந்த மாறுதலை ரத்து செய்ய வழி செய்தார். தமிழ்நாடு கூட்டுறவு விற்பனை இணையத்தில் முதன்மை விற்பனை அதிகாரியாக பணிமாற்றம் செய்யப்பட்டேன்.

டி.யூ.சி.எஸ்..சில் இருந்த காலத்தில் சென்னை சட்டக்கல்லூரியில் மாலை நேர வகுப்பில் சேர்ந்தேன். மூன்றாண்டுகள் படிப்பு. ஞாயிற்றுக்கிழமைகளில் கையில் சிற்றுண்டி சகிதம் நுங்கம்பாக்கம் லயோலா கல்லூரியின் மைதானத்துக்குச் சென்று விடுவேன்.

அங்கு துறைமுகம் சண்முகம், ஆசிரியர் கோபால் போன்றவர்கள் வருவார்கள்.

அங்கு கூட்டுப் படிப்பாக, பாடங்களை அக்குவேறு ஆணி வேறாகப் பிரித்துப் படிப்போம். ஒரு காலத்தில் பி.எல். படிப்பு என்பது ஏதோ சாதாரணம். சீரியஸாக எடுத்துக்கொள்ள மாட்டார்கள். எங்கும் இடம் கிடைக்கவில்லை என்றால் சட்டக் கல்லூரி இருக்கவே இருக்கிறது என்பார்கள். ஆனால் அந்தப் படிப்பு அப்படியில்லை. மனிதன் தெரிந்துகொள்ள வேண்டிய, தவறாமல் படிக்கவேண்டிய படிப்பு. பாடங்கள் ஒவ்வொன்றும் வாழ்க்கையை ஒட்டிய, வழிகாட்டுதலுக்கான படிப்பு. ஒரு நாள் பாரட் லா படித்த பேராசிரியர் டார்ட்ஸ் பற்றி ஒரு கட்டுரையை எழுதி வரச் சொன்னார். அதில் என் சொந்தக் கருத்தை எழுதியிருந்தேன். என் பெயரை குறிப்பிட்டு வகுப்பில் நிற்கச் சொன்னார். எல்லோருக்கும் திகைப்பு. அந்தப் பேராசிரியர் கண்டிப்பானவர். மாணவர்கள், அவரைக் கண்டாலே பயப்படுவார்கள். என்ன சொல்லப் போகிறாரோ என்று எனக்குப் படபடப்பு. நான், வேறு கோணத்தில் இந்த டார்ட்ஸ் பற்றி எழுதியிருந்த கருத்தைப் பாராட்டினர். பீட்டன் டிராக்கில் இருந்து மாறுபட்டு சிந்தித்திருக்கிறேன் என்றார்.

சட்டப்படிப்பை ரசித்துப் படித்தேன். என் தந்தையின் தலையீட்டால் 1960ல் படிக்கத்தவறிய இந்தப் படிப்பை 1976—79ல் மாலை நேர கல்லூரியில் படித்து முடித்தேன். லயோலா கல்லூரி மைதானத்தை, அந்த நிழல் தரும் மரங்களை சண்முகத்தை, கோபாலை என்றும் நினைவு கூர்ந்து மகிழ்கிறேன். என் வாழ்வில் இது மற்றும் ஒரு மைல் கல்.

தமிழ்நாடு கூட்டுறவு விற்பனை இணையத்தில் முதன்மை விற்பனை அதிகாரியாக பணியில் சேர்ந்தேன். அப்போது தனி அலுவலர் எம். கனகசபாபதி. பதிவாளரிடம் கலந்தாலோசித்து கூட்டுறவு நூற்பாலைகளுக்கு பஞ்சு கொள்முதல் செய்ய வழி செய்தார்.

கனகசபாபதி, ஐ.ஏ.எஸ்.. ஆக தேர்ந்தெடுக்கப்பட்டார். பின் தனி அலுவலராக எஸ்..டி. வைத்தியலிங்கம் வந்தார். இவர், என் மாமனாருக்கு நெருங்கிய நண்பர். அண்ணாமலையில் படித்த காரணத்தால் என்னை தன் மாப்பிள்ளையாகவே கடைசி மூச்சுவரை கருதினார். என்னையும் என் குடும்பத்தையும் நேசித்த ஓர் அருமையான ஆத்மா. எனக்கு என் பணியில் சுதந்தரமாகச் செயல்பட உதவினார். தமிழகத் திலுள்ள கூட்டுறவு

நூற்பாலைகளுக்கு வேண்டிய பஞ்சை கர்நாடகம், ஆந்திரா போன்ற மாநிலங்களில் கொள்முதல் செய்ய, பெரிதும் ஊக்குவித்தார். அவரும் என்னுடன் குண்டூருக்கு வந்து கொள்முதல் செய்வதைக் கண்காணித்தார். ஒருமுறை குண்டூர் தங்கும் விடுதியில் மோதிரத்தை மறந்து வைத்து விட்டு களத்துக்குச் சென்றுவிட்டேன். பணி முடியும் நேரத்தில்தான் எனக்கு நினைவுக்கு வந்தது. அவர் பதறி அடித்துக்கொண்டு விடுதிக்கு உடனே செல்லவேண்டும் என்று காட்டிய முனைப்பு, இப்போது நினைத்தாலும் அவர்மேல் மதிப்பும் பாசமும் பெருகிக்கொண்டே போகிறது. ரஷ்யாவுக்குச் செல்வதற்காக என் பெயரை மாநில, மத்திய அரசுகளுக்கு 1985ல் பரிந்துரை செய்தவர் அவர்.

அதைக் குறிப்பிடும் முன், 1984ல் நடைபெற்ற நிகழ்வை சொல்கிறேன். நெருக்கடி நிலை காலத்தில், நான் தஞ்சையிலிருந்து சென்னை டி.யூ.சி.எஸ்..க்கு மாற்றப்பட்ட சூழ்நிலைகளை ஏற்கனவே விளக்கியிருந்தேன். அங்கு பணியாற்றியதையும் தஞ்சையில் பணியாற்றியதையும் பற்றி அப்போதைய பதிவாளர்களான பி.விஜயராகவன், கே.ஜே.எம். ஷெட்டி, பசுபதி, ஹெச்பிஎன் ஷெட்டி ஆகியோர் எனது ரகசியக் குறிப்பேட்டில் எழுதியிருந்ததை கருத்தில்கொண்டு 1977—78—லேயே ஐ.ஏ.எஸ்.. தேர்வுப் பட்டியலுக்கு செல்வி ரமேஷ் ஐ.ஏ.எஸ்.. தலைமைச் செயலருக்கு அனுப்பியிருந்தார். எனக்கு அப்போது 37 வயது. எனக்கு மேல் நிலையில் கூட்டுறவு இணைப் பதிவாளர்கள் மற்றும் கூட்டுறவு கூடுதல் பதிவாளர்கள் இருந்தார்கள். இந்தத் தகவல் எப்படியோ கசிந்து துறையில் பெரும் புய லைக் கிளப்பியது. நான் பெரிதாக எடுத்துக் கொள்ளவில்லை. ஆனால் செல்வி ரமேஷ் துணிவோடும் தகுதி அடிப்படையிலும் எடுத்த முடிவு எல்லோரையும் வியக்கச் செய்தது.

1984ல் கூட்டுறவுத்துறை செயலாளராக இருந்த வி.டி.துரைராஜ் ஐ.ஏ.எஸ்.. மறுபடியும் வந்தார். ஆர்.குழந்தைவேலு ஐ.ஏ.எஸ்.சும், துரைரராஜ் ஐ.ஏ.எஸ்.சும் பேசிக்கொண்டிருந்தபோது பேச்சுவாக்கில் என்னைப் பற்றியும் பேச்சு வந்திருக்கிறது. எனது ரகசிய கோப்புகளை வாங்கிப் பார்த்தார். பார்த்துவிட்டு ஐ.ஏ.எஸ்.. தேர்வுக்குப் பரிந்துரை செய்து அனுப்பினார். அப்போது தலைமைச் செயலாளராக இருந்தவர் கே.சொக்கலிங்கம் ஐ.ஏ.எஸ்.. அவர் திருச்சியில் 1965ல் மாவட்ட ஆட்சியராக இருந்தபோது என்னைப் பற்றி எழுதிய ஒன்று, அவுட் ஸ்டாண்டிங். பின்னால் வைக்கப்பட்டிருந்த அறிக்கைகளைப் பார்த்து மகிழ்ந்து 1984ல்

ஐ.ஏ.எஸ்.. நேர்காணலுக்கான அழைப்பை அனுப்பினார். நேர்காணலில் திருப்தியாக நான் பதிலளித்ததாக அந்தக் குழுவில் இருந்த தங்கராஜ் ஐ.ஏ.எஸ்.. தெரிவித்தார். வயது குறைவைக் காரணம் காட்டி வாய்ப்பு மறுக்கப்பட்டதாக அவர் மேலும் தெரிவித்தார். அந்த நேர்காணலுக்கான கடிதத்தை எஸ்..டி. வைத்தியலிங்கம்தான் முதன்முதலாகப் பார்த்து உற்சாகப்படுத்தினார். தனக்குக் கீழே பணிபுரியும் ஒருவருக்கு வந்துள்ள வாய்ப்பைப் பார்த்து அவர் பொறாமையோ, எரிச்சலோ அடையவில்லை. அவரின் பெருந்தன்மை சொல்லி மாளாது.

ரஷ்யா பயணம்

1984 டிசம்பரில் ரஷ்யாவுக்குப் பயணம். பெரிதாக நான் ஏற்பாடு செய்து கொள்ளவில்லை. புறப்படுவதற்கு முந்தைய நாள்கூட, அலுவலகத்தில் இரவு வரை பணிபுரிந்து விட்டுத்தான் கிளம்பினேன். ஏதோ தஞ்சாவூர், திருச்சி செல்வதுபோல் கொஞ்சம் துணிமணிகள், பருப்புப் பொடி, ஊறுகாய், கறிவேப்பிலை, கொத்தமல்லி என இரண்டு பைகளில் மூட்டைக் கட்டிக்கொண்டு புறப்பட்டேன். காலையில் விமான நிலையத்துக்கு என் மாமனார் டாக்டர் சீனி வாசன், மைத்துனர் நடராஜன், மனைவி மல்லிகா, குழந்தைகள், வைத்தியலிங்கம் என ஏழெட்டுப் பேர் வழியனுப்பினார்கள்.

டில்லியில் தமிழ்நாடு இல்லத்தில் தங்கினேன். இரண்டு பெண் அதிகாரிகள் உள்பட மொத்தம் 27 பேர். அகில இந்திய அளவில் மேல்நிலையில் உள்ள கூட்டுறவு இயக்கத்தைச் சார்ந்த அதிகாரிகள், ரஷ்ய நாட்டுக்கு சுமார் நான்கு மாத பயிற்சிக்குச் செல்லவேண்டும். இந்தப் பயிற்சி கூட்டுறவு மேலாண்மைக்கானது. முடிவில், டிப்ளமோ இன் கோ ஆபரேட்டிவ் மானேஜ்மென்ட் என சான்றிதழ் தருவார்கள். டில்லியில் இரண்டு நாட்களுக்கு மேல் தங்க வேண்டிய தாயிற்று. ஒன்று, ரிசர்வ் வங்கியிடமிருந்து அந்நியச் செலவாணி பெற்று ரூபிள்களாக மாற்றிக் கொள்ள வேண்டும். இரண்டு, ரஷ்ய தூதரகத்திலிருந்து விசா பெற்றாக வேண்டும். எல்லா பயிற்சியாளர்களையும் அழைத்து ரஷ்யாவில் எப்படி நடந்துகொள்ள வேண்டும் என்று வகுப்பு எடுத்தார்கள். அதில் என்னை, இந்த இந்தியக் குழுவுக்குத் தலைவராக அறிவித்தார்கள். உத்தரப்பிரதேச மாநிலம் லக்னோவைச் சேர்ந்த புரொவின்சியல் சிவில் சர்விஸ் அலுவலரை துணைத் தலைவராக அறிவித்தார்கள். சாதாரணமாக வடஇந்தியாவைச் சேர்ந்த

அலுவலர்களையே குழுத்தலைவராக நியமிப்பது வழக்கமாம். இந்த முறை வித்தியாசமான நியமனம். பொறுப்புக் கூடியதை உணர்ந்தேன். ஏற்கனவே முப்பது கிலோ தோளில் சுமந்து சென்ற எனக்கு இந்த 27 பேர் குழுவை நடத்திச் செல்லவேண்டிய மனரீதியான சுமையை உணர்ந்தேன்.

நாற்பத்து நான்கு வயதில் சுமார் 21 ஆண்டுகள் அரசுப் பணியில் எல்லாவித சங்கடங்களையும் சந்தித்த எனக்கு, இந்தக் கூடுதல் பொறுப்பு சமாளிக்கக் கூடிய ஒன்று என்றே நினைத்தேன். சரியாக நடு இரவில் ரஷ்ய விமானம் எங்களை ஏற்றிச் சென்றது. உள்ளே அமர்ந்த சில நொடிகளில், எளிதில் ஜீரணிக்க முடியாத சைவ, அசைவ உணவுகளைப் பறிமாறினார்கள். காரணம், காலையில் மாஸ்கோவை அடைந்ததும் ஒரே வயிற்றுப் போக்கு. இந்த உணவு பலருக்கு ஒத்துப் போகவில்லை. விமானம் பொழுது புலரும் வேளையில் மாஸ்கோ நகரின் மேல் வட்டமிட ஆரம்பித்தது. சன்னல் வழியாக எட்டிப் பார்த்தால் ஒரு வெண்மைப் படலம். வெள்ளியை உருக்கிக் காய்ச்சி ஊற்றியது போலிருந்தது. சாலைகள் மட்டும் ஏதோ வெண்மையின், ஊடே கருப்புக் கோடுகள் கிழித்தது போன்று காட்சியளித்தது. கீழே இறங்கினால் மைனஸ் டிகிரி செல்சியஸ் குளிர். ஜிவ்வென்று கவ்வியது.

விமான நிலையத்தில் சாதாரணமாக வெளியில் போகவிடவில்லை. ஒவ்வொருவருக்கும் குறைந்தது ஐந்து நிமிடங்கள் என பாஸ்போர்ட்டை சரிபார்ப்பதும், புகைப்படத்துடன் ஆளின் முகத்தை ஒப்பிட்டுப் பார்ப்பதும், கடும் முகத்துடன் உற்றுப் பார்ப்பதும் ஒருவிதமான அச்சவுணர்வையே ஏற்படுத்தியது. யாரையும் நிறுத்தவில்லை. என்னவாக இருந்தாலும் நாங்கள் அந்த நாட்டின் விருந்தாளிகளல்லவா? அங்குள்ள கூட்டுறவு இயக்கத்தின் அழைப்பின் பேரில், இந்தக் குழு அங்கே செல்கிறது. மிட்சுபுசி என்ற இடத்தில் மாஸ்கோ தலைநகரிலிருந்து ஒரு முப்பது மைல்கல் தொலைவில் இந்த கூட்டுறவு மேலாண்மை பயிற்சி நிலையம் அமைந்துள்ளது. தங்குவதற்கு கட்டடத்தில் ஒரு பகுதியில் அறைகள். சமையல் அறை, குளியலறை என ஏற்பாடு. சுமார் பதினைந்து அறைகள் ஒதுக்கீடு. சில அறைகளில் இரண்டு மூன்று பேர் தங்கினர். நான் தங்கிய அறையில் லக்னோவைச் சேர்ந்த இணைப்பதிவாளர் நிலை அலுவலர் பம்பாயைச் சேர்ந்த விற்பனை பிரிவு மேலாளர், துணைத் தலைவர் என தங்கினோம். சற்றுப் பெரிய அறை என்ற காரணத்தினால், தினம் இருவர் என முறை போட்டு இரவு உணவை மட்டும் சமைத்துவிடுவோம். காலைச் சிற்றுண்டிக்கு ரொட்டி மற்றும் வெண்ணைதான்.

மதியம் காண்டீன், வெளி உணவு விடுதிகளில் (Kopecs) ரஷ்ய காசுகள் கொடுத்து சாப்பிட வேண்டும். இந்தியாவைப் போன்று அல்லாமல் இங்கு ஹாஸ்டல் என்றால் தங்குதல் மட்டுமே. ஒன்று சமைத்துக் கொள், இல்லையேல் வெளியே உணவு விடுதிகளில் சமாளித்துக் கொள். அதிகமாக மாட்டிறைச்சி உணவாகயிருந்ததால் ஓட்டல்களில் சைவ உணவு கிடைப்பது கடினம். ரொட்டியும், சீசும் வெண்ணையும், ஜாமும், முட்டையும் கைகொடுக்கும்.

ராஜ்கபூர், நர்கீஸுக்கு சலுகை

அரசு கடைகளாக எல்லாம் இருப்பதால் ஒரே விலை, ஒரே தரம். அரிசி கிடைக்கிறது. ரவா கிடைக்கிறது. உணவுப் பொருட்கள் விலை மலிவு. கடந்த நாற்பது வருடங்களுக்கு மேல் விலையை உயர்த்தவேயில்லை. மொழி பிரச்சனையாக இருந்தாலும் மக்கள், பிரச்சனை உண்டாக்குபவர்கள் அல்ல. இந்தியர்கள் மேல் மிகவும் பிரியம் காட்டுகிறார்கள். நேரு, இந்திராகாந்தி, ராஜீவ் காந்தி ஆகியோரைப் பற்றி நினைவு கூறுகிறார்கள். அவ்வளவு ஏன், நம் தந்தை பெரியாரைப் பற்றியும் தெரிந்துவைத்திருக்கிறார்கள். பழம் பெரும் நடிகர்கள் ராஜ்கபூர், நர்கீஸ் போன்றவர்களுக்குச் சிறப்புச் சலுகை அந்த நாட்டில் உண்டு. அங்கு எந்த நாட்டவராக இருந்தாலும் உள்ளே நுழைவதற்கு பொதுவாக ஒரு விசா என்றால், ஒரு மாவட்டம் விட்டு இன்னொரு மாவட்டம் செல்லவேண்டுமானாலும் விசா வாங்க வேண்டும். ஆனால் ராஜ்கபூருக்கும் நர்கீஸுக்கும் இந்த விசா வேண்டியதில்லையாம். அந்த அளவுக்கு அவர்கள் நடித்த படங்கள் பிரசித்தி.

ரஷ்ய சுதந்திர நாள் அன்று அணிவகுத்து மகிழ்ச்சி பொங்க ஆடிச் செல்லும்போது ஜூத்தா என்று தொடங்கும் இந்திப் பாடலை பாடிச் சொல்கிறார்கள். அவர்கள் அந்த இந்திப் படப் பாடலை பாடியபொழுது எனக்கு அது தெரியாமலிருந்தது வெட்கத்தையும் வருத்தத்தையும் உண்டாக்கியது. அந்நியர்கள் இசைக்கிறார்கள். இந்தியன் எனக்குத் தெரியவில்லை.

இந்திப் பாடம்

எங்கள் கிராமத்தில் பக்கத்து வீட்டுக்காரர் திரு. பாஸ்கர ஆச்சாரி அவர்கள், நான் பள்ளியில் படிக்கும்போது தஞ்சை மாவட்டத்தில் கொல்லுமாங்குடி என்ற ஊரில் அமைந்திருந்த இந்திக் கல்லூரியில் எம்.ஏ. வரை படித்து பின்னாளில் அரசுப்

பள்ளியில் இந்தி ஆசிரியராக ஒண்ணுபுரத்தில் பணியாற்றினார். எனக்கு இந்தி எழுதப்படிக்க கற்றுத் தந்தார். பிராத்மிக் அளவுக்கு படிக்க, என்னை தயார் செய்தார். ஆனால் பள்ளியில் மும்மொழிக் கொள்கை மூழ்கடிக்கப்பட்டு இருமொழிக் கொள்கை தலை தூக்கவே, இந்தி படிக்க வாய்ப்பில்லாமல் போயிற்று. ஆனாலும் இம்மொழியைக் கற்க வேண்டும் என்ற உணர்வு அடிமனதில் எங்கோ ஒரு மூலையில் நெருடிக்கொண்டேயிருந்தது.

2002ல் தமிழ்நாடு தேர்வாணையத்தில் ஆறு வருட பணிக்குப்பின் ஓய்வு பெற்றதும், இந்தி பிரச்சார சபாவில் இந்தி கற்கச் சென்றேன். 62 வயது. உடன் வகுப்பில் படித்தவர்கள் 10 முதல் 12 வயது வரை. தாத்தா, பேரன்கள், பேத்திகளாக வகுப்பு அலங்காரமாகக் காட்சியளிக்கும். இந்தி வகுப்பாசிரியருக்கும் ஆச்சர்யம். மாலை வேளையில் இரண்டு மணி நேரம் வகுப்பு நடக்கும். அந்த ஆண்டு முடிவில் பிராத்மிக் பரீட்சையும் எழுதி முதல் வகுப்பில் தேறிய தற்கான சான்றிதழையும் கொடுத்தார்கள். மேற்கொண்டு மத்திமா படிக்கலாம் என்று நினைத்தபோது அரசியலுக்கு அழைப்பு வந்தது. இந்தி மேற்படிப்பும் முடிவுக்கு வந்தது. கற்பதற்கு வயதில்லை என்பது என் எண்ணம். 1961. 63ல் சென்னை கிருத்துவக் கல்லூரியில் எம்.ஏ. மட்டும்தான் ரெகுலர் கோர்சில் படித்தேன்.

1963ம் ஆண்டு சென்னை கூட்டுறவுப் பயிற்சி கல்லூரியில் H.D.C டிப்ளமோ.1976—78ல் பி.எல் (மாலைக்கல்லூரி) 1982—84ல் MBA(மாலைக்கல்லூரி) 1985ல் மாஸ்கோவில் டி.சி.எம். டிப்ளமோ, 2002—03ல் இந்தி பிரச்சார சபாவில் பிராத்மிக், 2003—2008ல் சென்னைப் பல்கலைக்கழகத்தில் முழுநேரம், பகுதி நேரம் என ஐந்து வருடங்களில், டிசாஸ்டர் மானேஜ்மென்ட் இன் இண்டியன் ரயில்வேஸ் என்ற தலைப்பில் பி.எச்.டி பட்டத்தை என் 68வது வயதில் பெற்றது என 1961—63க்குப்பின் சுமார் நாற்பத்தைந்து ஆண்டுகளில் ஏம்.ஏ.வுக்குப் பின் HDC, BL, MBA, DCM (Moscow) Phd IAS (Rtd) என காற்றாடி பட்டத்திற்கு வால்போல் பட்டங்கள் நீண்டு ஒட்டிக்கொண்டன.

ரஷ்யாவில் பயிற்சியின்போது பேராசிரியர்கள் பலர் ரஷ்ய மொழியில் கற்பிக்க, அதை ஆங்கிலத்தில் மொழிபெயர்ப்பார்கள். ரஷ்யாவில் நுகர்வோர் கூட்டுறவு சங்கங்கள் கடன் மற்றும் விற்பனை கூட்டுறவுச் சங்கங்கள் ஓரளவுக்கு வெற்றி பெற்றுள்ளன.

ஒரு காலத்தில் ரஷ்யாவில் Co-operative Farming /Joint Farming / Collective farming-- மிகவும் வெற்றி பெற்றன. நாளடைவில்

சென்னை பல்கலைக் கழகத்தில்
முனைவர் பட்டம் பெற்றபோது — 2008

கூட்டுறவுப் பண்ணைகள் அதிகம் ஏற்றம் பெறவில்லை. இந்தியாவிலும் இந்த கூட்டுறவுப் பண்ணைகள், collective farming போன்றவை வெற்றி பெறாமல் போயின. கூட்டுக்குடும்பத்தின் அத்தனை குறைகளும் இதில் இருப்பதால், அக்கறையோடு அவரவர் பணியை செல்வனே செய்யாததால் இத்தகு பண்ணைகள் நலிவடைந்து போயின. தற்போது Collective farming—— மூலம் விவசாயம் நடைபெறுகிறது. எல்லாம் அரசுடமை. வீடு, நிலம், தொழிற்சாலைகள், உற்பத்திச் சாதனங்கள் எல்லாம் பொதுவுடமை என்ற நிலை. நாளடைவில் தனியாக, உரிமையுடன் சொந்தவீடு, சிறு அளவில் சொந்த தோட்டம், என தனிவுடமை தலைதூக்க ஆரம்பித்திருப்பதைக் கண்டோம்.

ஒரு வீட்டின் பின்புறத்தில் ஒதுக்கியுள்ள ஐந்து சென்ட், பத்து சென்ட் நிலத்திலேயே தங்களுக்கு வேண்டிய காய்கறிகள், கோழி, டர்கி வளர்ப்பு, தேன் எடுத்தல் போன்றவற்றைப் பூர்த்தி செய்து கொள்ளுகிறார்கள். பெரிய பெரிய மால்கள் (கடைகள்) எல்லாம் ஒரேவிதமான டிசைன். ஒரேவிதமான பொருட்கள். கொஞ்சம் கொஞ்சமாக மேல்நாட்டு மோகம், கலாசாரம் அங்கும் தலைதூக்க ஆரம்பித்துள்ளது. பெண்கள் ஜீன்ஸ் அணிவது, மாலை நேர கேளிக்கைகள் என ஆரம்பித்திருக்கிறார்கள்.

தினம் தினம் சுமார் அரை மணி முதல் ஒரு மணி வரை அவர்களுடைய டி.வியில் உள்நாட்டுப் போர்கள் மற்றும் முதல் மற்றும் இரண்டாம் உலகப்போர் ஆகியவற்றைப் பற்றியும், அந்த யுத்தங்களில் எப்படி மக்கள் மாண்டு போனார்கள் என்பது பற்றியும், முக்கியமாக மொத்த ஜனத்தொகையில் மூன்றில் ஒரு பங்கு அழிந்துபோனது பற்றியும், இந்த தலைமுறைக்குத் தகவலுக்காகவும், போரின் பயங்கரங்கள், விளைவுகள் பற்றி தெரிந்துகொள்ளவும் தொடர்ந்து ஒளிபரப்புகிறார்கள்.

யுத்தம் என்றால் முகம் சுளிப்பதையும், தங்களை அறியாமல் ஏற்பட்டுள்ள பய உணர்வையும் ரஷ்ய மக்களிடையே காண முடிகிறது. ரஷ்யாவில் ஆண்கள், பெண்கள் விகிதம் என்று பார்த்தால் ஆண்கள் மிகவும் குறைந்திருப்பதால், பெண்கள் டிராம், விமானம், தொழிற்சாலைகள் போன்ற ஆண்கள் செய்து வந்த முக்கியமான பணிகளை சிரமமின்றி மேற்கொண்டிருக்கிறார்கள்.

பெண்கள் நல்ல திடகாத்திரமும் உயரமாகவும் இருப்பதால், பணிகளை வெகு இலகுவாக செய்ய முடிகிறது. மின்சார ரயிலில் பயணம் செய்யும்போதும், மெட்ரோ ரயிலிலும், கூட்டம் நிறைந்து ஆணும் பெண்ணுமாக பணிக்குச் செல்கிறார்கள். எவ்வளவு கூட்டமானாலும் கொஞ்சம்கூட எந்தவிதமான சப்தமுமின்றி அந்தந்த நிலையத்தில் ஏறுவதும் இறங்குவதுமாக இருக்கிறார்கள். ரஷ்யாவில் பிரசித்தமானது இரண்டு. ஒன்று அவர்கள் அமைத்துள்ள பூமிக்கு அடியில் செல்லும் மெட்ரோ. இரண்டு எல்லோரும் விரும்பி பெரிய அளவில் உட்கொள்ளும் ஐஸ் கிரீம்.

ரயிலில் அத்தனை பேரும் ஒன்று அமைதியாக புத்தகம் படித்தபடி செல்கிறார்கள். அல்லது மடியில் ஒரு படி அளவில் பெரிய ஐஸ் கீரிமை சுவைத்தபடி பயணிக்கிறார்கள். ரஷ்ய மக்கள் சர்வாதிகார, பொதுவுடமை நாட்டில் வாழ்ந்து பழகியதால் அவர்களுக்கு பெரிய அளவில் பல்வேறு இடங்களுக்கு சாதாரணமாக பொழுதுபோக்கு, கேளிக்கைகள் எனச் செல்வதற்கு அதிக வாய்ப்பில்லை. இதை மனதில்கொண்டே அன்றைய அதிபர் ஸ்டாலின், இந்த மெட்ரோ ரயில் நிலையங்களை நேர்த்தி மிக்க கலைக்கூடங்களாக, வண்ண ஓவியங்கள், சிற்பங்கள் என அருங்காட்சியம் போன்று அமைத்திருக்கிறார். பயணம் செய்பவர்கள் சற்றுநேரம் இளைப்பாறி அவற்றைக் கண்டு களித்து செல்லும்வகையில் அமைத்திருப்பதே உலகில் மிகச் சிறந்த மெட்ரோ என பெயர் பெறுவதற்கு துணை புரிந்திருக்கிறது.

ஒரு நாள் இரவு பத்து மணிக்கு மேல் சக பயிற்சியாளர்களுடன் பிரயாணம் செய்யும்போது ஒரு மூதாட்டி அந்த ஓவியங்களை, சிற்பங்களை, துடைத்துக்கொண்டிருப்பதைக் கண்டோம். எந்தவிதமான மேற்பார்வையாளரும் அங்கு காணோம். தங்கள் பணியை தடையின்றி உற்சாகமாக மேற்கொண்டதை பார்த்தபோது மிகவும் மகிழ்ச்சியாக இருந்தது.

தினம் அல்லது வாரத்தில் இரண்டு நாட்களில் இந்தியாவிலிருந்து தூதரகம் மூலம் ரஷ்யாவுக்கு தபால் வருகிறது. அதேபோல இந்தியாவுக்கும் செல்கிறது. சென்னையில் இந்திய தபால் தலையுடன் கடிதம் எழுதினால் அது டெல்லிக்கு வந்து அங்கு தூதரக தபால் பை மூலம் ரஷ்யா வரும். அதேபோல் ரஷ்யாவிலிருந்து டெல்லி சென்று இந்தியாவின் முகவரிகளுக்குச் செல்லும். செலவும் நேரமும் மிச்சம். ஆனால் தொலைபேசி என்பது அவ்வளவு சாதாரணமாகக் கிடைக்காது. கிடைத்தாலும் குரல் ஒலி சரியாகப் புரியாது. அப்போது மாஸ்கோ தூதரகத்தில் இந்தியாவுக்கு ராணுவத் தளவாடங்கள் வாங்கும் பிரிவின் முக்கிய அலுவலராக திரு. பி. பட்டாபி ராமன் பணிபுரிந்து வந்தார். அவர் கண்ணமங்கலம் போர்டு ஹை ஸ்கூலில் எனக்கு ஒரு வருடம் சீனியர். அவர் அண்ணன் ஓவிய ஆசிரியர். பின்பு கல்லூரியில் இன்டர்மீடியட் முடித்து, சென்னையில் பி.ஈ., முடிந்து யு.பி.எஸ்..சி. மூலம் IOFS ஆனவர்.

அவர் என்னை வீட்டிற்கு அழைத்திருந்தார். நான் ஏற்கனவே சென்னையிலிருந்து எடுத்து வந்த கறிவேப்பலை, கொத்தமல்லி, ஊறுகாய் போன்றவற்றை அவருக்கு எடுத்துச் சென்றேன். அவர் துணைவியாருக்கும் அவருக்கும் மிக்க மகிழ்ச்சி. தமிழ்நாட்டு உணவை ருசித்தேன். அன்று கர்நாடக இசைக் கலைஞர் திரு. பால முரளிகிருஷ்ணாவும் அழைக்கப்பட்டிருந்தார். உணவுக்குப் பின் சில பாடல்களையும் பாடினார். வெற்றிலையை மறக்காமல் எடுத்து வந்திருந்து சுவைத்துக்கொண்டிருந்தார். திருமதி. பட்டாபிராமன் நல்ல விருந்தோம்பலுக்கு எடுத்துக்காட்டாய் இருந்தார். என்னென்ன சாமான்கள் இந்தியாவுக்கு வாங்கிச் செல்லலாம் என்பதைப் பற்றி விவரமாகச் சொன்னார். முக்கியமாக 'குக்கூ' கடிகாரம், அப்போது பிரசித்தியாயிருந்த காப்பிமேக்கர், இசைக்கருவிகள் முக்கியமாக, கிதார் எனப் பட்டியலிட்டார்.

ரயிலில் தூக்கம்

திரு. பட்டாபிராமன் மாஸ்கோவின் நடுப்பகுதியில் வசித்து வந்தார். நான், முப்பது மைலுக்கு அப்பாலுள்ள தங்கும் விடுதிக்கு,

இரவு விருந்திற்குப்பின் ரயிலைப் பிடித்துச் செல்லவேண்டும். இரவு மணி பத்தைத் தாண்டியது. ரயிலில் தூங்கிவிட்டேன். இறங்க வேண்டிய இடத்தைக் கடந்து டெர்மினசை சென்றடைந்தபோது ரயில்வே அலுவலர் எழுப்பினார். மொழி தெரியாத இடம். நடு இரவு என்ன செய்வதென்று புரியவில்லை. கீழே இறங்கி ஸ்டேசன் மாஸ்டரிடம், நான் இறங்க வேண்டிய ஸ்டேஷன் பெயரைச் சொன்னேன். அவர் புரிந்துகொண்டு கடைசி டிரெயின் ஒன்று இருப்பதாக, ரஷ்ய மொழியில் கூறியதை ஓரளவு புரிந்துகொண்டு, ஓடி அதைப் பிடித்து ஏறினேன். மிட்சுபுசி ரயில் நிலையத்துக்கும் தங்கியுள்ள இடத்திற்கும் சுமார் ஒரு கிலோமீட்டர் தூரம். சாதாரணமாக நடு இரவில் ஆள் நடமாட்டம் இருக்காது.

சிலர் ஓட்காவை அதிகமாகக் குடித்துவிட்டு வழிப்பறியில் ஈடுபடுவதும் உண்டு. நான் எப்போதும் பணத்தை அறையில் வைக்காமல் கையிலேயே வைத்திருக்கும் பழக்கம். எல்லாம் சேர்ந்துகொண்டு இதயத்துடிப்பை இரட்டிப்பாக்கி நிலை குலையச் செய்தது. ஸ்டேஷனில் பிடித்த ஓட்டம், திரும்பிப் பார்க்காமல், அக்கம்பக்கம் பார்க்காமல் இன்ஸ்டியூட்டில் வந்து நின்றேன். அந்தக் குளிரில் வேர்த்துக் கொட்டியது. சுகத்துக்காக என்னை கண்ணயரவைத்த இந்த உடல், தன்னைக் காப்பாற்றிக் கொள்ள வருத்திக்கொண்டதை நினைக்கும்போது, இன்னும் வேணும்; இதற்கும் அதிகமாகக்கூட வேணும் என்று நினைத்து என்னையே நான் பரிகாசம் செய்துகொண்டேன். வாழ்க்கையில் நல்ல பாடம். அதற்குப் பிறகு இந்தத் தவறை செய்ததில்லை.

இந்தியக் குழுவிற்கு தலைவராகச் சென்றதால் பலவிதமான அனுபவங்கள். மாஸ்கோவில் நடக்கும் பல முக்கியமான கூட்டங்களில் பேச வாய்ப்புக் கிடைக்கும். இந்தியாவின் வெளிநாட்டுக் கொள்கை, இந்திய — ரஷ்ய உறவு, நேருவின் அணி சேராக் கொள்கை போன்ற தலைப்புகளில் பேச வேண்டும். என் பேச்சையும், பங்களிப்பையும் பாராட்டினார்கள். பள்ளிகளுக்கு அழைத்துச் சென்றார்கள். இந்தியாவில் பி.எஸ்..சி. அளவில் படிக்கும் கணிதத்தை பள்ளி அளவிலேயே போதித்ததைப் பார்த்தபோது வியந்துபோனோம். பள்ளி அளவில் மிகவும் சுமையான பாடத்திட்டம். அதற்கு அவர்கள் அளித்த பதில், சிறு வயதில் எவ்வளவு போதித்தாலும் அவற்றை ஏற்றுக்கொள்ளும் திறன் உண்டு என்பதே. இந்தியாவின் கல்வித் திட்டமே வேறு மாதிரியல்லவா? சுமார் ஆயிரம் மைலுக்கப்பால் கீர்கீசியா மாநிலத்திற்கு அதன் தலைநகர் மென்ஸ்ஸிசுக்கு களப்பயிற்சிக்காக அழைத்துச் சென்று நல்ல ஓட்டலில் தங்கவைத்தார்கள்.

இந்த இருபத்தியேழு பேர் குழுவை இரண்டாகப் பிரித்து இன்னொரு குழுவை கருங்கடல் பக்கம் அழைத்துச் சென்றார்கள். இந்தப் பயிற்சியின்போது முக்கியமாக எப்படி உற்பத்தி பொருட்கள், சந்தைக்கு வருகின்றன, விலைகள் எப்படி பொதுவாக நிர்ணயிக்கப்படுகின்றன என்பதைப் பற்றியெல்லாம் விவரித்தார்கள். ரஷ்யாவில் சுமார் நான்கு மாதங்கள் மட்டுமே பயிரிட முடியும். மீதி எட்டு மாதங்கள் ஒரே பனி, குளிர். நாட்டைப் பல பாகங்களாகவும் பிரித்து தட்பவெப்ப நிலைக்கேற்ப பயிரை — உருளைக்கிழங்கென்றால் ஒரு பாகத்தில், கோதுமை, காய்கறிகள் குறிப்பிட்ட பாகங்களில் எனப் பயிரிடுகிறார்கள். நாட்டின் பல பகுதிகளுக்கும் பிரித்து அனுப்பி, அங்குள்ள சந்தைகளில், அரசு கடைகளில் அவை விற்கப்படுகின்றன. நாட்டின் மூன்றில் இரண்டு பங்கு கோதுமைத் தேவையை வெளிநாடுகளிலிருந்து இறங்குமதி செய்யவேண்டிய கட்டாயம், சீதோஷ்ண நிலைமையினால் அந்நாட்டிற்கு ஏற்றப்பட்டுள்ளது.

இந்த மென்ஸ்ஸிசின் தலைநகரில் ஒரு புதுமையான நிகழ்வு. நானும் ஒரு சக பயிற்சியாளரும் சற்றுக் காலாற ஓட்டலுக்கு அருகிலுள்ள பூங்காவிற்குச் சென்றோம். சற்று நேரத்தில் இரண்டு நடுத்தர வயதுப் பெண்மணிகள் ரஷ்ய மொழியில் எதையோ கேட்டுக்கொண்டே எங்களை நோக்கி ஓடிவந்தார்கள். பணம் பறிக்கத்தான் ஓடி வருகிறார்கள் என்று நினைத்து நாங்கள் முதலில் விறுவிறு வென்று சிறிது தூரம் நடந்து பிறகு வேகமாக ஓடி ஓட்டலை அடைந்தோம். ஓட்டலில் விசாரித்தபோது, அவர்கள் ஒன்று பணத்தைப் பறிப்பவர்களாகவோ, அல்லது விலை மாதர்களாகவோ இருக்கலாம் என சொன்னபோது கடவுள் நம்மைக் காப்பாற்றியுள்ளார் என நினைத்துக்கொண்டோம்.

இன்னொரு முகாமாக 'லெனின்கிராடு' நகருக்கு அழைத்துச் சென்றார்கள். அங்கு இரண்டாம் உலகப் போரில் ஹிட்லரை எப்படி, குறைந்த அளவு ரொட்டியை சாப்பிட்டுக்கொண்டு, அந்த சர்வாதிகாரியை புறமுதுகு காட்டச் செய்தார்கள் என்பதற்கான நினைவுச் சின்னமாக, உயிர்நீத்த பல்லாயிரக்கணக்கானவர்களின் பெயர்கள் பொறிக்கப்பட்ட மாபெரும் கல்லறைத் தோட்டத்தை நிர்ணயித்திருப்பதும், இலேசான இசை தொடர்ந்து ஒலித்துக்கொண்டிருப்பதும் பிரமிப்பை யூட்டுகின்றன. அங்குள்ள அருங்காட்சியகம் குறிப்பிடத்தக்க ஒன்றாகும்.

ரஷ்யாவில் மக்கள் கண்டுகளிக்க ஒவ்வொரு மாவட்ட தலைநகரிலும் சர்க்கஸை அரசே நடத்துகிறது. கண்டு ரசிக்கக்கூடியவை. ரஷ்யாவில் இந்திய மாணவர்கள், அரசின்

ஸ்காலர்ஷிப்பில் மருத்துவம், பொறியியல் (முக்கியமாக மெக்கானிகல்) பட்டம் பெற படிக்க வருகிறார்கள். முதல் ஆண்டில் ரஷ்ய மொழியைக் கற்றுக்கொள்ள வேண்டும். இரண்டாம் ஆண்டிலிருந்துதான் எடுத்துக்கொண்ட பாடம் படிக்க வேண்டும்.

மாஸ்கோவில், பொல்ஸொய் தியேட்டர் என்ற உலகப் பிரசித்தி பெற்ற நடன அரங்கு உள்ளது. அங்குள்ளவர்களுக்கு பல வருஷங்கள்கூட அதற்கு டிக்கட் கிடைக்காது என்ற செய்தி எங்களுக்கு ஆச்சர்யத்தை உண்டாக்கியது. தியேட்டரின் உட்புறத்தின் நான்கு பக்கங்களிலும் பல அடுக்குகளில் பார்வையாளர் கேலரியாக அமைக்கப்பட்டுள்ளது. மூன்று மணி நேரம் நடக்கும் பாலே நடனம், குறிப்பாக ஸ்வான் பாலே உலகப் பிரசித்தி பெற்றது. இந்தியத் தூதரகம் மூலம் ஏற்பாடு செய்ததால் எங்களுக்கு அனுமதி கிடைத்தது. பின்னாளில் 1998ல் இங்கிலாந்தில் ஸெப்பீல்டலில் ஒரு பாலே பார்த்தேன். ஆனாலும் ரஷ்ய பாலேவுக்கு இணையே இல்லை.

மாஸ்கோவில் செஞ்சதுக்கத்தில் உள்ள லெனின் உடல் காட்சியகம் பார்க்க வேண்டிய ஒன்று. இன்றும் கொஞ்சம்கூட சிதைவில்லாமல் பாதுகாத்து வருவதால் லெனினை நேரில் கண்டது போன்ற உணர்வு ஏற்படுகிறது. மிக பிரமாண்டமான மாஸ்கோ நகரத்தைத் துப்பாக்கி முனையில் ஸ்டாலின் உருவாக்கினார் என்றும், அவர் காலத்தில்தான் மெட்ரோ அவ்வளவு நேர்த்தியாகக் குறிப்பிட்ட காலத்துக்குள் உருவாக்கப்பட்டது என்றும் கூறுகிறார்கள். இதில் பலர் மாண்டும், சொல்லொணா துயரத்துக்கும் ஆளானார்கள் என்றும் கூறுகிறார்கள். அதன் நினைவாக பாவச் சின்னமாக ஒரு கட்டடத்தையும் கட்டியிருக்கிறார்கள்.

மாஸ்கோ நகரத்தின் நடுவில், தேம்ஸ் போன்று மாஸ்கலா ஆறு அழகாக ஓடுகிறது. மக்கள் பயணிக்கவும், வணிகம் நடத்தவும் பயன்படுகிறது. மாஸ்கோவில் நூற்றுக்கும் மேற்பட்ட சதுர மைல்கள்கொண்ட பெரிய நிரந்தரமான அருங்காட்சி அமைத்திருக்கிறார்கள். அதை முழுதும் காண வேண்டுமென்றால் மாதக்கணக்காகும் என்கிறார்கள். நாங்கள் ஒருசில மணி நேரங்களே அங்கு செலவழிக்க முடிந்தது.

பனிக்கட்டிகள் நிறைந்த குளிர்காலத்தில் டிசம்பரில் மாஸ்கோ சென்றோம். மார்ச் மாதத்தில் இளவேனில் காலம். தளிர் ஏதும்விடாமல் உறங்கிக் கிடந்த தாவரங்கள், மரங்கள் கிடுகிடுவென ஒரு மாதத்தில் இலை தழைத்து பூக்க ஆரம்பித்தன.

மாஸ்கோ பல்கலைக்கழக வளாகம், கட்டடங்கள் பிரமிக்கத் தக்கவை. அந்த வளாகத்தில் காப்பர் மரங்கள் ஏராளமாகவுள்ளன.

அந்த மரநிழலில்தான் காதலர்கள், தங்கள் நேரங்களை ஆடிப்பாடி கழிப்பார்கள் என லியோ டாஸ்ஸ்டாய் எழுதியதைப் படித்திருக்கிறேன். அந்த மரங்களின் சில இலைகளைப் பறித்து, நோட்டுப் புத்தகத்தின் நடுவில் வைத்து பத்திரமாக எடுத்து வந்து என்னுடைய மாமனார் தாவரவியல் பேராசிரியர் சீனிவாசன் அவர்களிடம் கொடுத்தேன். அதைப் பார்த்தவுடன் அவர்கொண்ட மகிழ்ச்சி அளப்பறியது. பயிற்சி முடிவுக்கு வந்தது.

எடுத்துச் செல்ல இரண்டு 'குக்கூ' கடிகாரங்கள், ஒரு கிடார், ஒரு காப்பி மேக்கர், பவழம் போன்று மஞ்சள் நிறத்தில் ரஷ்ய கடல்களின் ஓரத்தில் மரத்திலிருந்து விழுந்த பாலால் உற்பத்தியாகும் கற்கள் சில என வாங்கிக்கொண்டேன். நான் எடுத்துச் சென்ற 'டி' சர்ட்டுகளில் ஒன்றைப் பேராசிரியருக்கு அன்பளிப்பாகக் கொடுத்ததை நினைவு வைத்துக்கொண்டு போகும் நாளில் அவர் அந்த நாட்டின் சிறு சிறு உலோகத்திலான கொடிகளைக் கொடுத்தார்.

இந்தியக் குழுவின் தலைவர் என்ற முறையில் கடைசி இரண்டு நாட்கள், முழு நேரம் செலவிட்டு பயிற்சியின் மொத்த விவரங்கள் அடங்கிய அறிக்கையை ஆங்கிலத்தில் தயார் செய்து, டைப்பிங் தெரிந்த, பெண் பயிற்சியாளர் ஒருவரால், டைப் செய்யப்பட்டு, டெல்லியில் வந்திறங்கிய தினமே அறிக்கையை சமர்பித்தேன். ஒரு வரலாறு என அதை அதிகாரிகள் கூறினார்கள்.

சரியான உணவு இல்லாத காரணத்தால் நான் மிகவும் மெலிந்து சுமார் ஐந்து கிலோ வரை எடை குறைந்தேன். வீட்டிலும், அலுவலகத்திலும் விசாரிக்கும் பொருளாக மாறினேன்.

அலுவலகத்தில் சிறப்பு அதிகாரி திரு. எஸ்..டி. வைத்தியலிங்கம் அவர்கள் முன்னிலையில் நடைபெற்ற கூட்டத்தில் என் அனுபவங்களைப் பகிர்ந்துகொண்டேன்.

வெளிமாநில பஞ்சு

டான்பெட்டால் கூட்டுறவு நூற்பாலைகளுக்கு பஞ்சு ஆந்திரா, கர்நாடகா, தமிழ்நாடு மாநிலங்களில் ஏஜெண்டாக, உற்பத்தி இடங்களில் நேரடி கொள்முதல் செய்து வழங்கப்பட்டது. அப்போதைய கூட்டுறவு அமைச்சர் தலையிட்டு, குண்டூர் பகுதியில் அவர் குறிப்பிடும் தனியார் வியாபாரிகள் மூலமாக கொள்முதல் செய்ய வேண்டும் என வற்புறுத்தினார்.

இதனால் தரம், விலை என்பது மட்டுமின்றி வியாபாரிகள் மூலம் கொள்முதல் செய்வது சரியான முறையில்லை என்றும் இதை கூட்டுறவு நூற்பாலைகள் ஏற்றுக்கொள்ளாது என விளக்கியும் அமைச்சர் ஏற்றுக்கொள்ள மறுத்துவிட்டார். அதன் விளைவாக பதிவாளர் அலுவலகத்துக்கு ஜாயின்ட் ரிஜிஸ்ட்ரார் (நுகர்வோர், கூட்டுறவு) என்ற பதவிக்கு சேப்பாக்கத்திலுள்ள அலுவலகத்துக்கு மாற்றப்பட்டேன். பணியில் 1963ல் சேர்ந்த பிறகு முதன்முதலாக 1986ல் தலைமை அலுவலகத்துக்கு வருகிறேன். அப்போது திரு. ஆர்.சந்தானம் ஐ.ஏ.எஸ்., அவர்கள் பதிவாளராக இருந்தார். இன்னொன்றையும் இங்கே குறிப்பிடப்பட வேண்டும். 1984ல் முதல் IAS interview. He is young. He can wait என்றார்கள். மறுபடியும் 1985ல் அடுத்த interview. அதில் ஒரு முதுநிலை அலுவலர் போட்டி அவருக்கு கடைசி வாய்ப்பு என காரணம் காட்டப்பட்டு வாய்ப்பு நழுவியது.

சேப்பாக்கத்தில் எந்தவிதமான சலசலப்பு விறுவிறுப்பு இன்றி அமைதியாக பஸ்சில் வந்து பணியை கவனித்துவிட்டு சென்றுகொண்டிருந்தேன். இது ஒரு file work. Nothing to contribute substantially. எனக்கு மேலே கூடுதல் ரிஜிஸ்ட்ராராக திரு.நடராஜன் ஐ.ஏ.எஸ்., பணியாற்றினார். நான் கோவையில் பணியாற்றிய காலத்தில் மாவட்ட ஆட்சியர் அலுவலகத்தில் பஞ்சாயத்து டெவலப்மென்ட் பிரிவில் பணியாற்றினார். அமைதியானவர். ஆன்மீகத்தில் ஈடுபாடு உள்ளவர். அவரால் எனக்கு பிரச்சனை ஏதுமில்லை.

1986ம் ஆண்டு பதிவாளர் அலுவலகத்தில் பணியாற்றியபோது ஒரு நிகழ்வு. அந்த ஆண்டு ஐ.ஏ.எஸ்.. தேர்வுக்கு இரண்டு முறை நேர்காணலுக்குச் சென்றுவந்த என்னை நிராகரித்து, அப்போதைய தலைமைச் செயலாளராகப் பணியாற்றியவரின் தலையீட்டால் கூட்டுறவுத் துறையில் பணியாற்றிய அவரின் தம்பியின் பெயர் பரிந்துரைக்கப்பட்டு முதல் நேர்காணலிலேயே தேர்ந்தெடுக்கப்படுகிறார். பதிவாளர் திரு. சந்தானம் ஐ.ஏ.எஸ்.. வெளிநாடு சென்று திரும்பியபின் என் பெயரையும் பரிந்துரைக்கிறார். அதற்கு அப்போதிருந்த அரசு செயலாளர், திரு. சந்தானத்தை அழைத்து கடுமையாகப் பேசியதாக, நான் பின்னால் அறிந்தேன்.

இந்த நிகழ்வு என்னை எந்தவகையிலும் பாதிக்கவில்லை. திரு. சந்தானம் மிகவும் வருத்தப்பட்டார். ஓராண்டிலேயே நான் பதிவாளர் அலுவலகத்திலிருந்து எம்.சி.சி வங்கிக்கு மாற்றப்பட்டேன். பதிவாளர் அலுவலகத்தில் இருந்த காலத்தில்

சென்னைப் பல்கலைக்கழகத்தில் எம்.பி.ஏ, வகுப்புக்கு பகுதிநேர விரிவுரையாளனாகப் பணியாற்றியது பெருத்த மனநிறைவை அளித்தது.

சிறுவயதில் எனக்குள் இரண்டுவிதமான ஆசைகள். ஒன்று இராணுவத்தில் சேர்ந்து பணியாற்ற வேண்டும். இரண்டு, ஆசிரியராக வேலை பார்க்க வேண்டும். கல்லூரியில் என்.சி.சி.யில் சேர்ந்து மார்ச் பாஸ்ட் போன்றவற்றைக் கற்றபோது ராணுவ ஆசை மேலும் அதிகரித்தது. பூட்ஸை பளபளவென்று பாலிஸ் செய்வது, இடுப்பு பெல்ட்டிலுள்ள என்.சி.சி. எம்பளம் தாங்கிய உலோகத்திற்கு பாலிஸ் ஏற்றுவது, தலையில் தொப்பி அணிந்து உரிய நேரத்திற்கு பெரேடுக்குச் செல்லுவது, காலையில் பெரேடு முடிந்தவுடன் சிற்றுண்டிக்கு வரிசையில் நின்று ஒரு கையில் தட்டு மற்றொரு கையில் டீ கப், இரவில் டென்ட்டில் சக கேடட்களுடன் உறங்குவது, படா கானா என்று உணவை உட்கொள்வது போன்றவை சுவாரஸ்யமானவை. தாராபுரம் என்.சி.சி. கேம்ப் சுமார் பதினைந்து நாட்கள் நடந்தது. பேராசிரியர்கள் செல்லப்பா மற்றும் ரத்னாகரன் ஆகியோர்தான் என்.சி.சி.ஆஃபீஸர்கள். அந்த கேம்ப்பிற்கு அடுத்த படி கோவைக் கருகில் மதுக்கரையில் நடந்த மற்றொன்று. அங்கு திரு. சண்முகம் (எ) சம்சுதீன் (பின்னாளில் ஐஆர்எஸ்.) ஏ.எம்.ராஜா பாட்டுக்களை பாடி பாராட்டைப் பெற்றார்.

நான் எம்.பி.ஏ. படிப்பதற்கு, அந்த மேலாண்மை பயிற்சி பள்ளியின் தலைவர் பேராசிரியர் சிவஞானம் பெரிதும் உதவி புரிந்தார். அவரின் வேண்டுகோளின்படியே அங்கு பகுதி நேர விரிவுரையாளராக சுமார் நான்கு வருடம் பணியாற்றினேன். அதேபோல், சென்னைப் பல்கலைக்கழகத்தில் மாலை நேரக் கல்லூரியில் பன்னாட்டு வணிகம் என்ற பொருளிலும் வகுப்புகள் எடுத்தேன். இரண்டு ஆசைகளும் ஏதோ ஒருவிதத்தில் ஒரு கைப்பிடியளவாவது நிறைவேறியதில் மிக்க மகிழ்ச்சி.

சென்னை கூட்டுறவு மத்திய வங்கிக்கு மாற்றப்பட்டதில் ஒருவிதத்தில் மகிழ்ச்சி, இன்னொரு விதத்தில் அடிக்கடி மாறுதலுக்கு உண்டானது வருத்தத்தை அளித்தது. வங்கியில் கிளைகள் அதிக அளவில் திறக்கப்பட்டு, சென்னையின் புறநகர் பகுதியில் சேவையை அதிகரிக்க வழிவகை செய்தேன். அப்போது கூட்டுறவு அமைச்சராக இருந்த திரு. நாவலர் நெடுஞ்செழியன், கிளை திறப்புக்கு முகம் கோணாமல் வந்து, நல்ல சொற்பொழிவாற்றுவார். நேர்மையான அமைச்சர். துறை விவகாரங்களில் எந்தவிதமான தலையீடும் இருக்காது. அலுவலர்கள்போல் கோப்பை படித்து

நெடிய குறிப் புகளை எழுதுவார். நீண்டகாலம் நிதி அமைச்சராகப் பணியாற்றியவர். எம்.ஏ. படித்தவர். என்மேல் அன்புகொண்டவர். என்னை இணைப்பதிவாளர் பதவியிலிருந்து கூடுதல் பதிவாளர் பதவி உயர்வுபெற நீண்ட குறிப்பெழுதி அதைச் செய்தார் என அலுவலர்கள் கூறக் கேட்டேன்.

எம்.சி.சி. வங்கியில் தொழிலாளர் யூனியன்கள்தான் பிரச்சனை. அதிலும் கம்யூனிஸ்ட் யூனியன் எடுத்ததெற்கெல்லாம் முட்டுக் கட்டை போடுவார்கள். வெளியிலிருந்து வரும் அரசியல்வாதிகள் அதன் தலைவராக இருப்பதால், வங்கியின் நலனைப் பற்றி சிறிதும் கவலைப்பட மாட்டார்கள். எனினும் நிர்வாகம் நேர்வழியில் சென்றதால் அவர்கள் பெரிதாக ஒன்றும் தீங்கு விளைவிக்க முடியவில்லை. சுமார் 50 —க்கும் மேற்பட்டவர்களை வங்கியில் எழுத்தாளர்களாக பணியமர்த்த ஒரு குழு அமைக்க, முடிவு செய்தோம். இந்த பணியாளர் தேர்வில், அமைச்சர் திரு. நெடுஞ் செழியன் அவர்களின் குறுக்கீடு, தலையீடு ஒன்றும் இல்லை என்பதுதான் விசேஷம்.

எதிர்பாராத விபத்து

எம்.சி.சி. வங்கியில் பணியாற்றியபோது எனக்கு விபத்தொன்று நேரிட்டது. காலையில் வீட்டில் (முதல் மாடியில்) பூசை முடித்து, விநாயகர் போன்ற விக்ரகங்களுக்கு அபிஷேகம் செய்த நீரை வீட்டின் பின்பக்கம் பால்கனியில் நின்றவாறு நீர்கொண்ட தாம்பாளத்தை வெளியே தூக்கி வீசினேன். இடுப்பில் ஈரத்துண்டு, கையில் தாம்பாளம். ஏதோ, ஹீ மேன் தாவிக் குதிப்பதுபோல் பதினான்கு அடி உயரத்திலிருந்து கால் வழுக்கி கீழே பொத்தென்று விழுந்தேன். ஒருபக்கம் மூன்றடி உயரத்தில் பதிக்கப்பட்ட துணி வைக்கும் கருங்கல். மற்றொரு பக்கம் வீட்டிற்கு தண்ணீர் அளிக்கும் ஆழ் கிணறு. இரண்டுக்கும் நடுவில் சிமென்ட் தரையில் எழுபது கிலோ பளுவுடன் விழுந்தேன். பேச்சு மூச்சு இல்லை. மேலே மாடியில் என் மனைவியும் மகள் பிரியாவும் காபி அருந்திகொண்டிருந்தவர்கள், என்ன, அப்பாவைக் காணோமே என பால்கனிக்கு வந்து பார்த்தார்கள். எந்தவித அசைவுமின்றி கீழே ஜடமாகக் கிடந்தேன். அலறி அடித்துக்கொண்டு ஓடி வந்தார்கள். மூர்ச்சையாகக் கிடந்த என்னை எப்படி அவர்களால் தூக்க முடியும்? உடன் திரு. எஸ்..டி.வைத்தியலிங்கம், மற்றும் திரு. கே. வெங்கடேசன் அவர்களுக்கு தொலைபேசியில் தொடர்புகொண்டார்கள்.

அவர்கள், அவர்களின் நண்பர் ராயப்பேட்டை மருத்துமனையில் யூராலஜிஸ்ட்டாக இருக்கும் டாக்டர்.கே.ராஜசேகரன் அவர்களின் வீட்டுக்குத் தொடர்புகொள்ள, சுமார் ஒரு மணி நேரத்துக்குள் ராயப்பேட்டை மருத்துவமனைக்கு ஏற்றி சென்றுவிட்டார்கள். இந்த விபத்து நடந்தது 7.12.1987 அன்று காலை 7.30 மணி அளவில். அப்போது லேசாகத் தூறல். அந்தத் தூறல் காரணமாகத்தான் பால் கனியில் கால் வழுக்கியது. ராயப்பேட்டை ஆஸ்பத்திரியில் ஒரு தனி அறையில் கிடத்தியிருந்தார்கள் என்னை. அன்று மதியத்துக்கு மேல்தான் எனக்கு லேசாக நினைவு வர ஆரம்பித்தது. எனக்கு நினைவு இல்லாதபோது பல அதிகாரிகள், அலுவலர்கள் மருத்துவமனைக்கு வந்து பார்த்துப் போயிருக்கிறார்கள். அதில் திரு. ராம தாஸ் ஐ.ஏ.எஸ்.. அவர்களும் ஒருவர். என் மனைவியிடம் ஏன் இந்த மருத்துவமனையில் சேர்த்திருக்கிறீர்கள். தனியார் மருத்துவமனைக்கு சென்றிருக்கலாமே எனக்கூற, அதற்கு என் மனைவி, அதற்கு இவர் ஒப்புக்கொள்ளமாட்டார். கோபப்படுவார். செலவு அதிகம் என்பார் என சமாதானம் கூறியதாக எனக்குப் பின்னாளில் கூறினார்.

புகழ்பெற்ற ஆர்தோபெடிக் டாக்டர் ஸ்ரீராம் வைத்தியம் பார்த்தார். சுமார் இரண்டு மாதங்களுக்கு மேல் ஒரே கட்டிலில் ஆடாமல் அசையாமல் மல்லாந்த நிலையில் படுத்துக் கிடந்தேன். மேலே கூரைச் சுவற்றில் எத்தனை பல்லிகள், கரப்பான் பூச்சிகள் தினம் தினம் நகர்ந்துகொண்டிருந்தன என எண்ணிக்கொண்டிருப்பேன். முதுகுத் தண்டின் 5—6 நடுவில் கன்கஷன் மற்றும் இடது பக்கம் விலா எலும்புகளில் நான்கில் ஏர்க்ராக் உண்டாகியிருக்கிறது என்றும், படுத்துக் கிடப்பதே இதற்கு முதன்மையான வைத்தியம் என்றும் கூறப்பட்டது. என் மாமனார், மாமியார், திருச்சியிலிருந்து சின்ன மாமனார் புலவர் திருமேனி, கிராமத்திலிருந்து என் அம்மா, அக்கா, தங்கைகள், மாமா, கல்பட்டு தஞ்சி, ஆசிரியர் கே.ஜி. துரைசாமி என உறவினர்கள் வந்தனர். அம்மாவுக்கு பொங்கி வரும் கண்ணீரை அடக்க முடியவில்லை. தாயல்லவா? தந்தைக்கு மட்டும் எந்தவிதமான அச்சவுணர்வுமின்றி என் முருகன் அவனைக் கைவிட மாட்டான் என்று கிராமத்தில் பிரார்த்தித்துக்கொண்டிருந்தார். திரு. எம். கோபாலகிருஷ்ணன் ஐ.ஏ.எஸ்.. வகுப்பு நண்பர். அடிக் கடி மாலை வேளைகளில் வந்து சென்றார்.

எம்.சி.சி. வங்கி ஊழியர்கள் நன்றாகவே பார்த்துக்கொண்டார்கள். என்னுடைய நீண்டநாள் நண்பர் பி.சி. கோபியும் தம்பி குப்புசாமியும் பல இரவுகள் துணையாக மருத்துவமனையில் இருந்தார்கள்.

அப்போது பதிவாளராகப் பணியாற்றிய திரு. ஆர்.பாலகிருஷ்ணன் ஐ.ஏ.எஸ்.. விசாரிக்க வந்தபோது ஒன்றை சூசகமாகக் கூறினார். This fall is to scale great heights என்று புன்முறுவலுடன் கூறினார். செல்வி ரமேஷ் ஐ.ஏ.எஸ்.. அவர்களும் அவர்களின் தமக்கை டாக்டர் லக்ஷ்மி குமாரி அவர்களும் மருத்துவமனைக்கு வந்தவுடன் டாக்டர் ஸ்ரீராம் அவர்களிடமும் கலந்துரையாடினார். எம்.சி.சி வங்கி செயலாளர் தங்கராஜ் மூலம் அறிமுகமான ஆர்தோ சர்ஜன் டாக்டர் சி. சுப்ரமணியம் அவர்களும் அடிக்கடி வந்தார். இவர் ஊரிசு கல்லூரியில், எனக்கு ஜுனியராக மாசிலாமணி முதலியார் ஹாஸ்டலில் தங்கிப் படித்தவர். நல்ல மனிதர். பின்னாளில் மிக நெருங்கிய நண்பராகி குடும்பத்தில் ஒருவர்போல் ஆகிவிட்டார்.

எனக்கு விபத்து ஏற்பட்ட அந்த டிசம்பர் 87ல்தான் அன்றைய முதல்வர் எம்.ஜி.ஆர். இயற்கை எய்தினார். எங்கு பார்த்தாலும் கூட்டம். பஸ்கள் ஓடவில்லை. வீட்டிலிருந்து உணவு எடுத்துவரக்கூட வழியில்லை. எம்.சி.சி. வங்கி செழியனின் மாமா, நரம்பியல் மருத்துவரும் அவ்வப்பொழுது வந்து கவனித்துக்கொண்டார். அரசியல் பிரமுகர் திண்டிவனம் ராமமூர்த்தி, டி.பி.கோபால், கே.ஜி. சாந்தலிங்கம் அவர்கள் குடும்பத்தினர், பி.ஏ.தெய்வசிகாமணி, எஸ்..டி. வைத்தியலிங்கம். கே. வெங்கடேசன், எம்.தியாகராசன், டாக்டர் ராஜசேகரன் போன்ற பல நண்பர்கள், மனைவியின் தங்கைகள் குடும்பத்தினர் அடிக்கடி வந்து ஆறுதல் கூறிச் சென்றனர். இந்த விபத்தால் சுமார் மூன்று மாத காலம் கட்டாய ஓய்வு கிடைத்தது. மார்ச் மாத வாக்கில் மருத்துவமனையிலிருந்து விடுவிக்கப்பட்டேன்.

இந்த விபத்து என்னுள் பல கேள்விகளையும் சந்தேகங்களையும் எழுப்பியது. கடவுளுக்குப் பூசை செய்து முடித்து அந்த அபிஷேகத் தண்ணீரை வீசும்போது ஏன் இந்த விபத்து நேர வேண்டும்? ஒருவேளை நான் தெரிந்தோ தெரியாமலோ செய்த குற்றங்களுக்கு விதிக்கப்பட்ட தண்டனையா? பணியில் சேர்ந்த 24 வருடங்களாக ஓய்வறியாமல் ஓடிக்கொண்டிருந்தவனை இடுப்பை ஒடித்து எழுந்திருக்கக்கூட முடியாமல் கட்டாய ஓய்வு கொடுத்தது கடவுளின் கட்டளையா? சரியான விளக்கம் எனக்கு கிடைக்கவில்லை.

எம்.சி.சி. வங்கியில் மருத்துவ விடுப்பு முடிந்து சில மாதங்களே அங்கு பணி. கிளைகளின் எண்ணிக்கையை பெருக்கியதின் மூலம் வைப்புத் தொகை பல மடங்கு அதிகரித்தது. நகைக்கடன், வீட்டுக்கடன் என பல்கிப் பெருகியதால் வங்கியின் இலாபமும் அபரிமிதமாக ஆனது. கூட்டுறவு அமைச்சர், திரு. நாவலர் நெடுஞ்

செழியன் என்னை பதவி உயர்வு செய்வதில் அக்கறை காட்டினார் என்றுதான் சொல்லவேண்டும். பேனல் அங்கீகரிக்கப்படுகிறது. இந்த நேரத்தில் ஒரு நிகழ்வு. நான் ஏற்கனவே பதிவு செய்ததுபோல் 1986—க்குப்பின் ஐ.ஏ.எஸ்.க்கான பேனல் அரசிடமிருந்து கேட்பு இல்லை. 1988ல்தான் தயாராகிறது. எந்த அரசு செய லாளர் திரு. ஆர். சந்தானத்தைக் கடிந்துகொண்டாரோ, அவரே தற்போது அக்கறை காட்டுகிறார். இப்போது திரு. பாலகிருஷ்ணன் பதிவாளர். நான் எம்.சி.சி. வங்கியில் கிரடிட் விங்கில் பணியாற்றியதால் எனக்கு மேலிருக்கும் கூடுதல் பதிவாளர் (கடன்)தான் என் இரகசியக் குறிப்பேட்டைத் தொடங்க வேண்டும். அவர் சில நிர்ப்பந்தங்களால் அதில் அவுட்ஸ்டாண்டிங் என்பதற்குப் பதிலாக, வெரி குட் என்று மட்டும் ஒருபடி கீழே இறக்கி எழுதுகிறார். அதை பதிவாளர் பாலகிருஷ்ணன், பணிக்கு வந்து சில மாதங்களே ஆனாலும் பல கலந்துரையாடல்களில், கூட்டங்களில் என் பங்களிப் பைப் புரிந்து, என் டிராக் ரெக்கார்டையும் கவனித்து அவுட்ஸ்டாண்டிங் என உயர்த்தி பதிவு செய்து அரசுக்கு அனுப்புகிறார்.

சில மாதங்களில் திரு. பாலகிருஷ்ணன் மாற்றப்பட்டு திரு. என்.பி. குப்தா ஐ.ஏ.எஸ்.. பதிவாளராகப் பதவியேற்கிறார். அவர் என் பெயருடன் (நான் அப்போது இணைப்பதிவாளர்) எனக்கு மேல் பதவியுள்ள கூடுதல் பதிவாளர் ஒருவர் பெயரையும் சேர்த்து ஐ.ஏ.எஸ்.. நேர்காணலுக்காக, அரசுக்குப் பரிந்துரைக்கிறார்.

மறுபடியும் மூன்றாவது முறையாக என் பெயர் பரிந்துரைத்ததை கேள்விப்பட்ட துறையிலுள்ள 'நல்ல மனம்' படைத்த சில சகோதர அதிகாரிகள், இல்லாததையும் பொல்லாததையும் சேர்த்து எனக்கு எதிராக அரசுக்கு பெட்டிஷன் அனுப்புகிறார்கள். கவர்னருக்கும் அனுப்புகிறார்கள். அப்போது திரு. பி.சி.அலெக்ஸாண்டர் ஐ.ஏ.எஸ்.. (ஓய்வு) கவர்னர். திரு. ஆர். சந்தானம் ஐ.ஏ.எஸ்., கவர்னரின் செய லாளர். என்னைப் பற்றி முழுவதுமாக அறிந்தவர் என்பதால் இந்த மாதிரி மொட்டைப் பெட்டிஷன்களுக்கு எந்த முக்கியத்துவமும் கவர்னர் அலுவலகத்தில் கொடுத்திருக்க மாட்டார்கள். அல்லது அரசுக்கோ, பதிவாளருக்கோ விசாரணைக்கு அனுப்பினாலும் அதில் ஒன்றும் உண்மை இருக்கப் போவதில்லை என்று நினைத்து என் பணியைத் தொடங்கலானேன்.

இன்டர்வியூ வந்தது. கூட்டுறவுத் துறையிலிருந்து நானும் கூடுதல் பதிவாளர் திரு. பழநியும் அழைக்கப்பட்டோம். என் பெயர் பரிந்துரைத்தபோது இணைப்பதிவாளர். நேர்காணலின்போது நானும் கூடுதல் பதிவாளராகப் பதவி உயர்வு பெற்றுவிட்டேன். திரு. சந்தானமும், செல்வி இரமேஷும் என்பால் அன்பும் நாட்டமும்

கொண்டவர்கள் என்பதால் அவர்களிடமும் தொலைபேசி மூலம் ஆசியைப் பெற்றுக்கொண்டேன். கவர்னர் ஆட்சி என்பதால் மெரிட் அடிப்படையில் தேர்ந்தெடுக்க வாய்ப்புண்டு என்று நம்பினேன்.

எட்டு ஆண்டுகள் பல நிலைகளில் தஞ்சை மாவட்டத்தில் பணியாற்றியபோது நண்பர்களாக பெற்ற திரு. ஜி.கே. மூப்பனார் அன்னாரின் மைத்துனர் திரு. சவுந்தராஜ மூப்பனார், திரு. கோ.சி. மணி, திரு. மன்னை நாராயணசாமி போன்றவர்களுக்கு நான் ஐ.ஏ.எஸ்.. ஆகவில்லையே என்ற ஆதங்கம் உண்டு. பல்வேறு அரசியல் மற்றும் உயர்மட்ட நிர்வாகக் குறுக்கீடுகளினால் அது தள்ளிப் போகிறது என்று அவர்களுக்குத் தெரியும். அவர்களிடம் என் இன்டர்வியூவைக் கூறி ஆசி பெற்றுக்கொண்டேன். திரு. கே.ஏ. சுந்தரம் ஐ.ஏ.எஸ்.. தான், செலக்ஷன் சப்ஜெக்டை பார்த்துக் கொள்ளுபவர். என்னுடைய கான்பிடன்ஷியல் ரிப்போர்ட் ஆரம்பத்திலிருந்து தொடர்ந்து அவுட்ஸ்டாண்டிங் என்ற ரேட்டிங்குடன் இருப்பதாகக் கூறினார்.

சேர்மன் (யு.பி.எஸ்..சி), தலைமைச் செயலாளர், இணை செயலாளர் (ஹெச்ஆர்டி), வருவாய்த்துறைச் செயலாளர், சிஆர்ஏ. ஆகிய ஐவர் குழுதான் நேர்காணலில் என்னிடம் கேள்வி கேட்டது. அரைமணி நேரம் கேள்விகள் கேட்டார்கள். எல்லா கேள்விகளுக்கும் தடையின்றி தன்னம்பிக்கையுடன் பதில் கூறினேன். இந்த முறை வெற்றி பெறுவேன் என்றே வெளியே வந்தேன்.

கவர்னர் ஆட்சி

இதற்கிடையில் தமிழக அரசில், கவர்னர் ஆட்சி அமலுக்கு வந்தது. எனக்கு பதவி உயர்வு அளிக்கப்பட்டு கூடுதல் பதிவாளராக தமிழ்நாடு கூட்டுறவு நுகர்வோர் இணையத்துக்கு (ஜிழிசிசிதி) சென்றேன். ஏற்கனவே சுமார் இரண்டாண்டு காலம் இங்கு பணியாற்றியிருக்கிறேன். அப்போது இந்தியாவில் முதன்முதலாககொண்டு வந்த ஆர்.டி.சி. (Regional Distribution Centre) என்ற ஒரு புதிய கொள்கை அடங்கிய நிறுவனத்தை ஏற்படுத்தினேன். இதன் மூலம் பெரிய சேமிப்புக் கிடங்குகளை ஏற்படுத்தி, பொருட்களை உற்பத்தி இடங்களில் கொள்முதல் செய்து, கிடங்குகளில் அவற்றைறி repack செய்து, தமிழ்நாடு முழுவதுமுள்ள கூட்டுறவு மொத்த பண்டக சாலைகளில் விநியோகிப்பதுதான் அந்தக் கொள்கை. இதற்கு டெல்லியில் உள்ள

தேசிய அளவிலுள்ள நுகர்வோர் கூட்டுறவு இணையமும், அதன் சென்னை கிளையும் தங்களை முழு அளவில் ஈடுபடுத்திக்கொண்டு செயல்படும். முக்கியமாக ஜவுளித் துணிகள், மிளகாய்ப் பருப்பு, தனியா, சீரகம், புளி போன்ற நுகர்வோருக்கு அன்றாடத் தேவையான பொருட்களை தேசிய அளவில் நியாயமான விலையில் கொள்முதல் செய்ய தேசிய இணையம் பெரிதும் உதவியது.

இங்கும் ஒரு நிகழ்வைப் பதிவு செய்வதில் தவறில்லை. புதிய அரசு, பதவியேற்று, துறை அமைச்சர் பதிவாளர், கூடுதல் பதிவாளர், (நுகர்வோர் கூட்டுறவு) இணையத்தின் தனி அலுவலர் (நான்) என மூவரை ஒரு குழுவாக அமைத்து, ஆந்திராவில் விஜயவாடா, மற்றும் ஐதராபாத்தை ச்சுற்றியுள்ள மில்களில் நேரடியாக அரிசி கொள்முதல் செய்யச் சொல்லி, அனுப்பினார். ஆந்திராவிலுள்ள கூட்டுறவு விற்பனை அல்லது நுகர்வோர் இணையங்கள் மூலமாகவோ இல்லாமல் கொள்முதல் செய்ய வேண்டும் என்று ஆணை. சாதாரணமாக பதிவாளர், கூடுதல் பதிவாளர் (நுகர்வோர்) ஆகியோர் இதுபோன்ற இணைய கொள்முதல் நடவடிக்கைகளில் பங்கு பெறுதல்கூடாது. நேரடியாக மில்களில் கொள்முதல் செய்யலாம் என்று நிர்ப்பந்தப்படுத்துகின்றனர். எனக்கு ஒரு யோசனை தோன்றியது. எனக்குப் பழக்கமான, நேர்மையான அன்றைய உணவுத் துறை செயலாளர் திரு. ஏ.எஸ்.. பத்மநாபன் ஐ.ஏ.எஸ்.ஸை, ஐதராபாத்திலிருந்து தொலைபேசியில் தொடர்புகொண்டேன். இத்தகு கொள்முதலை மேற்கொண்டால் அரசுக்கு கெட்ட பெயர் வரும். நீங்கள்தான் பதிவாளருக்கு இதுகுறித்து அறிவுரை வழங்க வேண்டும் என்று கூறினேன். அவரும் தக்க ஆலோசனையும், அறிவுரையும் வழங்க, பெரிய இழப்பிலிருந்தும், அவப் பெயரிலிருந்தும், தமிழ்நாடு கூட்டுறவு நுகர்வோர் இணையமும் அரசும் காப்பற்றப்பட்டது.

பதவி உயர்வில், தமிழ்நாடு கூட்டுறவு நுகர்வோர் இணையத்துக்கு இரண்டாவது முறையாக வந்திருக்கிறேன். இடைப்பட்ட ஆண்டுகளில் வியாபாரம் அதிகமின்றி இணையம் சுருங்கிப்போய் பெயருக்கு சில பொருட்களை கொள்முதல் செய்து விநியோகம் செய்துகொண்டிருந்தது. சாக்குப் பைகள் கொள்முதல் செய்து தமிழ்நாடு சிவில் சப்ளை கார்ப்பரேஷனுக்கு சப்ளை செய்ததில் முறைகேடு என ஒழுங்கீனங்களும் அங்கே நடைபெற்றிருக்கின்றன. குறைந்த ஊழியர்களைக்கொண்டு இணையம் செயல்பட்டுக்கொண்டிருந்தது. நான், எம்.சி.சி. வங்கியின் தனி அலுவலராகப் பணியாற்றியபோது தமிழ்நாடு கூட்டுறவு

நுகர்வோர் இணையம் செயல் தன்மையிழந்த காரணத்தை ஆய்ந்து அதன் புனர்வாழ்வுக்கான திட்டத்தை வகுக்க, அரசு என் தலைமையில் மூவர் குழுவை அமைத்தது.

அதில் என்னுடன் ஜே.ஆர். (சிசி) (தீர்த்தகிரியும் அந்த இணைய தனி அலுவலர் ஏ. சோமசுந்தரமும் அங்கத்தினர்கள். அந்த திட்டத்தையும் செயல்படுத்த வேண்டிய நிலையில், நான் பதவி உயர்வுபெற்று அங்கு இருந்தேன். எல்லா மாவட்ட மொத்த பண்டக சாலைகளை அதிகாரிகளையும் வரவழைத்து அவர்களுடன் கலந்துரையாடி, தேவைகளை அறிந்து, கொள்முதல் செய்ய ஆரம்பித்தேன். ஆந்திராவில் மிளகாய், புளி போன்றவை கொள்முதல், குஜராத்தில் தனியா, சீரகம் போன்றவை உற்பத்தி செய்யும் மில்களில் துணி நேரடிக் கொள்முதல். லக்னோவில் பருப்பு வகைகள் கொள்முதல். மறுபடியும் வந்தது முட்டுக்கட்டை. துறை அமைச்சர் கொள்முதலில் தலையிட முயற்சி செய்தார். நான் அதற்கு உடன்படாததால் மறுபடியும் எம்.சி.சி. வங்கிக்கு தனி அலுவலராகக் கூடுதல் பதிவாளர் நிலையில் மாற்றப்பட்டேன்.

தமிழ்நாடு கூட்டுறவு நுகர்வோர் இணையத்துக்கு தனி அலுவலராகப் பணியாற்றியபோது ஐ.ஏ.எஸ்.. நேர்காணல் வந்தது. அது டிசம்பர் மாதத்தில். அப்போது தமிழகத்தில் கவர்னர் ஆட்சி. மே 89ல் ஐ.ஏ.எஸ்..சுக்கான ஆணை வெளியிடப்பட்டு காஞ்சிபுரம் மாவட்டத்தில் சப் கலெக்டராக பயிற்சிக்கு அனுப்பப்பட்டேன். புதிய அரசுதான் அந்த ஆணையை வெளியிட்டது. தேர்ந்தெடுக்கப்பட்ட அரசு, எதுவாக இருந்தாலும் என் ஐ.ஏ.எஸ்.. தேர்வுக்கு நிச்சயமாக வழியில்லை. கவர்னர் ஆட்சி அமைந்ததால் இறைவன் எனக்கு காட்டிய வழி என்பதை எப்போதும் உணர்வேன்.

காஞ்சிபுரத்தில் சப் கலெக்டர்

1989ம் ஆண்டு மே, 19ம் தேதி, காஞ்சிபுரம் மாவட்டத்தில் பயிற்சி சப்—கலெக்டராகப் பணியில் சேர்ந்தேன்.

நான் கூட்டுறவு மத்திய வங்கியில் பணியாற்றிய காலத்தில், வங்கியின் சட்ட ஆலோசகராகப் பணியாற்றிய பி.ஏ. தெய்வசிகாமணி பழக்கமானார். அவருடன் சட்டக்கல்லூரியில் பயின்ற, என்னுடன், ஊரிசுக் கல்லூரியில் படித்த சண்முகம் (சண்முகம் இஸ்லாமியப் பெண்ணைக் காதலித்து திருமணம் செய்துகொண்டு சம்சுதீனாக மாறியவர்) அவருக்கு நெருங்கிய நண்பர். மூவரும் பல நாட்களில் ஒன்றாகப் பேசிக்கொண்டிருப்போம். சம்சுதின்

பெங்களூரிலிருந்து மாற்றப்பட்டு இணை ஆணையராக சென்னையில் பணிபுரிந்து வந்தார். என் மகன் தணிகைநாதனை எப்படியும் அண்ணாமலைப் பல்கலைக்கழகத்தில் எம்.பி.பி.எஸ்.சில் சேர்க்க வேண்டும் என்பதில் முனைப்புக் காட்டினார்.

என் மனைவியின் தாய்வழி தாத்தா கோவிந்தசாமி படையாட்சி, அந்தக் காலத்தில் அண்ணாமலைச் செட்டியார், மீனாட்சி கல்லூரியை நிறுவுவதற்கு (பிற்காலத்தில் அண்ணாமலை பல்கலைக்கழகமாக உருவெடுத்தது) தன் நிலங்களை வழங்கினார் என்ற செய்தியை மனுவில் குறிப்பிட்டு, அந்த அடிப்படையில் எம்.ஏ.எம். ராமசாமியை சந்தித்து ஒரு இடத்தை, நன்கொடை ஏதுமின்றி பெற்றுத் தந்தனர். அந்தக் காலக் கட்டத்தில் இரண்டு லட்சம் முதல் மூன்று லட்சம் ரூபாய் வரை, காபிடேசன் பீஸ். என்னிடம் ஏது பணம்?

ஸ்ரீ பெரும்புதூரில் தாலுகா அலுவலகத்தில் எனக்குப் பயிற்சி, முதன்முதலாக பூந்தமல்லி சரகத்தில் நடராசன் என்ற கிராம நிர்வாக அலுவலருடன் பயிற்சி. கிராமக் கணக்குகளை — பதிவேடுகளை, சிட்டா, அடங்கல், 2சி, ஆட்சேபணைக்குட்பட்ட அரசு நிலங்கள், கால்நடைகள் கணக்கு என சுமார் பதினாறுக்கும் மேற்பட்ட கணக்குகளை எவ்வாறு பராமரித்தல், பயிர் ஆய்வு, நில அளவை, பட்டா மாற்றம், வாரிசுச் சான்று, சொத்துச் சான்று, முதியோர் கணக்கு, கிராமப்பட்டி பராமரிப்பு, ஜமாபந்திக்கு கணக்கை தயார் செய்தல், மேல்நிலை அலுவலர்களுக்கு அறிக்கை என ஆங்கிலேயர் காலத்தில் கிராமக் கணக்குகளுக்கு முக்கியம் கொடுக்கப்பட்டு — அரசின் பல்வேறு கொள்கை முடிவுகளுக்கு ஆதாரமாக அமைந்த அவற்றைக் கற்றேன்.

கிராம நிர்வாக அலுவலர் கொடுக்கும் புள்ளி விவரம்தான், மாநில, மத்திய அரசுகளின் பல்வேறு திட்டங்களை (ஐந்தாண்டு திட்டங்கள் போன்று) வகுக்க ஏதுவாக இன்றளவும் அமைகின்றன. ஒரு வருவாய் அலுவலர், சரியான நிர்வாகியாக ஆக வேண்டுமென்றால், அடிப்படையில் கிராமக் கணக்குகளை நூறு சதவீதம் கற்றுத் தேர்ச்சி பெற வேண்டும். பின்னாளில் உயர் பதவிக்கு முன்னேறும்போது, உதவியாக அமையும். சார்நிலை அலுவலகர்களைச் சார்ந்திருக்க வேண்டியதில்லை. அவர்களும், இந்த அதிகாரிக்கு எல்லாம் தெரியும் என்று எந்த விடுதலுமின்றி சற்று பயவுணர்வுடன் ஒழுங்காக பணியாற்றுவார்கள்.

நான் பணியேற்றது மே 1989 வருவாய்த் துறையில். நல்ல வெயில் காலம். நடராஜன் வி.ஏ.ஓ., சரக சர்வேயர் ஆகியோரை அழைத்துக்கொண்டு, களத்தில் இறங்கி, எப்படி சர்வே செய்வது,

சர்வே எண்கள், சர்வே கற்களைக் கண்டுபிடித்தல், எல்லைகளை வரையறுத்தல், பட்டா நிலங்கள், அரசு புறம்போக்கு நிலங்கள், பாட்டை, நீர் நிலைகள் என ஏரி குளங்கள், அரசு நில ஆக்ரமிப்புகள், தண்ட தீர்வை விதித்தலுக்கான ஆய்வு என பல விஷயங்களை கடும் வெயிலை பொருட்படுத்தாமல் வி.ஏ.ஓ. பயிற்சியை முறையாகப் பயன்படுத்திக்கொண்டேன்.

எனக்கு 48 வயது முடிந்து 49ல் இந்தவிதமானப் பயிற்சியானதால் அனுபவத்தின் அடிப்படையில் எளிதாக வேகமாக கற்றுக்கொள்ள முடிந்தது. காலையில் சரியாக எட்டு மணிக்கெல்லாம் பணியைத் தொடங்கி, தொடர்ந்து மாலை நான்கு மணிவரை, குறிப்புகளை எடுத்துக்கொண்டும், சந்தேகங்களை அவ்வப்போது நிவர்த்தி செய்துகொண்டும் முயற்சிகளை மேற்கொண்டதால் பயிற்சி பயனுள்ளதாக இருந்தது. பிற்காலத்தில் நிர்வாகத்தை திறம்படச் செயல்படுத்த முடிந்தது. 'இந்த வயதில் சர்வே செயினை இழுத்துக்கொண்டு வெயிலில் அலைய வேண்டுமா?' என பயிற்சி கொடுத்த அலுவலர்கள், வியப்புடன் கேட்டார்கள். அதெல்லாம் ஒரு பொருட்டல்ல. பயிற்சியின்போது துறையைப் பற்றி தயக்கம் ஏதுமின்றி கற்றுக்கொள்ளுதல்தான் முக்கியம் என்று பதில் சொல்வேன்.

பூந்தமல்லி, ஸ்ரீபெரும்புதூர் போன்ற இடங்களில் இரவு தங்குவதற்கு வசதியேதும் இல்லாததால் சில மாதங்கள், மதியத்துக்கு வேண்டிய உணவை, கையில் எடுத்துக்கொண்டு சென்னையிலிருந்து பஸ்சில் கிளம்புவேன். பயிற்சி முடித்து இரவு வெகு நேரத்துக்குப்பின் வீடு திரும்புவேன். அதேபோன்று ஸ்ரீபெரும்புதூர் தாலுகா அலுவலகத்தில் பல்வேறு பிரிவுகளில் பயிற்சி. ரெவின்யூ இனஸ்பெக்டர், டெபுடி தாசில்தார், தாசில்தார், ஆர்.டி.ஓ, பி.டி.ஓ. ஏ.டி. சர்வே மாவட்ட காவல் கண்காணிப்பாளர் என மாவட்ட நிர்வாகத்தின் கீழுள்ள எல்லா அலுவலகர்கள் மற்றும் அலுவலகங்களில் பயிற்சி. என்ன வேடிக்கை என்றால் பயிற்சிக்கென இணைக்கப்பட்ட அலுவலகர்கள், தங்கள் பணியில் மிகவும் பரபரப்பாக இருப்பார்கள். பயிற்சியாளர் அவர்களுக்கு கூடுதல் சுமையாகவே தென்படுவார். ஆனாலும் அழுதப் பிள்ளைக்குத்தான் பால் கிடைக்கும். நாம்தான் ஏதும் வெட்கப்படாமல் அவர்களின் அனுபவத்தையும் நேரத்தையும் கேட்டுப் பெற்றுக்கொள்ள வேண்டும். உடனுக்குடன் எல்லாவற்றையும் குறிப்பெடுத்துக்கொண்டு, அன்றன்று டைரி எழுத வேண்டும். இதை வாராந்திர அறிக்கையாக தினசரி நாட்குறிப்புப் பதிவேட்டை மாவட்ட ஆட்சியர் பார்வைக்கும், தணிக்கைக்கும், குறிப்புரைகளுக்கும் சமர்ப்பிக்க வேண்டும்.

நான் பயிற்சியில் சேரும்போது காஞ்சிபுரம் மாவட்ட ஆட்சியராக சமீர் வியாஸ் ஐ.ஏ.எஸ்.. பணியாற்றினார். இளைஞர், சுறுசுறுப்பானவர். இடது கையில் சிகரெட் சகிதமாக விரைந்து கோப்புகளைப் பார்ப்பார். அதிகம் வளவளவென பேசிக்கொண்டிருக்க மாட்டார். மாவட்ட நிர்வாகம் வேகமாகச் சுழன்றுகொண்டிருந்தது. கீழ்நிலை அலுவலர்களுக்கு சார்ஜ் மெமோக்களை வழங்கியிருந்தார். என் சக பயிற்சியாளர் செல்வி சபிதா ஐ.ஏ.எஸ்.. அவர்களையும் என்னையும் அழைத்து இந்தக் குற்றச்சாட்டுகளை கம்ப்யூட்டரில் ஏற்றி தொடர் நடவடிக்கையை கவனிக்கச் சொன்னார் என்றால் இவரின் ஸ்டைல் ஆஃப் பங்ஷனை புரிந்து கொள்ளலாம். எந்த பி.டி.ஓ.வாவது சரி யாகப் பணியாற்றவில்லையானால் உடனே சஸ்பென்ட். அதேபோல் வருவாய்ப் பிரிவிலும். பயிற்சியாளர் என் போன்றவர்களைக் கூப்பிடுவார். தவறு செய்யும் சார்நிலை அலுவலர்களின் பணியை, களத்தில் ஏற்பட்டுள்ள முன்னேற்றங்களை ஆய்வு செய்து அறிக்கை அளிக்கும்படி சொல்லுவார். அறிக்கையின் அடிப்படையில் ஒழுங்கு நடவடிக்கைக்கு ஆணையிடுவார். இந்தவிதமான நிர்வாகத்தில் அலுவலகப் பணிகள் துரிதமாக நடக்கவே செய்தன.

ஜமாபந்தியில் கணக்குகள் சரியாக எழுதப்பட்டுத் தணிக்கைக்கு உட்படுத்தப்பட்டன. மாவட்டத்தில் முதியோர் பென்சன், உணவுப் பொருட்கள் வழங்குதல், பட்டா மாற்றம், பொதுமக்களின் குறை கேட்பு நாட்களில் பெற்ற மனுக்களில் உரிய ஆணைகள் வழங்குவதல் போன்றவை சரியாகவே நடைபெற்றன. தண்டனை வழங்கும் அதிகாரியென சில அலுவலர்களால் கூறப்பட்டாலும், சரியாகப் பணியாற்றிய அலுவலர்களைப் பாராட்டவும், அவர்கள் மேல் நல்ல ரகசியக் குறிப்பேட்டை எழுதுவதிலும் அவர் தயங்கியதில்லை. அக்காலக் கட்டத்தில் அவரின் கீழ் பணியாற்றிய, தனவேல் டி.எஸ்..ஓ (பின்னாளில் ஐ.ஏ.எஸ்.. ஆகப் பணியாற்றியவர்) அவர்கள் அதற்கு ஓர் உதாரணம். என்னைப் பொறுத்தவரையில் தக்க கவனம் செலுத்தி பயிற்சிக்கு பெரிதும் உதவி புரிந்தார்.

ஒருமுறை மணலி எண்ணெய் உற்பத்தி சாலையில் பேரிடர் இழப்புக்கான ஒத்திகைக்கான மாக் டிரில் ஏற்பாடு செய்யப்பட்டு என்னையும் அழைத்துச் சென்றார். சமீர்வியாஸ் ஏற்கெனவே அமெரிக்காவில் டென்வர் பல்கலைக்கழகத்தில் டிசாஸ்டர் மானேஜ்மென்ட் பற்றி படித்துப்பட்டம் பெற்றவர். அந்த அனுபவத்தையும் வைத்து மணலி தொழிற்சாலையில், கேஸ்ப்ளான்ட்

வெடித்துவிட்டால் எப்படி அங்குள்ள அலுவலர்களையும் சுற்று வட்டாரத்திலுள்ள மக்களையும் காப்பாற்றுவது என்பது பற்றி விரிவாகப் பயிற்சியளித்தார்.

நாகப்பட்டினம் சார் ஆட்சியர்

தொழிற்சாலையில் அபாயச் சங்கை ஊதி, நிர்ணயிக்கப்பட்ட அலுவலர்கள் மின்னல் வேக நடவடிக்கை மேற்கொண்டார்கள் என்பது, பார்த்த அனைவரையும் வியப்பில் ஆழ்த்தியது. இந்த சார் ஆட்சியர் பயிற்சி சுமார் 9 மாத காலம் முடிந்து நாகப்பட்டினம் சார் ஆட்சியராகப் பணி அமர்த்தப்பட்டேன்.

ஆங்கிலேயர் காலத்திலிருந்து மாநிலத்தில் சில வருவாய் கோட்டங்களை சப்—கலெக்டர் கோட்டங்களாக வைத்திருந்தனர். உதாரணமாக, ஓசூர், பொள்ளாச்சி, பெரியகுளம், நாகப்பட்டினம், திருவள்ளூர், செங்கல்பட்டு போன்றவை நாளடைவில் அவை ஆர்.டி.ஓ. கோட்டங்களாகவும் மாறிப் போயின. நாகப்பட்டினம் மிகவும் பழமைவாய்ந்த பெரிய டிவிஷன் (தற்போது அதுவே மாவட்டமாக, உருவெடுத்துள்ளது). அதன் எல்லை திருவாரூர், நன்னிலம் வரை விரிந்திருந்தது. அப்போது தஞ்சை மாவட்டம் தஞ்சை, திருவாரூர், நாகப்பட்டினம் என்று மூன்று மாவட்டங்களாகப் பிரிக்கப்படாமல் ஒருங்கிணைந்த மாவட்டமாகயிருந்தது.

நான் பணியில் சேரும்போது ஆட்சியராக, மச்சேந்திர நாதன் ஐ.ஏ.எஸ்.. இருந்தார். திருநெல்வேலி மாவட்டத்துக்குச் சொந்தக்காரர். மிகவும் எளிமையான, அதிகாரத் தோரணை ஏதுமின்றி பழகும் ஜென்டில்மேன் கலெக்டர். எனக்கு நல்ல உற்சாகம் ஊட்டும் மேலதிகாரியாகப் பணியாற்றினர். என்னை சார் நிலை அலுவலராக நடத்தியதில்லை. நாகப்பட்டினம் சப்—கலெக்டருக்கு ஒரு பழைய காலத்து பங்களா குவாட்டர்ஸ். சொந்தக் கட்டடத்தில் அலுவலகமும் உண்டு. கடற்கரைக்கு அருகில் அமைந்திருப்பதால் காலை வேளைகளில் நடைப் பயிற்சிக்கு உகந்த இடம். சென்னையில் பள்ளியில் மகள் படித்துக்கொண்டிருந்ததாள். குடும்பம் அங்கேயிருக்க, நான் மட்டும் தனி.

காலையில் எழுந்தவுடன் நடைப்பயிற்சி முடித்ததும் சுமார் ஒரு மணி நேரத்தில் காலைக்கும், மதியத்துக்கும் சேர்த்து சமைத்து விடுவேன். ஓட்டல் உணவைவிட இது எத்தனையோ மடங்கு மேல். தஞ்சை மாவட்டம் தென்நாட்டின் நெற்களஞ்சியம். ஆண்டு

தோறும் குறுவை மற்றும் சம்பா நெல் கொள்முதல் மாவட்ட நிர்வாகத்தின் முக்கிய கடமைகளில் ஒன்று.

தமிழ்நாடு சிவில் சப்ளை கார்ப்பரேஷன்தான் மொத்த கொள்முதல் முகவராகப் பணியாற்றினாலும், விவசாயிகளின் பிரச்சனைகள், கொள்முதல் நிலையங்களில் ஏற்படும் பிரச்சனைகள், போன்றவற்றைக் கண்காணித்து கொள்முதலை அரசு எதிர்பார்க்கும் அளவிற்கு முடுக்கி விடுவது மாவட்ட ஆட்சியரின் பொறுப்பு. அப்போது தி.மு.க. ஆட்சி. கலைஞர் முதல்வர். தஞ்சை மாவட்டத்துக்காரர். எல்லா நுணுக்கங்களையும் அறிந்தவர். கொள்முதலில் தொய்வு ஏற்படவே, மாவட்ட நிர்வாகத்தை மாற்றி, மச்சேந்திர நாதனுக்குப் பதிலாக ஏற்கனவே தஞ்சையில் மாவட்ட ஆட்சியராகக் கொள்முதலில் சிறப்பாகப் பணியாற்றிய டி.ஆர். இராமசாமி ஐ.ஏ.எஸ்.சை மாவட்ட ஆட்சியராகப் பணியமர்த்தினார்கள்.

நாகை, திருவாரூர், நன்னிலம் வட்டங்களில் என் ஆளுமைக்கு உட்பட்ட இடங்களில் கொள்முதலில் ஏதும் தொய்வில்லை. மாவட்ட ஆட்சியர் அதிகம் யாரிடமும் பேச மாட்டார். காரியத்திலேயே கண்ணாகயிருப்பார். கீழே பணிபுரியும் அலுவலகர்கள் கொஞ்சம் அச்சத்துடனே அவரை அணுகுவர். என்னிடம் அன்பாகவே பழகுவார். முகாம் வரும்போது பிரச்சனைகளைக் கூறினால் செவி மடுப்பார்.

நாகப்பட்டினம் பழமைவாய்ந்த நகரம். அங்கே மூன்று மதங்களும், கோயில்களும் ஒன்றோடு இணைந்து மதநல்லிணக்கத்துக்கு முன் உதாரணமாக விளங்கிய பகுதி. நாகை நீலதாட்ச்சி அம்மன் திருக்கோயில், நாகூர் தர்கா, சிக்கல் சிங்காரவேலர், வேளாங்கண்ணி மாதா கோயில், எட்டுக்குடி முருகன் கோயில் என இந்துமதமும், கிருத்துவ மதமும், இஸ்லாமிய மதமும் அங்கே பரஸ்பர ஒற்றுமையுடன் விளக்கிக்கொண்டிருக்கிற இடம்.

மாவட்ட ஆட்சியர் இராமசாமி கொள்முதலை வெற்றிகரமாக முடித்துக்கொண்டு, குறைந்த கால அளவிலேயே மாற்றப்பட்டு, விவேக் ஹரிநாராயணன் மாவட்ட ஆட்சியராகப் பணியேற்கிறார். பணியை வேகமாகச் செய்யும் ஆற்றல் படைத்த இளைஞர். நேராக நாகை சார் ஆட்சியர் பங்களாவுக்கு வந்து விடுவார். கலெக்டர், சப்—கலெக்டர் என்ற பாகுபாடுகளைப் பார்க்க மாட்டார். உத்தரப்பிரதேச மாநிலம் லக்னோவைச் சேர்ந்தவர். கிருத்துவர். வேளாங்கண்ணி மாதா கோயிலுக்குச் செல்ல தவற மாட்டார். இவர் காலத்தில் எனக்கு சவாலான சோதனை ஒன்று நிகழ்ந்தது.

நாகூர் கலவரம்

நாகூரில் இந்துக்களுக்கும், இஸ்லாமியர்களுக்கும் சண்டை. வெளியிலிருந்து பழநி பாபா என்ற இஸ்லாமியத் தலைவர் இதற்கு தூபம் போட்டு பிரச்சனையை பெரிதாக்கிவிட்டார். சில இஸ்லாமியர் கடைகளுக்குத் தீ வைத்தனர் இந்துக்கள். பதிலுக்கு இந்துக்களின் வீடுகளுக்கு அவர்கள் தீ வைத்தனர். நாகூர் தர்காவைச் சுற்றி இஸ்லாமியர் அதிகமாக வாழும் இடம். ஒரு வார காலம் தெருத் தெருவாகச் சுற்றி மக்களைச் சந்தித்து, துப்பாக்கிச் சூடோ அல்லது வேறுவிதமான உயிர்ச் சேதம் போன்ற அசம்பாவிதங்கள் ஏதும் நிகழாமல் பார்த்துக்கொண்டேன்.

சென்னையிலிருந்து காவல்துறை ஐ.ஜி. மாவட்ட காவல் துறை கண்காணிப்பாளர், மாவட்ட ஆட்சியர் எல்லாம் இந்த மதக் கலவரம் பெரிதாக வெடித்துப் பரவி விடுமோ என பயந்து முகாமிட்டுச் சென்றனர். அவர்களுக்கு நான் அதிகம் வேலை கொடுக்காமல் என்னளவில் சட்டம் ஒழுங்கை மக்களுக்குப் பாதிப்பின்றி சமாளித்தேன். பழநி பாபாவை நகரத்தில் நுழைய நான் அனுமதிக்கவில்லை. அதுவே பெரிய உதவியாக இருந்தது.

இந்த நாகூர் மதக் கலவரத்தை நான் ஒருவார காலத்தில் உயிரிழப்பு, அதிகமான சொத்திழப்பு இன்றி சட்டம் ஒழுங்கை அமல்படுத்திய அனுபவம்தான் பிற்காலத்தில் 1995—96ல் திருநெல்வேலி மாவட்டத்தில் ஏற்பட்ட பெரிய ஜாதிக் கலவரத்தை அடக்க, அமைதி காக்க உதவியது.

1990—ம் ஆண்டு, தீபாவளி மாதம். புயல் உருவாகி பயமுறுத்திக்கொண்டிருக்கிறது. சாதாரணமாக, தமிழகத்தில் புயல் என்றால் அது முதலில் நாகப்பட்டினத்துக்கு அருகில்தான் உருவாகும். ஏற்கனவே 20 ஆண்டுகளுக்கு முன்பாக தஞ்சை மாவட்டம் பெரும் புயலையும் வெள்ளச் சேதத்தையும் சந்தித்து பாதிப்புக்குள்ளாகி இருக்கிறது. நாகை நகராட்சி பெரும் வருமானத்தைக் கொண்டதல்ல. ஊழியர்களுக்கு சம்பளம் கொடுப்பதே கடினம். இந்த நிலையில் போனஸ் கொடுக்க வேண்டும் என்று சார் ஆட்சியர் அலுவலகம் முன் உண்ணாவிரதப் போராட்டம். இந்தப் பிரச்சனையை தீர்க்க வேண்டிய நிர்ப்பந்தம் எனக்கு. இதற்கிடையே சென்னையில் உள்ள என் குடும்பத்தினருடன் எப்படி தீபாவளி கொண்டாடச் செல்வது? வீட்டில் என்மீது கோபம். மகள் பிரியா அப்பா வர வேண்டும். அவரில்லாமல் சாப்பிட மாட்டேன் என அழுது அடம்பிடிக்கிறாள். அம்மா எவ்வளவு சொல்லியும்

கேட்பதாகயில்லை. சமாதான முயற்சி பலன் அளிக்காததால் அம்மா மகளை அடித்தும் விடுகிறாள். இந்தச் செய்தி தொலைபேசி மூலமாக, புயல் செய்திபோல் வந்துகொண்டிருந்தது.

அதிர்ஷ்டவசமாக புயல் கடலில் வடதிசையை நோக்கி நகர்ந்தது. மாவட்ட ஆட்சியர், நகராட்சி நிர்வாக இயக்குநர் ஆகியோருடன் கலந்தாலோசித்து போனஸ் பிரச்சனையும் தீர்க்கப்பட்டது. அந்த ஊழியர்களின் வீடுகளில் மகிழ்ச்சி தீபம் ஏற்றப்பட்டது. ஆர்ப்பரித்த கடலும், உண்ணாவிரதம் மேற்கொண்ட ஊழியர்களும் என என் தீபாவளி ஓடி மறைந்தது.

நாகப்பட்டினம் பழம் பெரும் நகராட்சியாக இருந்தாலும் வருமானம் அதிகம் இல்லாததால் பராமரிப்பின்றி கிடக்கும். குடிநீர் தட்டுப்பாடும் அதிகம். சுமார் இருபது கி.மீ. தொலைவில் வெள்ளாற்றின் கரை அருகில் சுமார் நூறாண்டுகளுக்கு முன் வெள்ளையரின் ஆட்சியில் அமைக்கப்பட்ட நீரேற்று நிலையம்தான் இன்னும் முக்கிய குடிநீர் ஆதாரம். அந்த நிலையத்தை ஆய்வு செய்து, இயந்திரங்கள் செப்பனிடப்பட்டு ஓரளவுக்கு குடிநீர்ப் பிரச்சனை தீர அந்தக் காலக்கட்டத்தில் முயற்சி மேற்கொள்ளப்பட்டது.

நீண்டகாலத் திட்டமாக, அன்றைய நாளில் குடிநீர் வடிகால்வாரியத்துக்கு நிர்வாக இயக்குனராக இருந்த வி. லட்சுமிரத்தன் ஐ.ஏ.எஸ்.சை அணுகி, கொள்ளிடம், கூட்டுக்குடிநீர், வேதாரண்யம் வரை செல்வதில், நாகப்பட்டினத்தையும் சேர்க்க நடவடிக்கை எடுக்கப்பட்டது. அதேபோல், நீண்டநாள் தீர்க்கப்படாமலிருந்த அக்கரப் பேட்டை, நாகை மீனவர்கள் பிரச்சனையை அப்போது தஞ்சை மாவட்டத்தில் ஐ.ஏ.எஸ்.. பயிற்சியிலிருந்த இறையன்பு, பிரபாகர் உடனிருக்க, வேதாரண்யம் சுற்றுலா மாளிகையில் காலையில் தொடங்கி மாலை வரை இடைவிடாத பேச்சுக்குப்பின் சுமூகமான உடன்படிக்கை செய்யப்பட்டது, குறிப்பிடத்தக்க நிகழ்ச்சி.

இந்தக் காலக்கட்டத்தில் இலங்கை அகதிகள்கள்ளத் தோணியில் பெரும் அளவில் அங்கு கரையேறினர். அவர்களுக்குத் தென்னங்கீற்று வேய்ந்த குடிசைகளைக் கட்டி குடியமர்த்துவது, உணவுப் பொருட்கள் வழங்கும் பணி என பெருகிக்கொண்டே சென்றது. நாகையில் திட்டமிட்ட அந்தக் குடியிருப்புகள் சிறப்பாகயிருந்த காரணத்தால், அப்போது சி.ஆர்.ஏ.வாகயிருந்த சி.என்.ராம்தாஸ் (State Relief Commissioner)தான் பார்வையிட்டபின் இந்த முறையை தமிழகத்தின் பிற பகுதிகளுக்கும் பரிந்துரைத்தார்.

இப்படி கள்ளத்தோணியில் வருபவர்கள் சிலர், வழியில் நடுக் கடலில் இலங்கை ராணுவத்தால் சுடப்பட்டு உடலில்

குண்டைத் தாங்கிக்கொண்டு ரத்தக் களறியோடு வருவார்கள். பிறகு நாகை அரசு மருத்துவமனையில், குண்டுகளை அகற்றி சிகிச்சை அளிக்கப்படும். இங்கே ஒரு விஷயத்தைக் குறிப்பிட்டே ஆக வேண்டும். ஒருமுறை அகிலா என்ற 25 வயதுப் பெண் இரண்டு, மூன்று துப்பாக்கிக் குண்டுகளை தாங்கி பெரும் அவஸ்தையுடன் அரசு மருத்துவமனையில் சேர்க்கப்பட்டாள். மருத்துவர்கள் ஆபரேஷன் செய்து குண்டை எடுத்துவிட்டு, அந்தப் பெண்ணின் மன உறுதியை, தைரியத்தை கண்டு வியந்தார்கள். எந்த வலியையும் வெளியே ஒரு குண்டு மணி அளவுக்கூட காண்பித்துக் கொள்ளாமல் தனி ஈழம் காண மறுபடியும் சென்று துப்பாக்கி ஏந்தி போரிடுவேன் என்று ஆபரேஷன் செய்துகொண்டிருக்கும்போது அவள் சொன்னது, துப்பாக்கி குண்டுகளால்கூட அவள் மனதைத் துளைக்க முடியவில்லை என்பதுதான் ஆச்சர்யம்.

நாகையில் சார் ஆட்சியர் மாளிகையில் ஒரு ஞாயிறு காலை முற்றத்தில் அமர்ந்து கோப்புகளைப் பார்த்துக்கொண்டிருந்தேன். திடுதிப்பென்று ஒரு கார், போர்டிகோவில் வந்து நின்றது. இறங்கி வந்தவர் முன்னாள் அமைச்சர் மன்னை நாராயணசாமி. என்னைப் பார்த்துவிட்டுச் செல்ல வந்திருந்தார். வீட்டில் கொடுக்க ஒன்றுகூட இல்லை. காரணம், நான் அங்கு தனிக்கட்டை. ஓட்டலில் வாங்கி வைத்திருந்த பக்கோடாவை பரிமாறி சமாளித்தேன். மன்னை நல்ல மனிதர். எளிமையாக இருப்பார். யாரும் எப்போதும் அவரைக் காணச் செல்லலாம். முடிந்த உதவிகளைச் செய்வார்.

நாகையில் சார் ஆட்சியராகயிருக்கும்போது மத்திய பிரதேசம் போபாலில் ஆறு வாரங்கள் ஓரியண்டேசன் பயிற்சி. அதாவது, புதிதாக ஐ.ஏ.எஸ்.. பதவி உயர்வு பெற்றவர்களுக்கான பயிற்சி இது. 1999—ம் ஆண்டு நவம்பர், டிசம்பர் மாதங்களில் நடைபெற்றது. அங்கு கடுங்குளிர் என்றாலும் ஒருவகையாக சமாளிக்க வேண்டிய சூழ்நிலை. கர்நாடகாவிலிருந்து மூன்று பேர், பீகாரிலிருந்து இரண்டு பேர் என சுமார் முப்பது பேர். காலையிலிருந்து மாலைவரை பயிற்சி. ஒரு முதுநிலை ஐ.ஏ.எஸ்.. அதிகாரி டைரக்டர் ஆகியிருந்தார். பல வல்லுநர்கள் நாட்டின் பல பகுதிகளிலிருந்து சிறப்புரை அளிக்க வந்தனர். ஒரு வாரம் களப்பயிற்சி என சில இடங்களுக்குச் சென்றோம். தனிப்பட்ட முறையில் கஜுராகோ, ஜான்சி போன்ற இடங்களுக்குச் சென்று வந்தேன். கஜுராகோ சிற்பங்கள் கல்லில் வடித்துள்ள காதற் கவிதைகள். விரசம் ஒன்றுமில்லை. அப்போதுதான் புதிதாக அறிமுகப்படுத்தப்பட்டிருந்த ராஜ்தானி விரைவு ரயிலில்,

போபாலிலிருந்து ஜான்ஸி வரை சென்றோம். ரயிலில் அறிவிப்புகள், உணவு வழங்குதல் போன்ற புது வகையான முயற்சிகள் பயணிகளை வெகுவாக கவர்ந்தவை. அதன் வேகம், தூய்மையாகப் பராமரித்தல் உள்பட.

பயிற்சியில் சேர டெல்லி வழியாக போபாலுக்கு விமானம் மூலம் சென்றேன். பயிற்சி முடிந்து வீடு திரும்ப வேண்டிய நேரத்தில் வந்தது சிக்கல். கடும் புயல் மழை காரணமாக, போபாலில் இருந்து எந்த ஊருக்கும் விமான சேவையில்லை என்பது அங்கு சென்ற பிறகுதான் தெரிந்தது. இன்னும் எத்தனை நாள் கழித்து சேவை தொடங்கும் என்பதற்கும் உத்தரவாதம் இல்லை. ரயில்தான் மாற்று ஏற்பாடு என உணர்ந்து, போபால் ரயில் நிலையத்துக்கு விரைந்தேன். அதிஷ்டவசமாக டெல்லி சென்னை கிராண்ட் டிரங் விரைவு ரயில் ஒரு மணி நேரம் தாமதமாக வந்ததால் ரிசர்வேஷன் ஏதுமின்றி மறுநாள் காலை சென்னை வந்தடைந்தது மறக்கமுடியாத சம்பவம்.

தஞ்சையில் மீண்டும்

நாகையில் சார் ஆட்சியராகப் பணியாற்றிய காலத்தில் உள்ளாட்சித்துறை அமைச்சராக மறுபடியும் திரு. கோ.சி. மணி பொறுப்பேற்று பணி புரிந்து வந்தார். நாகை கோட்டத்தில் ஏதாவது நிகழ்ச்சி என்றால் என்னைக் கலந்துகொள்ள உற்சாகப்படுத்துவார். 1973 — 1976களில் ஏற்பட்ட தொடர்பை, சுமார் பன்னிரெண்டு ஆண்டுகளுக்குப் பிறகு அதே தஞ்சை மண்ணில் பணியாற்ற வந்ததால் புதுப்பித்துக் கொள்ள வாய்ப்பு கிடைத்தது. என் சார் ஆட்சியர் பொறுப்பு முடிவுக்கு வந்தபின், அரசிடம் அணுகி, என்னை தன் துறையின் கீழ் பணிபுரிய அமர்த்திக்கொண்டார். அந்தப் பதவியில் இருந்த விஸ்வநாத் ஷெகாங்கர் ஐ.ஏ.எஸ்.. என்பவரை தஞ்சாவூர் டி.ஆர்.ஓ வாக மாற்றம் செய்தார்கள். நான்கூட அமைச்சரிடம், இது சரியில்லையே என்று சொன்னேன். அதற்கு அவர், நான் பேசும் தமிழ், அவருக்குப் புரியவில்லை. அவர் பேசும் இந்தி, ஆங்கிலம் எனக்குப் புரியவில்லை. அதனால்தான் அவருக்கு எந்தவிதமான தொந்தரவும் கொடுக்காமல் இந்த ஏற்பாடு என்றார். என்றாலும் மகாராஷ்டிர மாநிலத்தைச் சேர்ந்த அந்த அதிகாரி என்ன நினைத்திருப்பார்? எனக்கு அவர் நெருங்கிய நண்பராகி விட்டார் என்பது வேறு விஷயம்.

இந்தப் பதவியில், கிராம மக்களுக்கு வேண்டிய வீட்டு வசதி, சாலை, பள்ளிக்கூடங்கள், குடிநீர்த் தொட்டி என அடிப்படைத்

தேவைகளைப் பூர்த்தி செய்யும் பணிகளைச் செயல்படுத்துவதுதான் வேலை. சாதாரணமாக இந்தப் பணிகளை வட்டார வளர்ச்சி அலுவலர்கள் (பி.டி.ஓ) மூலமாகத்தான் நிறைவேற்ற வேண்டும். ஆனால் அந்தப் பிரிவு அலுவலர்களில் பலர் வேலையின் தன்மையைப் பற்றி அதிகம் கவலைப்படுபவர்கள் அல்ல. அரசேகூட, கிராமப்புற மேம்பாட்டுத் துறை மூலம் போடும் சாலைகளுக்கான மதிப்பீடு, நெடுஞ்சாலைத் துறை அமைக்கும் சாலைக்கான மதிப்பீட்டில் பாதியாகத்தான் இருக்கும். இப்படி இருந்தால் அந்த சாலை உறுதியுடனும் நெடுநாள் பயன்படும் சாலையாகவும் எப்படி இருக்கும்? வருடா வருடம் அந்தச் சாலைகளைப் பழுது பார்ப்பது அதன் மூலம் ஒப்பந்தக்காரர்கள் தொடர்ந்து பயனடைவது என்ற நிலைதான் இருக்கிறது. அரசு அளவில் கொள்கை மாற்றங்கள் தேவை. நீண்ட காலதிட்டமாக அந்தச் சாலைகள், காங்கிரீட், பிளாஸ்டிக் பயன்படுத்தப்பட்ட சாலைகளாகயிருந்தால் ஆரம்பத்தில் அதன் செலவு அதிகமாக இருந்தாலும், நீடித்துப் பயன்படும். அரசுக்கும் மக்களுக்கும் லாபகரமானதுதான்.

இந்திரா குடியிருப்புத் திட்டம் பயனுள்ள ஏழை எளியோர்க்கு மிக்க ஏற்ற திட்டம். ஆனால் அவை கட்டப்பட்ட முறையில்தான் சிக்கல். அதன் ஒப்பந்தக்காரர்கள் சரியாக இடுபொருள்களைப் பயன்படுத்தாததால் சில வருடங்களிலேயே கூரை ஒழுகுவதும், இடிந்துபோவதும் என்ற அவல நிலை. காரணம் அதை அமல்படுத்தும் நிலையிலுள்ளவர்கள் முப்பது சதவிகிதம் வரை லஞ்சமாகப் பெற்றுவிட்டால் அந்த ஒப்பந்தக்காரர் எந்தப் பணத்தை வைத்து எப்படி ஈடு கட்டுவார்? இதுதான் யதார்த்த நிலை. எங்கெல்லாம் பயனாளிகள் தாங்களாகவே தங்கள் உழைப்பையும், கூடுதலாகத் தங்கள் நிதியையும் பயன்படுத்துகிறார்களோ, அந்த வீடுகள் உறுதித்தன்மையுடன் இருக்கின்றன. ஆனால் வெகு சிலரால்தான் இது முடிகிறது. ஏற்கனவே ஐந்து, ஆறு வருடங்கள் தஞ்சை மாவட்டத்தில் பணியாற்றியதால் எல்லா கிராமங்களும் கூடுமான வரை மக்களும் கீழ்நிலை அலுவலர்களும் எனக்குப் பரிச்சயமானதால், திட்டங்களைச் செயல்படுத்துவது கடினமான காரியமாகத் தோன்றவில்லை. கூடுதலாக துறை அமைச்சர் கோ.சி.மணி, மாவட்ட ஆட்சியர் விவேக் ஹரி நாராயணன் ஆகியோர் என் நிர்வாகத்தில் தலையிடாததும் ஒரு காரணம்.

தஞ்சையில் இருந்த காலத்தில் ஓர் இரவு வேளையில் சென்னையிலிருந்து தொலைபேசி. என் மாமனார் டாக்டர் சீனிவாசன் மருத்துவமனையில் இருக்கிறார் என்றும், உடனே

புறப்பட்டு வரவேண்டும் என்றும் செய்தி. என் மனைவி அழுகிறார். அடக்க முடியாத உணர்வு பெருக்கெடுப்பு. அவர் உயிர் நீத்துவிட்டார் என்று அவருக்குத் தோன்றியிருக்கிறது. உடன் மாவட்ட ஆட்சியர் விவேக் ஹரி நாராயணனுக்கு செய்தி சொல்லிவிட்டு இருவரும் தஞ்சை பேருந்து நிலையத்தில். அரசுப் பேருந்தில் ஏறி சென்னைக்கு வந்தோம். சந்தேகப்பட்டது நடந்தேறியிருந்தது. அவர் காலமாகிவிட்டார். இதில் என்ன அதிசயம் எனில் அவர் காலமான நாள், பௌர்ணமி திதியில். அன்று மாலையே உடல் அடக்கம் கோட்டூர்புரத்திலுள்ள மயானத்தில் நடந்தேறியது. சிதம்பரம், தஞ்சை மாவட்டத்திலுள்ள தென்னலக்குடி, திருச்சி போன்ற இடங்களிலிருந்தும் என்னைச் சார்ந்தவர்கள் புதுப்பாளையம், கல்பட்டு போன்ற இடங்களிலிருந்தும் வந்திருந்தனர். ஆனால் ஏதோ சில குடும்பப் பிரச்சனைகளினால், அவர் தம்பி பேராசிரியர் திருமேனி, திருச்சியிலிருந்து வரவில்லை. அது பெரிய குறையாகவே தோன்றியது. அப்படி இராமர் —லட்சுமணராக இருவரும் வாழ்ந்தவர்கள். கோடி போடுவது என்ற ஒரு சடங்கு உண்டு. யார் இதைச் செய்வது என்று குழப்பமான சூழ்நிலை. திருமதி எஸ்..டி. வைத்தியலிங்கம், அவர்கள் உடன் தலையிட்டு, தன் கணவரை போடும்படி செய்தார். அவர் துணிவுடன் செய்த இந்தக் காரியம் எல்லோர் மனதிலும் இருந்த அழுத்தத்தைப் போக்கியது.

திருநெல்வேலி ஆட்சியர்

சுமார் ஓராண்டுக்கு குறைவாகவே திட்ட அலுவலர் பணி, தஞ்சை மாவட்டத்தில். 1991 பிப்ரவரியில் திருநெல்வேலி மாவட்ட ஆட்சியர் ஆனேன். அரசு ஆணை வழங்கியது மாவட்ட ஆட்சியர் விவேக் ஹரிநாராயணன். என் அறைக்கு வந்து பாராட்டினார். தஞ்சை மாவட்டத்தில் பலநிலைகளில் 1964ல் ஓராண்டு துணைப் பதிவாளர் பயிற்சி. 1973—76 சுமார் நான்கு ஆண்டுகள் மண்டல இணைப் பதிவாளர், 1989—90ல் ஓராண்டு சார் ஆட்சியர். நாகையில் 1990 — 91ம் ஆண்டுகளில் பி.ஓ (.டி.ஆர்.டி.ஓ) என ஏழு ஆண்டுகளுக்கு மேலாக பணியாற்றிய அனுபவம் திருநெல்வேலிக்கு உதவும் என நினைத்தேன். ஏற்கனவே குறிப்பிட்டதுபோல, தஞ்சை, திருநெல்வேலி, கன்னியாகுமரி போன்ற மாவட்டங்களில் அரசுப் பணியாற்றுவது என்பது கடினமான காரியம். ஆனால் எனக்கு தஞ்சை மாவட்டம், கூட்டுறவுத்துறையாயினும், வருவாய் துறையாயினும், ஊரக வளர்ச்சித் துறையாயினும் எந்த பிரச்சனையும் இருந்ததில்லை. மாறாக, போதிய ஒத்துழைப்பைத் தந்தார்கள். என் 39 ஆண்டு (1963 — 2002) கால அரசுப் பணியில் ஏழு ஆண்டுகள் தஞ்சை மண்ணும் காவிரி நீரும் என்னை வாழ வைத்திருக்கிறது. மண்ணுக்கும் அம்மக்களுக்கும் என் நெஞ்சில் என்றும் நீங்கா இடமுண்டு.

சாமன்களை லாரியில் ஏற்றிவிட்டு, என் பீயட் காரில் மனைவியும் நானும் திருநெல்வேலியை அடைந்தோம். மறுநாள் ராசரத்தினம் ஐ.ஏ.எஸ்.. அவர்களிடமிருந்து மாவட்ட ஆட்சியர் பொறுப்பை ஏற்றுக்கொண்டு, சில நாட்கள் விருந்தினர் மாளிகையில் தங்கினோம். ஓட்டல் சாப்பாடு, சில நாட்கள் நண்பர் பாக்கியம் (அப்போது மனோன்மணீயம் பல்கலைக்கழக பதிவாளர்) வீட்டிலிருந்து காலை உணவும் வரும்.

திருநெல்வேலி மாவட்டம் ஐந்துவகை நிலங்களையும் உள்ளடக்கிய மாவட்டம். மருதம், முல்லை, குறிஞ்சி, பாலை, நெய்தல் என இயற்கை வளங்கள், வற்றாத தாமிரபரணி என

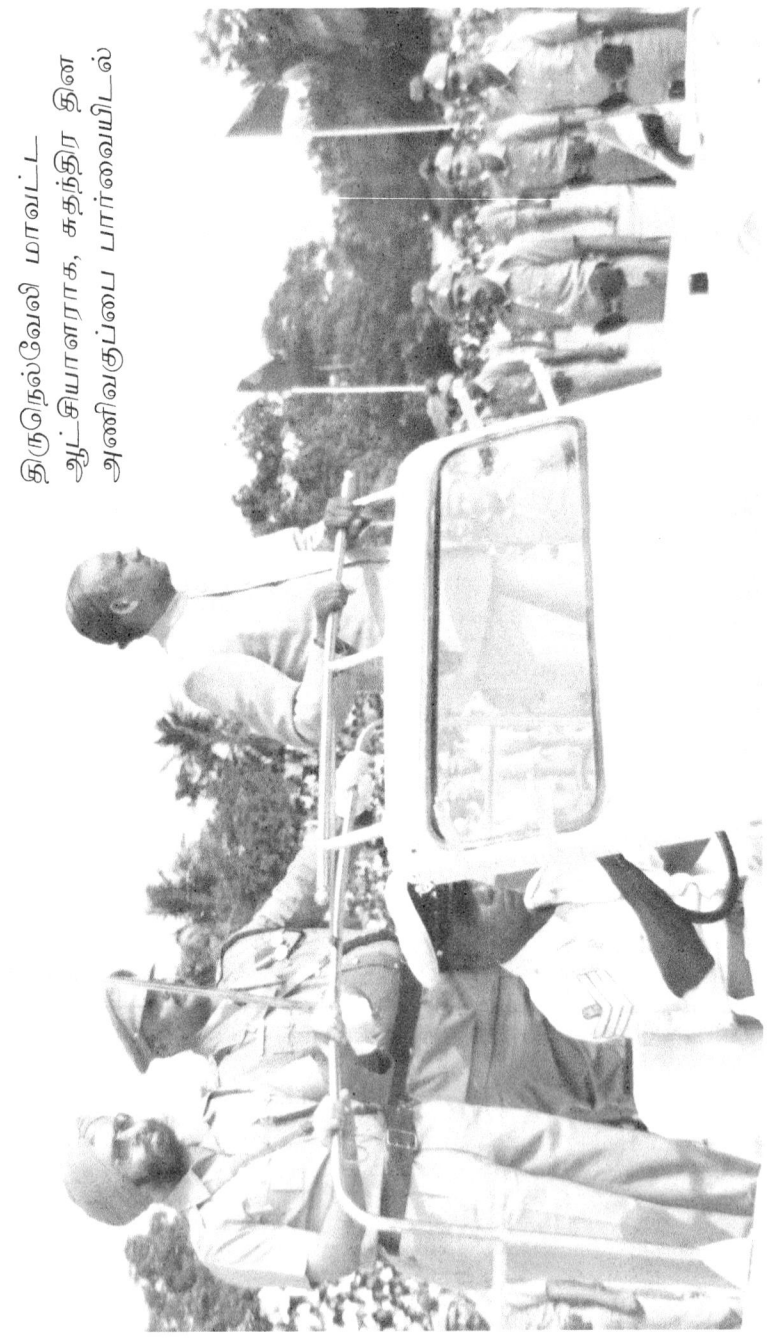

திருநெல்வேலி மாவட்ட
ஆட்சியாளராக, சுதந்திர தின
அணிவகுப்பை பார்வையிடல்

நீர்வளம்கொண்ட மாவட்டம். குற்றாலம், மணிமுத்தாறு, பாபாநாசம், பாணதீர்த்தம் என நீர்வீழ்ச்சிகள், நெல்லையப்பர் கோயில், சங்கரன்கோவில் ஆடித்தபசு நடக்கும் ஆலயம், குற்றாலநாதர், நாங்குநேரி விஷ்ணு ஆலயம் இந்துக் கல்லூரி, செயின்ட் ஜான்ஸ் கல்லூரி, செயின்ட் சேவியர்ஸ் கல்லூரி, அருகாமையில் திருச்செந்தூர் முருகன் கோயில், பிரசித்தி பெற்ற கிருத்துவ தேவாலயங்கள், இஸ்லாமிய தர்காக்கள் என இயற்கையின் வரங்களும், மனிதர்களை நல்வழிப்படுத்தும் இறையருள் ஆலயங்களும், கல்விக் கண்ணை கொடையாக அளித்து தென்னாட்டின் கேம்பிரிட்ஜ் என மதிக்கத்தக்க, உயர் நிலைக் கல்லூரிகளும் இங்குண்டு. மிதமான தட்பவெட்பத்தை ஆண்டு முழுவதும் மக்களுக்கு அளித்து மாவட்டங்களிலேயே சிறந்தது திருநெல்வேலி மாவட்டம் என விளங்குகிறது.

இது 20.10.1986 வரை பிரிக்கப்படாத பெரிய மாவட்டமாக இருந்தது. நிர்வாகக் காரணங்களுக்காக, தூத்துக்குடியை தலைமையிடமாகக் கொண்டு இன்னொரு புதிய மாவட்டம் 26.10.1986அன்று உருவாக்கப்பட்டது. அதன் முதல் மாவட்ட ஆட்சியர், தனி அலுவலராக முதலில் பொறுப்பேற்று பின்பு மாவட்ட ஆட்சியராக ஆனவர் ஆர். ஆறுமுகம் ஐ.ஏ.எஸ்.. இவரும் எனக்கு முன்னவராக கூட்டுறவுத் துறையில் கூடுதல் பதிவாளராகப் பணியாற்றி இந்திய ஆட்சிப் பணிக்கு உயர்த்தப்பட்டவர். அந்தக் காலக்கட்டத்தில் திருநெல்வேலி ஆட்சியராக பணிபுரிந்தவர் நண்பர் பிந்து மாதவன். இவரும் நல்ல அதிகாரி. பலவிதமான அனுபவங்களைப் பகிர்ந்து கொள்ளுபவர்.

மாவட்ட ஆட்சியராகப் பொறுப்பேற்ற சில மாதங்களில் அறிவொளி இயக்கம் மாநிலத்தில் சில மாவட்டங்களில் செயல்படுத்தப்பட்டது. அதற்காக புது டெல்லியில் தேசிய கல்வி இயக்கம் சார்பாக சில மாவட்ட ஆட்சியர்கள், மாவட்டங்களைத் தேர்ந்தெடுத்து செயல்படுத்தும் நோக்கத்துடன் அழைக்கப்பட்டனர்.விரிவான விவாதத்துக்குப்பின் புதுக்கோட்டை, திருச்சி, போன்றவற்றுக்குப் பச்சைக் கொடி காட்டினர். திருநெல்வேலியைப் புறக்கணித்தனர். இந்தக் கூட்டத்துக்குப் போவதற்கு முன்பாகவே, பலவித முன்னேற்பாடுகளை, திட்டம் செயல்படுத்த வேண்டியதற்கான ஆரம்பகட்டப் பணிகளை முடித்து, அறிவொளி இயக்கத்தை அறிமுகப்படுத்த மாவட்டத்தை தயார் செய்திருந்தேன். இவை ஏதும் செய்யாத சில மாவட்டங்கள் தேர்ந்தெடுக்கப்பட்டு, திருநெல்வேலிக்கே அல்வா கொடுக்க முயன்றதை தடுக்க, கடுமையான அறிவுபூர்வமான என் வாதத்தை முன்வைத்தேன். தமிழகத்தில் அமல்படுத்தும் அதிகாரிகளில்

ஒருவரான பேராசிரியர் ஆர்த்ரேயா போன்றவர்களும் வந்திருந்து என் நியாயத்தைக் கேட்டனர். திரு. மிஸ்ரா ஐ.ஏ.எஸ்.. தேசிய அறிவொளி இயக்கத்தின் நிர்வாக இயக்குனர். அவருக்கு என் வாதத்திலிருக்கும் உண்மையை உணர முடிந்ததினால், திருநெல் வேலியை கூடுதலாகத் தமிழகத்துக்கு அளித்தனர். இந்தத் திட்டத்தில் என்னை முழுமையாக ஈடுபடுத்திக்கொண்டேன்.

இரவு நேரங்களில் கிராமங்களுக்குச் சென்று, பள்ளியில் சேர்ந்து தொடர்ந்து படிக்க முடியாத இளைஞர்களை ஒன்று சேர்த்து கற்பிப்பது இதன் நோக்கம். இதில் என் மனைவிக்கும் ஆர்வம் ஏற்பட்டது. அவர் பி.எஸ்..ஸி (கெமிஸ்ட்ரி) சீதா லட்சுமி ராமசாமி கல்லூரியில் முடித்தபின் சிதம்பரம் பெண்கள் உயர்நிலைப் பள்ளியில் ஆசிரியராகப் பணியாற்றிய காரணத்தால், கல்வி பயிற்றுவிப்பதில் பேரார்வம்? அறிவொளி திட்டம் குறித்து கருத்துப் பாடல்களையும் புனைந்து அளித்தார். அவை கேசட்டுகளில் பதியப்பட்டு கிராமங்களில் மற்ற பாடல்களுடன் ஒலி பரப்பப்பட்டன. இந்தத் திட்டம் வெற்றிபெற்றதா இல்லையா என்பது முக்கியமல்ல. இதன்மூலம் கிராமப்புற, பதினைந்து வயதிற்குட்பட்ட, பள்ளிப் படிப்பைத் தொடராதவர்கள், மறுபடியும் கல்வி கற்க, ஓரளவு விழிப்புணர்வையும் உற்சாகத்தையும் ஏற்படுத்தியது என்பது உண்மை.

முதியோர் கல்வி போன்ற திட்டங்கள் அதிக அளவு வெற்றி பெறாத நிலையில் இந்தத் திட்டம், ஓரளவு வெற்றி பெற்றது என்பது என் கணிப்பு. அந்த நாளில் என்னுடன் திட்ட அலுவலராகப் பணியாற்றிய ஸ்வரன்சிங் ஐ.ஏ.எஸ்.. அவர்களும் இந்தப் பணியில் ஈடுபடுத்திக்கொண்டு பஞ்சாபி வாடையுடன் தமிழில் பேசுவது அனைவரின் கவனத்தையும் ஈர்த்தது. ஆண்டுதோறும் குற்றால சீசனில் ஒரு வாரம் கலை நிகழ்ச்சிகள் நடத்துவது, வி.ஐ.பி.க்கள் அதில் கலந்துகொள்ளுவது, இயல், இசை நாடகத் தமிழை அதன் மூலம் பரப் புவது என்பது வாடிக்கையான நிகழ்வு.

ராஜீகாந்தி படுகொலை

பதவியேற்ற சில மாதங்களிலேயே வந்தது சோதனை. ராஜீவ்காந்தி ஸ்ரீபெரும்புதூரில் மனித வெடிகுண்டால் படுகொலை செய்யப்பட்டார். நாடு முழுதும் அமளி. தமிழகத்தில் பெரிய சட்ட ஒழுங்கு பிரச்சனை. கடையநல்லூரில் துப்பாக்கிச் சூட்டில் ஒருவர் இறந்து போனார். கட்டுக்கடங்காத ஜனத்திரளைக் கட்டுப்படுத்த காவல் துறை சுட்டுத் தீர்த்துவிட்டது. நானும் மாவட்ட

கண்காணிப்பாளர் எஸ்..பி. சிங் அவர்களும் கடையநல்லூருக்கு விரைந்தோம். சாதாரணமாக தாலுகா மாஜிஸ்திரேட் அவர்களின் அனுமதி பெற்றே துப்பாக்கிச் சூடு நிகழ வேண்டும். இங்கு போலீஸ் தற்காப்புக்காக சுட்டார்களா அல்லது கூட்டத்தைக் கட்டுப்படுத்த மாஜிஸ்திரேட் அனுமதிப் பெற்று சுட்டார்களா என்பதை விசாரிக்கும் நிலை ஏற்பட்டது.

கடையநல்லூரை அடைந்ததும் கண்ட காட்சி, எங்கும் போலீஸ். சாலைகள் எல்லாம் கற்கள். மக்களின் அரவமின்றி புயலுக்குப் பின் அமைதியென நகரம் காட்சியளித்தது. எனினும் நானும், மாவட்ட கண்காணிப்பாளரும் வந்திருப்பதையறிந்து சில அரசியல் கட்சிக்காரர்கள் கூட்டமாக வந்து முறையிட்டனர். வட்டாட்சியர், டி.எஸ்..பி. என சட்டம் ஒழுங்கு நிலை நாட்டும் அதிகாரிகளும் குவிந்திருந்தனர். விசாரணையில் மாஜிஸ்திரேட் ஆணை பெற்றே துப்பாக்கிச் சூடு நடைபெற்றதாகத் தெரியவந்தது.

திருநெல்வேலியில் அதேபோன்று இஸ்லாமிய மக்கள் ஒன்று திரண்டு வீதிக்கு வந்துவிட்டார்கள். அவர்களைச் சமாதானப்படுத்தி மசூதியில் கூட்டம் போட்டு அவர்களிடம் பேசினேன். நல்ல பலன் கிடைத்தது. ஆனால் பிரச்சனை மேலப்பாளையம் நகரில்தான். அது இஸ்லாமியர்கள் அதிகமாக வாழும் பகுதி. வறியவர்கள் அதிகம். பாய்முடைதல், பீடி சுற்றுதல் போன்றவைதான் இவர்தம் தொழில். அதிக கல்வியறிவு பெற்ற மக்களும் அல்லர். நெருக்கமான தெருக்கள். சந்துகள் அதிகம். ராஜீவ் காந்தி கொலையைப் பயன்படுத்தி இவ்வூர் மக்களில் சிலர் கல்வீசுவதும், தீயிட்டுக் கொளுத்துவதும் என பிரச்சனையை உருவாக்கினார்கள். போலீசைக் கண்டால் ஓடி மறைவதும், பின் தெருக்களில் வந்து கடைகளை அடித்து நொறுக்குவதும் பிற மதத்தலைவர்களுக்குச் சங்கடங்களை உண்டாக்குவதும் என சமூக விரோத செயல்களில் ஈடுபட்டனர். குறிப்பாக இரவு நேரங்களில் இத்தகைய நாச வேலைகளில் ஈடுபட்டனர். சில நேரங்களில் துப்பாக்கிச் சூடு நடத்தும் அளவுக்குக்கூட நிலைமையை மோசமாக்கினார்கள். ஆனால் அதற்கு நான் இடம் தரவில்லை. சுமார் ஒருவாரத்துக்கு மேல் இந்த பேரூராட்சியில் பதட்ட நிலை நீடித்தது. நானும் மாவட்ட காவல்துறை கண்காணிப் பாளரும் இரவு பகலாக ரோந்து வருவதும், ஒலி பெருக்கியில் சமாதான உரைகளைத் தெருத்தெருவாக நிகழ்த்துவதும் என நிலைமையை கட்டுக்குள்கொண்டு வந்து சீர்செய்ய ஒரு வார காலம் ஆனது.

இன்று நான் பதிவு செய்யும் நாள், ஆகஸ்ட் மாதம் பதினைந்தாம் நாள். இந்தியா விடுதலை பெற்ற நாள். பிரிட்டிஷ்

ஏகாதிபத்தியத்தின் யூனியன் ஜாக் கொடியிறக்கப்பட்டு, பாரத மாதாவின் மூவர்ணக் கொடி பறக்கவிட்ட நாள். இந்தியாவே, ஆடுவோமே பள்ளுப் பாடுவோமே, ஆனந்த சுதந்திரம் அடைந்து விட்டோமென்று, சுதந்தரதாகத்தைத் தீர்த்துக்கொண்ட நாள். ஆனால் இந்தியாவிலேயே அன்று மேலப்பாளையத்தில் மாறாக சிலர் பாகிஸ்தான் தேசியக் கொடியை ஏற்றினார்கள் என தெரிவிக்கப்பட்டது. அப்படி தீவிரவாத குணம் படைத்த சிலரால்தான் சட்டம் ஒழுங்கு சீர்கெட்டு, பின் பழைய நிலைக்குக் கொண்டுவர, ஒருவார காலம் ஆனது. கைது செய்தல், லத்திசார்ஜ், துப்பாக்கிச் சூடு என ஏதுமின்றி போலீஸ், ரெவின்யூ, மற்றும் மதத் தலைவர்களை ஈடுபடுத்துதல் என ஒரு பெரிய பட்டாளமே நகரின் தெருக்களை, மக்களை சுற்றிச் சுற்றி வந்து, உடமை, உயிர் ஆகியவற்றிற்கு ஏதும் பங்கம் விளைவிக்காமல் அமைதி நிலை நாட்டப்பட்டது. இந்த அணுகுமுறை அம்மாவட்ட மக்களை பல்வேறு ஊடகங்களை வெகுவாக கவர்ந்தது.

மாவட்ட நிர்வாக இயந்திரம் தானாகவே சுழலும், நிர்வகிப்பவர் எப்படியிருந்தாலும். அது நிற்காமல் சுழன்றுகொண்டேயிருக்கும். ஆனால் அது எந்த அளவுக்கு மக்களுக்கானது என்பதுதான் முக்கியம். ஏனோதானோ என்ற போக்கு கையாளப்பட்டால் மக்கள் நலன் பாதுகாக்கப்படமாட்டாது. குறை தீர்க்கும் நாள் வாரந்தோறும் திங்கள்கிழமை நடைபெறும் அனைத்து துறைகளின் பொறுப்பு அதிகாரிகள், கலந்துகொள்வார்கள். சட்டமன்ற, நாடாளுமன்ற உறுப்பினர்களும் அவரவரின் தொகுதிக்குட்பட்ட பிரச்சனைகளை களைய கலந்துகொள்ளுவர். கொடுக்கப்பட்ட மனுவிலுள்ள பிரச்சனைகளுக்கு அநேக இனங்களில் உடனுக்குடன் தீர்வு காண முடியும். இல்லையெனில் நாள் குறிப்பிட்டு தொடர்புடைய துறைக்கு அனுப்பி தக்க பதிலைப் பெற முடியும். மக்களுக்கு நம்பிக்கையை உண்டாக்கும். ஏறக்குறைய எல்லா சட்டமன்ற உறுப்பினர்களும் இந்நிகழ்ச்சியில் கலந்துகொள்ளுவார்கள். குறிப்பாக, தென்காசி சட்டமன்ற உறுப்பினர் திரு. பீட்டர் அல்போன்ஸ் தவறாமல் கலந்துகொண்டு தன் தொகுதியின் பிரச்சனைகளை, காரியங்களை நிறைவேற்றிக் கொள்வார். ஒரு சிறந்த சட்டமன்ற உறுப்பினர் என்றே கூறலாம். ஆனால் ஒருசில சட்டமன்ற, பாராளுமன்ற உறுப்பினர்கள் இந்த நாளின் முக்கியத்துவத்தை உணராதவர்கள், இக்கூட்டத்துக்கு வருவதில்லை. வந்தாலும் ஏதோ கடமைக்கு வந்ததுபோல் வந்து, பாதியிலேயே சென்றுவிடுவர்.

ஒரு பாராளுமன்ற உறுப்பினர் வந்த வேலையை மறந்து தனக்கு உரிய உட்காருமிடத்துக்காகப் போராடுகிறார். இந்தக் கூட்டத்துக்கு

மாவட்ட ஆட்சியர்தான் தலைவர். கொஞ்சம் உயரமான, எல்லா துறை அலுவலர்களும் தெரிகின்ற அளவிற்கு, சிறிய மேடையின் மேல் மேசையும் நாற்காலியும் போடப்பட்டு மாவட்ட ஆட்சியர் அதன் மேல் அமர்வார். எதிரில் தேர்ந்தெடுக்கப்பட்ட உறுப்பினர்களுக்கும், துறை அலுவலர்களுக்கும், சில இருக்கைகள் பொதுமக்களுக்கும் (மனுதாரர்கள்) போடப்பட்டிருக்கும். இந்த ஒரு பாராளுமன்ற உறுப்பினர் தனக்கு மேடையின் மேல் மாவட்ட ஆட்சியருக்கு நிகராக, அவருக்கு பக்கத்தில் ஒரு நாற்காலியைப் போடு என அடம்பிடித்தார்.

மற்ற எம்.எல்.ஏ., எம்.பி.க்கள் இந்த கூத்தைப் பார்த்து என்ன சொல்வதென்று தெரியாமல் திகைத்து அமர்ந்திருக்கின்றனர். அரசு ஆணை, மாவட்ட ஆட்சியரைத்தான் தலைமை ஏற்று நடத்த வழி வகுத்திருக்கிறது. வேண்டுமானால் உங்களின் கோரிக்கையை அரசுக்கு எழுதி, மாற்று ஆணையைப் பெறுங்கள். அதுவரையில் பொறுத்திருந்து, விருப்பம் இருந்தால் கீழேயே இருக்கையில் அமருங்கள் என்று நான் கூறியதும், கோபம் கொப்பளிக்க, சிறிதுநேரம் அமர்ந்துவிட்டு பின் சென்றார். இந்நிகழ்வுக்குப் பின் சில நாட்கள் வந்தாலும் மேடையின் மேல் இருக்கையை வலியுறுத்தாமல் காரியத்தை முடித்துக்கொண்டு சென்றார். இப்படியும் சில நேரங்களில் இக்கட்டான சூழ்நிலைகள் தானாக வந்து எதிர்பாராமல் மாவட்ட ஆட்சியரின் மடியில் விழும். தன்னை இழக்காமல் நிதானமாக விடிவு காண்பதே நன்மை பயக்கும்.

மாவட்ட ஆட்சியர் பதவி மாவட்டத்தில் ஒரு சிறிய அரசை நிர்வகிக்கும் பொறுப்பு. மாநில அரசு, இவரின் நடவடிக்கைகளை அங்கீகரிக்கும். போதுமான அதிகாரங்களை அரசு வழங்கியுள்ளது. இந்தியாவில் தமிழ்நாட்டு மாவட்ட ஆட்சியர்கள் மிகவும் சக்தி வாய்ந்தவர்கள் எனக் கூறுவர். மக்களின் நலன் கருதி எடுக்கும் எல்லா முடிவுகளுக்கும் அரசு போதிய நிதி ஆதாரமும், அங்கீகாரமும் அளிக்கும். இதை சரியாகப் பயன்படுத்த தெரிந்த மாவட்ட ஆட்சியர் வெற்றிகரமாக, மக்கள் கலெக்டராக பெயர் எடுக்க முடியும். திருநெல்வேலி மாவட்டத்தைப் பொறுத்தவரையில் கல்வியறிவில் மற்ற மாவட்டங்களை நோக்க, கன்யாகுமரியை தவிர்த்து ஓரளவிற்கு முன்னேறியுள்ள மக்கள். நிர்வாகத்தைக் கூர்ந்து கவனிப்பவர்கள். ஊடகங்களும் மிகவும் விழிப்பானவை. உடனுக்குடன் குறைகளைச் சுட்டிக்காட்டுபவை. சிலநேரங்களில் மக்கள் தங்கள் உரிமைகளை, தேவைகளை கேட்டுப் பெறுவார்கள்.

புயல் வெள்ளம்

1992 நவம்பர் மாதம். 12, 13—ம் தேதிகள் திருநெல்வேலி மாவட்டத்துக்கு சோதனையான நாட்கள். புயல் வெள்ளம் என்பவை வட மாவட்டங்களான தஞ்சாவூர், செங்கல்பட்டு போன்றவற்றைத் தாக்கும். மக்களும் அவற்றின் சீற்றத்தைப் பற்றி நன்கு அறிவார்கள். ஓரளவுக்கு தக்க முன்னெச்சரிக்கையான நடவடிக்கைகளில் ஈடுபடுவர். ஆனால் புயலும் வெள்ளமும் திருநெல்வேலி மாவட்டத்துக்குப் புதிது. அவற்றின் தாக்கத்தை, பேரழிவைப் பற்றி ஏதும் அறியாதவர்கள்.

கால்டுவெல் எனும் மேனாட்டு அறிஞர், தமிழகத்தில் திருநெல்வேலி மாவட்டத்தில், தமிழ் பயின்று கல்வியை போதித்து அந்த மாவட்டத்தின் கெஜட்டீரை எழுதியவர். கால்டுவெல் அதில்கூட வெள்ளத்தைப் பற்றியோ புயலைப் பற்றியோ ஏதும் குறிப்பிடவில்லை. ஒருசமயம் மட்டும் தாமிரபரணி ஆற்றில் பெரும் வெள்ளம் வந்து, ஸ்ரீ வைகுண்டம் பகுதியில் இருவர் மாண்டு போயினர் என்பதை மட்டும் குறிப்பிட்டுள்ளார். மற்ற பகுதிகளில் உயிருக்கும் உடமைக்கும் சேதம் ஒன்றுமில்லை.

ஆனால் நவம்பர் 13ல் புயலடிக்கும் என திருவனந்தபுரம் வானிலை மையம் அறிவித்தது. வங்கக்கடலில் உருவாகி, தூத்துக்குடி மாவட்டம் வழியாக திருநெல்வேலியைக் கடந்து அரபிக் கடலை சென்றடையும் என்பது அறிவிப்பு. இயற்கை பேரிடர் மேலாண்மையைப் பற்றி பெரிதும் பயற்சி பெற்றவர்கள் மாவட்டத்தில் இருப்பதாகத் தெரியவில்லை. ஆண்டு தோறும் மாவட்ட ஆட்சியர் அலுவலகத்தில் எல்லா துறை அலுவலர்களையும் கூட்டி, மழை வெள்ளம் என வந்தால் அந்தந்த துறைக்கு என்ன தேவைகள் என்பதை கணக்கிட்டு வருவாய்த்துறை முதன்மை கமிஷனர் அவர்களுக்கு ஒரு அறிக்கையை சடங்காக அனுப்புவது வழக்கம். எல்லா மாவட்ட ஆட்சியரும் அனுப்புவர்.

திருநெல்வேலி முதன்முதலாக சந்திக்கப் போவது பெரும் புயல். உடன், துறைத் தலைவர்களின் அவசரக் கூட்டத்தைக் கூட்டினேன். கூடுதலான முயற்சியாக, உணவுப் பொருள்களை எல்லா பொது விநியோக கடைகளுக்கும் கொண்டு செல்வது, மாவட்ட மருத்து வமனை, பி.எச்.சி. ஆகியவற்றில் போதிய மருந்துகள் குறிப்பாக, குடி தண்ணீர் பாதிக்கப்பட்டால் காலரா, வாந்தி, பேதி, காய்ச்சல் போன்றவற்றுக்கான மருந்துகள் போதுமான அளவுக்கு சேமித்து வைத்தல், மின்சாரத்தை புயல் ஆரம்பிக்கும் முன்பாக துண்டித்து விடுதல், நெடுஞ்சாலைத்துறை செய்ய வேண்டிய காரியங்களான

விழுந்த மரங்களைத் துரிதமாக, அகற்றுதல் போன்ற காரியங்களை செய்ய அறிவுரை வழங்கப்பட்டன.

வானொலியில் அறிவிப்பு

மிக முக்கியமாக, மக்களுக்கு புயல் சம்பந்தமான விழிப்புணர்வை ஏற்படுத்துவது. போதிய கால அவகாசம் இல்லாத காரணத்தால் மக்களை உடன் சென்றடையக் கூடிய சாதனம் வானொலிதான். புயல் தாக்கினால் மக்கள் என்ன செய்ய வேண்டும் என்ன செய்யக்கூடாது என்பது பற்றிய செய்திகள். மரத்தின் அடியில் நிற்கக்கூடாது. ஓட்டு வீடு, ஓலை வேய்ந்த வீடு போன்றவற்றில் இருந்து வெளியேறி, பாதுகாப்பான கட்டடங்களுக்குச் சென்று தங்குவது, வீட்டில் மெழுகுவர்த்தி, மண்ணெண்ணெய், காய்ந்த விறகு, போதுமான உணவுப் பொருட்கள் வைத்துக் கொள்ளுவது, ஆற்றங்கரைகள் மற்றும் கால்வாய்கள் கரையில் வசிக்கும் மக்கள் இடம் பெயர்ந்து செல்வது என வானொலியில் அறிவிக்க ஏற்பாடு செய்தேன். திருநெல்வேலி வானொலி அலுவலகத்தில் அப்போது ஒரு கேரளாக்காரர், உதவி இயக்குநர். மிகவும் ஒத்துழைப்பதாக ஒத்துக்கொண்டார். சாதாரணமாக இரவு பத்து மணியுடன் வானொலி நிலையம் ஒலிபரப்பை நிறுத்திவிடும். என் வேண்டுகோளின்படி வானொலி நிலையத்தை இரவு முழுதும் நிறுத்தவில்லை.

12.11.1992 மாலையில் புயல் வீச ஆரம்பித்தது. முன்னேற்பாட்டின் படி மின்சாரம் மாவட்டம் பூராவும் துண்டிக்கப்பட்டுவிட்து. வாழைத் தோப்புக்கள் படுநாசம். எல்லா ரோடுகளிலும் மரங்கள் விழுந்து போக்குவரத்து ஸ்தம்பித்துப் போய்விட்டது. திருநெல்வேலியில் தாமிரபரணி ஆற்றின் மேல் கட்டப்பட்டுள்ள பாலத்தின் அடிப் பகுதியை வெள்ளம் தொட்டுக்கொண்டு சென்றது வரலாறு. திருநெல்வேலியில் தாமிரபரணியின் இரண்டு பக்க கரைகளிலும் மற்றும் உள்பகுதியிலும் மக்கள் ஆக்கிரமித்து பல ஆண்டுகளாக குடிசை போட்டுக்கொண்டு ஆடு, மாடு, கோழி சகிதம் பல ஆயிரம் பேர் வாழ்ந்து வந்தார்கள். அவர்களை அப்புறப்படுத்தி நகரில் திரு மணக்கூடங்கள், பள்ளிகள் என தங்க வைக்க ஏற்பாடு செய்யப்பட்டது. இந்த வேலை முன்கூட்டியே வருவாய்த்துறை அலுவலர்களால் மேற்கொள்ளப்பட்டது.

காலையில் ஆற்றுப்படுகைகயிலிருந்து வெளியேற்றினால் மாலையில் மறுபடியும் அம்மக்கள் ஆற்றுக் குடிசைகளுக்குத் திரும்பி வந்து விடுவார்கள். மறுபடியும் வெளியேற்றுவது என அது பெரும்

பாடு. புயலின் தாக்கமாக பெருவெள்ளம். திருநெல்வேலி நகரப் பகுதியில் தாமிரபரணி ஆற்றுப்படுகையில் இருந்தவர்கள் வருவாய்த்துறை மேற்கொண்ட முயற்சியினால் வெளியேற்றப்பட்டதால் ஒரு உயிர்கூட இழப்பில்லை. குடிசைகள்தான் அடித்துச் செல்லப்பட்டன. நகரில் தங்கவைக்கப்பட்ட மக்களுக்கு உணவுப் பொட்டலங்கள் வழங்கப்பட்டன. சமைப்பதற்கு வேண்டிய பாத்திரங்கள், பாய், மண்ணெண்ணை, அரிசி, பருப்பு என வழங்கப்பட்டது. மாவட்ட நிர்வாகம் விடுத்த கோரிக்கையின் அடிப்படையில் வெளி மாவட்டங்கள், வெளி மாநிலங்களில் இருந்து உணவுப் பொருட்கள், துணிமணிகள், பாத்திரம் என வர ஆரம்பித்தன. மாவட்டத்தில் எடுக்கப்பட்ட முன்னெச்சரிக்கை நடவடிக்கையினால் மனித உயிர்கள், கால்நடைகள் ஆகியவற்றிற்கு இழப்பு அதிகமில்லை. ஆனால் விக்கிரமசிங்கபுரத்தை ஒட்டி அமைந்துள்ள திருவள்ளுவர் நகரில் இருபத்தைந்து பேர் மாண்டு போனார்கள். இங்கு வழ்பவர்கள் மதுரா கோட்ஸ் துணி ஆலையில் பணியாற்றுபவர்கள். சொந்தமாக வீடுகட்டி புதிய நகரை நிர்மாணித்து வாழ்பவர்கள்.

இரண்டு என்ஜினீயர்கள்

இந்த நகருக்கு மேலேதான் பாபநாசம் அணை, சேர்வலார் அணை என இரு அணைகள். பாபநாசம், அணை பெய்த மழையில் நிரம்பி வழிகிறது. சேர்வலார் அணைப் பகுதியில் மழை கொட்டித் தீர்த்துவிட்டது சேர்வலார் அணை சுதந்தர இந்தியாவில் கட்டப்பட்ட ஒன்று. இந்த அணையில் தண்ணீர் நிரம்பியவுடன் தானாகவே உபரி நீர் வெளியேறுவதற்கான ஏற்பாடு செய்யப்படவில்லை. அணையின் நடுப்பகுதியில் ஷட்டர்களை தூக்கினால்தான் உபரித் தண்ணீர் வெளியேறும். ஷட்டர்களை மின்சார உதவியால் தூக்கலாம். அணை நிரம்பி ஷட்டர்களுக்கு மேலே வழிகிறது. இன்னும் சில மணி நேரங்களில் அணை உடையும் அபாயம். உடைந்தால் விக்கிரம சிங்கபுரம், அம்பாசமுத்திரம், கல்லிடைக்குறிச்சி சேரன்மாதேவி, திருநெல்வேலி, பாளையங்கோட்டை நகரங்கள் தண்ணீரில் மூழ்கக் கூடிய பேராபத்து.

அணையைக் காப்பாற்ற அந்த நள்ளிரவில் இரண்டு என்ஜினீயர்கள் அடிவாரத்திலுள்ள குவார்ட்டர்சில் இருந்து நடந்து அந்தக்கும்மிருட்டில், மழையில் நனைந்துகொண்டு பேட்டரி வெளிச்சத்துடன் கஷ்டப்பட்டு அணையின் உச்சியை

அடைந்தனர். இருவரும் ஷட்டரை தங்களின் சக்தியால் திறந்தனர். அதன் பலனாக பெருவெள்ளம். சுமார் ஐந்து கிலோமீட்டர் தொலைவில் இருந்த முண்டந்துறை பாலம் முழுவதுமாக அடித்துச் செல்லப்பட்டது. அது ஐம்பது அடி உயரத்திற்கு மேல் கட்டப்பட்ட உறுதியான கான்கிரீட் பாலம். அதற்கே இந்த கதியென்றால் எவ்வளவு வெள்ளம் அந்த உயரத்துக்கு அணையிலிருந்து வெளியேறியிருக்கிறது என்று நினைத்துக்கூட பார்க்க முடியாது. ஷட்டரை திறந்து அந்த இரு என்ஜினீயர்களும் கீழே வீட்டுக்கு காலையில்தான் வந்தார்கள்.

குடியிருப்பெல்லாம் வெள்ளம் சூழ்ந்து ஒவ்வொரு வீட்டிலும் ஐந்தடிக்கு மேல் தண்ணீர். இவர்கள் இருவரும் அந்த இரவில் குடும்பத்தார்கள் என்ன ஆனார்களோ என்ற பீதியுடன் குரல் எழுப்பி கூப்பிடுகிறார்கள். பதில் இல்லை. அவர்கள், அறையின் மேலே, பரணில் குழந்தைகளுடன் குளிரில் நடுங்கிக்கொண்டு, வெள்ளம் ஏற ஏற உயிருக்கு ஆபத்தான நிலையில் அமர்ந்திருந்தார்கள். இவர்கள் தொடர்ந்து எழுப்பிய, சத்தத்தால் மெதுவாக ஓலமிட்டு பதிலளித்தார்கள். தங்கள் உயிரைப் பொருட்படுத்தாமல் அந்த நள்ளிரவில் இந்த இரண்டு பொறியாளர்களும் செய்த சேவையினால் பல்லாயிரக் கணக்கான உயிர், உடமை சேதங்கள் தவிர்க்கப்பட்டன.

இந்த சம்பவத்திற்காக இந்த இருவருக்கும் பெரிய அங்கீகாரம் அளிக்க வேண்டுமென அரசுக்கு எழுதினேன்.கூடவே இந்த அணை, சரியாகத் திட்டமிட்டு கட்டப்படாத அணை. வெள்ளக்காலத்தில் உபரிநீர் தானாக வெளியேற இதில் வசதியில்லை. மறு ஆய்வு செய்து நீர் தானாக வெளியேறும் ஏற்பாட்டை செய்ய வேண்டும் என்று அன்றைய பொதுப் பணித்துறை செயலருக்கு மாவட்ட ஆட்சியர் என்ற நிலையில் எழுதினேன். இந்த இரண்டு கோரிக்கைகளும் செவிடன் காதில் ஊதிய சங்காயின. ஆனால் இந்த இரு வீரத்தியாகிகளுக்கு சிறப்புச் செய்ய சுதந்திர தின விழாவில் பாளையங்கோட்டை மைதானத்தில், பல்லாயிரம் பேர் காண, பாராட்டுப் பத்திரமும், பரிசும் வழங்கி கௌரவித்தேன். அரசு, எப்படி ஒரு மரக்கட்டையான அமைப்பு என்பதை நினைத்து வருத்தப்பட்டேன்.

மாநில அளவில் அரசு, அந்த வீரதீரச் செயல்களுக்கு அங்கீகாரம் அளிக்கவில்லை என்றாலும் மாவட்ட அளவிலாவது அளிக்கப்பட்டதே என்ற மனநிறைவைக் கொண்டேன்.

அரங்க வேலு ஐ.ஏ.எஸ்.

மாபெரும் துயரம்

அந்த இரவில் பெய்த பேய் மழையால் தாமிரபரணி கொள்ளளவை மீறி கரைபுரண்டு ஓடியது. பாபநாசம் மற்றும் சேர்வலார் அணைகளில் இருந்து நிரம்பி வழியும் நீரும் காட்டாறுகளின் வெள்ளமும் சேர்ந்து தாமிரபரணியின் இரண்டு கரைகளையும் ஆங்காங்கே, உடைத்துக்கொண்டு சென்றது. ஏற்கனவே குறிப்பிட்டதுபோல் விக்கிரமசிங்கபுரம் அருகில் அமைந்துள்ள திருவள்ளுவர் நகரில் இருபத்தைந்து பேர் ஜலசமாதி ஆனதற்குக் காரணம், இந்த நகருக்கு சற்று வடக்கில் பயன்படுத்தப்படாத, பராமரிப்பு இல்லாத ஒரு ஏரி உண்டு. அன்று இரவு பெய்த மழையால் அந்த ஏரி நிரம்பி, கரைகளை உடைத்துக்கொண்டு தெற்கு நோக்கி வெள்ளம் கால்வாய் வழியாக தாமிரபரணியை அடைய வந்தது. வழியில் பாபநாசம் வடக்கு கால்வாயும் உடைத்துக்கொண்டு வந்தது. ஏரி தண்ணீரும் வாய்க் கால் தண்ணீரும் சேர்ந்துகொள்ள, தாமிரபரணி ஏற்கனவே நீர்மட்டம் உயர்ந்து செல்வதால் இந்த ஏரி, வாய்க்கால் தண்ணீரை ஏற்றுக்கொள்ள வழியில்லை. அதனால் ஏரித் தண்ணீர் ஆற்றில் வடிவதற்கு வழியில்லாமல், நீர்மட்டம் உயர்ந்து திருவள்ளுவர் நகரில் நுழைந்தது.

முந்தைய நாள் புயலை, வெள்ளத்தை எதிர்பார்த்து வருவாய்த்துறை, போலீஸ் துறை ஆகியோர் திருவள்ளுவர் நகர் மக்களை வெளியேறச் சொல்லியும் அவர்கள் தயாராக இல்லை. மாடியில் உறங்கியவர்கள் தப்பித்துக்கொண்டனர். வீட்டின் தாழ்ப்பாளை போட்டுக்கொண்டு உறங்கியவர்கள், வேகமாகத் தண்ணீர் புகுந்து நிரம்பியதால் வெளியே வர முடியாமல் மாண்டு போயினர். மாவட்டத்தில் வேறு எங்கும் உயிர்ச் சேதம் இல்லாமல் பார்த்துக்கொண்டபோதும், படித்த, ஆலையில் பணியாற்றும் இந்த தொழிலாளர்கள் இறப்பு, மாபெரும் துயரத்துக்கு ஆளாக்கியது. பொழுது புலர்ந்த அந்த காலையிலேயே அங்கு விரைந்து சென்று ஆக வேண்டிய துரித நடவடிக்கைகளை மேற்கொண்டேன்.

முதற் பணியாக இறந்த உடல்களை போஸ்ட் மார்ட்டம் செய்து அடக்கம் செய்வது, தேங்கியிருக்கும் வெள்ளத்தை வடித்தெடுப்பது, அம்மக்களுக்கு வேண்டிய அரிசி, மண் எண்ணெய், துணிமணிகள், உயிரிழப்பு, வீடு இடிந்து போனதற்கான நிதியுதவியென, நிர்வாக இயந்திரத்தை முடுக்கிவிட்டு ஓரிரு நாட்களிலேயே நிலைமை சீர் செய்யப்பட்டது.

மாநில முதலமைச்சர் செல்வி ஜெயலலிதா அவர்கள், திருவள்ளூர் நகருக்கு வந்து மக்களுக்கு ஆறுதல் கூறினார்.

கால்வாயில் உடைப்பு ஏற்பட்ட பகுதியைப் பார்வையிட்டார். நிவாரணப் பணிகளை ஆய்வு செய்தார். மாவட்டத்தின் எம்.எல்.ஏ, எம்.பி.க்கள் அவரைச் சந்தித்து மாவட்ட நிர்வாகம் மேற்கொண்டுள்ள நடவடிக்கைகள் குறித்து திருப்தியை தெரிவித்தனர்.

இந்த வெள்ளத்தில் காடுகளிலிருந்து பெரிய மரங்கள் அடித்து செல்லப்பட்டன. அவை தடுப்பணைகளில் ஒதுங்கியபோது பொது மக்கள் அப்புறப்படுத்தினர். அதேபோன்று நெடுஞ்சாலைகளில் மரங்கள் விழுந்து போக்குவரத்தை பாதித்தபோது உள்ளூர் மக்கள் அவற்றை வெட்டி அப்புறப்படுத்தினர். இப்பேர்பட்ட பேரிடர் நிகழும்போது உள்ளூர் மக்கள்தான் பேருதவியைச் செய்வார்கள். உயிரைக் காப்பாற்றவும் தங்களை ஈடுபடுத்திக் கொள்ளுவார்கள். ஆக, வெள்ளத்தில் அடித்து வந்து நீரோட்டத்தை தடை செய்யும் மரமாயினும், நெடுஞ்சாலைகளைத் தடை செய்யும் மரமாயினும் உள்ளூர் மக்கள் அவற்றை அப்புறப்படுத்தி பயன்படுத்திக் கொள்ளுவதில் அரசு தலையிடக்கூடாது. நெடுஞ் சாலைத் துறையும் விரைந்து செய்யப்பட்டதால் போக்குவரத்து, மாவட்டத்தில் எல்லா இடங்களிலும் சரிசெய்யப்பட்டுவிட்டது. ஆனால் ஏற்கனவே குறிப்பிட்டதுபோல் முண்டந்துறை பாலம் உடைந்துபோனதால், பாபநாசம் அணைப்பகுதி, சேர்வலார் அணைப்பகுதி மக்கள் போக்குவரத்தின்றி துண்டிக்கப்பட்டு விட்டார்கள்.

அவர்களுக்கு வேண்டிய உணவுப் பொருட்கள் இல்லாமல் பெரிதும் துன்பத்துக்கு ஆளாயினர். ஆற்றுக்கு அந்தப் பக்கம் செல்லவேண்டுமென்றால், சுமார் மூன்று கிலோமீட்டர் காட்டிற்குள் சென்று சேர்வலார் அணையை ஒட்டி அமைந்துள்ள இரும்பு பாலத்தில் கடந்து செல்லவேண்டும்.

அரிசி, பருப்பு, சர்க்கரை, மண் எண்ணெய் என தேவையான பொருட்களை எடுத்துக்கொண்டு சுமார் முப்பது பேர், என் தலைமையில் நடந்தோம். சுமார் மாலை நான்கு மணிக்கு காட்டுக்குள் நடக்க ஆரம்பித்து ஒரு மணி நேரத்தில் சேர்வலாரை அடைந்தோம். அங்கிருந்து மின் வாரிய வேன்களில் தலைச்சுமையை ஏற்றி, மழைவாழ் மக்கள் உள்ளிட்டோருக்கு வழங்க ஏற்பாடு செய்தேன். இப்பணி முடிவதற்கு இரவாகிவிட்டது. மறுபடியும் காட்டு வழியிலேயே அந்தக்கும்மிருட்டில் வர வேண்டும்.

மழை விட்டபாடில்லை, காட்டிற்குள் பாதையொன்றுமில்லை. சிறு சிறு ஓடைகள் தண்ணீரைத் தாங்கி ஓடிக்கொண்டிருக்கின்றன. இந்தக் காட்டின் சிறப்பு அது. புலிகளின் சரணாலயம், ராஜ

நாகங்கள் வாழுமிடம். சிறுத்தைப் புலிகளுக்கு குறைவில்லை. வெளிச்சத்திற்கு சைக்கிள் டயர்களை கொளுத்திக்கொண்டு மழையில் நனைந்து காலால் வழியைத் தடவியபடி, மிக்க சிரமத்துக்கிடையே — வன விலங்குகளின் ஆபத்தையும் பொருட்படுத்தாது வந்து சேர்ந்தது மிகப் பெரிய செயல்.

மாவட்ட ஆட்சியர் அளவில் தலைமையேற்று மலைவாழ் மக்களின் பசிப்பிணி போக்க எடுத்த நடவடிக்கை மாவட்ட மக்களின் மனதில் நிர்வாகத்தைப் பற்றி நல்லெண்ணத்தை உண்டாக்கியது. அந்தப் பகுதியின் சட்டமன்ற உறுப்பினர் திரு. முருகய்யா பாண்டியன் எம்.எல்.ஏ., தானும் அந்தப்பணியில் கலந்துகொண்டிருக்கலாமே என்ற ஆதங்கத்தை பின்பு ஒரு நாள் வெளிப்படுத்தினார். நிர்வாகத்துடன் மிகவும் ஒத்துழைத்த சில சட்டமன்ற உறுப்பினர்களுள் அவரும் ஒருவர்.

இந்த இயற்கைப் பேரிடரில், மக்களின் உயிரையும் உடமையையும் காப்பதில் பெரிதும் தங்களை ஈடுபடுத்திக்கொண்டவர்கள் சுமார் நாற்பதுக்கும் மேற்பட்ட தொண்டு நிறுவனங்கள். இதுநாள் வரையில் இந்த தொண்டு நிறுவனங்கள் இருந்த இடம் தெரியாமல் இருந்தன. மனித குலத்திற்கு இயற்கை இழைத்த தீங்கை களைவதற்கு அவை எடுத்துக்கொண்ட முயற்சியும் ஈடுபாடும் எழுத்தில் அடங்காது. அதேபோல், மாநிலத்தை தாண்டி வாழ்ந்த நல்ல மனிதர்கள் உணவுப் பொருளாகவும், அத்தியாவசியப் பொருளாகவும் ரயில்கள் மூலமாகவும், லாரி மூலமாகவும் அனுப்பி துயர் துடைக்க பெரிதும் உதவினர். புது வெள்ளம் வந்ததால் குடி தண்ணீர் பிரச்சனை தலைதூக்கியது.

தாமிரபரணியாற்றில் அமைக்கப்பட்டிருந்த அனைத்து நீரேற்று சாதனங்களும் வெள்ளத்தில் அடித்துச் சென்றுவிட்டன. சுத்திகரிக்கப்படாத தண்ணீர்கூடவே காலரா, வாந்திபேதி, காய்ச்சல் என மக்கள் அவதிக்குள்ளாவதற்கு முன்பாகவே, தடுப்பூசிகள், போதிய அளவிற்கு வரவழைக்கப்பட்டன. போர்க்கால அடிப்படையில் பிரத்யேக ஏற்பாட்டின்படி, குடி தண்ணீருக்கான ஆற்றுப்படுகைத் திட்டங்கள் சரி செய்யப்பட்டன. பாதுகாப்பான இடங்களில் தங்கியுள்ள பாதிக்கப்பட்டுள்ள மக்களின் தேவைகளை அன்றாட ஆய்வின் மூலம் கூர்ந்து கவனித்தோம். மாவட்ட அளவில் எல்லா அலுவலர்களும் கண் துஞ்சாது மெய்வருத்தம் பாராது பாடுபட்டதை பதிவு செய்தே ஆக வேண்டும்.

மாவட்ட ஆட்சியரின் ஆணையின்படி சனி, ஞாயிறு என்று பாராமல் மாவட்ட கருவூலம் திறக்கப்பட்டு, வீடு இழந்தோருக்கு

நிவாரணத்துக்கான நிதி வழங்கியது, செங்கோட்டைப் பகுதியில் மலைச் சரிவில் கட்டப்பட்டிருந்த வீடுகளை, பெரும் பாறைகள் மேலிருந்து சரிந்து சேதப்படுத்தியது, தாமிரபரணி ஆற்றில் பல்வேறு இடங்களில் உடைப்பு ஏற்பட்டு ஆற்று மணல் வயல்களை மேடாக்கியது, சில இடங்களில் கால்நடைகள் சேதம் என முக்கியமாக திருநெல்வேலி, வள்ளியூர் போன்ற இடங்களில் புயல், வெள்ளம் புரட்டிப் போட்டது.

குற்றாலத்தைப் புதுப்பித்தோம்

குற்றால அருவி இருந்த இடம் தெரியவில்லை. வருவாய்த் துறையின் முதன்மை ஆணையர் ஒரு ஹெலிகாப்டரில் நான் உடனிருக்க வெள்ளச் சேதத்தை பார்வையிட்டார். மேலிருந்து பார்க்கும்போது குற்றால அருவியின் தரைப்பகுதி ஒரு பெரிய பள்ளமாகக் காட்சியளித்தது. குளிக்கும் பகுதியில் அமைக்கப்பட்டிடருந்த கற்கள், இரும்பு கம்பிகள், சற்று தள்ளி நடைபாதைக்கென அமைக்கப்பட்ட சிறிய பாலம் என சகலமும் பெருவெள்ளப் பெருக்கில் அடித்துச் செல்லப்பட்டு, ஆறுபோல் காட்சியளித்தது. புயல் வெள்ள நிகழ்வு நவம்பர் மாதம். அடுத்த குற்றால சீசன் மே, ஜூன் மாதங்களில். வருவாய் ஆணையரிடம் ஹெலிகாப்டரில் பறக்கும்போதே, வெள்ள நிவாரணத் தொகையில் ஒரு பகுதியை, அருவியை சீரமைக்க பயன்படுத்த அனுமதி கோரினேன். அவரும் அதற்கு இசைவு தர, பணியை திட்டமிட்டேன்.

தமிழக அரசின் ஓர் அங்கமான தமிழ்நாடு கன்ஸ்ட்ரக்ஷன் கார்ப்பொரேஷன் சேர்மேன் மற்றும் ஆர்க்கிடெட் ஆகியோர்களை திருநெல்வேலிக்கு வரவழைத்தேன். விரிவான கலந்துரையாடல்களுக்குப் பிறகு சில முடிவுகள் எடுக்கப்பட்டன. குளிக்கும் இடத்தை இரண்டாகப் பிரித்து ஆண், பெண் — எந்த நிலையிலும் ஆண்களின் தலையீடும் பிரச்சனையும் இல்லாமல் தடுப்பு ஏற்படுத்தி, பெண்களின் ஆனந்தக் குளியலுக்கு வழிவகுக்க வேண்டும். தரையில் பெரிய கருங்கற்கள், எவ்வளவ பெரிய புயல் வெள்ளம் வந்தாலும் அடித்துச் செல்லாத அளவிற்கு பதிக்கப்பட வேண்டும். புதிய நடை பாலமும் உறுதியானதாகக் கட்டுதல் வேண்டும். பெண்கள் உடை மாற்றுதலுக்குத் தனியாக அறை கட்டுதல் வேண்டும்.

பெண்களுக்கான தனி ஏரியா மற்றும் பாதை அமைத்தல் வேண்டும். கண்களுக்குப் பார்ப்பதற்கும் ரசிப்பதற்குமான

லேண்ட்ஸ்கேப்பை உண்டாக்கி புதுப்பொலிவுடன், மாறுபட்ட, நூறு வருடம் ஆனாலும் தகர்க்கமுடியாத, பழுதடையாத குற்றாலமாக மாற்றுதல் வேண்டும். இந்த கார்ப்பொரேஷன் அரசின் உடைமையானதால், டெண்டர் ஏதும் கோரப்படாமல், லாபநோக்கம் ஏதுமின்றி பணியை நிறைவேற்ற முடிவு செய்யப்பட்டு நூறு நாட்களில் பணியை முடித்தோம். சீசனை யாரும் தவறவிடாமல் — பல்லாயிரக்கணக்கான மக்கள் அனுபவித்து மாவட்ட நிர்வாகத்தைப் பாராட்டத் தவறவில்லை என்பதும் என் காதுக்கு எட்டியது.

ஆயினும் இந்த சுமார் ஐம்பது லட்சம் ரூபாய்க்கான பணியை, தனியாரிடம் ஒப்படைக்காததால் உள்ளூர் அரசியல் கட்சியின் கான்ட்ராக்டர்கள் சிலர், ஓர் அரசியல் தலைவரை வரவழைத்து, மேடை போட்டு மாவட்ட ஆட்சியரை திட்டித் தீர்த்தார்கள் என்பதும் என் கவனத்திற்கு வந்தது. தனியார்கள் புயல் சேதத்தை சீர்படுத்தும் முயற்சியில், அர்ப்பணிப்பு ஏதுமின்றி இலாபம் ஈட்ட முயற்சிப்பது மட்டுமின்றி பணியின் தரம், காலத்தில் முடிப்பது போன்றவற்றில் ஒத்துழைக்க மாட்டார்கள் என்பது உள்ளங்கை நெல்லிக்கனி.

நான் இந்த வசவுகளைப் பற்றி கவலைப்படவில்லை. அரசின் பொதுத்துறை இப்பணியை செவ்வனே குறிப்பிட்ட காலக் கெடுவுக்குள் தரமாக செய்து முடித்தது, இந்த அவதூறான பேச்சுகளுக்கு ஒரு பெரிய சவுக்கடி. சில வாரங்கள் கழித்து அந்த அரசியல் தலைவர் என்னைக் காண கேம்ப் ஆபீஸ்க்கு வந்தார். அப்போது அவரே, தான் குற்றாலத்தில் கோஷம் போட்டு பேசியது, உள்ளூர் அரசியல் பிரமு கர்களும் ஒப்பந்தக்காரர்களும் கொடுத்த அழுத்தத்தினால்தான் என்றும், தனிப்பட்ட முறையில் மாவட்ட ஆட்சியரின் பேரில் எந்த வெறுப்பும் தனக்கில்லையென்றும், சொன்னார். இதுதான் இரட்டை நாக்கு அரசியல் என்று மனதில் நினைத்து, அவர் சொன்னதற்கு நான் ஒன்றும் பதில் சொல்லவில்லை.

திருநெல்வேலி மக்களை சுயநிலைக்குக் கொண்டு வர, பல நாட்கள் கலெக்டர் பங்களாவிற்குச் செல்லாமல் இரவுப் பகலாக அலுவலகத்திலேயே அமர்ந்து புயல் மீட்புப் பணிகளை ஒருங்கிணைத்து செயல் பட்டது, என் வாழ்வில் மறக்கமுடியாத அனுபவம். புயல் வருவதற்கு முன்பும், புயல் அடிக்கும்போதும், அடித்த பின்பும் எடுக்க வேண்டிய நடவடிக்கைகளில், மாவட்ட அளவில் எனக்கோ அல்லது மற்ற துறை அலுவலர்களுக்கோ அதிக பயிற்சி இல்லை. ஆனாலும் என்ன செய்தால் வேண்டிய பலன்

கிடைக்கும் என்பதை பட்டறிவால், பொது அறிவால் சிந்தித்து எடுத்த நடவடிக்கைகள்தான் இந்த புயல் நிவாரணப் பணிகள். ஆங்காங்கு வாழும் மக்கள் மற்றும் தொண்டு நிறுவனங்கள் தங்களை ஈடுபடுத்திக்கொண்டு தங்களால் இயன்ற உதவிகளைச் செய்ததுதான் பேரிடர் மேலாண்மையில் முதல் முக்கியமான பங்கு.

அரசு மக்களின் துயர் துடைக்க, காலம் தாழ்ந்துதான் வர முடியும். அது சாலை, ரயில், விமானம், நீர் ஆகியவற்றில் ஏற்படும் விபத்துக்கள் — பேரிடர் ஆகியவற்றில் முதல் முதலாகப் பாதிக்கப்படட இடத்திற்கு விரைந்து முதல் உதவி செய்பவர்கள் உள்ளூர்க்காரர்களும் அங்கிருக்கும் தொண்டு நிறுவனங்களும்தான். அவர்கள் மூலம்தான் இடர் ஏற்பட்ட ஒரு மணி நேரத்திற்குள் மக்களை தேற்றுவதும், அருகிலுள்ள மருத்துவமனைகளுக்கு அனுப்புவதும் என அந்த நேரத்தில் செய்ய வேண்டிய காரியங்கள்தான் பல உயிர்களை காக்கும். இதுதான் சமூகப் பொறுப்பு. இந்த மக்களின், தொண்டு நிறுவனங்களின் முக்கியத்துவத்தை உணர்ந்தே இன்னும் எப்படி இவர்கள் தங்கள் பங்கின் மூலம் உயிர்களையும் உடமைகளையும் காப்பாற்றலாம் — அதற்கு எந்தவகையான விழிப்புணர்வை, பயிற்சிகளை ஏற்படுத்துவது என்பதை ஆராயவே நான் பிற்காலத்தில், தமிழ்நாடு பணியாளர் தேர்வாணையத்தில் 2002ல் ஓய்வுப் பெற்றபின், சென்னை பல்கலைக்கழகத்தில் பேரிடர் மேலாண்மையில் சமூகப் பொறுப்பு (Social Response in disaster management) என்ற தலைப்பின்கீழ் பி.எச்.டி.க்கான ஆராய்ச்சியை மேற்கொண்டேன். முதலில் முழு நேரமாக ஆரம்பித்து, பின்னாளில் அமைச்சரான பின் அதை பகுதி நேரமாக மாற்றி, தலைப்பையும் Disaster management in Indian Railways என மாற்றி ஆராய்ச்சியை மேற்கொண்டேன். ரயில்வே விபத்துகளில் உள்ளூர் மக்களின் பங்கு — நிவாரணப் பணியில், மிகமிக முக்கியமானது. அவர்களால்தான் பல உயிர்கள் அந்த நேரத்தில் காக்கப்படுகின்றன.

இந்த காலத்தில் திருநெல்வேலி மருத்துவக்கல்லூரி மருத்துவமனையில் பல்வேறு சீரமைப்பு முயற்சிகள் மேற்கொள்ளப்பட்டன. பல வருடங்களாக பழுதடைந்து கிடந்த incerator—ஐ காலக்கெடு நிர்ணயித்து புதுப்பித்தோம். மருத்துவமனை வளாகத்தில் பாம்பு, பல்லியென குடியிருந்த புதர்களை என்.எஸ்.. எஸ்.. மாணவர்களை வைத்து சுத்தம் செய்தோம். குழிகளை நிரப்ப, கலெக்டர் பயிற்சியில் இருந்த திரு. பனிந்தர ரெட்டி ஐ.ஏ.எஸ்., திரு.உமாசங்கர், ஐ.ஏ.எஸ்.. (வேலூரில் பயிற்சியில் இருந்தாலும்

திருநெல்வேலி சொந்த ஊருக்கு விடுப்பில் வந்திருந்தவர்) மற்றும் நான், தலையில் பிட்டுக்கு மண் சுமந்ததுபோல், மண் சுமந்து நிரப்பினோம். இந்த செயல் மாணவர்களிடத்தில் பெருத்த உற்சாகத்தை ஏற்படுத்தியது. மருத்துவமனையில் உள்ள கழிவறைகள் உடைந்தும், பாசிபடிந்தும் சுகாதாரமற்ற முறையில் நோயாளிகளை மேலும் நோயாளியாக்கும் நிலையில் இருந்தவற்றை மாற்ற ஏற்பாடு செய்யப்பட்டது. மின்விசிறிகள், காலத்தை நிர்ணயிக்க முடியாத அளவிற்குத் தேய்ந்து ஓய்ந்து ஓலமிட்டுக்கொண்டு ஓடிக்கொண்டிருந்தன. அவற்றுக்கு பென்சன் கொடுத்து ஓய்வுபெற வைத்து, புதிய தலைமுறை மின் விசிறிகள் பொறுப்பேற்றுக்கொண்டன. புதிதாக அமரர் ஊர்திகளுக்கு ஏற்பாடு செய்தோம். இதன்மூலம் மனிதாபிமானமில்லாமல் கசக்கி பிழிந்துகொண்டிருந்த தனியார் டாக்சிகளிடமிருந்து உயிர் இழப்பால் துன்புறும் குடும்பங்களைக் காப்பாற்றினோம்.

மணிமுத்தாறில் தொலைந்த தோடு

திருநெல்வேலியில் 91—93 காலக்கட்டத்தில் மகள் பிரியா எம்.எம்.சி.யில், எம்.பி.பி.எஸ்.. முடித்து ஹவுஸ் சர்ஜன் பயிற்சிக்காக ஓராண்டுக்கு திருநெல்வேலி மருத்துவக் கல்லூரிக்கு மாற்றிக்கொண்டு வந்தாள். ஒரு சவுகரியம், மருத்துவக் கல்லூரி மருத்துவமனை கலெக்டர் பங்களாவிற்கு எதிரிலேயே இருந்தது. ஒரு நாள் மணிமுத்தாறு அருவியில் குடும்பசகிதம் குளிக்கச் சென்றோம். அந்திப் பொழுது, இருட்டும் வேளை, குளித்து வெளியே வந்தால் பிரியாவின், ஒரு காதின்தோடு கொட்டும் அருவியில் அடித்துச் சென்றுவிட்டது. இருட்டிவிட்டதால் நின்று குளித்த பாறையில் தேட முடியவில்லை. மணிமுத்தாறு சுற்றுலா விடுதியில் தங்கினோம்.

முயற்சித்துத்தான் பார்க்கலாமே என மறுநாள் காலையில் தேடச் சொன்னேன். என்ன ஆச்சர்யம், அதிர்ச்சி. அவ்வளவு வேகமாக விழும் அருவியில் அடித்துச் செல்லாமல் பாறையின் இடுக்கில் ஒதுங்கியிருந்ததுதோடு. மறுபடியும் பிரியாவின் காதில் தஞ்சம் புகுந்தது. முந்திய நாள் என் சினத்துக்கு ஆளான மகள், தன்னுடைய கவனக் குறைவால் நடுங்கிப் போனாள். காலையில் இழந்தது கிடைக்கப் பெற்றவுடன்தான் பழைய நிலைக்குத் திரும்பி வந்தாள். “பிரியா எதையும் தொலைக்க மாட்டாள் — தொலைந்து போனாலும் மறுபடியும் அவளை வந்து சேர்ந்துவிடும்” — இது பெற்ற தாயின் சொல். கஷ்டப்பட்டு சம்பாதித்தது எப்படி தொலைந்து போகும்? — இது என் உள் மனது.

அந்தக் காலத்தில் நசுமுதின் ஐ.ஏ.எஸ்., சேரன்மாதேவியில் சப் கலெக்டராக பணியாற்றினார். திறமையான அலுவலர். அன்னாரின் மனைவி திருமதி. முசரத், டாக்டர் படிப்பை பூனாவில் முடித்துவிட்டு ஹவுஸ் சர்ஜன் பயிற்சியை திருநெல்வேலி மருத்துவக் கல்லூரியில் மேற்கொண்டார். என் மனைவி, டாக்டர். முசரத்தை தன் மகள்போலவே நடத்தி வந்தாள். மிகவும் பிரியமான பெண். அந்த இரண்டு பாசப்பறவைகளும் தொடர்ந்து எங்களிடம் அன்பை இன்றளவும் பொழிந்துகொண்டிருக்கின்றன. எத்தனையோ பேர்கள் பயிற்சியென்றும் கூடவே பணிபுரிதல் என்று இருந்தாலும் அவர்கள் எல்லாம் மறதியுள்ள மனிதர்களாக மாறிவிட்டனர். அந்தந்த கணத்தில் வாழும் அபூர்வப் பிறவிகள். அடுத்தது என்ன என்று அதில் நாட்டம்கொண்டு ஆலாய்ப் பறந்து செல்பவர்கள். என் மனைவி அடிக்கடி அவர்களைப் பற்றி நினைவு கூறுவார்கள். ஆனால் அவர்கள் எங்களை மறந்தது — எங்காவது தப்பித் தவறி கண்ணில் பட்டாலும் பாரா முகமாய் — நாங்கள் ஏதோ எங்கள் காரியத்துக்காக அண்டி வந்துவிடுவோமோ என்ற பாவனையில் நடந்து கொள்வது என் மனைவிக்குத் தெரிய வாய்ப்பில்லை.

திரு.சி.என்.ராம்தாஸ், சி.ஆர்.ஏ.வாக இருக்கும்போது திருநெல் வேலிக்கு வருவார். அங்கு அவர்களுக்குத் தனிப்பட்ட முறையில் நண்பர்கள் உண்டு. எல்லோரிடமும் பழகுவதும், வேண்டிய உதவிகளை, அவரை நாடிக் கேட்டுவிட்டால் மனமுவந்து செய்வதும் அவரது இயல்பு. இதுவே அவர் ஓய்வுப் பெற்றபின் பல உள்நாட்டு, வெளிநாட்டு கம்பெனிகளுக்கு மாநில, மத்திய அரசுகளுடன் தொடர்பு அலுவலராகப் பணியாற்றி பெரும் பொருளீட்ட வழிவகுத்தது. திருநெல்வேலி முகாமில் ஆரியாஸ் ஓட்டலில் எல்லா வருவாய்த்துறை அலுவலர்களையும், ஆர்.டி.ஓ., சப் கலெக்டர், பி.ஓ, டி.ஆர்.ஓ, கலெக்டர் என அனைவரையும் அழைத்து விருந்தளிப்பார். பல பிரச்சனைகளையும் உணவு மேசையிலேயே பேசி முடிப்பார். களத்தில் சுறுசுறுப்பாக ஆய்வு செய்து அந்த இடத்திலேயே ஆய்வுக் குறிப்புகளையும் அறிவுரைகளையும் வழங்குவார். இவர் தஞ்சை மாவட்ட ஆட்சியராக இருந்த காலத்தில் நான் அப்போது தஞ்சை மண்டல இணைப் பதிவாளர். வயது, பதவி வித்தியாசமின்றி பழகுபவர். என்னை மிகவும் நேசித்தவர்.

செங்கல் தேரி

திருநெல்வேலி மாவட்டத்தில் ஏற்கனவே பதிவு செய்ததுபோல் கூடுதலாக சில அரிய செய்திகளை கூறுதல் வேண்டும். செங்கல்

தேரி என்பது வனப்பகுதியில் சுமார் ஐநூறு அடி உயரத்தில் அமைந்துள்ள இயற்கை சூழ் வனப்பான இடம். மழைக்காடு என்று சொல்வார்களே, அதுபோல் அடர்ந்த காடுகள், மூங்கில் புதர்கள், சலசலவென ஓடும் நீரோடைகள், ராஜநாகம், சிறுத்தைப்புலிகள், காட்டுப்பன்றிகள், யானைகள் என காட்டு விலங்குகளுக்குக் குறைவில்லை. உச்சியான பகுதியில் ஒரு வனத்துறை விடுதி. மூன்று, நான்கு அறைகள். மின்சாரத்திற்கு வழியில்லை. மண் எண்ணெய் விளக்குகள். சிறிய அளவில் அருவியின் நீரைப் பயன்படுத்தி ஜெனரேட்டரை இயக்க வைத்து ஒருசில விளக்குகள் எரிய வழிவகை செய்துள்ளனர். அந்த ஆய்வு, சுற்றுலா மாளிகையிலிருந்து பார்த்தால் பள்ளத்தாக்குகள் ரம்மியமான காட்சியை அளிக்கும். டிரெக்கிங் செய்வதற்கு உகந்த இடம். ஜீப்பில் செல்வது உகந்தது.

அடுத்து மாஞ்சோலை எஸ்.டேட் கோதையார் அணைக்கு செல்லும் வழி. நன்றாகப் பராமரிக்கப்பட்டுள்ள தேயிலைத் தோட்டம். கண்ணைப் பறிக்கும் பசுமை. ஒரே வரிசையாக ஓங்கி வளர்ந்துள்ள மரங்கள். அவ்வப்போது யானைகளின் நடமாட்டம், இரவு நேரங்களில் சாலைகளில் வழிமறிக்கும். கோதையாரிலிருந்து வின்ச் மூலமாக நாகர்கோவிலை அடையலாம். எப்படி கன்னியாகுமரியில் அமைந்துள்ள விடுதியில் தங்க, திருநெல்வேலி மாவட்ட ஆட்சியருக்கு அரசு பன்னெடுங்காலமாக அனுமதித்திருக்கிறதோ, அதேபோல் திருநெல்வேலி மாவட்டத்தில் அமைந்துள்ள கோதையார் அணை விடுதியில் தங்க, கன்னியாகுமரி மாவட்ட ஆட்சியருக்கு அனுமதி அளிக்கப்பட்டுள்ளது. மாஞ்சோலைக்கு மணிமுத்தாறு அருவி வழியாகத்தான் செல்லவேண்டும். அதன் அணையையும், அதற்கு நீர்வரத்தை தாங்கி வரும் கால்வாய்களையும் பார்க்கலாம்.

அடுத்து குற்றாலம். மெயின் அருவி, ஐந்தருவி, புலியருவி, பழையருவி என தென்னகத்தின் ஸ்பாவாக இந்தப் பகுதி அமைந்துள்ளது. ஆண்டு முழுவதும் ஓரளவிற்கு அருவிகளில் தண்ணீர் இருந்தாலும், சீசன் என்பது மே, ஜூன், ஜூலை மாதங்கள்தான். ஆதிகாலம் தொட்டே இந்த அருவிகளில் மூலிகை கலந்த நீர்முழுபெருக்கால் குளிப்பவர்களுக்கு தேக ஆரோக்கியத்தைக் கூட்டும் என்பார்கள். மனநோயாளிகள் தங்கி குணப்படுத்துவதற்கும் ஏற்பாடுகள் உள்ளன. சாரல் மழையும், இதமான குளிர்காற்றும் இங்கு பிரசித்தி பெற்றவை. மலை சார்ந்த இடங்களில் விளையும், பலா, பல்வகை கனிகள் ஏராளம். மந்திகளுக்குக் குறைவில்லை.

தென்காசி ரயில் நிலையத்திலிருந்து சுமார் ஐந்து கி.மீ தூரம் குறிஞ்சி முருகன் ஆலயம் மிகவும் வணங்க வேண்டிய திருக்கோவில். குண்டாறு அணை, செங்கோட்டை, கேரளா

மாநிலத்தின் எல்லையோரப் பகுதியில் அமைந்துள்ள பாலருவி, அச்சங்கோவில், ஆரியங்காவு போன்ற இடங்கள் சுற்றுலா, பக்தி பயணிகள் நாடிச் செல்லும் இடங்கள். குற்றாலத்தில் மாவட்ட ஆட்சியர், மாவட்ட கண்காணிப்பாளருக்கு தனித்தனியே தங்கும் விடுதிகள் உள்ளன.

ஒரு வாரம் நடைபெறும் சாரல் திருவிழா சுற்றுலாப் பயணிகளை வெகுவாகக் கவரும். தமிழகத்தின் பல்வேறு பகுதிகளிலிருந்து கலைஞர்கள், கவிஞர்கள், நாடக வித்தகர்கள் என வரவழைக்கப்பட்டு சிறப்பாக நடைபெறும். குற்றாலநாதர் கோவிலை, தென்காசி விசுவநாதர் கோவிலைக் காண, வணங்க சுற்றுலாப் பயணிகள் ஆர்வம் காட்டுவர்.

விருந்து

மாவட்ட ஆட்சியராக இருந்தபோது குறைந்தபட்சம் ஓராண்டில் இரண்டு அல்லது மூன்று முறை மாவட்ட அளவிலுள்ள அலுவலர்களை அழைத்து கலெக்டர் பங்களாவில் விருந்து வைக்கும் பழக்கம் இருந்தது. அதன்மூலம் ஒருங்கிணைப்பை ஏற்படுத்தினோம். அது குடியரசு தினம், சுதந்தர தினம், முக்கியமான விழாக்கள் தினம் என அமையும். சில நேரங்களில் கலை நிகழ்ச்சியும் உண்டு. பக்கத்து மாவட்டங்களான கன்னியாகுமரி, தூத்துக்குடி மாவட்ட ஆட்சியர்கள் தங்கள் குழந்தைகளுடன் திருநெல்வேலிக்கு வந்து விருந்தில் கலந்துகொள்வார்கள். கன்னியாகுமரி கலெக்டர் சௌபே, நல்ல பண்பட்டவர். விஷயமறிந்தவர். அவர் மனைவி திருமதி. மினியும், என் மனைவியும் நன்கு பழகுவார்கள். எதிர் பங்களாவில் திரு. எஸ்..பி. சிங், அவர் மனைவி, குழந்தைகள் நன்றாகவே நட்புடனிருந்தார்கள்.

இந்தக் காலக்கட்டத்தில் ஒரு நாள் தென்காசியில் புட்டபர்த்தி சாய்பாபா சம்பந்தப்பட்ட ஒரு கூட்டம் நடைபெற்றது. நானும் கலந்துகொண்டு பேசினேன். என் சில ஆன்மீக சம்பந்தமான கருத்துகளை கேட்டபோது, சுவாமி பக்தர்களுக்கு ஆச்சர்யம்.

முக்கியஸ்தர் சந்திப்பு

குற்றாலம் அரசு விருந்தினர் மாளிகையில் தங்கியிருந்தபோது அங்கு ஒரு முக்கியமு பிரமுகர் தங்கியிருந்தார். ஏற்கனவே திருச்சியில் இணைப் பதிவாளராக இருந்தபோது அங்கு பணிபுரிந்தார். அப்போதிருந்தே பழக்கம்.

இருவரும் சந்தித்து பழைய கால நினைவுகளைப் பகிர்ந்துகொண்டோம். அப்போது அவர் ஒரு வேண்டுகோளை வைத்தார். குற்றாலம் பேரூராட்சிக்கு சொந்தமான விருந்தினர் விடுதி வழியாகத் தனியார் வீட்டு மனைப் பிரிவுக்கு வழி கேட்டார். அதற்கு இசைந்தால், விடுதியில் தங்குவோருக்கு தொந்தரவாகயிருக்கும் என்றும், அரசு நிலத்தை தனியாருக்குக் கொடுப்பது சிரமமான காரியம் என்றும், அவரின் கோரிக்கையில் நான் அக்கறை காட்டவில்லை. இந்த முக்கியஸ்தரை ஏதோ எதிர்பாராமல், அதுவும் இருவரும் அங்கு தங்கியிருந்ததால் ஏற்பட்ட சந்திப்புதான். இந்தச் சந்திப்பு மாநில முதல்வர் அலுவலகத்துக்குத் தெரிவிக்கப்பட்டது. அந்த நேரம் அந்த முக்கியஸ்தரை யாரும் சந்திக்கக்கூடாது என்பது அரசகட்டளையாம். இது எனக்குத் தெரிய வாய்ப்பில்லை.

முதல்வரின் நேர்முக உதவியாளர் திரு. ஜவகர் ஐ.ஏ.எஸ்.. தொலைபேசியில் தொடர்புகொண்டு விசாரித்தார். "என் பழைய நண்பர், திருச்சியிலே பணியாற்றிய காலத்திலிருந்து தெரியும் என்றும், எந்தவிதமான அரசியலையும் நான் அவரிடம் பேசவில்லை" என்று விளக்கமளித்தேன். தனியாரின் மனை பிரிவுக்கு வழியாக, பேரூராட்சியின் நிலத்தை கொடுக்க முடியாது என்று நான் நிராகரித்ததை எனக்குப் பின்னால் வந்த மாவட்ட ஆட்சியர் தங்க தாம்பாளத்தில் வைத்துக் கொடுத்தார் என்பதைக் கேள்விப்பட்டு மனம் சற்று சஞ்சலமுற்றது.

நாங்குநேரி தாலுகா அலுவலக ஆய்வை நடத்திக்கொண்டிருந்தேன். சென்னையிலிருந்து தொலைபேசி அழைப்பு ஒன்று வந்தது. அழைத்தவர் ஒரு ஐ.பி.எஸ்.. அதிகாரி. "நான் இப்போது ஐ.ஜி. அலுவலகத்தில் உளவுத்துறைக்குத் தலைமை பொறுப்பேற்றுள்ளேன். நீங்கள் ஆளும் கட்சியின் முக்கியஸ்தர்கள், எம்.எல்.ஏ, எம்.பி கொடுக்கும் கோரிக்கைகளை நிராகரிக்கிறீர்களாம். உங்கள் நடவடிக்கைகள் முதலமைச்சரின் கவனத்துக்குக்கொண்டு செல்லப்பட்டிருக்கிறது. கவனமாக நடந்து கொள்ளுங்கள்" என்று அதிகார தோரணையில், சற்று பயமுறுத்துகிற பாணியில் அவர் பேச்சு அமைந்தது. அதற்கு நான் "எந்த காரியமும் சட்டப்படிதான் நடக்கிறது. எங்காவது அத்துமீறல்கள் இருந்தால் என் கவனத்துக்கு தாராளமாகக் கொண்டு வரலாம். என் பணியில் அரசுக்கு திருப்தியில்லையெனில் தாராளமாக, மாவட்ட ஆட்சியர் பொறுப்பிலிருந்து மாற்றிவிடலாம்" என்று அமைதியான முறையில் பதில் சொன்னேன்.

இப்படி அந்த அலுவலர் கூறியதற்குக் காரணம், குற்றாலத்தில் முக்கிய பிரமுகரின் நில ஒதுக்கீடு கோரிக்கையை நிராகரித்ததுதான்

என்பது புரிந்துவிட்டது. அந்த முக்கியமான பிரமுகர் மூலம்தான் அந்த அலுவலர் உளவுத்துறை பதவியைப் பெற்றார் என்பதும் தெரிய வந்தது. அந்த தொலைபேசி மிரட்டல் அதோடு தொலைந்து போய்விட்டது. மாறுதல் ஒன்றும் காணோம். என் பணி திருநெல்வேலி மாவட்டத்தில் தொடர்ந்தது.

நான் ஏற்கனவே பதிவு செய்த நிகழ்வையொட்டி ஒன்றைக் குறிப்பிட வேண்டும். வேலூர் ஊரிசுக் கல்லூரியில் என் சம காலத்தில் பி.எஸ்..சி. கணக்கு படித்து, பின் லயோலா கல்லூரியில் எம்.எஸ்..சி மற்றும் முனைவர் பட்டம் பெற்று, ஊரிசுக் கல்லூரிக்கே முதல் வராக பொறுப்பேற்றிருந்த திரு. ஜயகரன் ஐசக், அந்தக் கல்லூரியின் பட்டமளிப்பு விழாவுக்கு அழைத்திருந்தார். ஒரு காலத்தில் நான் கல்லூரிப் படிப்பை, வாழ்க்கையைத் தொடங்கிய கல்லூரியில், அந்த 'காப்' ஹாலில், விழாவுக்கான அங்கிகளை அணிந்து விழா உரை நிகழ்த்தி, பட்டங்களை வழங்கியது மகிழ்ச்சியை அளித்த நிகழ்ச்சி. என் மனைவியும் இத்தகு பட்டமளிப்பு விழாவில் அவர் தந்தை அண்ணாமலை பல்கலைக்கழகத்தில் கான்வகேஷன் ரோப்ஸ் அணிந்து செல்வதை பெருமையாகச் சொல்லி, நீங்கள் எத்தகு பணி வகுத்தாலும் (கலெக்டர் உள்பட) அந்த பேராசிரியர் பணி மற்றும் பட்டமளிப்பு அணிவகுப்பு ஆகியவற்றைப் பற்றி பெருமையாக, கொஞ்சம் ஜம்பமாகவும் அடிக்கடி கூறுவார்கள். இப்போது நான் வெறும் அணி வகுப்புக்காக, ஊரிசுக் கல்லூரிக்குச் செல்லவில்லை. பட்டம் வழங்கும் முக்கிய விருந்தினராக, அல்லவா செல்கிறேன். வீடு திரும்பியதும் அந்த அம்மையாருக்கு முன்னால் என் சட்டைக் காலரை தூக்கிவிடவும் நான் மறக்கவில்லை. அன்றோடு மனைவியின் ஜம்பம் ஒரு முடிவுக்கு வந்தது.

முதல்வர் அலுவலகத்தில் புகார்

வேலூரில் ஊரிசுக் கல்லூரியில் பட்டமளிப்பு விழா நிகழ்ச்சியை முடித்துக்கொண்டு நான் பிறந்த புதுப்பாளையத்துக்குச் சென்றேன். அங்கு, பஞ்சாயத்துக் கட்டடம், பள்ளிக்கூட கூடுதல் கட்டடம் திறப்பு விழாக்களுக்கு திருவண்ணாமலை மாவட்ட ஆட்சியர் திரு. தீனபந்து ஐ.ஏ.எஸ்.. அழைத்திருந்தார். நான் வந்துதான் அவற்றைத் திறக்க வேண்டும் என்று பிடிவாதம் பிடித்தார். ஆனால் அந்த ஆரணி தொகுதியின் சட்டமன்ற உறுப்பினரை, கலெக்டர் அழைக்கவில்லை. அழைக்க வேண்டிய கட்டாயம் உண்டு. அழைத்து, அவர் வரவில்லையெனில் அது வேறு விஷயம். இரண்டு நிகழ்ச்சிகளும் செவ்வனே நிறைவேறின. என் தாய்

எங்கள் கிராம வீட்டில் மாவட்ட ஆட்சியரை அழைத்து சுடச்சுட வடையுடன் கூடிய டீ பார்ட்டியை வைத்தார்கள். தீனபந்துவுக்கு மிக்க மகிழ்ச்சி. அன்று அந்தக் கூட்டத்தில் ஆற்றிய உரையில் என் வாழ்க்கையில் நடந்து வந்த பாதையை கோடிட்டுக் காட்டியது நிகழ்ச்சிக்கு வந்தோரை, கலெக்டர் உள்பட மிகவும் கவர்ந்தது.

கலெக்டர் காரிலேயே திருவண்ணாமலைச் சென்று, அங்கு பஸ் பிடித்து திருநெல்வேலிக்கு இரவில் பயணித்தேன். இந்த நிகழ்ச்சிக்கு அழைக்கப்படாத எம்.எல்.ஏ, , முதல்வர் அலுவலகத்துக்கு புகார் கொடுத்துவிட்டார். உடன் திரு. ஜவகர் ஐ.ஏ.எஸ்., என்னை தொலை பேசியில் அழைத்து, முதலமைச்சர் உங்களைப் பார்க்க விரும்புகிறார் என்று தகவல் கொடுத்தார். நான் அன்று, நாகப்பட்டினத்தில் சப் கலெக்டராக பணியாற்றியபோது பதிவு செய்த கிரிமினல் வழக்கு சம்பந்தமாக, நீதின்றத்துக்குச் சென்றிருந்தேன். பிறகு அங்கிருந்து சென்னைக்குப் பயணமானேன். மனைவியும் காரில்கூட வந்தார்கள் அன்று நீதிமன்ற வேலை முடிந்ததும் ஒலவப்பாடில், தன் மாமனார் காலமானதால் காரியம் முடியும் வரை தங்கியிருந்த கூடுதல் கூட்டுறவுப் பதிவாளர் திரு.எஸ்..டி.வைத்தியலிங்கத்தையும் சந்தித்து துக்கம் விசாரித்துவிட்டு சென்னை சென்றோம்.

தாம்பரம் நெருங்கியபோது தலைமைச் செயலர் திரு. வெங்கட் ராமன் அவர்களை தொலைபேசியில் தொடர்புகொண்டேன். என்ன விஷயத்திற்காக முதலமைச்சர் அழைக்கிறார் என்று தெரியவில்லை. ஆனால் இரண்டு நிகழ்ச்சிகளில் முதலமைச்சர் அலுவலகத்திலிருந்து போன் வந்தது. ஒன்று நான் எதிர்பாராமல் குற்றாலத்தில் தங்கியிருந்தபோது ஏற்கனவே குறிப்பிட்ட முக்கியஸ்தரை சந்தித்தது. இரண்டு, திருவண்ணாமலை மாவட்ட ஆட்சியர் அழைப்பின்பேரில் புதுப்பாளையத்தில் ஆளும் கட்சி எம்.எல்.ஏ, கலந்துகொள்ளாத நிகழ்ச்சியில் கலந்துகொண்டது. அதற்கு அவர், ‘என்ன சொன்னாலும் அமைதியாகக் கேட்டுக்கொண்டு, பதட்டப்படாமல் பதில் சொல்’ என்று அறிவுறுத்தினார். அன்று இரவு சென்னை தங்கல். மறுநாள் காலையில் செல்வி. இரமேஷ் அவர்களை அவரது வீட்டில் சந்தித்து விவரங்களைக் கூறினேன். அவர்கள் தக்க அறிவுரைகள் கூறி முதலமைச்சரைச் சந்திக்க அனுப்பி வைத்தார். அன்று முழுவதும் சந்திக்கவில்லை.

மறுநாள் ஜவகர் ஐ.ஏ.எஸ்., முதலமைச்சர், மருத்துவ சிகிச்சைக்காக ஆஸ்பத்திரிக்கு சென்றிருப்பதாலும், இனி வருங்காலத்தில், அந்த முக்கியஸ்தரைச் சந்திப்பதோ, எம்.எல்.ஏ. இல்லாத விழாக்களில்

பங்கேற்பதோகூடாது என முதலமைச்சர் தொலைபேசியில் தெரிவித்ததாகவும், உடன் நான் திருநெல்வேலிக்குச் செல்லலாம் எனவும் சொன்னார். இந்த இரண்டு நிகழ்வுகளிலும் என்னிடம் தவறு இருப்பதாகத் தெரியவில்லை. அந்த முக்கியஸ்தரை சந்திக்கக்கூடாது என்பது எழுதாத, தெரிவிக்கப்படாத ஆணை என்பது எனக்குத் தெரியாது. மாவட்ட ஆட்சியர்தான் எம்.எல்.ஏ.வை அழைக்காததற்கு பொறுப்பு. காலத்தின் கோலம் என்று திரும்பினேன்.

மறுநாள், ஆகஸ்ட் பதினைந்துக்கு கொடியேற்ற வேண்டிய கட்டாயம். ஒருவேளை அந்த நிகழ்ச்சியில்லையெனில், மேலும் ஒரு நாள் சென்னையிலேயே மிக்க மன அழுத்தத்துக்கு இடையே காக்க வைத்திருப்பார்களோ என்னவோ? இதையெல்லாம் அறிந்து, கொண்டிருந்த திரு. வெங்கட்ராமன் கூறிய "அரசில் நாம் மிருகங்களாய் (அறிவுக்கு வேலையில்லாமல்) இருக்க வேண்டும்" எனக் கூறியது எத்தனை உண்மை. பழியும் பாவமும் உன்னை அறியாமலேயே அரசுப் பணியில் உன் காலைச் சுற்றும்.

வந்தது தண்டனை

திருநெல்வேலி திரும்பியதும் மறுநாள் காலையில் கலெக்டரை பற்றி தலைப்புச் செய்தி வெளியாகி இருந்தது. 'மாவட்ட ஆட்சி யருக்கு மூன்று மாதச் சிறை மற்றும் அபராதம்' என எல்லா ஆங்கில / தமிழ் நாளேடுகளில் மிகவும் பரபரப்பு செய்தி பிரசுரிக்கப்பட்டிருந்தது.

என்ன வழக்கு அது? கூடங்குளத்தில் அரசு கையகப்படுத்திய நில ப்பரப்பில் உள்ள பள்ளியை, நீதிமன்ற உத்திரவின்படி இடிக்க வேண்டும். மாவட்ட ஆட்சியர் தக்க நடவடிக்கை எடுத்து இடிக்கத் தவறியது என்பதுதான் வழக்கு. மாணவர்கள் தொடர்ந்து படிக்க மாற்று ஏற்பாடு செய்வதற்கு கால அவகாசம் வேண்டும் என்று நீதிபதி சீனிவாசன் அவர்கள் முன்பாக ஆஜராகி கேட்டும், மறுக்கப்பட்டு வழங்கிய தண்டனை. ஆகஸ்ட் பதினைந்தாம் தேதி காலையில் நீதிமன்ற அவமதிப்புக்குத் தண்டனை. அதைப் பார்த்ததும் எனக்கு வருத்தமில்லை. சஞ்சலமும் கொள்ளவில்லை. மனைவி இதைப் பற்றி விசாரித்தார்; கவலையுற்றார். நான் இதில் எந்த தவறும் குற்றமும் புரியவில்லை. நீதிமன்ற ஆணைப்படி, பள்ளியை இடித்துவிட்டால் அந்த மாணவர்கள் எங்கு செல்வார்கள்? எப்படி மரத்தடியில், சுட்டெரிக்கும் வெயிலில், திறந்தவெளியில் அமர்ந்து படிப்பார்கள்?

நீதிபதி எடுத்த முடிவு பட்டறிவின் அடிப்படையில் எடுக்கப்படாத, செயல்படுத்த முடியாத ஆணை என்பது சிறிய குழந்தைக்குக்கூடத் தெரியும். இந்த நீதிபதி, ஸ்ரீமான் சீனிவாசன் நேர்மையான, கண்டிப்பான நீதிபதி எனப் பெயர் எடுத்தவர். ஆனால் அவர் இதில் வழங்கிய நீதி இயற்கை நியதிக்கு, சமூக நலனுக்கு மாறுபட்ட நீதி. இந்த ஆணையால் கிஞ் சித்தேனும் பாதிக்கப்படாத நான் இன்னும் கூடிய ஆர்வத்துடன் பாளையங்கோட்டையில் தேசியக் கொடியை ஏற்றினேன்.

உடன் சென்னை சென்று அரசுத் தரப்பில் அப்பீல் செய்ய, அன்றைய பொதுப்பணித்துறை செயலாளராக இருந்த திரு. எம்.முருகராஜ் ஐ.ஏ.எஸ்..சை அவர் இல்லத்தில் சந்தித்தேன். அன்று விடுமுறையாக இருந்ததால், சந்தித்து வழக்கின் விசாரணையை விளக்கி அப்பீல் மனுவை தயார் செய்து நீதிமன்றத்தில் மனு செய்வதற்கு அட்வகேட் ஜெனரல் திரு. சுப்ரமணியத்தையும் சந்தித்துவிட்டுத் திரும்பினேன்.

தலைமை நீதிபதியிடம் சென்ற இந்த மேல் முறையீட்டு மனுவை கவனத்தில்கொண்ட நீதிபதி (மாண்புமிகு இரத்தினம்) என் வாதத் திலிருந்த உண்மையை, சத்தியத்தை, பள்ளிக் குழந்தைகளை எங்ஙனம் நடுத்தெருவில் தூக்கி எறிவது என்பதை உணர்ந்து, மேல் முறையீட்டு மனுவை அனுமதித்து, வழங்கப்பட்ட தண்டனையை ரத்து செய்தார். அது மட்டுமின்றி, நான் எடுத்த முடிவு சரியே என்றும், மாற்றுக் கட்டடம் கட்டும் வரை பள்ளியை இடிக்கக்கூடாது என்றும் தீர்ப்பு வழங்கினார். என்னை நீதிமன்ற அவமதிப்புக்கு உள்ளாக்கியவர், அந்தக் கூடங்குளத்தில் வாழ்கின்ற பொதுவுடமை கட்சியைச் சேர்ந்தவர். மாவட்ட ஆட்சியரின் பெயருக்கு களங்கம் ஏற்படுத்த வேண்டும் என முனைந்து செயல்பட்ட அந்தத் தோழர், பின்னர் நேரில் வந்து மன்னிப்புக் கேட்டார்.

ஒருவேளை நிர்வாகரீதியாக அவரின்மேல் நடவடிக்கை, மாவட்ட ஆட்சியர் ஏதாவது தொந்தரவு கொடுப்பாரோ என நினைத்துகூட அவர் என்னை வந்து சந்தித்திருக்கலாம். நான் இந்த வழக்கை தர்மத்தின் அடிப்படையில், ஆயிரம் குழந்தைகளின் கல்வியை, எதிர்காலத்தை கணக்கில்கொண்டதால் இந்தப் பொதுவுடமைத் தோழரின் செயலுக்கு வருந்தவுமில்லை. அவர்மேல் எந்த ஒரு கசப்பும் பகைவுணர்வையும் கொள்ளவில்லை. என்ன வேடிக்கை என்றால், மாவட்ட ஆட்சியருக்கு சிறைத் தண்டனை என முக்கிய தலைப்புச் செய்தியாக வெளியிட்ட நாளேடுகள், அந்த தண்டனை ரத்தானதை வெளியிடவே இல்லை. சில

நாளேடுகள் மட்டும் எங்கோ ஒரு மூலையில் கண்ணில் படாதபடி வெளியிட்டன. தி இந்து ஆங்கில நாளிதழ் ஓரளவிற்கு விவரத்துடன் வெளியிட்டது சற்று நிம்மதியை அளித்தது. தமிழகத்தில் பத்திரிகை தர்மத்தை அன்று உணர்ந்தேன். பரபரப்புச் செய்தி என்றால் ஆலாய் பறந்து பத்திரிகையின் விற்பனையைப் பெருக்குகிறது. நல்ல செய்தியை இருட்டடிப்பு செய்கிறது.

சென்னைக்கு வந்து வருவாய்த் துறை இணை ஆணையராகப் பணியில் சேர்ந்தது; நான்கு ஆணையர்களின் கீழ் பணியாற்றியது, அதுவும் நீண்டகாலமாகப் பணியாற்றியது, (சுமார் இரண்டு ஆண்டுகளுக்கு மேல்) அக்காலத்தில், ஆணையருக்கு உதவியாயிருந்து பல சீர்திருத்தங்களை கொண்டு வந்தது போன்றவற்றை நினைவில் கொள்ளலாம்.

இந்தப் பணி, தலைமையகத்தில் நிலையானது என்றாலும், முதியோர் பென்சன் போன்ற திட்டத்திற்கு இணை ஆணையர்தான் இயக்குநர் என்ற வகையில், சில முகாம்களை நேரில் ஆய்வு செய்ய செல்லலாம். அப்படி மேற்கொண்ட ஒன்று, ஏலகிரி மலை வாழ் மக்களுக்கு நிதியுதவி சென்றடைகிறதா என்பதை சரி பார்க்கப் போனது. மனைவியும் உடன் வந்தார். அந்தச்சமயம் திரு. பிரதீப் யாதவ் ஐ.ஏ.எஸ்.. சார் ஆட்சியராக இருந்தார். அங்கு அவருக்கு முதல் பணி. தன் மனைவி திருமதி தீபாவுடன் அங்கு வாழ்ந்தார். என்னுடன் மலைப் பகுதிகளுக்கு ஆய்வுக்கு வந்தார். பல மலைக் கிராமங்களுக்குச் சென்று ஆய்வு செய்ததில், சில இடங்கள் தவிர நிதியுதவி சென்றடைந்திருக்கிறது. திட்டம் குறித்து விழிப்புணர்வு ஏற்பட்டிருக்கிற காரணத்தால் இந்த நிலை.

ஏலகிரியில் நெடுஞ்சாலைத் துறை ஆய்வு மாளிகையில் தங்கல். மறுநாள் காலையில் மனைவியை திருப்பத்தூருக்கு காரில் அனுப்பி விட்டு தெற்கு நோக்கி காலையில் நடையாக கிராமங்களுக்குச் சென்று பின் மலை அடிவாரத்தை அடைந்தேன். இது மலைப் பகுதியில் நடையாகவும் ஆய்வாகவும் அமைந்தது. வழக்கம்போல் மனைவி அந்த ஆய்வு மாளிகையில் சில சாமான்களை மறந்துவிட்டு சென்றிருக்கிறார். பின் அவை மெதுவாக வந்து சேர்ந்தது என்பது வேறு விஷயம்.

ஏலகிரி மலை மிகவும் மிதமான தட்பவெப்ப நிலை உள்ள பிரதேசம். பல உயர்தர அதிகாரிகள் அங்கு பங்களா வைத்திருக்கிறார்கள். மனைவிக்கு அப்படி ஒரு சிறிய இடத்தை வாங்கலாமே என்ற ஆர்வம். ஆனால் நிதி நிலைமை இடந்தராததால், அப்போது மட்டுமல்ல, இப்பொழுதும் அந்த ஆசை கனவாகவே இருக்கிறது.

வட மாநில சுற்றுலா

இந்தப் பதவி வகித்தபோது எல்.டி.சியில் வட மாநிலங்களுக்கு சுற்றுலா செல்ல திட்டமிடப்பட்டது. முக்கியமாக டில்லி, ஹரித்வார், ரிஷிகேஷ், பத்ரிநாத், கேதார்நாத், ஆக்ரா, ஜெய்ப்பூர் சென்று வர திட்டம். திரு. கே.ஜி. சாந்தலிங்கம், அவர் மனைவி திருமதி ராஜேஸ்வரி, ஹைதராபாத்தில் கனரா வங்கியில் பணிபுரிந்த சட்டகர் திரு. சேகர், லதா, நான், மனைவி என ஆறுபேர். ராஜதானி எக்ஸ்பிரசில் பயணம். ஹைதராபாத்தில் இருந்து சேகரும் அவர் மனைவியும் விமானத்தில் டெல்லிக்கு வந்தனர். ரயில் பயணத்தில் இந்தியாவின் பூகோளத்தை, பல்வேறு மக்களை ஜீவநதிகளை மலை, காடுகளை காணும் பேறு கிடைத்தது. தொடர்வண்டியில் கொடுக்கப்பட்ட உணவும் சாப்பிடும்படியாகவே இருந்தது. விஜயவாடா உணவு, நாக்பூர் சாத்துக்குடி என பலவற்றைக் குறிப்பிடலாம். எல்.டி.சியில் விமானத்தில் செல்ல அனுமதியிருந்தாலும், கே.ஜி.எஸ்.. கேட்டுக்கொண்டதற்கிணங்க, ரயில் பயணம். பாரத மாதாவை தரிசிக்க, ரயில் பயணமே சிறந்தது எனலாம். தமிழ்நாடு இல்லத்தில் தங்கினோம். அப்போது ரெசிடன்ட் கமிஷனர் திரு. ப. லட்சுமிரத்தன் ஐ.ஏ.எஸ்., பல வகைகளில் பயணத்துக்கு ஏற்பாடு செய்து உதவியாயிருந்தார்.

கலவரத்தில் சிக்கினோம்

கரோல்பாக்கில் தமிழ்நாட்டைச் சேர்ந்தவர், பல ஆண்டுகளாக பத்ரிநாத், கேதார்நாத் போன்ற இடங்களுக்கு டூர் ஆபரேட்டர் (சௌத் இண்டியா டிராவல்ஸ்) ஆக இருந்தார். கூடவே உணவுக்கான ஏற்பாடு, சமைப்பவர்கள் சகிதம். இரவில் பஸ்சில் ஏறினோம். விடியற்காலை மூன்று நான்கு மணியிருக்கும். வழியில் மொரதா பாத் என நினைக்கிறேன். விழித்துப் பார்த்தால் பஸ்கள் எல்லாம் தீக்கிறையாகி எரிந்துகொண்டிருக்கின்றன. மேற்கொண்டு எந்த வண்டியும் செல்லாது என அறிவிப்பு. சாலைகளெல்லாம் ஒரே தடைகற்கள். சட்டம் ஒழுங்கு சீர்கெட்டு, கட்டுக்கு அடங்காமல் மக்கள் வெறித்தனமாக, பயங்கர ஊறு விளைவித்துக்கொண்டிருந்தார்கள். உத்திரப்பிரதேசத்திலிருந்து பிரிந்து மலைப்பிரதேசங்களைக்கொண்ட தனிமாநிலமாக, உத்தரகண்டை உருவாக்க வேண்டும் என்பதற்கான போராட்டம் அது. மலைப் பிரதேசமாயினும் அங்கு வாழும் பெரும்பான்மையான மக்கள் முன்னேறிய வகுப்பினரே. ஏராளமான பஸ்கள் வழிநெடுக

முன்னும் செல்லாமல், பின்னே செல்லவும் வழியில்லாமல் நீண்ட வரிசையில் காத்துக் கிடந்தன.

ஒருவழியாக, பொழுது புலரும் வேளையில், ஹரித்வார் வரை செல்ல ஏற்பாடு செய்யப்பட்டது. ஹரித்வாரை சென்றடைந்தோமே என்ற பெருமூச்சு. சுற்றுலா ஏற்பாட்டாளர் ஒரு சத்திரத்தைப் பிடித்திருந்தார். அது ஒரு பழைய கட்டடம். ஒரு அறையில் 5/10 என பட்டி மடக்கினார். என்னுடன் வந்தவர்களுக்கு குமட்டல். ஒருவழியாக நம் காஞ்சி காமகோடி பீடத்தினால் நிர்வகிக்கப்படும், யாத்ரிகள் தங்கும் மடத்தில் ஒரு பெரிய அறை, பாத்ரூம் இணைப்புடன் கிடைத்தது. ஓரளவிற்கு சுத்தம். படுக்கைகளுக்கு கட்டில் இல்லையென்றாலும், மெத்தைகள் வழங்கப்பட்டன.

கங்கையில் காலையில் குளியல். கங்கா ஸ்நானம். கரை புரண்டோடும் இந்துக்களின் புண்ணிய நதியில் தெளிவான நீர். எல்லோரும் ஆனந்தக் குளியல் போட்டனர். பிறகு சுற்றுலா ஏற்பாட்டாளர் ஏற்பாடு செய்திருந்த காலைச் சிற்றுண்டி. மோசமில்லை. மேற்கொண்டு கேதார்நாத் செல்ல வழியில்லை. வழியெல்லாம் கலகம். சட்டம் ஒழுங்கு பிரச்சனை. சுற்றுலா ஏற்பாட்டாளர் கையைப் பிசைகிறார். அந்த மாவட்டத்தின் மாவட்ட ஆட்சியரை தொலைபேசியில் தொடர்புகொண்டேன். அவர் அதற்கு தன் எல்லைவரை வேண்டுமானால் பாதுகாப்பு கொடுக்கிறேன். அதற்குமேல் உத்தரவாதம் இல்லை என கையை விரித்தார்.

முதல் நாள் உள்ளூர் மலை மேலுள்ள தேவிமந்திர். மாலையில் கங்கையில் நடைபெறும் ஆற்றுவிளக்கு பூசையென கழிந்தது. மறுநாளும் உள்ளூர் கோயில்கள், கொஞ்சம் ஷாப்பிங்என இரண்டு நாட்கள் கழிந்தது. அருகிலுள்ள ரிஷிகேஷ் செல்லக்கூட வழியில்லாமல் நகரம் முடங்கிப் போய் கிடந்தது. மூன்றாம் நாள், டெல்லிக்குத் திரும்ப முடிவெடுத்தோம். தோண்டித் துலங்கி ஒரு பிரயாணம் மேற்கொண்டால் இப்படி தடங்கல் வந்ததே என ஒரே சோகம் எல்லோரையும் கவ்வியது. டெல்லி திரும்பியதும், கட்டிய பணத்தை ஏதோ கணக்குப் போட்டு, போகாத தூரத்தைக் கழித்து, மீதியை திரும்பி தந்தனர்.

தமிழ்நாடு இல்லத்தில் மீண்டும் தங்கல். ஜெய்ப்பூர், ஆக்ரா சென்று திரும்பி வர, பணிக்கர் டிராவல்ஸை ஏற்பாடு செய்தேன். பணிக்கர் டிராவல்ஸ் ஓரளவிற்கு நல்ல பஸ்களும், ஏற்பாடும் முன்னதைவிட நன்றாகயிருந்தது. இரவில் புறப்பட்டோம். விடியற்காலை ஜெய்ப்பூர் அடைந்து — மலைக்கோட்டை, அரண்மனைகள் எனப் பார்த்து இரவு தங்கினோம். மறுநாள்

காலை பதேப்பூர்சிக்ரி, ஆக்ரா கோட்டை, தாஜ்மகால், மதுரா என பார்த்து புதுடில்லி திரும்பினோம். புதுடில்லியில் பல இடங்களை சுற்றிப் பார்த்தோம். முக்கியமாக செங்கோட்டை, லோட்டஸ் டெம்பிள், குதுப்மினார். கரோல் பாக்கில் சில பொருள்களை, பாதி விலையில் பேரம் பேசி வாங்கினோம். ஏதோ விற்பவனை வெற்றிகொண்டதுபோல் ஒரு சந்தோஷம். அவனுக்கல்லவா தெரியும், எவ்வளவு தூரம் நாம் அவனிடம் ஏமாந்தோம் என்று!

இந்தப் பயணத்தில் பத்ரிநாத், கேதார்நாத், ரிஷிகேஷ் போன்ற இடங்களுக்கு புனித யாத்திரை செல்லாமல் வந்து விட்டோமே என்ற குறை. எனினும் அனைத்திந்திய அளவில் விடுப்புப் பயண சலுகையை பயன்படுத்தி மேற்கொண்ட முதல் பயணமானதால் ஏதோ ஒரு திருப்தி. மறுபடியும் புது டில்லியிலிருந்து ரயிலில் பயணம். ஏதும் பிரச்சனை இல்லை. ஆங்காங்கே நடந்து சென்று பார்ப்பதில், கொஞ் சம் சிரமப்பட்டவர்கள் மனைவியும். திருமதி. ராஜேஸ்வரி சாந்தலிங்கமும். வீட்டின் நான்கு சுவர்களை அரணாக அமைத்துக்கொண்டு அதற்குள்ளாகவே அரசாள்பவர்கள் இவர்கள். நடைப் பயிற்சி என்பது ஏதவாது தி.நகரில் நகை மற்றும் புடவை வாங்க செல்லும்போதுதான். முக்கியமாக ஜெய்ப்பூர் மலைக்கோட்டை பதேபூர் சிக்ரி, தாஜ்மஹால், ஆக்ரா கோட்டை போன்ற இடங்களை துல்லியமாக சிறிது கலைக் கண்ணோடு காணவேண்டுமென்றால் உடல் உபாதையை ஒதுக்கிவிட்டு நடந்து, நின்று நின்று பார்த்தால்தான், இந்தியாவின் கலாசாரத்தையும் வரலாற்றையும் நன்கு அறிய முடியும்.

ஜெய்ப்பூர் போன்ற இடங்களில் ஆண்ட சிற்றரசர்கள், அமைத்த அரண்மனைகள், பகைவர்கள் நுழைய முடியாத அகழிகள், கோட்டைகள், தீட்டியுள்ள சித்திரங்கள், செதுக்கியுள்ள சிற்பங்கள், ராஜ போக வாழ்க்கையின் சின்னங்கள். அதேபோன்று மொகலாய சாம்ராஜ்யத்தில் அக்பர் கட்டிய பதேபூர் சிக்ரி, இந்து முஸ்லிம் ஒற்று மைக்காக அவர் ஏற்படுத்திய பொதுவான மதம், இந்து பெண்ணை மணம் முடித்தது, காதலிக்காக ஷாஜகான் சலவைக் கல்லில் கவிதையாகச் செதுக்கி, தாஜ்மஹாலை பல ஆண்டுகள் முயற்சித்து கட்டி முடித்தது, பின் அந்த கல் ஓவியத்தை, தன் மகனால் சிறை வைக்கப்பட்டு, ஆக்ரா கோட்டையிலிருந்து, தூரத்துப் பார்வையில் கண்டே உயிர்நீத்தது, மதுராவில் கிருஷ்ணன் கோயிலும், மசூதியையும் ஒன்றுக்கொன்று பிணைத்து நிற்பது, எல்லாம் வாழ்க்கையின் பலகூறுகளை அவற்றை பார்ப்போருக்கு மனதில் ஆழமாக பதியத்தான் செய்யும்.

தாஜ்மகாலை இதற்கு முன்பாக அலுவலக நிமித்தமாக

நானும் திரு. நஞ்சுண்டனும் (சக அலுவலர்) நேரடியாகத் துணி கொள்முதல் செய்வதற்காக, ஜெய்ப்பூர் சென்று திரும்பும் வழியில் பாத்திருக்கிறோம். ஒரு டிசம்பர் மாதம் கடுங்குளிர். அப்போது எனக்கு டி.யூ.சி.எஸ்..ஸில் பணி. இரண்டாவது முறை மனைவியுடன் ஆக்ரா சென்றபோது புகைப்படங்களை எடுத்துக்கொண்டோம். புகைப்படம் எடுத்துக் கொள்ளும் ஒவ்வொருவரும் தாஜ்மகாலை பின்னணியாக வைத்து எடுக்கும்போது, ஏதோ, தானே அந்த காதல் சின்னத்தை கட்டிய மாதிரியும், மனைவியும் தானும் ஷாஜகான் — மும்தாஜ் என்பது போலவும் சந்தோஷக் குளியல், அந்தயமுனை நதிக்கரையில் அமைந்துள்ள இடத்தில் போடத்தான் செய்கிறது. இது வரை நான்கு முறை தாஜ்மகாலைப் பார்த்திருக்கிறேன். ஒவ்வொரு முறையும் அதை புதிதாகப் பார்ப்பதுபோல் தோன்றும் மாயம் புரியவில்லை!

25—10—2012 விஜயதசமி — நல்ல நாள். பிள்ளைகள் சுவடி எடுத்துப் படிப்பது, பள்ளியில் சேர்ப்பது புதிதான பணிகளைத் துவக்குவது என்று. வீட்டின் இரண்டாவது மாடி ஒன்றரை ஆண்டுகளுக்கு மேலாக யாரும் வாடகைக்கு வர விருப்பமில்லை லிப்ட் இல்லை என்று ஒன்று. கார் விடுவதற்கு காரேஜ் இல்லை. மற்றொன்று. எப்படியாவது ஒரு சிறிய அளவில் லிப்டை பொருத்தலாம் என்ற எண்ணம். கட்டடத்தின் வடக்குப் புறம்தான் அதற்கு வசதியாகவுள்ளது. ஒரு வாஸ்து தெரிந்தவரை கேட்டு இடத்தை நிர்ணயம் செய்ய மனைவியின் வற்புறுத்தல். என்னுடன் போட்கிளப் சாலையில் பல ஆண்டுகளாக நாய் வளர்ப்பின் மூலம் முதன்முதலில் நண்பரான திரு சுந்தர்ராஜன், ஒரு சிறந்த ஜோசியர் மற்றும் வாஸ்து பார்ப்பவர். என் வேண்டுகோளின்படி இன்று வீட்டிற்கு வந்தார். ஏற்கனவே அம்பத்தூர் கோவிந்தராஜன் மற்றும் மேஸ்திரி ஏழுமலை ஆகியோர் தேர்வு செய்திருந்த இடத்தை திரு. சுந்தர்ராஜன் பார்வையிட்டார். திசையை டிகிரியுடன் காட்டும் கருவியை வைத்து சிறிது மாற்றத்துடன் இடத்தை நிர்ணயம் செய்தார். வீட்டின் பூசை அறையையும் பார்த்தார். திவ்விய பிரபந்த பாடல்களைப் பாடி என் குடும்பத்தை பக்தி பரவசத்தில் ஆழ்த்தியதோடு மகன் டாக்டர் தணிகைநாதனுக்கும் ஆசீர்வாதம் வழங்கினார். இன்று பூதத்தாழ்வார் பிறந்த தினம் என்றும் அவரின் அவிட்ட நட்சத்திரத்தில் தானும் பிறந்ததாகக் குறிப்பிட்டார். இந்த நாள், நல்ல நாளாகவே ஆரம்பமாயிருக்கிறது).

மறுபடியும் திருநெல்வேலி

வடநாட்டுப் பயணத்தை முடித்துக்கொண்டு மறுபடியும் சேப்பாக்கம், வருவாய் இணை ஆணையர் அலுவலகம். அப்போது வருவாய்த் துறை முதன்மை ஆணையராக இருந்தவர் ரெங்காச்சாரி ஐ.ஏ.எஸ்.. ஒரு நாள் காலை படுக்கையிலிருந்து எழுந்தால் திடு திப்பென்று மறுபடியும் திருநெல்வேலி மாவட்டத்துக்கு ஆட்சியாளராகப் பணிமாற்றம் செய்திருப்பதாக, தி இந்து பத்திரிகையில் செய்தி வெளியாகியிருந்தது. ஒன்றும் புரியவில்லை.

தென் மாவட்டங்களில் ஜாதிக்கலவரம் கொழுந்துவிட்டு எரிந்து, பல உயிர்களும் உடமைகளும் நாசமாகிக்கொண்டிருக்கின்றன என்பது மட்டும் தெரியும். பணி மாறுதல் வெளியான மறுநாள் முதல்வரின் நேர்முக, உதவியாளர் ஐவகரிடமிருந்து தொலை பேசி செய்தி. முதலமைச்சர் ஹெலிகாப்டரில் ராணிப்பேட்டை முகாம் சென்றுள்ளதாகவும், திரும்பியதும் அவர்களைச் சந்திக்க வேண்டும் என்றும் ஆணை. மறுநாள் காலை முதல்வரைச் சந்திக்க போயஸ் தோட்டத்துக்குச் சென்றேன். இதோடு, மூன்றாவது தடவையாக அந்த மாளிகைக்குச் சென்றேன். முதலில் சென்றது 1991ல். சில கலெக்டர்களை அழைத்து பருவமழை தொடங்கும் முன், எடுக்கவேண்டிய நடவடிக்கை குறித்த ஆலோசனைக் கூட்டம். அப்போதுதான் அறிமுகம். அந்தக் கூட்டத்தில் முதல்வரின் செயலாளர், எஸ்..ஆர். கருப்பண்ணன் ஐ.ஏ.எஸ்., அவர்களும் இருந்தார்கள். என் முறை வந்தபோது, நான் சொன்னேன், ‘மழைக் காலம் வரப்போகிறது. இப்போது சாலைகளில் தார் போட்டால் மழையில் அவை அடிபட்டுப் போகும். எல்லாம் பெயர்ந்து வந்துவிடும்’ என்று.

முதல்வர் ஜெயலலிதா கருப்பண்ணனைப் பார்த்தார். பிறகு என்னைப் பார்த்தார். பிறகு, ‘வேலு சொல்வதை சரி பார்த்து மேல் நடவடிக்கை எடுங்கள்’ என்றார். கூட்டம் முடிந்ததும் மற்ற கலெக் டர்கள், என்னைப் பார்த்து, ‘முதல்வரிடம் நீங்கள் அப்படிச்

மகள் பிரியா, மனைவி திருமதி.மல்லிகா மகன் டாக்டர் தணிகைநாத்

சொல்லியிருக்கக்கூடாது. அவர் சொல்லுக்கு மறுப்புக்கூடாது' என பயமுறுத்தினர்.

என்ன நடக்கும், அவர் கோபப்பட்டால் அதிகபட்சமாக மாறுதல்தானே செய்ய முடியும்? என்று நினைத்துக்கொண்டேன். உண்மையைச் சொல்லி அரசுப் பணம் வீணாவதைத் தடுப்பதில் எனக்கொன்றும் தவறாகத் தெரியவில்லை. ஆனால் இந்த ஒரு நிகழ்வே, அந்த அம்மையார் என் கூற்றில் இருக்கும் உண்மையை அறிந்தபின், என்மேல் நம்பிக்கைக்கொண்டார்.

போயஸ் தோட்டத்துக்குச் சென்ற அந்தக் காலை வேளையில் முதலமைச்சர் தனியாகச் சந்திக்கும் அறைக்கு அழைத்துச் செல்லப்பட்டேன். அம்மையார் வந்ததும், தென் மாவட்டங்களில் ஜாதிக் கலவரத்தால் சட்டம் ஒழுங்கு சீர்குலைந்து இருப்பதாகவும், நான் ஏற்கனவே நெல்லை மாவட்டத்தில் மாவட்ட ஆட்சியராகப் பணியாற்றி, மக்களைத் தெரிந்து வைத்திருக்கின்ற காரணத்தால், மறுபடியும் அங்கு சென்று அமைதியை நிலை நாட்ட வேண்டும் என்றும், நீங்கள் அவசியம் அங்கு செல்ல விரும்பிக் கேட்டுக் கொள்கிறேன் என்றும் சொன்னார். நான், 'முதலமைச்சர் என்னிடம் ரெக்கொஸ்ட் பண்ணக்கூடாது. ஆனால் ஆணையிடுங்கள்' என்றேன். அதற்கு லேசாக புன்னகை பூத்தார்.

இரண்டு கோரிக்கைகளை முன்வைத்தேன். ஒன்று நான் எடுக்கும் நடவடிக்கைகளில் எந்தவிதமான அரசியல் தலையீடும்கூடாது; இரண்டு, நான் எடுக்கும் நடவடிக்கைகளை அரசு அங்கீ

காரம் செய்தல் வேண்டும். எந்தவிதமான தயக்கம் காட்டாமல் அப்படியே செய்யுங்கள் 'ஆல் த பெஸ்ட்' என்று மகிழ்ச்சியுடன் விடை கொடுத்தார்கள்.

என் மாறுதலுடன் நெல்லை மாவட்ட எஸ்..பியாக, ஜாங்கிட் அவர்களை பணியமர்த்தினார்கள். அவர் என்னை சென்னை அலுவலகத்தில் வந்து சந்தித்தார். நெல்லை, நல்ல மாவட்டம். நல்ல மனிதர்கள். சொன்னால் கேட்பார்கள். விரைவில் அமைதியைக் கொண்டு வரலாம் என அவரிடம் எடுத்துரைத்தேன். வீட்டில் மனைவிக்கு அவ்வளவாக இந்த மாறுதலில் திருப்தியில்லை. சங்கடமான சூழ்நிலையில், கலவரம் நிகழும் நேரத்தில் செல்கிறாரே, இங்கு மகள் பிரியா எம்.பி.பி.எஸ்.. வீட்டிலிருந்து படித்துக்கொண்டிருக்கிறாளே. அவளை என்ன செய்ய? ஹாஸ்டலில் சேர்க்க வேண்டுமே? என்ற பலவகை கவலைகள். மாற்றாக நான் மட்டும் அங்கு தனியாக இருக்க வேண்டுமே என்ற யோசனையும்கூட.

ஆணையர் ரங்காராவ், ஒரு பெரிய அளவில் பிரிவு உபசார விழாவை அலுவலகத்தில் ஏற்பாடு செய்தார். இது பதவி உயர்வு அல்லது வெளிநாடு செல்வதற்கான விழா இல்லை. எனினும் இரண்டு ஆண்டுகளுக்கு மேலாக இணை ஆணையராகப் பணியாற்றியதால் எல்லா அலுவலர்களும் நெருங்கிப் பழகியதால் காட்டிய அன்பின் அடையாளமாகவே அந்தக் கூட்டத்தை நான் எடுத்துக்கொண்டேன். ஏதோ முகாம் செல்வது போன்று சிறிய அளவில் என் தேவைகளை மூட்டைக்கட்டிகொண்டு, நெல்லை விரைவு ரயிலில் பயணித்தேன். அரசு என்மேல் நம்பிக்கை வைத்துத்தானே மறுபடியும் அந்த மாவட்டத்துக்கு அனுப்புகிறது. பொறுப்பு அதிகமாகியுள்ளதை நினைத்து மனது கனத்தது.

நெல்லை ரயில் நிலையத்தை விட்டு வெளியே வந்து காரில் ஏறும்போது எனக்கு ஓர் அதிர்ச்சி காத்திருந்தது. சாதாரணமாக கலெக்டர் கார் முன் சீட்டில் டிரைவர், டபேதார், தனி உதவியாளர் என்ற மூவர். பின் சீட்டில் கலெக்டர். ஆனால், டபேதார், ஆயுதம் தாங்கிய ஒரு போலீஸ்காரர், டிரைவர் என மாற்று ஏற்பாடு. பின் சீட்டில் கலெக்டருடன் தனி உதவியாளர். எனக்குத் தூக்கி வாரி போட்டது. கலெக்டருக்கே பாதுகாப்பா? சட்டம் ஒழுங்கு அவ்வளவு சீர் கெட்டிருக்கிறதா? அப்படியென்றால் மக்களைப் பாதுகாப்பதற்கு எத்தனை போலீஸ் வேண்டும்? முதலில் நான் இட்ட ஆணை, இந்த போலீஸ் பாதுகாவலர், கலெக்டர் காரிலிருந்து இறக்கிவிடப்பட வேண்டும்; எனக்கு எந்தப் பாதுகாப்பும் வேண்டாம் என்று. ஊடக நண்பர்களுக்கு

ஆச்சர்யம். அதே நேரத்தில் நானும் மக்களின் ஒருவன் என்ற செய்தி பரவி நல்ல பலனை அளித்தது.

என் பணியமர்த்தலை பார்த்தவுடன் பத்திரிகைகள், 'வேலு அண்ணா வருகிறார். உடன் அமைதி திரும்பும்' என்று எழுதிவிட்டன. விருந்தினர் விடுதியில் தங்க ஏற்பாடு. அப்போது அங்கு கலெக்டராக இருந்த ஜெயக்கொடி, தஞ்சாவூர் மாவட்டத்தின் கலெக்டராக மாற்றப்பட்டார். நான் பணியில் சேர்ந்த அன்று, திருமதி ஜெயக்கொடி, பங்களாவில் நல்ல மதிய உணவை அளித்தார். பிரச்சனைகளை அவரிடம் கலந்தாலோசித்தேன்.

பணியில் சேர்ந்த மறுநாளே, அரசியல் தலைவர்கள், மதத் தலைவர்கள், வருவாய்த்துறை, காவல்துறை அதிகாரிகள் அடங்கிய கூட்டத்தைக் கூட்டினேன். அதில் அடுத்த சில வாரங்களில் என்ன நடவடிக்கை எடுக்கப் போகிறோம் என்பதைத் தெளிவுப்படுத்தினேன். எந்த அரசியல் சம்பந்தமான கூட்டங்களையோ, மதத் தலைவர்கள் கூட்டும் கூட்டங்களையோ, சில நாட்களுக்குத் தள்ளி வைக்குமாறும் மாவட்டத்தில் ஊர்வலங்கள், சுவரொட்டிகள் என கலவரத்தைத் தூண்டும் துண்டுப் பிரசுரங்கள் அனைத்தையும் தவிர்க்கவேண்டும் எனவும் அந்தக் கூட்டத்தில் தெளிவுப்படுத்தப்பட்டது.

அனைவரையும் நிர்வாகத்துக்கு ஒத்துழைப்புத் தருமாறும் கேட்டுக்கொண்டேன். கூட்டத்தில் எடுக்கப்பட்ட முடிவுகள், நாளேடுகளில் பிரசுரமாயின. கலவரத்தைத் தூண்டுபவர்கள் யாராக இருந்தாலும் கடுமையான தண்டனைக்கு உள்ளாவார்கள் என்பதை உறுதியுடன் அறிவித்தோம். காவல்துறை, வரு வாய்த்துறை அதிகாரிகள் எந்தவிதமான நிர்ப்பந்தத்துக்கும் ஆளாக வேண்டிய அவசியமில்லை என்றும், சுயமாகச் செயல்படலாம் எனவும் அறிவுறுத்தப்பட்டது.

கலவரப்பகுதிகள் கண்டறியப்பட்டன. இதில் முக்கியமாக, அந்த மாவட்டத்தில் வாழும் பெரிய சமுதாயங்களான தேவர்களுக்கும் தேவேந்திரகுல வேளாளர்களுக்கும்தான் இந்த ஜாதிச் சண்டை. ஒரு சமூகத்தில் ஒருவர் கொல்லப்பட்டால், அடுத்த நாளே மற்ற சமுதாயத்தில் ஒருவர் கொல்லப்படுவார். இதில் அவர் கலகக் காரரா, இல்லையா என்பது கவனிக்கப்படுவதில்லை. குறிப்பிட்ட ஜாதியைச் சார்ந்தவரா என்பதுதான் குறியீடு. மாறி மாறி இந்த வெட்டும் குத்தும் கொலையும் எந்தவிதமான சிந்தனையும் இல்லாமல் ஆடிய எண்ணிக்கை விளையாட்டு. இவர்கள் இரவில் ஆங்காங்கே கோயில், கல்யாண மண்டபம், மாதா கோவில்

என பொது இடங்களில் கூடி, திட்டம் வகுத்து அதை மறுநாள் அமலாக்குவது என்பது அப்போதைய நிலை.

தேவர் சமுதாயம் அதிகமாக வாழ்ந்த கிராமங்களில் தேவேந்திர குல வேளாளர் குறைந்த எண்ணிக்கையில் வாழ்ந்தால், பின்னவர்கள் கிராமத்தை விட்டு வெளியேறினர். அதேபோன்று தேவேந்திரகுல வேளாளர் அதிகமாக, உள்ள கிராமங்களில் தேவர்கள் வீடுகளை காலிசெய்து விட்டு வெளியேறி விட்டனர். முதலில் அப்படிப்பட்ட கிராமங்களைப்பட்டியலிட்டு, அக்கிராமங்களுக்கு வருவாய்த்துறை அதிகாரிகளுடன் சென்று மக்களைச் சந்தித்து, மறுபடியும் அவர்கள் திரும்பி வந்து குடியமர்த்த முயற்சி மேற்கொண்டேன். சிறுபான்மையின் பாதுகாப்புக்கு, பெரும்பான்மையின் ஒப்புதலுடன் உறுதியளிக்கப்பட்டது. இரண்டு சமுதாயங்களும் கல்வி சமூக, பொருளாதாரரீதியாக மிகவும் பின்தங்கிய சமூகங்கள். அவசியமில்லாமல் ஏதோ சிலரின் தூண்டுதலால் வெட்டி மடியும்போது, ஆயுள் தண்டனையாக, வெட்டியவன் மனைவி மக்களும், இறந்துபோனவனின் மனைவி மக்களும், வாழ வழியின்றி அனாதைகளாகி விடுவது எதற்காக? கொஞ்சம் சிந்தித்தால் பகைமைக்கு இடமேது?

இப்படித்தான் தென்னாற்காடு மாவட்டத்திலும் (பிரிக்கப்படும் முன்) இரண்டு பெரிய சமூகங்களுக்கு இடையே ஜாதிப்பூசல். ஒன்று, மிகவும் பிற்படுத்தப்பட்ட வனனியர்கள். இரண்டு, தாழ்த் தப்பட்ட வகுப்பைச் சார்ந்த ஆதி திராவிடர்கள். கிராமங்களில் வாழும் மேல்தட்டு சிறுபான்மை மக்களின் தூண்டுதலின்பேரில், இவர்களுக்குள் மோதல். அந்த மாவட்டத் தலைவர்களில் ஒருவரான, இராமசாமி படையாட்சியார் இப்பேற்பட்ட மோதல்களின்போது ஓர் அரிய கருத்தைக் கூறுவார்.

"இரு சமுதாய மக்களும் ஏழ்மை நிலையில் இருப்பவர்கள். இவர்கள் வைத்திருப்பதோ மண்குடங்கள். சண்டையில் உடைந்து போவது மண்குடங்களே. சமைப்பதற்குக்கூட பாத்திரங்கள் இல்லாதவர்களாகி விடுகிறார்கள். ஆனால் இவர்களைத் துண்டிவிட்டு ஏகபோகமாக வாழ்ந்துகொண்டிருக்கும், மேல்தட்டு சிறுபான்மையினரின் வீட்டில் இருப்பது எப்போதும் உடையாத எவர் சில்வர் குடங்கள். ஏதோ இருக்கும் மண் குடங்களையும் உங்கள் சண்டையில் இழந்துவிடாதீர்கள். சிந்தியுங்கள்"

அந்தப் பெரியவர் கூறிய கருத்தை அடிக்கடி இந்த நெல்லை மக்களுக்கும் சொல்வேன். ஜாதி உணர்வும், பகைமையும் அதிகமாகக் கிராமப்புறங்களில் இருக்கிறது. கல்வியும் நகர்ப்புற வாழ்க்கையும் அந்த நிலையை மாற்றியிருக்கிறது. அவரவர்

வாழ்க்கையின் முன்னேற்றத்தையே நகர மக்கள் கவனிக்கிறார்கள். படித்தவன் எதையும் சீர்தூக்கிப் பார்த்து செயல்படுகிறான். பாமரன் இன்னும் எடுப்பார் கைப்பிள்ளையாகவே இருக்கிறான். ஒருசிலரின் லாபத்துக்காக, இவன் பலிகடாவாக்கப்படுகிறான். கங்கைகொண்ட சோழபுரம் பகுதியில் அடிக்கடி பூசல்கள் நிகழ்வதும் பஸ்ஸில் சென்றாலும் நடந்து சென்றாலும் எந்தவித பாகுபாடுமின்றி, பெண், ஆண் வித்தியாசம் பார்க்காமல் கொலை செய்வது என்ற நிலை. மிகவும் பாதிக்கப்பட்ட கிராமங்களை நேரில் சென்று மக்களைச் சந்தித்து அமைதி ஏற்பட்டுக்கொண்டிருந்தபோது, தாழையூத்துப் பகுதியில் ஒரு நிலச்சுவான்தார் இருந்தார். அவர் சார்ந்த சமுதாயத்தில் பெரிய புள்ளி. அமைதி திரும்பிக்கொண்டிருக்கும் வேளையில், எதிரியாகக் கருதிய மாற்று சமுதாயத்தினர் ஒருவரை, கூலிப்படையை ஏவி கொலை செய்தார். சமு தாயம் மற்றும் ஆளும் அரசின் ஆதரவை பெற்ற அந்த பெரிய மனிதர் எந்தவித தயவு தாட்சணயமுமின்றி கைது செய்யப்பட்டார்.

இந்த ஒரு நிகழ்வு மாவட்ட மக்களுக்கு ஒரு பெரிய செய்தியாக, இது மிகுந்த தாக்கத்தை உண்டாக்கியது. எந்த ஜாதியாக இருந்தாலும், எவ்வளவு பெரிய மனிதராக இருந்தாலும் ஜாதிக் கலவரத்தில் ஈடுபட்டு, வன்முறையில் கொலைக் குற்றம் செய் தால், நிர்வாகம்தைரியமாக நடவடிக்கை எடுக்கும், ஜாதி மற்றும் அரசியல் பின்னணி எந்தவகையிலும் துணைக்கு வராது என்பதுதான் அந்தச் செய்தி. இந்த நிகழ்ச்சிக்குப் பின் அதை நான்றாகவே புரிந்துகொண்டார்கள். அமைதி வெகு வேகமாகத் திரும்ப ஆரம்பித்தது. ஆனாலும் இங்கொன்றும் அங்கொன்றுமாக சில பூசல்கள்.

சேரன்மாதேவியில் இருசாராருக்கு மோதல். கல் எறிந்து காயப்படுத்துவதில் சூரர்கள். தலையில் கவசத்தை அணிந்துகொண்டு, டி.ஐ.ஜி, எஸ்..பி., சப்—கலெக்டர் மற்றும் நான் என நால்வரும் மோதல் நடக்கின்ற இடம் நோக்கி நடந்து செல்ல, மோதலில் ஈடுபட்டவர்கள் துண்டைக் காணோம், துணியைக் காணோம் என ஓடி மறைந்தார்கள். கல் எறிதலைக் கைவிட்டனர்.

அதேபோல் தென்காசியில், பிரதீப் யாதவ் சப்—கலெக்டர். முஸ்லீம் சமுதாய மக்களுக்கும் இந்துக்களுக்கும் அங்கே பிரச்சனை. கடைகளுக்குத் தீ வைத்தல், அடிதடி என அங்கும் நேரடியாகச் சென்று மக்களைச் சந்தித்து சகஜ நிலைமைக்கு கொண்டு வந்தோம்.

சங்கரன்கோவில் செல்லும் வழியில் தேவர்குளம் பகுதியில் யாதவர்களுக்கும் தேவர்களுக்கும் தகராறு. சங்கரன்கோவிலில்

ஆடித் தபசு சமயம் ஊத்துமலை ஜமீன் பாண்டியன் வகையறாக்களுக்கும், மணி முதலியார் பிரிவினருக்கும் பிரச்சனை. இது சமு தாயச் பிரச்சனையாக சாயம் பூசப்பட்டுப் பூதாகரமாக உருவெடுத்ததை தீர்த்து வைத்தோம்.

மேலப்பாளையம் தகராறு

மேலப்பாளையம் பகுதியில் தேவர்களுக்கும் இஸ்லாமியர்களுக்கும் மோதல். தருவைக்கு அருகே ஓடும் தாமிரபரணி தண்ணீர்க் கால்வாயை இந்துக்கள் அடைத்து விடுகிறார்கள். கால்வாயின் கீழ்பகுதியில் மக்கள் புழங்குவதற்கு, குளிப்பதற்கு, துணி துவைப்பதற்கு, வயலுக்கு நீர் பாய்ச்சுவதற்குத் தண்ணீர் இல்லாமல் தவிக்கிறார்கள். என் பார்வைக்கு வந்ததும், அன்று இரவே சில வருவாய்த்துறை அதிகாரிகளுடன் தருவைக்குச் சென்றேன். நல்ல நிலவு ஒளி, தருவைக் கிராமத்தில் தெருக்கூத்து நடந்துகொண்டிருக்கிறது. கிராம மக்கள் மகிழ்ந்து ரசித்துக்கொண்டிருக்கிறார்கள். நானும் அந்தக் கூத்து நடக்கும் இடம் நோக்கிச் சென்றேன். கலெக்டர் வந்ததை அறிந்த நாடகக்காரர்கள் கூத்தை நிறுத்தினார்கள். 'இனி, தேவர்களுக்கும் முஸ்லீம்களுக்கும் எந்தப் பிரச்சனையும் எழாமல் பார்த்துக்கொள்வது என் பொறுப்பு, கால்வாயில் தண்ணீர் இல்லாமல் மக்கள் தவிக்கிறார்கள். எல்லோரும் என்னுடன் வந்து அடைக்கப்பட்டிருக்கிற கால்வாயைத் திறந்துவிடவேண்டும்' என கூடியிருந்த மக்களை வேண்டிக் கேட்டுக்கொண்டேன்.

'கலெக்டரே, நம் கிராமத்துக்கு வந்து இந்த இரவுவேளையில் வேண்டுகிறாரே' என மனமிரங்கி அவர்கள் புறபட்டார்கள். தண்ணீரைத் திறந்தனர். திரும்பி வந்து கூத்து மேடையில் நின்று ஒன்றைச் சொன்னேன். 'நீங்கள் மட்டும் தண்ணீர் திறக்க மறுத்திருந்தால் தவித்த வாய்க்குத் தண்ணீர் கொடுக்காத தருவை மக்கள் என்ற பழிக்கு ஆளாகியிருப்பீர்கள். சரித்திரம் உங்களைத் தூற்றியிருக்கும். ஆனால் உங்கள் பெருந்தன்மையான செயலால் நீங்கள் மதிப்புக்குரிய மக்களாகிவீட்டீர்கள்' என்று பேசினேன். மக்கள் கைதட்டி ஆரவாரம் செய்து வழியனுப்பி வைத்தார்கள்.

பிரச்சனை அந்தப் பகுதியில் முடிந்தது என்ற மனநிறைவுடன் உறங்கப் போனேன். இந்த மனநிறைவு, ஒரு நாள்கூட நீடிக்கவில்லை. காலையில் சுமார் ஒன்பது மணிக்கு 'தி இந்து' செய்தியாளரான நாராயணனிடமிருந்து ஒரு அவசர தொலைபேசி. என்னவென்று கேட்டேன். 'நெருக்கடி, உடனே புறப்பட்டு வாருங்கள். தருவைக்குப்

போகும் வழியில் கருங்குளத்தில் ஆயிரத்துக்கு மேற்பட்ட தேவர்கள் ஒருபக்கம், அதே எண்ணிக்கையில் முஸ்லிம்கள் மற்றொரு பக்கம்' என நிற்கிறார்கள். எந்த நிமிடத்திலும் கைகலப்பு, சண்டை நிகழ வாய்ப்பிருக்கிறது. நானூறுக்கும் மேற்பட்ட போலீஸ் குவிக்கப்பட்டிருக்கிறார்கள். போலீஸ உயர் அதிகாரிகள் சமாதானம் செய்தும் கேட்க மாட்டோம் என்கிறார்கள்' என்றார்.

உடனே புறப்பட்டேன். ரோட்டில் வழியெல்லாம், ஒரே கற்கள். எல்லா போக்குவரத்தும் நிறுத்தப்பட்டு வழியெல்லாம் மக்கள் பீதியில் அவரவர் இடத்தில் இருக்கிறார்கள். ரோடு வெறிச்சோடிக் கிடக்கிறது. கருங்குளம், கலெக்டர் பங்களாவிலிருந்து பத்து கி.மீ.க்குள் தானிருக்கும். பஸ் போக்குவரத்து இல்லாததால் மக்கள் எங்கும் செல்வதற்கு வழியில்லை.

போகும் வழியில் ஒரு பெண் பிரசவ வலியால் துடித்துக்கொண்டு பாளையங்கோட்டை அரசு மருத்துவமனைக்குப் போக, வழியில்லாமல் புருஷனுடன் கதறி அழுதுகொண்டு நின்றார். என் காரை நிறுத்தச் சொன்னேன். விஷயமறிந்ததும் உடன் வந்த ஜீப்பில் அந்தப் பெண்ணை மருத்துவமனைக்கு அனுப்பிவிட்டு, கருங்குளம் சென்றேன்.

மக்கள், மேலப்பாளையம் கால்வாயின் இரு கரைகளிலும் நிற்கிறார்கள். கிழக்குப் பகுதியில் ஒரு கோயில். அதன் முன் தேவர் இனத்தைச் சேர்ந்த பெண்கள் நூற்றுக்கணக்கில் முன்வரிசையில், கையில் கத்தி, ஈட்டி, வேல், சுருளை சுருளாக வாள்கள் அரிவாள்கள், கூர்மையான ஆணிகள் பதித்த தாக்கும் கருவிகளோடு கோபத்துடன் நிற்கிறார்கள். இதுபோன்ற கருவிகளை, கத்திகளை, நான் பழையகால சினிமா சண்டைக் காட்சிகளில்தான் பார்த்திருக்கிறேன். அப்போதெல்லாம் சினிமாவில் காண்பிக்கப்படுவது கற்பனையில், பார்ப்போரை வியக்க வைக்க, உண்டாக்கப்பட்டவை என்றே கருதியிருந்தேன். ஆனால் அவை நிஜவாழ்க்கையில், தென் தமிழ்நாட்டில் இந்த மக்கள் தங்களைக் காத்துக் கொள்வதற்காகச் செய்து வைத்திருக்கிறார்கள். அவற்றைப் பின்பற்றியே சினிமாவிலும் காண்பித்திருக்கிறார்கள் என்பது அப்போதுதான், அந்தக் கருங்குள கால்வாய்ச் சண்டையின்போதுதான் பளிச்சென்று புரிந்தது. இதைப் பார்த்தது, ஏதோ அஸ்தினாபுரத்தில் கௌரவர்களுக்கும் பாண்டவர்களுக்கும் நிகழ்ந்த மகாபாரத சண்டைதான் என் நினைவுக்கு வந்தது.

மக்கள் இருபக்கமும் அளவில்லாத பதற்றம். தலைக்குத் தலை காவு கேட்டு நிற்கிறார்கள். போலீஸ் எவ்வளவு சொல்லியும்

பயனில்லை. நான் அந்த இடத்துக்குச் சென்றதும் கூச்சல் குழப்பம் நின்றது. பெண்கள் ஓடோடி வந்து என்னைச் சூழ்ந்துகொண்டார்கள். நடுவில் நின்ற போலீஸ்காரர்களை அங்கிருந்து ஓரமாக போகச் சொன்னேன்.

“ஐயா, தருவையில நாங்க, தண்ணீர் அடைத்திருந்த கால்வாயை நேத்து திறந்ததும் என்ன உறுதிமொழி கொடுத்தீங்க? இங்கே, இஸ்லாமிய சமுதாயப் பையன், எங்கள் பெண் குளிக்கும்போது, கிண்டல் பண்ணியிருக்கான். நியாயமா இது? அவன் தலை எங்களுக்கு வேணும்' என தேவரின மக்களின் குரல். மறுபக்கத்தில், ‘நாங்க ஒரு தப்பும் பண்ணலை. வீணா வம்பு பண்ணினா தலைகள்தான் உருளும்' என முஸ்லிம் மக்கள். எவ்வளவு சமாதானம் சொல்லியும் நிலைமை கட்டுக்குள் அடங்குவதாகத் தெரியவில்லை.

‘உங்களுக்குச் சமாதானம் வேண்டாம், தலைகள்தானே வேணும்' என்று சொல்லிவிட்டு, போலீஸ் துணையின்றி நிராயுத பாணியாக போய் நின்றேன். ‘முதல்ல என் தலையை, எடுத்துக் கோங்க. பிறகு ஒருத்தருக்கொருத்தர் சண்டை போட்டு வேண்டிய தலைகளை எடுத்துக்குங்க' என்றேன். ஒரு கணம் இருபக்கமும் மயான அமைதி.

‘எங்களை ஏன் தர்ம சங்கடத்துக்கு ஆளாக்குகிறீங்க. நீங்க சொன்னதாலதானே நாங்க, நேற்றிரவு சமாதானமானோம். எங்களுக்கு உங்க தலையா வேணும்? எந்தத் தலையும் வேண்டாம். ஆனா, இதுதான் கடைசியா இருக்கணும்' என்று தேவரினப் பெண்கள் கூறினர். பிறகு இரு பக்கமும் சமாதானத்துக்கு வந்து கலைந்து போனார்கள்.

போலீஸ் இதை மெதுவாக தூரத்திலிருந்து கவனித்துக்கொண்டும் அதே நேரத்தில் எனக்கு ஏதும் நிகழ்ந்தால் தாங்கள்தான் பொறுப்பு என்ற பயவுணர்வுடனும், எல்லாவற்றையும் மீறி கை கலப்பு ஏற்பட்டால் கூட்டத்தைக் கலைக்க துப்பாக்கிச் சூடு நடத்துவதற்குமாகத் தயாராக இருந்தார்கள். பத்திரிகையாளர்கள் ‘இந்து' நாராயணன் உள்பட அனைவருக்கும் மகிழ்ச்சி. போர்க் களமான அந்த இடத்தைவிட்டு நகர்ந்த வேளையில், இன்னொரு இடி இடித்தது மின்னல் வேகத்தில்.

இந்த சமாதானம் செய்ததில் திருப்தியடையாமல் சில தேவர் சமுதாயத்தைச் சார்ந்த இளைஞர்கள், பக்கத்து ஏரிக்கரையை தாண்டி, பாய் முடிந்துகொண்டு தனியாக வாழ்ந்த முஸ்லிம் மக்களைத் தாக்க ஓடினார்கள். இதையறிந்த டி.எஸ்..பி. பால

சுப்ரமணியம் கலகக்காரர்களை கலைக்க, வானத்தை நோக்கி துப்பாக்கியால் சுட்டுவிட்டார். எந்த துப்பாக்கிச் சூட்டைக் கருங்குளத்தில் தவிர்க்க பாடுபட்டேனோ, அது இங்கு வீணாயிற்று. வானத்தை நோக்கிச் சுட்டாலும் அது தவறான செய்தியைப் பயங்கரமான, பதற்றமான சூழ்நிலை நிலவுவதாக அரசுக்கும், மாவட்ட மக்களுக்கும் தாக்கத்தை உண்டாக்கும். அந்த முஸ்லிம் காலனிக்குப் பக்கத்தில் விளைந்திருந்த சோளக் கொல்லையில். புகுந்து தங்களை மறைத்துக்கொண்டு மோத முயன்றார்கள். மேலும், விபரீதம் ஏற்படாமல் தடுக்கப்பட்டது. அன்று பகல் 12 மணி வானொலியில் கருங்குளம் நிகழ்ச்சி வந்ததே தவிர, வானத்தை நோக்கிச் சுட்ட நிகழ்ச்சி செய்தியாக்கப்படவில்லை. பதற்றம் தணிய மறைமுகமாக உதவியது எனலாம். அன்றைக்கு அந்த மகாபாரதப் போர் ஒருவகையாக யாருக்கும் வெற்றி தோல்வியின்றி சுமூகமான சூழ்நிலையையே உண்டாக்கியது.

டி.எஸ்.பி., பாலசுப்ரமணியம் பிரிதொருநாள் இரவு ரோந்து பணியை முடித்து அதிகாலையில் வீடு திரும்பும்போது, தான் பயணித்த ஜீப் விபத்துக்குள்ளாகி, (தானே அதை ஓட்டி வந்ததால்), அந்த இடத்திலேயே உயிரிழந்தார். குழந்தைகளையும், இளம் மனைவியையும் திடீரென தனிமையாக்கிச் சென்று விட்டார். சில மாதங்களில் அவரது மனைவிக்குத் திருவண்ணாமலை அரசுக் கல்லூரியில் விரிவுரையாளராக, கருணை அடிப்படையில் பணி பெற்று தரப்பட்டது. அவரது சொந்த ஊர் திருக்கோவிலூர். தினமும் பேருந்தில் பயணம் செய்து திருவண்ணாமலையில் பணிபுரிய ஏதுவாக இருந்தது. அவரின் நியமனம் மற்றும் பணியிடம் ஆகியவற்றிற்கு என் பங்கும் இருந்தது. நல்ல ஓர் இளம் காவல்துறை அதிகாரியின் சிறப்பான பணியைக் கவனத்தில்கொண்டே, விரைந்து என்னால் இயன்ற உதவியை செய்ய முடிந்தது.

மானசீக வாழ்த்து

இந்தக் கருங்குளம் நிகழ்ச்சியை ஒட்டி, ஒரு சுவாரஸ்யமான நிகழ்வும் நடந்தது. சுமார் மூன்று நான்கு மாதங்கள் கழித்து ஒரு கணவன் மனைவி தன் கைக்குழந்தையுடன் பங்களாவுக்கு வந்தார்கள். என்னைப் பார்க்க வேண்டும் என உதவியாளர்களிடம் கூறி அறைக்குளே வந்து குழந்தையை, பெண் குழந்தையைக் காண்பித்தார்கள். கருங்குளம் நிகழ்ச்சிக்குச் சென்றபோது பிரச வலியால் துடித்திருந்த பெண், ஜீப்பில் அனுப்பப்பட்ட பெண், அரசு மருத்துவமனையில் அன்று ஈன்றெடுத்த குழந்தை என்றும் அதற்கு என் பெயரையே வேலம்மாள் என்று சூட்டியிருப் பதாகவும்,

மகிழ்ச்சி பொங்க, குழந்தையை என் கையில் கொடுத்தார்கள். எனக்கு மகிழ்ச்சி, குழந்தைகக்கு சிறு அன்பளிப்பையும் அளித்து வாழ்த்தி அனுப்பினேன். நான் இதை எழுதுகின்றபோது வேலம்மாள் இப்போது பருவமங்கையாக படித்துக்கொண்டிருக்க வேண்டும். மதக்கலவரத்தின்போது பிறந்தவள், பின்னாளில் ஐ.பி.எஸ்.. ஆகி சட்டம் ஒழுங்கைப் பாதுகாக்கும் அதிகாரியாக வர அவளை மானசீகமாக வாழ்த்துகிறேன்.

கருணாநிதி காரில் கல்வீச்சு

இந்த பதற்றமான சூழ்நிலையில், திமுக தலைவர் கருணாநிதி அவர்கள் தூத்துக்குடியில் நிகழ்ச்சிகளை முடித்துக்கொண்டு மதியம் திருநெல்வேலி நோக்கி வந்தார். வழியில் திருநெல் வேலிக்கு சுமார் ஐந்து கி.மீ. தூரத்தில் தாமிரபரணி நதிக்கரையில் வல்லநாடு என்று ஒரு கிராமம். அந்தக் கிராமத்தில் விவசாய வேளாண் கல்லூரியும் அமைந்துள்ளது. கலைஞரின் கான்வாயை கலகக்காரர்கள் வல்லநாட்டில் வழிமறித்தார்கள். விர்விர் என்று கார்களைப் பார்த்து கல்வீச்சு, முட்டை வீச்சு என ஒரே கலவரம். இன்னும் சற்றுதூரம் முன்னேறினால்கூட, உயிர் சேதம் அளவுக்குக்கொண்டுவிடும் எனக் கருதி, கலைஞரின் கான்வாய் திருப்பிவிடப்பட்டு, வேறொரு பாதையான திருநெல்வேலி—திருச்செந்தூர் வழியாக வந்து சங்கர் சிமென்ட்ஸ் விருந்தினர் விடுதியில் தங்கினார். பிற்பகல் இரண்டு மணிக்கு திருநெல்வேலி நகரசபைத் தலைவர் திரு. சுப்பரமணியம் அவர்களும் பாளையங்கோட்டை நகரசபைத் தலைவர் திரு. சீதாராமன் அவர்களும் கலெக்டர் பங்களாவுக்கு கவலை தோய்ந்த முகத்துடனும், பதற்றத்துடனும் வந்து என்னைச் சந்தித்தார்கள்.

நடந்த நிகழ்ச்சியை விளக்கியபின் கலைஞர் தங்களைப் பார்த்து அன்று மாலையில் பாளையங்கோட்டையில் கட்சி சார்பில் பொதுக்கூட்டதை நடத்த முடியுமா அல்லது ரத்து செய்துவிடலாமா என்பதை அறிந்து வருமாறு அனுப்பியதாகத் தெரிவித் தனர். அவர்களிடம், பொதுக்கூட்டத்தை கண்டிப்பாக நடத்திக் கொள்ளலாம் என்றும் கலைஞருக்கு தக்க பாதுகாப்பு வழங்கப்படும் என்றும் சொன்னேன். பிறகு, எஸ்..பி. ஜாங்கிட் அவர்களை பங்களாவுக்கு அழைத்தேன். கலைஞர் வரும் வழியிலும் கூட்டம் நடக்கும் இடத்திலும் கூடுதலான பாதுகாப்பைத் தருமாறு அறிவுறுத்தினேன். கூட்டமும் யாதொரு இடையூறுமின்றி இனிதே முடிந்து, கலைஞர் கயத்தாரை அடைந்ததும், திரு. சுப்ரமணியத்தையும், திரு. சீதாராமனையும் அழைத்து கலெக்டரை

நேரில் சந்தித்து நன்றியை கூறச் சொன்னதால் அவர்களும் அவ்வாறே செயல்பட்டனர்.

மீண்டும் மாற்றம்

திராவிட முன்னேற்றக் கழகம் 1996ல் சட்டமன்ற தேர்தலில் வெற்றி பெற்று ஏப்ரல், மே மாதங்களில் ஆட்சி அமைத்தது. மே 1996ல் ஒரு நாள் எனக்கு, உள்ளாட்சித் துறை அமைச்சராக இருந்த திரு. கோ.சி.மணியிடம் இருந்து ஒரு தொலைபேசி அழைப்பு. 'நீங்கள் நெல்லைக்குக் போன காரியம் முடிந்துவிட்டது. அப் பகுதிகளெல்லாம் அமைதியைக் கொண்டு வந்து விட்டீர்கள். உடனே சென்னைக்கு மாறுதல் செய்து, நகராட்சி நிர்வாக இயக்குநராக, உங்களை நியமிக்க, முதலமைச்சரிடம் அனுமதி வாங்கிவிட்டேன்' என்று சொன்னார்.

வந்து ஆறு மாதங்கள்தானே ஆகிறது. (08.12.95 முதல் 26.05.96) என்று யோசித்தேன். அரசாங்கத்தில் ஊழியனுக்கு ஏது சுதந்திரம்? அரசாங்கத்தில் எத்தனை குறுகிய காலத்தில் மாற்றம் செய்தாலும் போகவேண்டியதானே. வேறு ஒரு ஆட்சியில், ஒரே ஆண்டில் மூன்று பதவிகளில் மாற்றம் அனுபவித்தது நினைவுக்கு வந்தது.

நான் நெல்லையில் டிசம்பர் 95ல் சேர்ந்தேன். மூன்று வாரங்களிலேயே முதல்வர் ஜெயலலிதா நெல்லைக்கு சட்டம் ஒழுங்கு நிலைமையை ஆய்வு செய்ய வந்தார். இராப்பகலாக வரு வாய்த்துறையும், காவல்துறையும் இணைந்து செயலாற்றியதின் காரணமாக, சட்டம் ஒழுங்கு சரியானது. நெல்லை விருந்தினர் மாளிகையில் எம்.எல்.ஏ., எம்.பி. ஆகியோரை சந்தித்தார்கள். அவர்கள், நிர்வாகம் பாரபட்சமின்றி எடுத்த நடவடிக்கைகள் குறித்து திருப்தி தெரிவித்தார்கள். மாலை ஹெலிகாப்டரில் சென்னை திரும்பும்போது, ஹெலிபேடில் என்னை அழைத்துப் பாராட்டி, தன் மகிழ்ச்சியை வெளிப்படுத்தினார்கள்.

இந்த நாட்களில் ஒரு கட்சியின் தலைவரான திரு. ஜான் பாண்டியன் ஒரு நாள் பங்களாவிற்கு வந்தபோது கண்டிப்பான முறையில் சில கருத்துகளைக் கூறி, எந்தவிதமான கலகத்துக்கும் காரணமாக இருக்கக்கூடாது என்றும் அது ஜாதி கலவரமாக, மறுபடியும் தலைதூக்கும் என்றும் எச்சரித்தேன். அவரும் ஒத்துழைத்தார்.

வேறு ஒரு கட்சி தலைவர் தூத்துக்குடி— திருநெல்வேலி எல்லையில் அமைந்துள்ள கொடியங்குளத்தில் நடந்த சில

கொலைகளைக் காரணமாக வைத்து அப்பகுதியில் கலவரத்தைத் தூண்டிக்கொண்டிருக்கிறார் என எனக்குச் செய்தி எட்டியது. அவர் ராஜபாளையத்தில் இருந்து சங்கரன்கோவில் வழியாக, கங்கைகொண்டான் பகுதிக்குத் திட்டமிட்டு வரமுயற்சி செய்வதாகச் செய்தி கிட்டியது. அவரை மாவட்டத்துக்குள் அனுமதிக்க வேண்டாம் எனவும், அமைதி திரும்பும் வேளையில் இது அவசியம் எனவும் அறிவுரை வழங்கினேன். அனுமதி மறுக்கப்பட்டது. இந்த நடவடிக்கை மக்களிடம் நல்ல நம்பிக்கையை ஏற்படுத்தியது.

தாராவி கலவரம்

பூனாவில் டாடா மேலாண்மை பயிற்சி நிறுவனத்தில் எனக்கு ஒரு வாரப் பயிற்சி. பம்பாய் வழியாக பூனா செல்லவேண்டும். நான் புறப்படுவதற்கு இரண்டு வாரங்களுக்கு முன்பாக, திருநெல்வேலியைச் சேர்ந்த சுமார் மூவாயிரம் பேர், பம்பாய் தாராவியில் இருந்து உயிர் பிழைத்தால் போதும் என்று வந்திருந்தார்கள். அங்கு இந்துக்களுக்கும் முஸ்லிம்களுக்கும் சண்டை. வெட்டுக்குத்து வேறு. எல்லோரும் உயிருக்கு பயந்து வந்துவிட்டார்கள். அவர்களை சேரன்மகாதேவிக்கருகில் முகாம் அமைத்து, குடும்பத்துக்கொரு தற்காலிக ரேஷன் கார்டு கொடுத்து, அரிசி, பருப்பு, மண் எண்ணெய் என அளிக்கப்பட்டு குடியமர்த்தினோம். இவர்கள், தாராவி (ஆசியாவின் மிகப்பெரிய குடிசைவாழ் பகுதி)யில் வீடு, பொருள்களை விட்டுவிட்டு ஓடி வந்தவர்கள்) பூனாவுக்கு போகும் முன் பம்பாயில் ஒரு நாள் தங்கி, தாராவிக்குச் சென்று பிரச்சனையை அறிந்து தீர்க்க முடியுமா என யோசித்தேன்.

மலபார் ஹில்ஸில் அணு ஆராய்ச்சி நிறுவன விருந்தினர் விடுதியில் தங்கினேன். திருநெல்வேலி மாவட்டத்துக்காரரான திரு. ஜம்புநாதன் ஐ.ஏ.எஸ்., மகாராஷ்டிரா கேடரில் பணியாற்றினார். அவருக்குச் சென்னையில் சின்மயா நகரில் ஒரு வீடு உண்டு. நான் எம்.சி.சி. வங்கியில் ஸ்பெஷல் ஆபிசராக பணியாற்றியபோது அவர் சென்னை வருவார். அப்போது பழக்கம். பின்பு திருநெல்வேலி கலெக்டரான பின், பழக்கம் நட்பாக மாறியது. நான் பம்பாய் சென்றபோது, அவர் கூடுதல் தலைமைச் செயலாளராக இருந்தார். நான் தாராவி செல்லவேண்டிய காரணத்தையும், தக்க பாதுகாப்பையும் அளிக்க வேண்டும் என்றும் கேட்டுக்கொண்டேன். அவ்வாறே அவரும் அளிக்க, தாராவிக்கு அன்று மாலையே சென்றேன்.

மிகவும் சுகாதாரக் கேட்டுடன், மனிதன் சுமார் நூறு ஆண்டுகள் பின் தங்கி, அங்கு கால்நடைகள்போல் வாழ்கிறான். தெருக்க ளென்று இல்லை. எல்லாம் சந்துகள். குறுகிய பாதைகள். உடலை நேராக வைத்துக்கொண்டு நடக்க முடியாது. பக்க வாட்டில்தான் நடக்க முடியுமென்றால் நினைக்கவே உடல் நடுங்கும். கீழே அந்த குறுகிய சந்துக்களில் தண்ணீர் (சாக்கடை நீர் கலந்து) ஓட, அதில் நடந்து செல்லவேண்டும். புலம்பெயர்ந்து வந்து திருநெல்வேலியில் முகாமிட்டுள்ள மக்களின் சில வீடுகளை அந்தத் குறுகிய சந்துக்களில் சென்று பார்வையிட்டேன். எல்லாம் குடிசைகள். மங்களூர் ஓடு வேய்ந்தவை. சில பழைய கால ஓட்டு வீடுகள். பழமையான இரண்டு அடுக்கு வீடுகளும் உண்டு. பார்வையிட்ட பின் அங்கு வாழ்ந்த, ஓடிப் போகாத சில இந்துக்கள்— முஸ்லிம்கள் அடங்கிய கூட்டத்தை குடிசைப் பகுதிக்கு ஒட்டிய இடத்தில் போலீஸ் பாதுகாப்புடன் கூட்டினேன்.

அவர்கள் தெரிவித்த கருத்துகள், முக்கியமாக அவர்கள் வாழ அந்த வீடுகளை அரசு கட்டித் தரவேண்டும் என்றும், குடி தண்ணீர், பள்ளிக்கூடங்கள் போன்ற தேவைகளைக் கூறினர். ஏதோ சிலரால் தனிப்பட்ட முறையில் ஏற்பட்ட தகராறு மதக் கலவரமாக மாறி, சட்டம் ஒழுங்கு பிரச்சனையானது என்றும், மறுபடியும் புலம்பெயர்ந்து சென்றவர்கள் திரும்பி வந்தால் எந்த பிரச்சனையும் இல்லாமல் சகஜமான சூழ்நிலையுடன் வாழவும் விருப்பம் தெரிவித்தனர். அவர்களின் கோரிக்கையை, மகாராஷ்டிரா அரசுக்கு தெரிவித்து ஆவன செய்ய நடவடிக்கை எடுப்பேன் என்று தெரிவித்தேன்.

நான் தாராவி சென்று வந்ததை இந்து செய்தியாளர் நாராயணன் திருநெல்வேலியில் இருந்து தொலைபேசியில் விவரங்கள் பெற்று அரைப்பக்கம் செய்தியாக வெளியிட்டார். அந்தப் பத்திரிகையில் ‘திருநெல்வேலி கலெக்டர் துணிந்து தாராவி சென்றார்’ என்று தலைப்பிட்டு வந்திருந்தது. கலகம் சூழ்ந்திருந்த தாராவியில் குத்தும் கொலையும் நிகழும் நரகமாகத் திகழும் பகுதிக்குச் செல்லக்கூடாது என எனக்கு எச்சரிக்கை செய்தனர். எனினும் திருநெல்வேலியில் தஞ்சம் புகுந்துள்ள அந்த மக்கள், தங்கள் வீடுகளுக்கும் பணிக்கும் திரும்ப வேண்டுமே என்ற நோக்கில்தான் நல்ல காரியம்தானே என எண்ணி துணிந்து அந்தப் பகுதிக்கு சென்று, மக்களைச் சந்தித்து கலந்துரையாடினேன். சந்தேகங்களைக் களைந்து, கோரிக்கை மனுக்களைப் பெற்று எல்லாவற்றையும் ஜம்புநாதன் மூலமாக அரசு நடவடிக்கை எடுக்க ஏற்பாடு செய்துவிட்டு வந்தேன். இது ஒரு மறக்கமுடியாத நிகழ்வு. பின்,

பூனா சென்று ஒரு வார பயிற்சி முடித்து (திருமதிஸீலா பிரியா ஐ.ஏ.எஸ்.. போன்றவர்கள் அந்தப் பயிற்சிக்கு வந்திருந்தனர்). ஏதோ சாதித்துவிட்டது போன்ற உணர்வுடன் நெல்லைக்குத் திரும்பினேன்.

திரு. கோ.சி. மணி அவர்கள் தொலைபேசியில் தெரிவித்ததுபோல் மாறுதல் ஆணையும் வந்தது. ஜாங்கிட் எஸ்..பி.க்கு மட்டும், நான் மாவட்டத்தை விட்டுச் செல்வதில் சிறிது கவலை. தன் அலுவலகத்துக்கு அழைத்து ஒரு மாலை வேளையில் சகல காவல்துறை அதிகாரிகளுடன் தேநீர் விருந்து கொடுத்தார். அன்பின் அடையாளமாக ஒரு பித்தளையில் செய்த விளக்கொன்றையும் பரிசாக அளித்து, துறைகளுக்கிடையில் ஒருங்கிணைப்பு இருந்தால், எவ்வாறு காரியங்களை எளிதில் முடிக் கலாம் என்பதை தன்துறை அலுவலர்களுக்குக் கோடிட்டுக் காண்பித்தார். பிரிவு உபச்சார தேநீர் விருந்தில் எனக்கும் காவல் துறையுடன் இருந்த அந்த பரஸ்பர புரிதல், பெரிய அண்ணன் என்ற எண்ணம் இல்லாமல் அந்தத் துறை ஊழியர்களை அன்புடன் நடத்தியது, அவர்களது எந்தப் பிரச்சனையாயினும் அதற்குத் தீர்வு காண ஒத்துழைத்தது என அந்த ஆறு மாதங்கள் உருண்டோடிவிட்டன. நெல்லை ரயில்வே நிலையத்தில் நண்பர்கள், முக்கியஸ்தர்கள் என வழியனுப்ப வந்தனர். திரு. ஜாங்கிட் தன் போலீஸ் படையுடன் வந்து மார்ச் பாஸ்ட்போல் ஒன்றை நடத்தி பெருமை, மகிழ்ச்சி பொங்க வழி அனுப்பி வைத்தார். என் கணிப்பில் திரு. ஜாங்கிட், ஐ.பி.எஸ்., சிறந்த போலீஸ் அதிகாரி என்பேன்.

நகராட்சி நிர்வாக ஆணையராக, சேப்பாக்கத்தில் முன்பிருந்த ஜே.ஸி.ஆர்.ஏ. அலுவலகமிருந்த கட்டடத்துக்குப் பக்கத்திலுள்ள கட்டடத்தில் பணியில் சேர்ந்தேன். நிர்வாகத்தில் பல கோளாறுகள். அலுவலர்கள் பணியமர்த்தலில் எந்த வரைமுறையில்லாமல், தலைகீழான நிலைமை. கிரேடு ஒன்றாம் பணியில் கிரேடு இரண்டாம் நிலையில் உள்ளவர்கள் பணியமர்த்தப்பட்டிருக்கிறார்கள். கிரேடு ஒன்று மற்றும் இரண்டாம் நிலையிலுள்ளவர்கள், கிரேடு மூன்றில் பணியாற்றுகிறார்கள். எல்லாவற்றுக்கும் ஒரு விலை என்று புரையோடிப் போயிருந்தது. அந்தத் துறையில் செயலாளரும் சம்பந்தப்பட்ட அமைச்சரும், நடைமுறைகளுக்கும், விதிகளுக்கும் தக்க மரியாதை அளித்ததாகத் தெரியவில்லை. (இந்த அமைச்சர் நான் இரண்டாவது முறை நெல்லையில் கலெக்டராக இருந்தபோது, சுடுகாட்டுக் கூரைக்கு, வேண்டிய சாமான்களை, தப்பான கூட்டுறவு சங்கத்தில் வாங்க தொலைபேசியில் அறிவுறுத்தியபோது, நான் மறுத்ததைப் பதிவு

செய்தே ஆகவேண்டும். அப்படி வாங்கிய மதுரை மாவட்ட ஆட்சியர் போன்று சில கலெக்டர்கள் பிரச்சனையில் நீதிமன்றம் வரை சென்றது குறிப்பிடத்தக்கது).

முதல் பணியாக விரைந்து எடுத்தது, துறையில் அலுவலர்கள் அவர்களுக்குரிய கிரேடின் அடிப்படையில் பணிமாற்றம் செய்தது, நீண்ட நாட்களாகத் தயாரிக்கப்படாமல் நிலுவையில் கிடந்த பதவி உயர்வுக்கான பட்டியலை தயாரித்தது. புதுக்கோட்டை, தஞ்சாவூர் போன்ற நகராட்சிகளுக்கு திடீர் ஆய்வுக்குச் சென்றது, என ஆரம்பப் பணிகள். ஓரளவு துறையின் மாண்பு உயர்த்தப்பட்டது என்றே கருதினேன். நான் எடுத்த நடவடிக்கைகளுக்கு துறையின் செயலாளர் திருமதி. மாலதி ஐ.ஏ.எஸ்.., மற்றும் அமைச்சர் கோ.சி.மணி அவர்களின் எந்தவிதத் தடையும், தலையீடும் இல்லாமல் இருந்தது. மாலதி, ஒரு கண்டிப்பான அதிகாரி. வடஆற்காடு மாவட்டத்தில் கலெக்டராகப் பணியாற்றி மக்களின் மதிப்பைப் பெற்றவர். என்னை நன்கு புரிந்துகொண்டிருந்ததால் நான் எடுத்த நடவடிக்கைகள் சட்டத்தின் திட்டங்களுக்கு உட்பட்டு இருக்கும் என்று அவருக்கும் திரு. கோ.சி.மணி அவர்களுக்கும் நன்கு தெரியும்.

'நெல்லை வேலு'

நான் நகராட்சி நிர்வாக இயக்குநராகச் சேர்ந்தவுடன், திரு.கோ.சி. மணி, உடன் வர முதலமைச்சர் கலைஞரை மரியாதை நிமித்தம் பார்க்க, கோட்டைக்குச் சென்றோம். கலைஞர் அறை வரை வந்த திரு. மணி, வெளியே நின்றுவிட்டார். முதலமைச்சரின் தனி செயலர் திரு. டி.ஆர். இராமசாமி ஐ.ஏ.எஸ்., உடன் வர கலைஞருக்கு பூச்செண்டும் ஒரு ஷாலும் கொடுத்தேன். என்னை ஏற இரங்கப் பார்த்தார். 'கலெக்டர், நெல்லை வேலு' என்று சொன்னார். வல்லநாடு நிகழ்ச்சி, பாளையங்கோட்டை பொதுக் கூட்டத்துக்குப் பாதுகாப்பு ஆகியவை நினைவுக்கு வர, இந்த ஸ்டேட்மென்ட். கலைஞருக்கு அசாத்திய நினைவாற்றல் என்று கூறக் கேட்டிருக்கிறேன். அன்று நேரிலும் அதைக் கண்டேன். தஞ்சை மாவட்டத்தில் பல நிலைகளில் பணியாற்றியபோதும், திமுக அமைச்சர்கள் கோ.சி.மணி, மன்னை நாராயணசாமி போன்ற முக்கிய கட்சித் தலைவர்கள் பழக்கமே தவிர கலைஞர், முதல் அமைச்சராக இருந்து தஞ்சை மாவட்டத்துக்கு வரும் போதெல்லாம் நேரடித் தொடர்பு இல்லை. அதனால் இதுவே முதல் நேரடிச் சந்திப்பு.

ஒருங்கிணைந்த திருச்சி, தஞ்சை மாவட்டங்களைப் பிரிப்பதற்கு வருவாய் முதன்மை ஆணையர் திரு. ரங்காராவ் அவர்கள் தலைமையில் ஒரு கமிட்டியை அரசு நியமித்தது. என்னையும் ஓர் உறுப்பினராக்கியது. திருச்சியைப் பிரித்து கரூர், பெரம்பலூர், அரியலூர் மாவட்டங்களாகவும், தஞ்சையைப்பிரித்து திருவாரூர், நாகை மாவட்டங்களாகவும் உண்டாக்க, அரசு ஆணை. எந்தெந்த தாலுகாக்களை ஒவ்வொன்றின் கீழும்கொண்டு வருவது என்பது கமிட்டி பரிந்துரைக்க வேண்டிய பணி. காலம் குறைவாகயிருந்ததால், கமிட்டி உறுப்பினர்களை மாவட்ட வாரியாக பிரித்துக்கொண்டோம். எனக்கு தஞ்சை மாவட்டம் ஒதுக்கீடு. தஞ்சை மாவட்ட ஆட்சியர் அலுவலகத்தில் மாவட்ட அளவில் எம்.எல்.ஏ., எம்.பி. முக்கியஸ்தர்கள் மற்றும் மனு கொடுப்பவர்கள் ஆகியவர்களுக்கான கூட்டம்.

மயிலாடுதுறை பிரதிநிதிகள் நாகை, வெகுதூரம் என்றும், மயிலாடுதுறையே மாவட்டத்தின் தலைநகராக இருக்க வேண்டும் என்றும் முறையீடு செய்தனர். மிகவும் பலத்த குரலுடன் திரு. மாரிமுத்து, பட்டுக்கோட்டை தாலுகாவை எக்காரணம் கொண்டும் திருவாரூர் மாவட்டத்தில் சேர்க்கக்கூடாது என்றும் அப்படிச் சேர்த்தால் உண்ணாவிரதத்தை மேற்கொள்வோம் என்று சற்று பயமுறுத்தும் பாணியில் தெரிவித்தார்.

பட்டுக்கோட்டை, திருவாரூக்கு அருகில் இருக்கிறது. சாதாரணமாகத் திருவாரூரில்தான் அது இணைக்கப்படவேண்டும். அறிக் கையில் அவ்வாறே குறிப்பிட்டேன். நாகையிலும் ஒரு கூட்டம். அங்கும் கொள்ளிடம் வரை என்றால் வெகுதொலைவு, மக்கள் குறை தீர்க்க சிரமப்படும் என்றெல்லாம் புகார். நாகையில் இந்தக் கூட்டத்தை நடத்திக்கொண்டிருந்தபோது டி.வி.யில் அறிவிப்பு வெளி வந்தது. என்னை தமிழ்நாடு பணியாளர் தேர்வாணையத்தில் உறுப்பினராக நியமித்து உத்தரவிட்டிருந்தது அரசு. நகராட்சி நிர்வாக ஆணையராக இரண்டு மூன்று மாதங்களே ஆன நிலையில், அந்தத் துறையில் சில சீர்திருத்தங்களை ஆரம்பித்திருந்த நிலையில் இந்த மாற்றம் வந்தது.

பட்டுக்கோட்டையும் தஞ்சாவூரும்

ஒருவகையில் புதிய பணியில் 62 வயது வரையில் பணியாற்றலாம். மனைவிக்கும் மக்களுக்கும் நான் தேர்வாணையத்துக்குச் செல்வதில் விருப்பமில்லை. அதுவும் ஐ.ஏ.எஸ்.. பணியை ராஜினாமா செய்துவிட்டு, இந்தப் பணியில் சேரவேண்டும். என்னைப் பொருத்தவரை, எந்தப் பணி ஆனாலும் சரியே.

நண்பர் கோபால், (டி.பி.ஐ.) பேராசிரியர் கிருஷ்ணமூர்த்தி போன்றவர்கள், நான் இந்தப் பணியில் சேரவேண்டும் என ஆசைப்பட்டார்கள். பட்டாளி மக்கள் கட்சியின் நிறுவனர் டாக்டர் ராமதாஸ் ஐயா அவர்களிடமும் இதுகுறித்துப் பேசியிருந்தார்கள். டாக்டர் ஐயா அவர்களும் இது குறித்து கலைஞர் அவர்களிடம் பரிந்துரைத்ததாகக் கேள்விப்பட்டேன். இந்தப் பதவிக்கு அரசு யாரை பரிந்துரைக்கிறதோ அவர்களை ஆளுநர் நியமிப்பார். பரிந்துரைக்கப்படும் நபரின், கல்வி, நேர்மை, திறமை, ஆகியவற்றைச் சரியாகக் கணிப்பு செய்யவில்லையெனில், பலவித புகார்களுக்கும், தேர்வாணையத்தின் நற்பெயருக்கும் களங்கம் விளைவிக்க இடமளிக்கும். கடந்த காலத்தில் இப்படிப்பட்ட கணிப்பை செய்யாத காரணத்தால் பூடகமாகச் சில தவறுகள் நேர்ந்திருந்தாலும், தேர்வாணையம் மாநில அரசின் விசாரணைக்கு உட்பட்டதல்ல என்ற நிலையில், மக்களின் பார்வையில் நல்ல நம்பிக்கையுடைய ஒரு நிறுவனமாகயிருந்தது. சமீப காலத்தில் இந்நிறுவனம் ஊழல் தடுப்பு விசாரணைக்கு உட்பட்டது. தலைவர், உறுப்பினர்கள் வீடுகளில் சோதனை, தேடல் என விரும்பத்தகாத நிகழ்ச்சிகளால் ஆணையம் நம்பகத்தன்மையை இழக்கும் நிலை உருவானது.

நாகை முகாமை முடித்துக்கொண்டு, தஞ்சாவூரை மூன்றாகப் பிரிப்பதற்கான அறிக்கையை தயார் செய்தேன். தஞ்சையில் பல இடங்களில் இதுகுறித்து மக்களிடையே விவாதம், பத்திரிகைகளில் பத்தி பத்தியாக எழுதப்பட்டன. பட்டுக்கோட்டையில் பதற்றம் உருவாகும் என்ற நிலையில் செய்திகள் வந்தன. நாடி முத்துப்பிள்ளை காலத்திலிருந்து தஞ்சைக்கும் பட்டுக்கோட்டைக்கும் உள்ள உறவு நெருக்கத்தையும் வசதிகளையும் அரசின் கவனத்தைக் கவரும் வகையில் செய்திகள் வெளியிடப்பட்டன. முதல்வர் கலைஞர் கவனத்துக்கும் இந்தப் போராட்ட நடவடிக்கைகள் வந்தன போலும்.

திரு.கோ.சி.மணிக்கு (தஞ்சாவூர் மாவட்ட அமைச்சர்) பட்டுக் கோட்டை மக்கள் கூடுதல் அழுத்தம் கொடுத்தனர். கலைஞர் என்னை அறிக்கையுடன், கோட்டைக்கு வர, தகவல் அனுப்பினார். கோ.சி.மணிக்கு பட்டுக்கோட்டையை, திருவாரூர் மாவட்டத்துடன் சேர்க்காமல், தஞ்சை மாவட்டத்திலேயே தொடர்ந்து இருக்க வேண்டும் என்ற எண்ணம். அதை கலைஞரிடம் நேரடியாகத் தெரிவிக்க அவருக்குத் தயக்கம்.

அறிக்கையுடன் கலைஞரின் அலுவலக அறைக்குள் நுழைந்தேன். திரு.கோ.சி.மணி அறையின் நுழைவுவரை வந்து, வெளியில்

நின்றுவிட்டார். அறிக்கையை படித்துப் பார்த்து எந்தெந்த தாலுகா எந்தெந்த மாவட்டத்துக்கு என்பது குறித்து கலைஞர் என்னுடன் விவாதித்தார். பட்டுக்கோட்டை தாலுகாவைப் பற்றி விவாதம் வருகிறது. நிர்வாகரீதியாக புதிய மாவட்டங்களின் தலைமையிடத்துக்கு அருகாமையிலுள்ள இடங்களைச் சேர்த்தல் போன்ற காரணிகளைக் கருத்தில்கொண்டால் பட்டுக் கோட்டையை, திருவாரூர் உடன் இணைப்பதுதான் பொருத்தம் என எடுத்துக் கூறினேன். அதற்குமேல் அரசுதான் முடிவெடுக்க வேண்டும் என்றும் கோடிட்டுக் காண்பித்தேன். சற்றுநேரம் யோசித்துவிட்டு, கோ.சி. மணியை உள்ளே அழைத்தார். 'உன் கருத்து என்னய்யா?' என்று மணியை கேட்டார். பட்டுக் கோட்டை மக்களின் ஒருமித்த உணர்வுகளை எடுத்துரைத்தார். 'சரி, அப்படியாயின் பட்டுக்கோட்டை, தஞ்சாவூர் மாவட்டத்திலேயே இருக்கட்டும்' என்ற அரசின் முடிவை கலைஞர் தெரிவித்தார்.

நகராட்சி நிர்வாகத்தில் சீர்திருத்தங்களைக் கொண்டு வரலாம் என்றுதானே உங்களை நெல்லை மாவட்டத்திலிருந்து இங்கு கொண்டு வந்தேன். தேர்வாணைய வேலை, ஓய்வு பெற்ற அதிகாரிகள் பார்க்கும் வேலை. இன்னும் ஐ.ஏ.எஸ்.. பணி பாக்கியிருக்கும்போது எதற்காக நீங்கள் தேர்வாணையத்துக்கு செல்லவேண்டும்? என்று தன் ஆதங்கத்தையும் கவலையையும் திரு.கோ.சி.மணி வெளிப்படுத்தினார். அரசின் ஆணையை ஊழிய னுக்கு மாற்ற அதிகாரம் இருப்பதாகத் தெரியவில்லை. திருமதி. மாலதிக்கும் நான் தேர்வாணையத்துக்குச் செல்வதில் அவ்வளவு விருப்பமில்லை. நகராட்சி நிர்வாக இயக்குநர் பதவியில் சில மாதங்களே இருந்தாலும், பலவகைகளில் நல்ல ஆரம்பத்தைத் துவக்கி வைத்துச் செயல்பட வைத்ததில் மகிழ்ச்சி.

தேர்வாணயத்தில் மூன்று சீர்திருத்தங்கள்

அரசின் ஆணைப்படி தமிழ்நாடு பணியாளர் தேர்வாணையத்தில் சேர்ந்தேன். திரு. கருப்பண்ணன் ஐ.ஏ.எஸ்.. தேர்வாணையத் தலைவர். நன்கு பழகுபவர். ஏற்கனவே நன்கு அறிமுகமானவர். சிக்கல் ஏதுமில்லை. ஆனால் உறுப்பினர்களிடையே முது நிலையை நிர்ணயித்தலிலும், அதற்கேற்றாற்போல் அறைகள் ஒதுக்குவதிலும்தான் சிக்கல். அரசுக்கு இதுகுறித்து விளக்கம் கேட்டு தலைவர் கடிதம் அனுப்பினார். அரசும், உறுப்பினர்கள் ஏற்கனவே வகித்தப் பதவிகள், வாங்கிய சம்பளம் ஆகியவற்றை மறு ஆய்வு செய்து உறுப்பினர்களில், தலைவருக்கு அடுத்து முதல் உறுப்பினராக, என்னை நிர்ணயித்து அனுப்புகிறது. அறைகளிலும்

திருக்கடையூர் மணிவிழா
(2000)

மாற்றம். உறுப்பினர்களிடையே இதனால் சிறிது சலசலப்பு ஏற்பட்டாலும் அரசு நிர்வாகத்தில் இதுவெல்லாம் சகஜம் என்றே கருதவேண்டும். உறுப்பினர் பதவி என்பது 6 வருடம் அல்லது 62 வயது. இதில் எது முந்தையதோ அதுவரையில் பணியில் இருக்கலாம்.

சில மாதங்களுக்குப் பிறகு திரு. முருகராஜ். ஐ.ஏ.எஸ்.. தலைவராகப் பணியாற்றினார். நேர்மையான அதிகாரி. நான் கூட்டு றவுத் துறையில் பணிபுரிந்தபோது அவர் கூடுதல் பதிவாளராகப் பணியாற்றிய காலத்திலிருந்தே பழக்கம். தலைவரோடு சேர்ந்து மொத்தம் பத்துப் பேர் உறுப்பினர்கள். அரசுப் பணிகளுக்குத் தேர்வு செய்தல், பணியாளர்களிலிருந்து வரும் ஒழுங்கு நடவடிக்கைகளால் அளிக்கப்படும் தண்டனைக்கு மேல்முறையீட்டின் பேரில் தேர்வாணையத்தின் கருத்தை அரசுக்குத் தெரிவித்தல் போன்றவைதான் முக்க்கியமான பணி.

ஒவ்வொரு உறுப்பினரும், தண்டனையின் அளவைக் குறித்து கருத்தை வழங்கிய பின் ஆணையத்தின் குழுக் கூட்டத்தில் விவாதித்து கருத்தை அனுப்புதல் வேண்டும். அதை அப்படியே ஏற்றுக்கொள்ளுவதோ, வேறுமாதிரி முடிவெடுப்பதோ அரசின் பொறுப்பு. பணியாளர்கள் தேர்வில் மூன்று அங்கத்தினர்கள் மற்றும் வெளியிலிருந்து வரும் வல்லுநர்கள் என நான்கு குழுக்களாக அமைக்கப்பட்டுத் தேர்ந்தெடுத்தல்.

நாங்கள் இருந்த காலத்தில் ஸ்கேலிங்டெக்னிக் என்ற முறையையும், யு.பி.எஸ்..சி. போன்று அமல்படுத்தப்பட்டது. இதில் பல பாடங்களை கணக்கு, விஞ்ஞானம், கலை என எடுத்து எழுதுகின்ற தேர்வாளர்களுக்குச் சமமான வாய்ப்பு அளிக்க வேண்டும் என்ற கருத்தில் அமல்படுத்தப்பட்டது. யு.பி.எஸ்..சி. அல்லாமல், ராஜஸ்தான் தேர்வாணையத்திலும் இந்த முறை அமலில் இருந்தது. அதை எவ்வாறு அவர்கள் செயல்படுத்துகிறார்கள் என்பதை நானும் திரு. ரங்கநாதனும் (உறுப்பினர்) அதன் தலைமையிடமான அஜ்மீர் சென்று அறிந்து வந்தோம். தமிழ்நாடு தேர்வாணையத்தில் ஆரம்ப கட்டத்தில் சில பிரச்சனைகள் இருந்தாலும், பின் அவை சரி செய்யப்பட்டு எல்லா தேர்வாளர்களுக்கும் நியாயத்தை வழங்கும் சரியான முறையாகவே அமைந்தது.

நேர்காணலில் பலவிதமான கணிப்புகள் இருந்த காரணத்தால் பல நேரங்களில் தேர்வு சரியாக அமைவதில்லை. அதற்காகத்தான், உச்சநீதிமன்றமும் மொத்த மதிப்பெண்களில் 12.5 /15 சதவீதத்துக்கு மிகைப்படாமல் நேர்காணலுக்கு மதிப்பெண்கள் வழங்க வேண்டும் என நிர்ணயித்துள்ளது. மேலும் தேர்வு முறையில் சில குறைபாடுகள் ஓ.சி., பி.சி., எம்.பி.சி., எஸ்..சி., எஸ்..டி. என தேர்வாளர்கள், அவர்கள் சார்ந்துள்ள ஜாதியின் அடிப்படையில், முறையே 31, 30, 20, 18+1 என ஒதுக்கீடு. இதில் ஓ.சி. பிரிவில் எல்லா பிரிவினரும் போட்டியிடலாம். மதிப்பெண்கள் அடிப்படையில் ரேங்கிங் பட்டியல் தயார் செய்யப்பட்டு அதில் முதல் 31 சதவிதத்தினரை ஓ.சி.யில் தேர்ந்தெடுத்தல் வேண்டும். மீதி இருப்போரை அந்தந்தப் பிரிவில் சுழற்சியின்படி ஒதுக்கீடு செய்தல் வேண்டும். ஆனால் தேர்வாணையத்தில் தேர்வாளர்களை, ரேங்கிங் லிஸ்டில் முதல் 31 சதவீதத்துக்குள்ளவர்களையும் ஓ.சி. பிரிவில் எடுத்து செல்வதற்குப் பதிலாக, அவர்களை அந்தந்த வகுப்பு பிரிவின் ஒதுக்கீட்டிற்கு எடுத்துச் செல்வது, உச்சநீதிமன்ற வழக்கான சபர்வால் vs பஞ் சாப் மாநிலம் என்பதில் வழங்கிய தீர்ப்புக்கு எதிராக அமைந்தது.

மேலும், ஒவ்வொரு வகுப்பு பிரிவுக்கும் ஒதுக்கீட்டுக்குமேல் கிடைக்காமல் போகும் என்பதும் உச்சநீதிமன்றத்தின் கருத்தும், ஆணையும். தவறான நடமுறைக்கு எல்லா உறுப்பினர்களும், தலைவரும் ஒப்புக்கொண்டாலும், நான் மட்டும் என்னுடைய மறுப்பை ஒவ்வொரு தேர்வுக்கும் பதிவு செய்து வந்தேன். சுமார் இரண்டு வருடங்கள் என் மறுப்பு, எதிர்ப்புக்கு எந்தவிதமான மேல் நடவடிக்கையும் இல்லை. பின் இதுகுறித்து அரசுக்கு எழுதி ஆணை பெற வேண்டும் என்று நான் வற்புறுத்தவே, அரசுக்கு

எழுதப்பட்டது. அப்போது அரசில் பி+ஆர் செயலாளராக திரு. பிரகாஷ் இருந்தார். அவர் ஒரு ரகசிய கடிதமாக தலைவருக்கு இதை எப்படி அமல்படுத்துவது என்ற குறிப்புரையை கேட்டிருந்தார். தலைவர் திரு. எம். முருகராஜ் அவர்களும், என்னை தன் அறைக்கு வரும்படி அழைத்தார். விரிவான விவாதத்துக்குப் பின் உச்சநீதிமன்றத்தின் ஆணையை எப்படி அமல்படுத்துவது என்பதை உதாரணங்களுடன், அனுப்பினார். அரசும் அவ்வாறே தன் ஆணையை வழங்கி, சுமார் முப்பது வருடங்களுக்கு மேலாக நடந்து வந்த தவறைத் திருத்தியது.

'நான் தன்னந்தனியாக நின்று சுமார் இரண்டு வருடங்களுக்கு மேலாக பிடிவாதமாகத் தெரிவித்த மறுப்பின் அடிப்படையில் கிடைத்த வெற்றி இது' என்று சில பத்திரிகைகள் எழுதின. சில வார இதழ்கள், தமிழ்நாடு தேர்வாணையத்தில் முப்பது வருடங்களாக நடந்த மோசடி என தலையங்கமாக எழுதியதை இந்நடவடிக்கை மூலம் சரிசெய்தோம்.

இரண்டாவதாக, இன்னொரு தவறும் தேர்வாணையத்தில் நடைபெற்றுக்கொண்டிருந்தது. மெரிட் அடிப்படையில் தேர்ந்தெடுக்கப்பட்டவர்கள் ஒவ்வொரு பத்துப் பேர் கொண்ட சுழற்சியில் பொருத்தப்படும்போது குறைந்த மார்க் வாங்கியரிசர்வ் தேர்வாளர்களுக்கு கீழே முதுநிலைப்பட்டியலில் அதிக மார்க் எடுத்தவர்கள் பொருத்தப்படுகிறார்கள். இது ரிசர்வ் பிரிவில் தேந்தெடுக்கும் தேர்வாளருக்கு அளிக்கக்கூடாத லாபம். ஆகவே முதலில் ரேங்கிங்பிரகாரம் அனைத்து தேர்வாளர்களையும் தேர்ந்தெடுத்துவிட்டு, பிறகு ஒவ்வொரு ஒதுக்கீடு பிரிவிலுள்ள தேர்வாளர்களைத் தனியே பிரித்தெடுத்து அவர்களுக்குள் தனித்தனியே ரேங்கிங் நிர்ணயித்து, மேலே குறிபிட்ட பத்து நபர் அடங்கிய சுழற்சியில் பொருத்தப்பட்டதன் மூலம் இந்த தவறு திருத்தப்பட்டது.

மூன்றவதாக, ஒரு தேர்வில், போதிய தேர்வாளர்கள் இல்லையென்றால், அந்த காலியிடங்களை மறுதேர்வில் முன்னெடுத்துச் சென்று பூர்த்தி செய்ய வேண்டும். இந்த காலியிடங்கள் ஒவ்வொரு வகுப்புப் பிரிவினரின் ஒதுக்கீட்டுக்கு உரியவையாகும். ஆக, இந்தக் காலியிடங்களை அடுத்த தேர்வில் ஒதுக்கீட்டு தேர்வாளர்களைப் பொருத்துவதற்குப் பதிலாக, மெரிட் அடிப்படையில் தேர்ந்தெடுக்கப்படும் தேர்வாளர்களை அதில் பொருத்தியதின் மூலம், ஒதுக்கீட்டுக்கு மேல் கிடைக்க வேண்டிய கூடுதல் தேர்வு பாதிக்கப்படும். இது பெரிய தீங்கும்கூட. ஆகவே, ரிசர்வ் கேட்டகிரியில் தேர்ந்தெடுக்கப்படும் தேர்வாளர்களைத்தான்

முதலில் முன் கொணர்வு காலியிடங்களில் பொருத்தப்பட வேண்டும் என்ற நடைமுறை அமலுக்குகொண்டு வரப்பட்டது.

ஆக, மேலே குறிப்பிட்ட மூன்று சீர்திருத்தங்களைக் கொண்டுவர ஒத்துழைத்த தலைவர் மற்றும் உறுப்பினர்கள் பாராட்டுக்குரியவர்கள்.

நான் இரண்டு வருடங்களாக எழுதி வந்த மறுப்பு, மற்ற உறுப்பினர்கள் மத்தியில் கசப்பையே ஏற்படுத்தி இருந்தது. தலைவர் நேர்மையானவராயினும், தேர்வாணையத்தை நடத்தவேண்டும் என்ற போக்கில் ஆரம்ப காலங்களில் அதைப் பொருட்டாக எடுத்துக் கொள்ளவில்லை. ஒழுங்கு நடவடிக்கை கோப்புகளில் உறுப்பினர்கள் பல்வேறு கருத்துகளைக் கூறியிருந்தாலும், முதல் உறுப்பினர் என்ற முறையில் கடைசியில் என் கருத்தைத் தெரி விக்கும்போது அதற்கு செவி மடுப்பார். அதில் இருக்கும் நியாயத்தை உணர்ந்து, மற்ற உறுப்பினர்களையும் ஒப்புக்கொள்ள வழி வகுப்பார்.

தேர்வாளர்களை நேர்காணலின்போது அவர்களின் சமூகப் பொருளாதார நிலைகளை ஓரளவுக்கு கணக்கில் எடுத்துக்கொண்டு மதிப்பீடு வழங்க, நான் தவறியதில்லை.

மீண்டும் யாத்திரை

வருவாய் நிர்வாக இணை ஆணையராக இருந்தபோது பத்ரிநாத், கேதார்நாத் போன்ற இடங்களுக்கு (உத்தரகண்ட் மாநில அமைப் பிற்காக நடந்த போரட்டத்தினால் தடைப்பட்டது). போகாததை நிறைவு செய்ய, இந்த முறை அந்த யாத்திரைக்குப் பணிக்கர் டிராவல்ஸ் மூலம் டில்லியிலிருந்து புறப்பட்டோம். டில்லிக்கு, சென்னையிலிருந்து விமானப் பயணம். ரிஷிகேஷில் காலையில் கங்கையில் நீராடல், கொஞ்சம் குளிராயினும் பின் சுகமாகயிருந்தது. பகலெல்லாம் பாம்பென வளைந்து, வளைந்து சென்ற மலைப்பாதை. சற்று உருண்டாலும், மூவாயிரம் நான்காயிரம் அடி பள்ளத்தில்தான் போய்ச் சேரவேண்டும். மந்தாகினி மற்றும் அலக்நந்தா போன்ற ஆறுகள் கலக்குமிடம் ருத்ரபிரயாகை. வெள்ளம் கரை புரண்டு, அளவில்லா வேகத்துடன், ஆரவாரத்துடன் பாய்ந்து செல்வது பய உணர்வை ஏற்படுத்துகிறது. தப்பித் தவறி விழுந்தால் கரையேறுவது கடினம். நேரே சொர்க்கம்தான். புகழ்மிக்க துறவி ஹரிதாஸ் கிரி 4.9.94 அன்று அந்த அலக் நந்தாவில், சீடர்கள் கரையிலிருக்க அவர்கள் முன்பாகவே துள்ளிக் குதித்து ஜல சமாதியானார் என்று கூறுகிறார்கள்.

முதல் நாள் இரவு ஜோசிமட் என்ற இடத்தில் தங்கினோம். மறுநாள் 12 மணி வரை பஸ்சில் பயணம். பின்பு சுமார் 14 கி.மீ. மலையின் மேல் கடக்க, குதிரை அல்லது டோலி அல்லது நடை. என் மனைவி, லதா, சேகர் டோலியில். நான் மட்டும் கால் நடையாய், ஒரு கழியை வாங்கிக்கொண்டு புறப்பட்டேன். நண் பகலில் புறப்பட்டு, மேலே போகப் போக மலைப்பாதை மிகவும் செங்குத்தாக இருந்தது. சுமார் நான்கு ஐந்தடி அகலத்திலுள்ள பாதையை, குதிரைகள், டோலி சுமப்பவர்கள், நடையாகச் செல்பவர்கள் ஏறுவதற்கும் இறங்குவதற்கும் அதைப் பகிர்ந்து கொள்ள வேண்டும். நான் பல வருடங்களாக காலை வேளையில் நடைப் பயிற்சியில் பழகியதால் நடப்பதில் சிரமமில்லை. ஆனால் ஏற்றம் அதிகமாக அதிகமாக, அந்தக் குளிரிலும், வேர்வை அருவியாகக் கொட்ட, மேல் சட்டையை கழற்றிவிட்டு, வெறும் உடம்புடன் நடந்தேன். இதயம் ஏதோ உள்ளிருந்து, தேகத்தின் மேலே வந்து குடிகொண்டு துடிப்பதுபோல், அப்படி ஒரு ஒலி. லப் டப் என்று உங்கள் இருதயத்தின் பேரிரைச்சலை நீங்கள் கேட்கலாம். அந்திப் பொழுது நெருங்கியது. இன்னும் மூன்று நான்கு கிலோமீட்டர் செல்லவேண்டும். கூட நடக்கிறவர்கள் அதிகமில்லை. ஆனால் ஓர் அம்மையாரும் அவரின் கணவர் மட்டும் என்னைப்போல் ஒவ்வொரு அடியாக, அந்த மலை ஏற்றத்தை அளந்துகொண்டிருந்தார்கள். இருள் சூழ ஆரம்பித்துவிட்டது. என்ன அதில் பயம் என்றால் சற்று இடறினாலும் அதள பாதாள பள்ளத்தில் சமாதியாக வேண்டியதுதான்.

தூரத்தில் மின் ஒளி, சில கட்டடங்கள் தெரிய ஆரம்பித்தன. போய்ச் சேர 6.30 மணிக்கு மேல் ஆயிற்று. டோலியில் போனவர்கள் ஒரு மணி நேரத்துக்கு மேலாக சென்று காத்துக்கொண்டிருந்தனர். இருட்ட இருட்ட அவர்களுக்குக் கவலை. வருவேனா, வரமாட்டேனா, வழியில் பள்ளத்தில் விழுந்து மடிந்துவிடுவேனோ என்ற சந்தேகம். காரணம், எனக்குத் துணையாக யாரும் வரவில்லை. எதற்கும் மனம் உடைந்து போகாத மனைவிக்கு அன்றுதான் தாங்கிக்கொள்ள முடியாத துயரம் மேலிட்டு 'ஓ' வென்று அழுதுகொண்டிருந்தாராம். அக்கா அழுவதைப் பார்த்து தங்கை லதாவும் அழுகை என ஒரே ஓலம். நான் வருவதைப் பார்த்த பின்புதான் மனைவிக்கு உயிர் வந்தது என்று சொன்னபோது நான் நம்பவில்லை. எதற்கும் அசையாத மனைவி மல்லிகா அன்று மறு பிறவியே எடுத்திருந்தார். இரவு தங்க எடுத்த அறையைச் சுற்றிலும் பனிப் பறைகள். ஒரே குளிர். ஏதோ சப்பாத்தி என உணவு தந்தார்கள். காலையில் அறையிலேயே குளித்து, கேதார்நாதனை தரிசிக்கச் சென்றோம்.

அரங்க வேலு ஐ.ஏ.எஸ்.

பாண்டவர்கள் போர் புரிந்து, பிரம்மகத்தி தோஷம் நீங்க அங்கு வந்து பூஜித்ததாக ஐதீகம். முந்தைய நாள் இரவே கோயிலுக்கு வந்து தரிசித்தாலும், மறுநாள் காலையில்தான், அவரவர் தலையை, லிங்கத்தின் மேல் வைத்து கட்டி அணைத்து பிரார்த்தனை செய்துகொண்டோம். ஆதி சங்கரர் சமாதியை தரிசித்தபின் சுமார் காலை 11 மணி அளவில் மலையைவிட்டு இறங்கினோம். கேதார்நாத்தைச் சுற்றியுள்ள மலைமுகட்டில் பனிப்பாறைகள், கீழே மந்தாகினி ஆறு என கைலாயத்தை நினைவூட்டுவதாக அப்படி ஓர் அமைப்பு. மறுபடியும் நான் நடந்தேன். மற்றவர்கள், முன்பு போலவே டோலியில். பகலெல்லாம் மலைப் பாதையில் பிரயாணம் செய்து, மாலையில் பத்ரிநாத் கோயில் வரை சென்று அடைந்தோம்.

இங்கு கேதார்நாத்போல் நடக்கவேண்டிய அவசியமில்லை. இது நதியின் கரையில் அமைந்த கோயில். வெந்நீர் ஊற்று, கோயிலின் பிரகாரத்தின் அருகில் உள்ளது. இதில் நீராடினால் தோல் சம்பந்தமான வினைகள் தீரும் என்று கூறுகிறார்கள். நானும் அந்த குளம்போல் கட்டப்பட்டுள்ள வெந்நீரில் இறங்கினேன். இதமாக இருந்தது. நீரில் சிறிது கந்தகம் கலந்து இருக்குமென்று நினைக்கிறேன். பத்ரிநாதரை மறுநாள் காலையில் தரிசித்துவிட்டு, மறுபடியும் பகலெல்லாம் பயணம். மாலையில் பஸ்ஸில் ஹரித்துவார் வந்தடைந்தோம். எனக்கு எப்போதுமில்லாமல் பணிக்கர் டிராவல்ஸ் பஸ்ஸில் வரும்போதே, சரியான காய்ச்சல். என்ன காரணம் என்று தெரியவில்லை. காய்ச்சலைப் பற்றி யாரிடமும் தெரிவிக்கவில்லை.

ஹரித்துவாரில் மாலையில் கங்கைக்கு விளக்கு பூசை, பெரிய விஷேசம். அழகாக விளக்குகளை ஏற்றி பூசை செய்து கங்கையிலே சரியாக 6 மணிக்கு வெள்ளத்தில் விடுவது, அவை அழகாக மிதந்து செல்வது, காணக் கண்கோடி வேண்டும். புனித கங்கை தீப ஒளியில் மேலும் பக்தி பரவசத்தை யாத்திரிகர்களுக்கு அளித்து, சலனமின்றி கீழ்த்திசைநோக்கி பாய்ந்தோடிக்கொண்டிருக்கிறாள். அங்கு மலையின் உச்சியில் வின்ச்சில் சென்று தேவி தரிசனம் செய்தோம்.

ஐ.ஏ.எஸ்.. டூ ஆன்மீகம்

ஹரித்துவாரில் பல மடங்கள் யாத்திரிகர்கள் தங்குவதற்காக உண்டு. ரிஷிகேசில், பத்தமடை சின்மயானந்தா ஆசிரமம் இருப்பதுபோல், நூற்றுக்கணக்கான பெரிதும் சிறிதுமான ஆசிரமங்கள்.

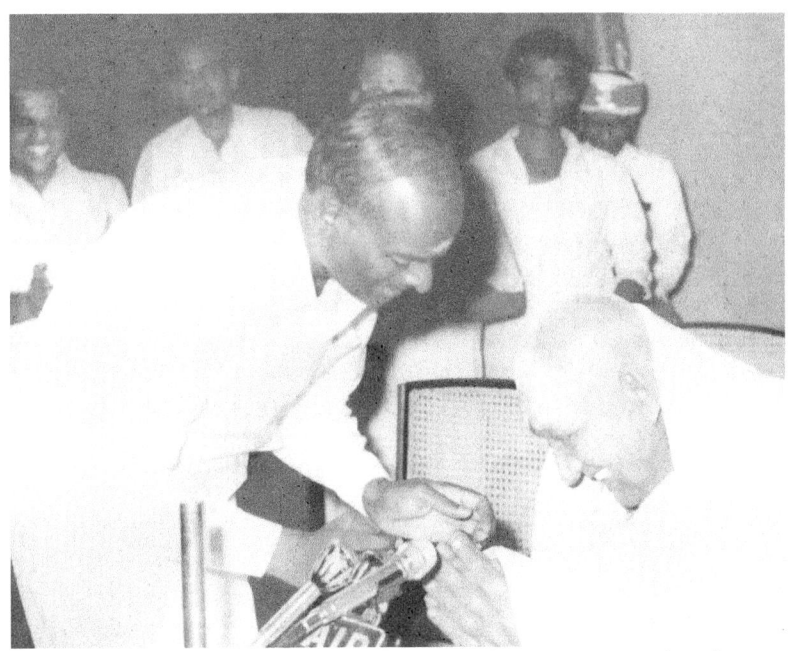

திருநெல்வேலி ஆட்சியாளராக, திருமுருக கிருபானந்த வாரியாரிடம் ஆசி பெறுதல் (1996)

சின்மயானந்தா ஆசிரமத்துக்குச் சென்றோம். அங்கு ஒரிசா மாநில ஐ.ஏ.எஸ்.. அலுவலர் ஒருவர் உத்யோகத்தை ராஜினாமா செய்து விட்டு ஆன்மீகத்தில் ஈடுபட்டு, பத்தமடையில் சில காலமும் ரிஷிகேசில் சில காலமும், ஆன்மீகச் சேவையில் ஈடுபட்டு வருகிறார். ஹோமியோபதி மருத்துவத்திலும் வல்லவர். திருநெல்வேலியில் நான் மாவட்ட ஆட்சியராகயிருந்தபோது வந்து, தாம் செய்யும் சேவைகளைப் பற்றி கலந்துரையாடுவார். ஐ.ஏ.எஸ்.. பணியை, உதறி தள்ளிவிட்டு பற்றற்ற வாழ்க்கையை, காவி உடை யணிந்து, மனித, தெய்வ சேவைக்கு அர்ப்பணித்துக்கொண்டிருப்பதை நினைத்தால் இப்படியும் சிலர் இருக்கிறார்களே என்ற வியப்பையும், அவர்கள் மேல் மரியாதையையும் உண்டாக்கும். இமயமலை அடிவாரங்களை ஆசிரமத்துக்காகத் தேர்ந்தெடுப்பதில் காரணமில்லாமில்லை. தெய்வங்களின் உறைவிடம், இயற்கை அன்னையின் இருப்பிடம் இமயமலை.தான் உருகி நதிகளாய் பெருக்கெடுத்து மக்கள் வாழ்வாதாரத்துக்கான மலை, மருத்துவ மலை.

அலைபாயும் மனதுக்கு அமைதி அளிக்கும் பருவதம். ஆயிர மாயிரம் ஆண்டுகளாக மாமுனிவர்கள் தவம் செய்யும் மலை. இந்த மலை ஆயிரக்கணக்கான மைல்கள் நீண்டும், அகன்றும் உயர்ந்தும், எவரெஸ்ட் சிகரத்தை உள்ளடக்கியும் பாரத மாதாவுக்கு

மணிமகுடமாய் அமைந்து, நாட்டை அந்நியர்களிடமிருந்து காக்கவும் செய்கிறது.

இமயமலையில், வைஷ்ணவி தேவியைக் காண இரண்டு முறை நடந்தே மலையேறியதும், கேதார்நாத் ஈசனைத் தரிசிக்க, அங்கும் மலையேறியதும், எனக்கு ஈசன் இட்ட கட்டளை. வைஷ்ண தேவி மலையின் அடிவாரத்தில் ஒரு குகைக் கோயில் உண்டு. தேவியின் அருள் பெற வேண்டின், சிலர் அதில் உள்ளே நுழைந்து செல்ல விருப்பப்படுவார்கள். என்ன இதில் பிரச்சனை என்றால் அதில் ஒருவருக்குமேல் நுழைந்து செல்ல முடியாது. பாம்புபோல் ஊர்ந்து, வளைந்து வளைந்து செல்லும்போது நடுவில் அடுத்த முனைக்கு செல்வோமா, மாட்டோமா என திகிலும், பயமும், கலந்து உங்களைச் செய்வதறியாது ஆக்கிவிடும். தாயின் வயிற்றிலிருந்து வெளி வருவதுபோல இருக்கும்.

திருவண்ணாமலையில் இடுக்குப் பிள்ளையார் என்ற சிறிய கோவில் உண்டு. அதில் தலையை முதலில் விட்டு, பின் உடலை அந்தச் சிறிய துவாரத்தின் வழியாக வெளிவருதல் வேண்டும். அது இரண்டு நிமிடம் ஆகும். இந்தக் குகை நீண்டு வெளிவர ஐந்து முதல் பத்து நிமிடங்கள் ஆகும். ஒரு முனையிலிருந்து மறு முனைக்கு வெளியில் வரும்போது, பயம் ஏற்பட்டது, உண்மை. மலைக்கு மேலே செல்ல ஹெலிகாப்டர்கள்கூட சில மாதங்களில் இயக்குவதாக கேள்விப்பட்டேன். அதே போல கேதார்நாத்துக்கும் சமீபகாலமாக ஹெலிகாப்டர்கள் இயக் குகிறார்களாம். மலையில் ஏறிச் சென்று கேதாரிநாதரை நினைந்து, வணங்குவதற்கும், ஹெலிகாப்டரில் சென்று வருவதற்கும் ஏராளமான வித்தியாசங்கள் உண்டு. செல்வதே புனித யாத்திரை. அதில் சில சங்கடங்களை எதிர் கொள்வதில் எந்தத் தயக்கமும் கூடாது என்றே நினைக்கிறேன்.

காஷ்மீர் சுற்றுலா

கேதார்நாத், பத்ரிநாத் பயணம் மேற்கொண்டு அந்தத் திட்டத்திலேயே முதல் கட்டமாக, காஷ்மீர் செல்லவும் திட்டமிட்டிருந்தோம். சென்னையில் திட்டமிடும்போதே, அந்த மாநில சர்வீஸ் கமிஷன் தலைவரைத் தொடர்புகொண்டு பேசினோம். காஷ்மீரில் சட்டம், ஒழுங்கு சீர்குலைந்து இருப்பதாகவும், அங்கு வருவது பாதுகாப்பானதாக இருக்காது என்றும் தெரிவித்தார் அவர். எனினும் சேரன்மகாதேவியில் சார் ஆட்சியாளராகப் பணியாற்றிய, நசீமுதீன் ஐ.ஏ.எஸ்., அவர் நண்பர் அங்கு மாவட்ட ஆட்சியராகப் பணியாற்றுவதாகவும், அவர் மூலம்

வேண்டிய ஏற்பாடுகளை செய்து தரலாம் என்றும் தெரிவித்தார். அதன் அடிப்படையில் சிறிது துணிவைத் துணைகொண்டு, பயணத் திட்டத்தை வகுத்தேன். அதேபோன்று அந்த மாவட்ட ஆட்சியரும், தக்க பாதுகாப்பு உள்பட எல்லா ஏற்பாடுகளையும் சரியாகவே செய்தார். இந்தப் பயணத்தில் நான், மனைவி, லதா, சேகர், சேகரின் ஈரோடு பரணி பட்டு உரிமையாளர் மகாலிங்கம் அவர் மனைவி உள்பட ஆறு பேர், ஸ்ரீநகர் விமான நிலையத்தில் இறங்கினோம். அப்போதுதான் அந்த சர்வீஸ் கமிஷன் தலைவர் சொன்னது எவ்வளவு உண்மை என்பது தெளிவாயிற்று. விமான நிலையத்திலிருந்து வெளிவருவதற்குள் பல நிலைகளில் பல வகையான பரிசோதனைகள். வெளியே வந்தால் சாலைகளில் மக்களைக் காணோம். எங்கு பார்த்தாலும் ஆயுதம் ஏந்திய ராணுவ வீரர்கள். சுமார் நூறு அடிக்கு ஒரு ராணுவ வீரர். ஸ்ரீநகர் கடைகளிலும் அதிகமான மக்கள் இல்லை. வீதிகள் வெறிச்சோடிக் கிடந்தன.

ஸ்ரீநகர் விருந்தினர் மாளிகையில் தங்குவதற்கு மூன்று அறைகள். மிகவும் ரம்மியான, இயற்கை சூழ் இடத்தில் வெள்ளைக்காரர்களால் கட்டப்பட்ட சுற்றுலா மாளிகை. நல்ல சமையல்காரர்கள் உணவுக்கு, நம் தேவைக்கேற்றபடி சமைத்துக் கொடுத்தார்கள். நடைப்பயிற்சி என்று காலையிலோ, மாலையிலோ வெளியில் போகக்கூடாது என்ற எச்சரிக்கை. காஷ்மீர் என்றதால் ஏரி, படகு வீடுதான் மிகவும் பிரசித்தம். மொத்தம் மூன்று நாட்கள் பிரயாணத் திட்டம். முதல் நாள் குல்மார்க். அங்கு, நேரு அவர்கள் அதிகமாக கோடைக் காலங்களில் வசித்த இடம். குதிரை சவாரி ஏறுதல் என அந்த இடத்தை பயன்படுத்தியவர். அந்த இடம் ஸ்ரீநகரிலிருந்து சுமார் இரண்டு மணி நேரம் பயணம். மரத்திலான சுற்றுலா மாளிகை. அங்கிருந்து சுற்றிலுள்ள பள்ளத்தாக்குகளைக் காணலாம். 'பைன்' மரங்கள் ஏராளம். குளிர் காலத்தில் பனி உறைந்து பனிச் சறுக்கல் விளையாட்டு, மக்களை ஈர்க்கும். போகும் வழியில் தாசில்தார், தன் வீட்டுக்கு முன்புறம் அமரவைத்து, நல்ல வாசனை கலந்த டீயை கொடுத்தார். வாழும் மக்களின் நிலைகளை பற்றியெல்லாம் விளக்கினார்.

மாவட்ட ஆட்சியரால், பாதுகாப்பிற்கும் துணைக்கும் வழிகாட்டு தலுக்கும் அனுப்பப்பட்ட வருவாய்த்துறை அதிகாரி சொன்னார். "காலையில் வீட்டைவிட்டு கிளம்பும்போதே, மனைவியையும், மக்களையும் ஒருமுறை ஒருவித ஏக்கத்துடன் பார்த்துவிட்டுத்தான் அலுவலகத்துக்கு கிளம்புவேன். மாலையில் வீடு திரும்புவேனா, மாட்டேனா என்ற சந்தேகம். தினம் தினம் எந்தவிதமான கார

ணமும், அடிப்படையும் இல்லாமல் பயங்கரவாதிகள், மக்களை அதிலும் அரசு அலுவலர்களை குறிவைத்தே, காக்கை குருவிகளை சுட்டுத்தள்ளுவதுபோல் சுட்டு மாய்க்கின்றனர். தினம் தினம் பயத்திலேயே இருப்பதால், ஆரோக்கியம் பாதிக்கப்படுகிறது. மனைவி, மக்களும் ஏதோ போர்க்களத்தில் குடியிருப்பதுபோல் உயிரைக் கையில் பிடித்துக்கொண்டு அமைதியில்லா வாழ்க்கையை வாழ்ந்துகொண்டிருக்கின்றனர்' என்று கவலையோடு சொன்னார்.

குல்மார்க்கிலிருந்து திரும்பி வந்ததும் அன்று இரவு, தால் ஏரியில் அமைந்துள்ள படகு வீடுகளில் ஒன்றை வாடகைக்கு எடுத்தோம். அது வீடு என்று சொன்னால் சரியாக இருக்காது. ஏதோ ஐந்து நட்சத்திர ஓட்டலில் வி.ஐ.பி. சூட் போன்று அறைகள் வடிவமைக்கப்பட்டு, அரண்மனைபோல் அலங்கரித்திருக்கிறார்கள். வேண்டிய உணவை சமைத்துத் தருகிறார்கள். மிகவும் அந்நியோன்யமாக பழகுகிறார்கள். அவர்கள் அளிக்கும் குங்குமப்பூ கலந்த டீ மிகவும் அற்புதம். படகு வீட்டை அடைய செல்லும் படகு சவாரி அற்புதமான அனுபவம். இந்த ஏரியில்தான் சினிமா டைரக்டர் ஸ்ரீதர், 'தேனிலவு' படத்துக்காக, வைஜெயந்தி மாலாவையும் ஜெமினிகணேசனையும் வைத்து ஒரு காதல் டூயட் எடுத்திருந்தார். படகுகள் தண்ணீரைப் பிளந்துகொண்டு தனித்தனி படகுகளில் ஸ்கீயிங் போன்று அதிவேகமாகச் செல்லும் காட்சியை அற்புதமாகப் படமாக்கியிருந்தார்.

அந்த நாளில் கருப்பும் வெள்ளையும். இந்நாளைப் போல கலரில் எடுத்திருந்தால் ஏரியும், அதன் பின்னணியில் பசுமை சூழ் பர்வதங்களும் இன்னும் சிறப்பாகயிருந்திருக்கும். இரவை அந்த ஆடம்பர படகு வீட்டில் கழித்தபோது அந்த உரிமையாளர் சொன்னார்:

"காஷ்மீர் மாநிலம் பல ஆண்டுகளாக கலவர பூமியாக, பயங்கரவாதிகளின் பிடியில் சிக்கித் தவிக்கின்றது. இங்கு காலங்காலமாக வாழ்ந்த பண்டிட்டுகள் (பிராமணர்கள்) தாக்கப்பட்டதால் தங்கள் வீடு, நிலம், தொழில் போன்றவற்றை விட்டுவிட்டு ஜம்முவில் முகாமில் தங்கியுள்ளார்கள். விவசாயம் வீணானது, தொழில்கள் முடங்கிப் போயின. கடைத்தெருக்களில் ஒரு குறிப்பிட்ட நேரம்தான் மக்கள் வெளியேவந்து தங்கள் தேவைகளை வாங்கிச் செல்லுகின்றனர். அங்கும் பல நேரங்களில் பயங்கரவாதிகளின் தாக்குதல், உயிர், பொருள் சேதம். இந்தச் சூழ்நிலையில்தான் பண்டிட்டுகள் தங்கள் சொந்த பூமியிலேயே அகதிகளாக முகாமில் வாழ்கிறார்கள். காஷ்மீர், அதிலும் குறிப்பாக ஸ்ரீநகர், சுற்றுலாப் பயணிகள் அதிகமாக வந்து செல்லும் இடம்.

முக்கிய வருமானம் அவர்களால்தான். இப்படிப்பட்ட கலவர நிலைமையினால், டூரிஸ்ட்டுகள் வருவது இல்லை. படகுகள், சுமார் முந்நூறு, நானூறுக்கு மேல் இருக்கின்றன. அவை விருந்தினர் யாரும் வராததால் பல ஆண்டுகளாக காலியாக, பாசி படிந்து கிடக்கின்றன. எங்களை வறுமை வாட்டி வதைத்து கொண்டிருக்கிறது. உங்களிடம்கூட சாதாரணமாக, ஓர் இரவுக்கு ஐயாயிரம் ரூபாய்க்கு குறையாமல் வாங்குவதற்குப் பதிலாக, பாதி கொடுத்தால்போதும் என்று வசூலிக்கிறோம். இருந்தும் யாரும் வருவதில்லை".

அந்தப் படகு வீட்டில் மாலை வேளையையும், இரவுப் பொழுதையும், காலை சூரிய உதயத்தையும் என கண்டுகளித்து மகிழ்ந்தோம். இரண்டாம் நாள், பகல்காம் என்ற கீழ்த் திசையில் உள்ள இடத்துக்குச் செல்ல திட்டம். அந்த வழியாகத்தான் பாதசாரிகள் அமர்நாத்துக்குச் செல்வார்கள். ஆறு பேருக்கும், ஒரு சுமோ காரை வாடகைக்கு பேசினோம். ஆனால் பகல்காம் செல்லும் வழியில் அனந்தநாக் என்ற இடத்தில் சட்டம்—ஒழுங்கு சீர் குலைந்துள்ளது என்றும், அந்த வழியில் செல்வது உயிருக்கு ஆபத்து என்றும் சொன்னார்கள். ஆனால் அந்த சுமோ டாக்சி டிரைவர், மாற்றுப் பாதை அடர்த்தியான காட்டு வழியில் உள்ளது. அதன் வழியாகச் செல்லலாம் என்று சொன்னார். அதேபோல் காலையில் சிற்றுண்டி முடித்து திக்திக் என்ற பய உணர்வுடன் பயணிக்கத் தொடங்கினோம்.

சாமர்த்தியமான டிரைவர். செல்லும் வழியில் சிறு கிராமங்கள், மக்கள் நடமாட்டம் ஏதுமில்லை. பயங்கரவாதிகன் நடமாடும் இடம், எந்த நேரத்திலும் அவர்கள் தாக்கலாம். மெயின் ரோட்டில் அனந்தநாக் இடத்தில் மட்டுமேதான் தாக்குதல், இந்த மாற்றுப் பாதையில், யார் எங்கே ஒளிந்திருக்கிறார்கள் என்று ஒன்றும் தெரியாது. ஆபத்தான இந்தப் பயணத்தை மேற்கொள்வது தேவைதானா என்று எனக்குள் கேட்டுக்கொண்டேன். என் உள் உணர்வை, பயத்தை மற்றவர்களிடம் பகிர்ந்து கொள்ளவில்லை. அவர்களாவது அந்த கானகத்தையும் அடர்ந்த மரங்களையும் ரசித்து வரட்டுமே என்று எந்த உணர்வையும் வெளிப்படுத்தவில்லை. காலை சுமார் எட்டு மணிக்குப் புறப்பட்டு, மதியம் சுமார் 11.30 மணிக்கு பகல்காம் எல்லையை அடைந்தோம். ஆறு, மலை, இடையே மலைப்பாதை. அற்புதமான அதிசயிக்கத்தக்க காட்சி. கிராமத்துக்குச் சற்று முன்னதாக பயணியர் விடுதி ஆற்றின் கரையில் அமைந்துள்ளது. அதை நெருங்குவதற்கு சுமார் ஒரு பர்லாங்கு தூரத்தில் எங்கள் வண்டியை நோக்கி 'ஓ' வென்ற

இரைச்சலுடன் சுமார் இருபது பேர் திபுதிபு என்று மின்னல் வேகத்தில் எங்களைத் தாக்குவதுபோல் ஓடிவருகிறார்கள். பயங்கரவாதிகளிடம் மாட்டிக்கொண்டோம், நாம் எல்லோரும் இன்று குளோஸ் என்று பீதியுற்றோம். வண்டியில் எல்லோரும் நிராயுத பாணிகள்,

அந்த மாநிலத் தேர்வாணையத் தலைவர் சொன்னது எத்தனை உண்மை. அதைச் சற்றும் மதியாமல் இந்தப் பிராயணத் திட்டத்தை வகுத்தது, எவ்வளவு பெரிய முட்டாள்தனம் என்று அந்த சில நிமிடங்களில் எண்ணம் மின்னலாய்த் தோன்றி மறைந்தது. வந்தவர்கள் பேரிரைச்சலுடன் வண்டியைச் சூழ்ந்துகொண்டார்கள். காட்டில் புள்ளிமான்களை, வேட்டை நாய்கள் வளைத்துப் பிடிப்பதுபோல் சுமோவையும் எங்களையும் பிடித்துக்கொண்டார்கள். திகிலுற்றோம்; திகைத்துப் போனோம். கடவுளைப் பிரார்த் தித்துக்கொண்டோம். 'காப்பாற்று, வேல் முருகா' என்று மனம் அழைத்தது. எங்கள் பிரார்த்தனைக்கு உடன் பதில் கிடைத்தது. அவர்கள் பயங்கரவாதிகள் இல்லை. சவாரி குதிரைக்காரர்கள். பயங்கரவாதம் தலை தூக்கியப்பின், அந்தப் பகுதிக்குப் பயணிகள் வெகுசிலரே வருவதால் அவர்கள் சவாரி பிடிப்பதற்காக போட்டி போட்டிக்கொண்டு ஓடிவந்தவர்கள். ஒரு பெருமூச்சு. போன உயிர் மீண்டும் வந்தது. முருகனருள் என்றும் கூடவே நின்று எங்களைக் காத்தது.

பகல்காம், காஷ்மீரில், சுவிட்சர்லாந்துக்கு இணையான ஓர் இடம் என்று எல்லோரும் குறிப்பிட்டார்கள். உண்மைதான். மலைகளும், தெளிந்த நீரோடைகளும், வண்ண வண்ணப் பூக்களும், புல் வெளிகளும், ஒவ்வொன்றும் கண்ணைப் பறிக்கும். அமர்நாத் பனிலிங்கத்தை தரிசிக்கச் செல்வோர், இந்த பயங்கரமான மலைப்பாதையில்தான் செல்லவேண்டும்,

பனிலிங்க தரிசனம்

என் மனைவிக்கு அமர்நாத்தில் அந்தப் பனிலிங்கத்தை தரிசிக்க வேண்டும் என்று விருப்பம். இந்தப் பாதையில் கேதார்நாத் போல ஒன்று, நடந்து செல்லவேண்டும் அல்லது குதிரை மேல் செல்லவேண்டும். அடிக்கடிச் சொல்லிக்கொண்டே இருப்பார். அந்த அமர் நாத் புனித இடத்தை நான் அமைச்சரானபோது எப்படிப் பார்க்க நேர்ந்தது?

அந்த நாளில் திரு. குலாம்நபி ஆசாத், காஷ்மீர் மாநில முதலமைச்சராக இருந்தார். சுதந்தர இந்தியாவில், காஷ்மீர்

மாநிலத்தில் ஜம்மு வரை ரயில் பாதை போடப்பட்டிருந்தது. ஸ்ரீநகர் பகுதியில் இல்லை. உயர்ந்த மலைப் பகுதியாய் இருப்பதால், மலைகளைக் குடைந்து சுரங்கப்பாதை அமைத்தால்தான் அது சாத்தியம். குளிர் காலத்தில், இருக்கும் ஒரு நெடுஞ்சாலையும் பனிக் கட்டிகளால் போக்குவரத்து பாதித்துவிடும். மற்ற பகுதிகளுக்குச் செல்லவேண்டி இருந்தால், விமானம் ஒன்றுதான் வழி. மேலும், அந்த மக்களுக்கு ரயில் வசதி ஏற்படுத்துவதன்மூலம் இந்தியாவில் தடையேதுமின்றி பயணிக்க, ஏதுவாகயிருக்கும். மேலும் தற்போது நிலவும் பயங்கரவாதப் பிரச்சனைக்கும் அது தீர்வாகயிருக்கும். எனவே, மத்திய அரசு தீர்மானம் செய்து, பெரிய செலவு என்றாலும் அதைப் பொருட்படுத்தாமல் திட்டம் வகுத்து செயல்படுத்த முற்பட்டது. நடைபெற்று கொண்டிருக்கும் ரயில்வே பணிகளை ஆய்வு செய்ய, முதல்வரும் நானும் ஒருநாள் ஹெலிகாப்டரில் புறப்பட்டோம்.

காலை ஒன்பது மணிக்கு ஜம்முவிலிருந்து புறப்பட்டு மாலை ஆறு மணிவரை சுரங்கப்பாதைகள், இரண்டு மலைகளை இணைக்கும் பாலங்கள் (பாலங்கள் — ஓர் அதிசயிக்கத்தக்க சாதனைகள் — கிடுகிடு உயரத்தில், இதயம் துடிதுடிப்பைத் தானாகவே அதிகப்படுத்திக் கொள்ளும் அளவுக்கு பெரிய பள்ளங்கள் கீழே) என ஆய்வு செய்து, தக்க அறிவுரைகள் வழங்கினோம். அன்று இரவு முதல்வர் ஒரு விருந்துக்கு ஏற்பாடு செய்திருந்தார். நானும் மற்ற ரயில்வே துறை அலுவலர்களும் கலந்துகொண்டோம். அப்போது முதல்வர் அவராகவே, 'நீங்கள் ஒரு ஹெலிகாப்டரில் சென்று அமர்நாத் பகுதியை ஏன் பார்த்து வரக்கூடாது' எனக் கேட்டார். அதன் விளைவாக, மறுநாள் காலை மனைவியுடன் அந்தப் புனித ஸ்தலத்தை ஹெலிகாப்டரிலிருந்து தரிசித்தோம். யாரோ மாடு மேய்க்கும் பையன் அந்தப் பனிலிங்கத்தைப் பார்த்து மற்றவர்களுக்குக் கூறியதாக ஒரு செய்தி உண்டு. அது பனிக் காலமாக இல்லாததால் லிங்க தரிசனம் இல்லை. எதிர்பார்க்காமலேயே, கேட்காமலேயே முதல்வர் குலாம் நபி காட்டிய அன்பு, என்னை வியக்கச் செய்தது. 'லே'வுக்கு செல்லும் பாதையை அந்தப் பயணத்தில் காண முடிந்தது.

பகல்காமில் மதியம் உணவை முடித்து, திரும்ப எந்த வழியைத் தேர்ந்தெடுப்பது? காலையில் வந்த காட்டு வழியில் சென்றால் இருட்டிவிடும். கூடுதலான ஆபத்து அது. நெடுஞ் சாலையிலேயே ஆனந்தநாக் வழியாகச் சென்றுவிடலாம் எனறு முடிவெடுத்தோம். அந்தப் பகுதியில் அதற்கு முந்திய நாள்தான் பயங்கர வாதிகளின் தாக்குதல் இருந்ததாகத்

தெரிவிக்கப்பட்டது— மாலை வேளையிலேயே அந்தப் பகுதியை கடந்து வந்து விட்டோம். பிரச்சனை ஏதும் வழியில் இல்லாமல் கந்தன் காத்து நின்றான் என்றே நினைத்தேன். மாலை ஏழு மணி அளவில் ஸ்ரீநகர் வந்தடைந்தோம். பகல்காமைப் பார்த்ததை ஏதோ ஒரு பெரிய சாதனையாக நினைத்துக்கொண்டோம். வாழ்க்கையில் மறக்கமுடியாத நிகழ்ச்சி—அந்த குதிரைக்காரர்கள், பயங்கரவாதிகள்போல் எங்களைச் சுற்றி வளைத்தது.

மூன்றாம் நாள் உள்ளூரிலுள்ள மொகல் கார்டன் கடைகளில் பொருட்களை வாங்கினோம். மறுநாள் காலை விமானம் மூலம் ஜம்முவை வந்தடைந்தோம். ஸ்ரீநகர் விருந்தினர் மாளிகையில் இருந்து விமான நிலையத்துக்கு வருவதற்குள் எத்தனை சோதனைச் சாவடிகள். எத்தனை ராணுவ வீரர்களின் அணி வகுப்பு? விமான நிலையத்தில் கேட்கவே வேண்டாம். இதெல்லாம் பார்க்கும்போது இந்தியாவின் ஒரு பகுதி ஏன் இப்படி பாழ்பட்டுப் போய் இருக்கிறது? பாரத மாதாவின் சிகரத்தில் இப்படியொரு தீர்க்கமுடியாத வலி. சுதந்திர இந்தியாவில் இப்படி அடிமைகளைப்போல் வாழ்பவர்களைப் பார்க்க வலித்தது. சொத்து, சுகம் துறந்து, புலம்பெயர்ந்து அகதிகளாக முகாம்களில் வாழ்வது எத்தனை கொடுமை? மனித குலத்தின் பொறுமை எங்கே போயிற்று? ‘உன் அடுத்த வீட்டுக்காரனை நேசி’ என்று விவிலியம் போதிக்கிறது. இது, ஒரு நாட்டுக்கும் மற்றொரு அண்டை நாட்டுக்கும் பொருந்தும்தானே? பிறகு ஏன் இந்த ஊடுருவல் சண்டை?

சந்தேகக் கண்கொண்டே மற்றவர்களை நோக்குவது பரிதாபமாகத்தான் இருக்கிறது. ஒரு காலத்தில் ஒரே இந்தியாவாக, அகண்ட பாரதமாக இருந்தபோது ஒன்றாக, ஒரு தாய் மக்களாக வாழ்ந்தவர்கள்தானே பாகிஸ்தான் மக்கள். 1947க்கு பிறகுதானே நடுவில் ஒரு கோட்டைக் கிழித்து எல்லையென வகுத்தது. காஷ்மீர் மாநிலத்தில் ஒரு பகுதியை பாகிஸ்தான் குடியேறிய காஷ்மீர் என்றும், ஏனையை பகுதிகளை இந்தியாவின் பகுதி என்றும் மாற்றி அமைத்துக்கொண்டார்கள். எல்லை தாண்டிய பயங்கர வாதம் என்று அடிக்கடி எல்லா ஊடகங்களிலும் பேசி அதை ஒழிக்க வேண்டும் என்று மேலெழுந்தவாரியாக ஒப்புக்கொண்டு அதையே தொழிலாக மேற்கொள்ளுவது எப்படி?

ஜம்முவில் வந்திறங்கியதும் அங்கு ஒரு சுமோவை வாடை கைக்கு அமர்த்திக்கொண்டு வைஷ்ணவிதேவியை நோக்கி பயணித்தோம். அந்த மலை உச்சியில் அமைந்துள்ள கோயிலுக்குச் செல்ல ஒன்று குதிரை அல்லது கால்நடை. ஹெலி காப்டர் சர்வீசும்

உள்ளதாம்.கூட வந்த ஐவரும் (என் மனைவி உள்பட) குதிரை சவாரி. வழக்கம்போல் நான் நடக்கலானேன். மாலை இருட்டும் வேளை, மேலே சென்றடைய சுமார் ஒரு மணி நேரத்துக்கு மேல் ஆனது. அங்கு பயணிகள் தங்க விருந்தினர்கள் மாளிகையும் உண்டு. அம்பாள் தரிசனம் ஒரு சிறு குகையின் வழியாகச் சென்றபின்தான் கிடைக்கும். சிற்றுண்டிக்குப்பின், நடு இரவில் புறப்பட்டு அதிகாலை கீழே வந்தடைந்தோம். ஜம்முவில் அரசு விருந்தினர் விடுதியில் தங்கி, உள்ளூரில் கடைவீதிகளில் சில பொருட்களை வாங்கியபின் — மாலையில் ரயிலில் புறப்பட்டோம், டெல்லியை நோக்கி.

தமிழ்நாடு இல்லத்தில் தங்கி, மறுநாள் இரவு ஈரோடு பரணி பட்டு மகாலிங்கம், அவர் மனைவியுடன் பயணங்களை முடித்துக்கொண்டு சென்னை திரும்பினார். லதா, சேகர், நாங்கள் இருவர் என நால்வர் மட்டும் ஹரித்துவார், ரிஷிகேஷ், கேதார்நாத், பத்ரிநாத் யாத்திரையை மேற்கொண்டோம்.

குலு மணாலி, சிம்லா

தமிழ்நாடு தேர்வாணையத்தில் இருக்கும்போது மற்றொரு எல்.டி.சி. பயணமாக டெல்லி, குலு மணாலி, சிம்லா, சண்டிகர், பரித்கோட், அமிர்தசரஸ் போன்ற இடங்களுக்கு, மனைவி, மகன் தணிகைநாதன், மகள் பிரியா எனச் சென்றோம். இரண்டு பிள்ளைகளும் திருமணம் ஆகாமல் இருந்ததால் அவர்களும் எல்.டி.சி. பயணத்தில் தகுதி பெற்றவர்களாயினர். டெல்லியிலிருந்து தனியார் இயக்கும் சிறிய விமானம் மூலம் குலுவுக்குச் சென்றோம். அந்த குட்டி விமானப்பயணம் மலைகளுக்கு இடையே புகுந்து புகுந்து மேகங்களைக் கிழித்துக்கொண்டு சென்றாலும் ஒரு பாதுகாப்பான பயணம் என்று கூறுவதற்கில்லை. சேகரும் லதாவும் சுமோ வண்டியை எடுத்துக்கொண்டு அவர் பணிபுரியும் பரீத்கோட்டில் இருந்து குலுமணாலிக்கு வந்தனர். திருமதி.ஷீலா பிரியா ஐ.ஏ.எஸ்.., அந்த சமயம் சென்னை மாநில ஆளுநரின் செயலாளராக இருந்தார். அவர் இமாச்சலபிரதேச கவர்னர் செயலாளர் மூலமாக, குலுவிலுள்ள அரசு விருந்தினர் விடுதியில் தங்குவதற்கு ஏற்பாடு செய்து கொடுத்தார்.

கண்ணைக்கவரும் அந்த மலைச்சாரலில் அமைந்திருந்த விருந்தினர் விடுதி தங்குவதற்கு ஏற்ற இடம். அருகிலேயே பியாஸ் ஆறு பளிங்கென தண்ணீரை சுமந்துசெல்லும் அழகு, எங்கு பார்த்தாலும் ஓங்கி வளர்ந்துள்ள பைன் மரங்கள். ஊடே பக்திக்

கென ஒரு கோயில், ஆற்றைக் கடந்து செல்ல தொங்குபாலம். (மணிரத்னம் இங்குதான் ரோஜா படத்தை எடுத்திருந்தார்.) இரண்டு நாட்கள் தங்கினோம்.

மறுநாள் மேலே ரோடங்கணவாய் சென்றோம். ஒரே பனிக்கட்டிகள், கொஞ்சம் சறுக்கியும் விளையாடலாம். அதுபோல் புகைப்படங்களையும் எடுத்துக் கொள்ளலாம். அக் கணவாயிலிருந்து ‘லே’வுக்கு செல்லப் பாதை உண்டு. இரவில் நல்ல குளிர். விருந்தினர் மாளிகையில் சுடச்சுட ரொட்டி, சப்ஜி (வேலு, சேகர், தணிகைக்கு சூடான சிக்கன்) என உண்டு குளிரைச் சற்று விரட்டினோம். இந்த இடத்தின் சிறப்பு மிதமான சீதோஷ்ணம், மாசு படாத காற்று, கண்ணுக்குக் குளுமையான இயற்கை காட்சிகள். மாலை வேளைகளில் கடைத்தெருவில் கடைகடையாய் ஏறி இறங்கினோம். வேறென்ன வேலை? சுற்றுலா என்று சென்ற பிறகு நேரத்தை வியாபார நோக்கத்துடன் கணிப்பது எத்தனை முட்டாள்தனம்.

இந்தியப் பிரதமர் வாஜ்பாய் ஆண்டுதோறும் ஓய்வெடுக்க குலு மணாலிக்கு செல்வார். அவர் சிறந்த கவிஞர். அந்தச்சூழலில் அவர் கவிதைகளை வடிப்பதில் நேரத்தைச் செலவழித்திருக்கக் கூடும். புதிதாகத் திருமணம் ஆனவர்களின் தேனிலவுக்கு உகந்த இடம். என்னைப் போன்றவர்களுக்கு அங்கு அதிக வேலையில்லை. எனினும் அந்த இயற்கை சூழல், எல்லா வயதினரையும் தனக்குள் கட்டிப் போட்டு விடும் என்பதில் எந்தச் சந்தேகமும் இல்லை. இரண்டு நாள் அங்கு எல்லா இடங்களையும் சுற்றிப் பார்த்துவிட்டு சிம்லா நோக்கிப் புறப்பட்டோம். சிம்லா என்றால் எனக்குள் ஒரு பயம் உண்டு.

1971ம் ஆண்டு நான் திருச்சியில் இணைபதிவாளராகப் பதவியேற்று பணிபுரிந்தபோது, புதிதாக பதவி உயர்வு பெற்ற இணை பதிவாளர்களுக்கு அகில இந்திய அளவில் பயிற்சி, சுமார் 21 நாட்களுக்கு கொடுக்கப்படும். புதுடெல்லி, பஞ்சாப், (சண்டிகர்) பம்பாய் என இந்திய அளவிலுள்ள உச்சி நிலை கூட்டுறவு ஸ்தாபனங்கள் மற்றும்ரிசர்வ் வங்கி போன்றவற்றில் பயிற்சி. டெல்லியில் திரு. பூவராகவன் எம்.பி.யின் குடியிருப்பில்தான் தங்கியிருந்தேன். பஞ்சாபில் கூட்டுறவு விற்பனை சங்கங்கள், டெல்லியில் தேசிய கூட்டுறவு விற்பனை இணையம், தேசிய நுகர்வோர் கூட்டுறவு இணையம், தேசிய கூட்டுறவு யூனியன் என பயிற்சி விரியும்.

சண்டிகரில் தங்கியிருந்தபோது ஒரு ஞாயிற்றுக்கிழமை தனியாக பஸ்ஸை பிடித்து கல்கா சென்று அங்கிருந்து மலை ரயில் மூலம்

சிம்லா சென்றேன். ரயில் பயணம் நினைவில் கொள்ளத்தக்கது. பம்பாய் பயிற்சியின்போது, கேட் வே ஆப் இந்தியாவுக்கு அருகில் மகாராஷ்டிரா மாநில கூட்டுறவு வங்கியின் விருந்தினர் மாளிகையில் தங்கி பயிற்சி. அப்போது மனைவிக்காக தங்க நகைகளுக்குப் பிரசித்தமான திருபுவன்தாஸ் நகைக்கடையில் வளையல்களும் ஒரு மோதிரமும் வாங்கியிருந்தேன். அதை ஒரு வி.ஐ.பி. கைப் பெட்டியில் வைத்திருந்ததால் எப்போதும்கூடவே எடுத்துச் செல்வேன்.

சிம்லாவில் குரங்குகளின் அட்டகாசம் சொல்லிமாளாது. ஒவ்வொரு குரங்கும் மனிதர்களைப் போன்று வளர்ந்து பெருத்து காணப்படும். அவை சுற்றுலாப் பயணிகளை ஒருவழி பண்ணி விடும். கையில் எது இருந்தாலும் 'லபக்' கென்று பிடுங்கிச் சென்று விடும். அப்படித்தான் என்னிடமிருந்து வி.ஐ.பி. கைப் பெட்டியை பிடுங்கப் பாய்ந்தது. எதிர்த்தால் உறுமுகிறது. நான் கத்தக் கத்த அவை பயங்கரமாக, உறுமும். சிம்லா தெரு போர்க்களமாகவே மாறியது. பெட்டியின் உள்ளே இருப்பதோ, மனைவிக்காக வாங்கிய தங்க நகை. நெஞ்சில் கொஞ்சம் கூடவே உரத்தை ஏற்றி அந்த வானரப்படையை வென்று என் பெட்டியைக் காப்பாற்ற வேண்டியதாயிற்று. நல்லவேளை, அவற்றின் கடிகளில் இருந்து தப்பினேன். சிம்லா என்றாலே அந்த சண்டைக் காட்சிதான் நினைவுக்கு வரும். ஒரு பகல், இரண்டு இரவுகள் என சிம்லா அரசு விருந்தினர் மாளிகையில் தங்கி, பின் சண்டிகர் வந்தடைந்தோம்.

சண்டிகரில் பல இடங்களைப் பார்த்தோம். ஒரே மாதிரியான வீடுகள், ஒரே நிறம், நேர்க்கோட்டில் தெருக்கள். ஆனால் விலை வாசி வானைத் தொடுகிறது. அங்கிருந்து மாலையில் புறப்பட்டு பரீத்கோட்டுக்கு வந்தோம். சேகருக்கு அங்குதான் கனரா வங்கியில் கிளை மேலாளராகப் பணி. அவரின் வீட்டின் பக்கத்தில் ஒரு சீக்கியரின் குருத்வாரா. காலை வேளைகளில் அவர்கள் படிக்கும் கிரந்தம், விளங்கவில்லையாயினும், தெய்வ மணம் கமழும் இசை. காலை நடைபயிற்சியின்போது அதைக் கேட்பது பேரானந்தம். பக்ராநங்கல் கால்வாய் அந்த நகரத்தின் பக்கத்தில் பாய்ந்து செல்கிறது. என்னிடம் உதவி ஆட்சியராக, திருநெல் வேலியில் பயிற்சி பெற்ற தயானந்த கட்டாரியாவின் நண்பர் அங்கு கலெக்டர். அவர் வாகா பார்டர் மற்றும் அமிர்தசரஸ் பொற்கோவிலை காண்பதற்கு, வண்டியும் மற்றும் பார்வையிடலுக்கான அனுமதியும் ஏற்பாடு செய்திருந்தார்.

வாகா எல்லையில்...

வாகா எல்லையில் பாகிஸ்தான் ராணுவ வீரர்களும் இந்திய ராணுவ வீரர்களும் மாலை வேளையில் கண்ணைக் கவரும் வண்ணம் பீடுநடை போட்டு, செய்து காண்பிக்கும் சாகசங்கள் இரண்டு நாடுகளின் ராணுவ வலிமையை வெளிப்படுத்தும்வகையில் அமைந்திருந்தாலும், அந்த காக்கி சட்டைகளுக்கு அப்பால் எப்போதும் பகைமை மற்றும் சந்தேக, உணர்வு தொக்கி நிற்பதை உணர முடிகிறது. இரண்டு பக்க வீரர்களின் உயரம், வேகம், எழுப்பும் ஒலி, பார்வையாளர்களைப் பிரமிக்க வைப்பதுடன், சரியாக மாலை ஆறு மணிக்கு, அவரவரின் தேசீயக் கொடியை அணி வகுப்பு மரியாதையுடன், இறக்குவது அற்புதமான, தேசிய உணர்வை அதிகமாகவே தூண்டும் காட்சி.

அமிர்தசரஸ் பொற்கோவில், ஜாலியன் வாலாபாக் (அந்த மரணக் கிணற்றில் நூற்றுக்கணக்கானவர்கள் குண்டடிப்பட்டு மாண்டு போனது) போன்ற இடங்களில் பகலைச் செலவழித்துப் பின் பரித் கோட்டிற்குத் திரும்பினோம். மறுநாள் இரவு ரயிலில் புறப்பட்டு டெல்லி வந்தோம். இந்தப் பயணத்தில் மகன் டாக்டர் தணிகைநாதன், குலுமணாலியிலிருந்து எங்கள் குழுவிலிருந்து பிரிந்து டெல்லி வழியாகச் சென்னை சென்றார். டெல்லி விமான நிலையத்தில் தன்னுடைய பர்சை தொலைத்துவிட்டு, நண்பர் ஒருவர் உதவியுடன், சென்னை திரும்பியது ஒரு கிளைக்கதை. வாழ்க்கையில் என் மகன் இரண்டாம் தலைமுறையாக இருப்பதால் அதிக கவனம் எதிலும் செலுத்த மாட்டார். முதல் தலைமுறை மிகவும் வறுமையில், கடினமான உழைப்பால், தானாகவே விழுந்து எழுந்து வருவதால் எதையும் தொலைப்பதற்கு அங்கு இடமில்லை. ஆகவே, பர்சை மகன் தொலைத்தது எனக்கு அதிர்ச்சியையோ அல்லது வியப்பையோ தரவில்லை. அப்படித்தான் இருக்கும்.

மகள் பிரியாவுக்குத் திருமணம் முடிந்து லண்டனுக்கு மாப்பிள்ளையுடன் சென்று பின் சில நாட்களுக்கு பிரியா மட்டும் இந்தியாவுக்கு வந்தபோது ஒரு பயணம் மேற்கொண்டோம். பெங்களூர், கோவா, பம்பாய், அவுரங்காபாத், அஜந்தா, எல்லோரா, சனி சிங்கனாபூர், ஷிர்டி, பூனா என அது ஒரு நீண்ட பயணம். பெங்களூரில் காலையில் அரே கிருஷ்ணா கோயில் தரிசனம். நண்பர் சம்சுதினும், (ஐ.ஆர்.எஸ்..) அவர் மனைவி திருமதி. ஜமீனும், சிட்டி கிளப்பில் நல்லதொரு மதிய உணவை அளித்தனர். கோவா செல்ல, மாலை மூன்று மணிக்கு ரயிலில் டிக்கெட் பதிவு செய்திருந்தோம்.

கோவாவில் சென்னை துறைமுகப் பொறுப்புக் கழகத் தலைவர் திரு. பாஸ்கரதாஸ் அவர்களின் உதவியோடு கோவா துறைமுகப் விருந்தினர் விடுதியில் தங்க ஏற்பாடு. அவர்கள் எங்களை மறு நாள் காலையில் ரயில்வே நிலையத்துக்கு வந்து வரவேற்று அழைத்துச் சென்றனர். அங்கு இரண்டு பகல் வேளை, இரண்டு இரவு என தங்கி சுற்றிப் பார்த்தோம். நான் மட்டும் பாக் மோலா பீச்சில் கடலில் குளித்தேன். பிரியாவுக்கு கடலில் குளிக்க ஆசை. ஆனால் அவளுடைய அம்மா விடவில்லை. லண்டனுக்கு எடுத்து செல்ல சில ரம்மியமான கம்பளங்களையும் கைப்பையையும் வாங்கினர்கள் தாயும் மகளும். பாக் மோலா பீச் மிகவும் அழகான ஒன்று. இந்தியர்களைவிட வெளிநாட்டவர்களே அதிகமாக பீச்சுகளிலும் கடைகளிலும் காணப்படுகின்றனர். முக்கியமாக, நவம்பர் முதல் பிப்ரவரி வரை இந்தியாவில் சுற்றுலாவுக்கு உகந்த காலம்.

கோவாவில் லதா மங்கேஷ்கரின் குலதெய்வமாக வணங்கப்படுகின்ற மங்கேஸ்வர் கோவில், பல நூற்றாண்டுகளாக பெசிலி கா ஆப் ஜீசஸ் சர்ச்சில் 1636 முதல் பாதுகாத்து வைத்துள்ள செயின்ட் பிரான்சிஸ் சேவியர் உடல், போன்றவற்றைப் பார்த்தோம். இரவில் படகு சவாரி, உணவும் அதிலேயே. நல்ல மழை. நனைந்தே விருந்தினர் மாளிகைக்குத் திரும்பினோம். அந்த மாளிகை மலை உச்சியில் இருப்பதால், அங்கிருந்து இரவில் கோவாவை விளக்கொளியில் பார்ப்பது அருமை. விருந்தினர் மாளிகையில் நல்ல உணவை அளித்தனர். நியாயமான கட்டணத்தைப் பெற்று மாலை பம்பாய்க்கு ரயிலில் பயணித்தோம். விருந்தினர் மாளிகையில் இரவு உணவுக்கு எலுமிச்சை சாதம், தயிர் சாதம் என பாக்கெட் செயது கொடுத்தனர். நல்ல மழையில் பயணத்தை மீண்டும் தொடங்கினோம். பம்பாயில் துறைமுக விருந்தினர் மாளிகையில் (கேட்வே ஆப் இந்தியா அருகில்) தங்கினோம். இங்கும் திரு. பாஸ்கரதாஸ் ஏற்பாடு செய்து கொடுத்தார்.

பிரியாவுக்கு பம்பாய் புதிது. மகாலட்சுமி கோவில், எலிபென்டா குகைகள், ஜுகு பீச், மலபார் குன்றுகள் என பல இடங்களைப் பார்த்தோம். எலிபென்டா குகைகளைக் காண கடலில் படகில் செல்வது ஓர் அனுபவம். எலிபென்டா குகைச்சிற்பங்கள், எல்லோரா சிற்பங்கள், அஜந்தா சித்திரங்களை நினைவூட்டும் படகில் பம்பாய் நகரின் உயர்ந்த கட்டடங்கள் உட்பட்ட ஸ்கை லைன், வெளி நாடுகளுக்கு இணையாகத் தோற்றமளிக்கும். இரண்டு நாட்கள் விருந்தினர் மாளிகையில், கடலை நோக்கிய அறையிலிருந்து ரசித்தது மிகவும் சுவராஸ்யம். இரண்டு நாளுக்குப் பின், இரவில் அவுரங்காபாத்துக்கு ரயிலில் புறப்பட்டோம். அங்கே

தாஜ்மகால் போன்ற அதன் நகலாக, ஒரு நினைவுச்சின்னம் கட்டப்பட்டிருக்கிறது. ஆக்ரா செல்ல முடியாதவர்கள், இதையே பார்த்துக் கொள்ளலாம். நாங்கள் அவுரங்காபாத் சென்ற நாள், சங்கராந்தி (பெரும் பொங்கல்) தினம். அந்த விருந்தினர் மாளிகையிலேயே சமையல்காரிடம் எவ்வாறு பொங்கல் செய்ய வேண்டுமென்று சொல்லி, பொங்கலை கொண்டாடினோம்.

அஜந்தா, எல்லோரா...

அங்கு ஒரு டாக்ஸியை அமர்த்திக்கொண்டு அஜந்தா, எல்லோரா போன்ற இடங்களுக்குச் சென்றோம். அஜந்தா ஓவியங்களை நான் ஏற்கனவே பயிற்சியின்போது 1964ல் பார்த்திருக்கிறேன். அஜந்தா ஓவியங்கள் காலத்தால் மெதுமெதுவாக நிறம் மாறியும், பகுதிகளாக மறைந்தும் அழிந்தும் போய்க்கொண்டிருக்கிறது.

மத்திய அரசின் தொல்பொருள் துறையின் கண்காணிப்பில் இருப்பதால், பெரும் பணம் செலவிட்டுப் பாதுகாக்க முயற்சிக்கிறார்கள். இந்திய மக்கள் மட்டுமின்றி, அயல்நாட்டவர்களும் சுற்றுலா இடமாகக் கருதி ஆண்டு முழுவதும் பார்க்கச் செல்கின்றனர். எல்லோராவில் எல்லாம் கல்லில் படிந்த சிற்பங்கள். அவற்றில் சில சிதைந்து போய்க் கிடக்கின்றன. அங்குள்ள சிவாலயம் காண வேண்டிய ஒன்று. இந்தியாவிலுள்ள 12, ஜோதிர் லிங்கங்களில் ஒன்று எல்லோராவில் உள்ளது. நாங்களும் தரிசித்தோம். இரவில் குளிர் பகலில் சுடும் வெய்யில் நல்ல வெய்யில் நேரத்தில் எல்லோராவில் மாட்டிக்கொண்டோம். ஓவியங்களையும் சிற்பங்களையும் பார்த்த பின் அவுரங்காபாத்தில் இரவு தங்கினோம்.

மறுநாள் காலை ஒரு வாடகைக் காரை அமர்த்திக்கொண்டு ஷிர்டிக்கு அதிகாலையில் பயணம் செய்தோம். போகும் வழியில் சிங்கனாபூர் என்ற புகழ்வாய்ந்த சனீஸ்வரன் ஸ்தலத்திற்கும் சென்றோம். காலை வேளை, கடுங்குளிர். அங்குள்ள வீடுகளை யாரும் பூட்ட மாட்டார்களாம். சனீஸ்வரன் உருவமாகக் காணோம். பெரிய பட்டைக் கல் உருவமாகத்தான் தரிசித்தோம். ஷிர்டியை காலை பத்து மணிக்கெல்லாம் சென்றடைந்தோம். 1964ல் நான் கண்ட ஷிர்டிக்கும் தற்போது கண்ட ஷிர்டிக்கும் கடலளவு வித்தியாசம் தெரிந்தது. அன்று சிறிய கிராமம். இன்று அடுக்கு மாடிகளைக்கொண்ட பெரிய நவீன நகரம். ஐந்து நட்சத்திர ஓட்டல்களுக்கு குறைவில்லை. ஆலயமும் விரிவாக்கப்பட்டு எல்லா வசதிகளையும் பெற்றிருக்கிறது. பக்தர்கள் கூட்டம் ஏராளம்.

ரயிலில் அதிர்ச்சி

1964—ம் வருடத்தில் இருந்து 1998 வரைக்குமான காலகட்டத்தில் எத்தனை மாற்றம்? அப்போது பார்த்த அந்த மதராஸ் ஓட்டலைக் காணோம். தரிசனத்தை முடித்துவிட்டு உடனடியாக பூனாவுக்கு ரயிலைப் பிடிக்கக் கிளம்பினோம். நல்ல வெயில். குளிர்சாதன வசதியில்லாத சாதாரண கார். மனைவியும் மகளும் மாறி மாறி எனக்கு வசை பூசை. ஒருவழியாக மதிய உணவு வேளைக்கு பூனா வந்து சேர்ந்தோம். நல்ல சைவ உணவு ஓட்டல் கிடைக்கவில்லை. ரயில் நிலையத்துக்கு அருகில் அமைந்த ஓட்டலில் கிடைத்ததை வைத்து பசியாறிவிட்டு பம்பாயிலிருந்து வரும் ரயிலுக்கு காத்திருந்தோம். ரயிலும் குறிப்பிட்ட நேரத்துக்கு வந்தடைந்தது.

இரண்டாம் வகுப்பில் ரிசர்வ் செய்திருந்தேன். ஆனால் பெட்டியில் ஏறியதும் அந்த அதிர்ச்சி காத்திருந்தது. பம்பாயிலிருந்து தினம் வேலையை முடித்துச் செல்பவர்கள் (பூனாவிற்கு வருபவர்களும்கூட) அந்தப் பெட்டியில் உட்கார்ந்துகொண்டு அதாவது, ஆக்கிரமித்துக் கொண்டு, சீட்டாடிக் கொண்டிருந்தார்கள். நாங்கள் எவ்வளவு சொல்லியும் இடம் விடுவதாக இல்லை. சற்றுநேரம் நின்ற பிறகு கொஞ்சம் உட்காருவதற்கு மட்டும் இடம் கிடைத்தது. சாமான்களை இருக்கைகளின் அடியில் தள்ளிவிட்டு என்ன செய்வதென்று யோசித்தேன். பிளாட்பாரத்திலிருந்த டிக்கட் பரிசோதகரிடம் செகண்ட் ஏசி—யில் இடம் கிடைக்குமா எனக் கேட்டேன். இரண்டு பேருக்கு உண்டு, மூன்றாவது நபருக்கு பிறகு பார்த்துத் தருகிறேன் என்றார்.

செகண்ட் ஏ.சி. வகுப்பிற்கும் இரண்டாம் வகுப்பிற்கும் நான்கைந்து கோச்சுகள் இடைவெளி. மகளை, இரண்டாம் வகுப்பு கோச்சில் அமர்த்திவிட்டு, இடைப்பட்ட பெட்டிகளில் கூட்டம் அதிகமாக இருந்ததால் பிளாட்பாரத்தில் இறங்கி மீதிச் சாமான்களை எடுத்து வரலாம் என நினைத்தேன். அதற்குள் ரயில் புறப்பட்டுவிட்டது. என் சக்தியை ஒன்று திரட்டி அத்தனை வேகமாக, ஓடி அந்த இரண்டாம் வகுப்பு கோச்சை ஒருவாறாகப் பிடித்து ஏறிவிட்டேன். என் இதயமே நின்று விடுமோ என்ற அளவுக்கு மூச்சு வாங்கியது. முகத்தில் அருவியாய் வியர்வை. நான் கீழே இறங்கியபோது மனைவியும் இரண்டாம் ஏசி வகுப்பிற்குப் போக கீழே இறங்கியிருந்தார். ரயில் புறப்பட ஆரம்பித்ததும் கிடைத்த பெட்டியில் ஏறி இரண்டாம் வகுப்பை நோக்கி நகர்ந்தார். சில மணித்துளிகளில் இரண்டு மற்றும் இரண்டாம் ஏசி

அரங்க வேலு ஐ.ஏ.எஸ். | 175

வகுப்பு பெட்டிகளைப் பிரிக்கும், கதவை அடைத்துவிட என்ன செய்வதென்று தெரியாமல் என் வருகைக்காகக் காத்திருந்தார். கோபத்தால் முகம் அனலை கக்கிக்கொண்டிருந்தது. வண்டி நகர்ந்ததும் ஏதோ ஒரு பெட்டியில் ஏறாமல் வண்டியை தவற விட்டிருந்தால் அவர் கதி என்னவாகியிருக்கும்?

பணம் என் கையில்; டிக்கட்டும் என் பையில். சாமான்கள் ஒரு பெட்டியில். அந்த இரண்டாம் வகுப்பில் ஆக்கிரமித்து இருந்தவர்கள் சமூக விரோதிகளாகவே காணப்பட்டார்கள். எதற்கும் துணிந்தவர்கள். சாமான்களை வெளியில் எடுத்து வீசவும் தயங்க மாட்டார்கள். இந்தச் சூழ்நிலையில்தான் நான் ஒலிம்பிக் மில்கா சிங்காக மாறி அந்த ஓட்டம் ஓடியிருக்கிறேன். அந்த ஓட்டத்துக்கு ஈடு கொடுக்க முடியாமல் இதயம் நின்றுபோயிருந்தாலும் ஆச்சரி யமில்லை. அன்றோடு என் வாழ்க்கை பூனாவின் பிளாட்ப்பாரத்தில் முடிந்திருக்கும்.

இந்தப் பயங்கரமான சூழலை என்னால் சரியாக விவரித்து எழுத முடியவில்லை. அதை உணரத்தான் முடியும். உள்ளே ஏறி தோளில் பை, இரண்டு கைகளிலும் கனமான பெட்டிகள் இவற்றை எடுத்துக்கொண்டு அந்தக் கூட்ட நெரிசலான பெட்டியின் நடைபாதையில், மெல்ல இரண்டாம் வகுப்பு ஏசி பெட்டியை நோக்கிச் சென்றேன். யாரோ பின்னாலிருந்து என் பாக்கெட்டைத் திருடியதுபோல் ஓர் அழுத்தம். இரண்டு கைகளிலும் சாமான். சரி பார்க்கவும் முடியவில்லை. குளிர் சாதனப் பெட்டியை அடைந்து பாக்கெட்டை பார்த்தேன். பணமும் டிக்கெட்டும் பேன்ட் உள் பாக்கெட்டில் உறங்கிக்கொண்டிருந்தன. எனக்கு ஏற்கனவே பிளாட்ப்பாரத்தில் அந்த ஓட்டத்தில் மூச்சு திணறிப் போனது. இப்போது பணமும் டிக்கெட்டும் பறிபோய்விட்டது என்றால் போவதற்கு உயிர் மட்டும்தான் மீதியிருந்தது. சனீஸ்வரன் கோயில், ஷிர்டி சாய்பாபா கோயில் எனத் தரிசித்து வந்தவர்களுக்கு இது என்ன சோதனை? அந்த ரயிலில் ரிசர்வ் செய்யப்பட்ட இடங்களை சமூக விரோத சக்திகள் ஆக்ரமித்துக்கொண்டதால்தானே இந்த நெருக்கடி. இதற்கு விடியவே இல்லையா? ரயில்வே போலீஸ் என்ன செய்கிறது? ரயில்வே நிர்வாகம் இதைக் கண்டு கொள்வதில்லையா?

“அப்பா முதல்லயே, நீங்கள் இரண்டாம் வகுப்பு ஏசி—யில்ரிசர்வ் செய்திருந்தால் இந்த இக்கட்டமான நிலை வந்திருக்குமா? ஏதோ மிச்சம் பிடிக்கலாம் என்று செய்ததால் வந்த துன்பம்தான் இது” — மகள் இப்படிச் சொன்னார்.

"உன் அப்பா எப்போதும் பிசினாரித்தனம் செய்து அவஸ்தைப்படுவார்" — இது என் மனைவி. நானும் யோசித்தேன். என் இளமைக்காலம் தொட்டு வறுமை, பணத்தின் அருமை என்னவென்று எனக்குத் தெரியும். ஒவ்வொரு பைசாவும் உழைப்பால் ஈட்டியவை. தாராளமாகச் செலவு செய்ய, எந்தக் காலத்திலும் கையிருப்பு இருந்ததில்லை. சேமிப்பு என்பது மிகச் சொற்பம். மகளுக்கும் மனைவிக்கும் அது புரியாது. என்றாலும் அன்றைய பூனா ரயில் அனுபவம், இன்று நினைத்தாலும் யாருக்கும் இப்படி நிகழக்கூடாது என்றே தோன்றும். ஓடிய ஓட்டத்தில் நனைந்த பனியனையும் சட்டையையும் மாற்றிக்கொண்டு மேல் பர்த்தில் இடம் கொடுத்ததால் நெடுநேரம் உறக்கம் வரவில்லை. இருந்தாலும், உடல் அயர்ச்சியால் உறங்கிப் போனேன். சென்னை சென்ட்ரலை காலையில் வந்தடையும் வரை, 'போதுமடா சாமி' என பெருமூச்சுவிட்டுப் பயணத்தை நிறைவு செய்தேன்.

மகள் திருமணம்

பிரியாவுக்கு 1997ல் திருமணம். மாப்பிள்ளை லண்டனில் டாக்டர். என் பையனும் அவரும் சாந்தோம் ஹை ஸ்கூலில் பிளஸ் டூ வரை படித்தவர்கள். எத்தனையோ வரன்கள் வந்தாலும் இந்த வரன், வங்கியில் பணியாற்றிய திரு. பாலதண்டாயுதம் மூலம் வந்தது. மாப்பிள்ளையின் தகப்பனார் அண்ணா பல்கலைக்கழகத்தில் மின் துறைத் தலைவர். வரன் பிடித்திருந்தாலும் அயல்நாட்டிற்குச் செல்வதில் அவ்வளவு நாட்டமில்லை. மாப்பிள்ளையைப் பற்றி ஒரு தாளை இரண்டாக மடித்து அதில் குறை மற்றும் நிறைகளை எழுதச் சொன்னேன். பிளஸ் பாய்ன்ட்கள் கூடுதலாக இருக்கவே, ஒருவாறாக சரியென்று முடிவு செய்தோம்.

தணிகைநாதனுக்கு வகுப்புத் தோழர், குடும்பத்தில் எல்லோரும் படித்தவர்கள். நடுத்தரக் குடும்பம். நம் விரலுக்கு ஏற்ற வீக்கம். திருமணம் ராணி மெய்யம்மை ஹாலில் காலையில் நடந்தது. மாலையில் வரவேற்பு. உயர் அதிகாரிகள், விஐபிக்கள், உறவினர்கள், நண்பர்கள் என சுமார் 3000க்கும் மேற்பட்டவர்கள் வந்தார்கள். எம்.ஏ.எம். ராமசாமி அவர்களுக்கு சமைக்கும் சமையல் காரர் அமர்த்தப்பட்டார். உணவு எல்லோரும் பாராட்டும் படியாக அமைந்தது.

மருத்துவர் ஐயா ராமதாஸ், ஜி.கே. மூப்பனார் சார்பாக அன்னாரின் மகன் வாசன், வீரபாண்டி ஆறுமுகம், நீதிபதி நடராசன், தினத்தந்தி ஆதித்தன், டி.வி.எஸ்.. வேணு (பிரத்யேகமாக

மைசூரிலிருந்து வந்ததாகத் தெரிவித்தார்). பண்ருட்டி ராமச்சந்திரன் போன்றவர்கள் வந்து சிறப்பித்தனர். புதுப்பாளையம் கிராமத்திலிருந்து உறவினர்களும் வந்தனர். மைத்துனர்கள் ராஜகோபால், ஜெயராமன், சமையற்கட்டை கவனித்துக்கொண்டார்கள். திருநெல்வேலியிலிருந்து பால் சுப்பையாவுடன் (நான் மாவட்ட ஆட்சியாளராக இருந்தபோது தனி உதவியாளர்) பலர் வந்திருந்தனர். சகலை சேகரன் ஒரு நோட்டுப் புத்தகத்தில் விருந்தினர் கொடுத்த வெகுமதிகளை ஒன்றைக்கூடவிடாமல் எழுதினார். அவற்றைப் பின்னாளில் திருப்பிச் செய்ய ஏதுவாக அமைந்தது. கலைஞர் கருணாநிதி டெல்லி முகாமிலிருந்து மறக்காமல் வாழ்த்துக் கடிதமும் எழுதியிருந்தார். தேர்வாணைய தலைவர் உள்பட அனைத்து உறுப்பினர்களும், கலந்துகொண்டனர். திருமண நாளன்று நல்ல மழை பெய்தது.

சென்னை விமான நிலையத்தில் இருந்து லண்டனுக்கு வழியனுப்பி வைக்கும்போது, பிரியா உற்சாகமாகத்தான் சென்றது. பெசட்லா என்னுமிடத்தில் மாப்பிள்ளைக்கு வேலை. புதிதாக குடும்பம். வித்தியாசமான சூழ்நிலை. மாப்பிள்ளைக்கு இரவுப் பகலாக வேலை. பிரியா வீட்டில் தனிமை. யாரும் பேசுவதற்குகூட, அக்கம்பக்கத்தில் ஆளில்லை.

ஒரு நாள் இரவு, மாப்பிள்ளைக்கு மருத்துவமனையில் வேலை. ஒரே குளிர். மழை பெய்தது. பேய்க் காற்று வீசியது. மிகவும் பயந்து போய் அந்த இரவில் பக்கத்து வீட்டில் கதவைத் தட்டி, அந்த வெள்ளைக்கார அம்மையாரின் துணையை நாடினாள். மாப்பிள்ளைக்கு நிலைமை புரிந்து நேரம் ஒதுக்கவில்லைபோலும். பிரியாவுக்கு ஏற்பட்டுள்ள சோதனைக்கு என்ன தீர்வு? தினம் தினம் நானும் மனைவியும் தொலைபேசியில், மகளைச் சமாதானம் படுத்துவதும், தெய்வமாகிப் போன என் தாய் தந்தையரை அந்தக் குழந்தைக்குத் தக்க பாதுகாப்பாக இருங்கள் என வேண்டுவதுமாக ஒவ்வொரு நாளும் ஒரு யுகமாக எங்களுக்குத் தோன்றியது. "நானும் அம்மாவும் ஓரிரு மாதத்தில் அங்கு வருகிறோம்" என தேற்றிக்கொண்டிருந்தோம்.

அடுத்த ஆறு மாதங்களில், மே 1998ல் நானும் மனைவியும் மகளைக் காண லண்டன் பயணமானோம். ஹீத்ரு விமான நிலையத்தில் இறங்கி வெளியே வந்தோம். மாப்பிள்ளையும் பிரியாவும் வருகைக்காகக் காத்திருந்தனர். அம்மாவைப் பார்த்தும், பிரியா ஓடி வந்து கட்டிக்கொண்டாள். என்ன பாசம், பிரேமை, பந்தம், ஆண்டவன் படைப்பில்? அம்மாவிற்கு ஈடு இணையேது? பிரியாவின் கண்களில் கண்ணீர் வழிய அம்மாவுக்குத் தாங்கமுடியாத்

துயரம் நெஞ்சை அடைத்ததை, நான் கண்டுகொள்ளவில்லை. மாப்பிள்ளையிடம் பேசிக்கொண்டிருந்தேன். ஹீத்ரு விமான நிலையத்திலிருந்து மாப்பிள்ளை மருத்துவமனையில் பணி செய்யும் இடத்துக்குச் செல்ல, சுமார் இரண்டரை மணிநேரம். சின்ன கார் என்றாலும், ஒருவகையாக நாங்கள் எடுத்துச் சென்ற இரண்டு பெரிய சூட்கேஸ்களை டிக்கியில் வைத்துவிட்டோம். ஒரே சீராக, மாப்பிள்ளை காரை ஓட்டியது எனக்குப் பிடித்திருந்தது. நான் என் பியட் காரை 60 கி.மீ. வேகத்திற்கு மேல் எப்போதும் ஓட்டியதில்லை.

தணிகையும் பிரியாவும் குழந்தைகளாக இருக்கும்போது, என் மனைவியும்கூட சேர்ந்து, வேகமாக ஓட்டுங்கள், வழியில் போகும் கார்களை முந்த வேண்டும் என்று சொல்வார்கள். எதற்கும் நான் அசையாமல் ஒரே சீராக ஓட்டுவேன். கட்டை வண்டிக்கூட தேவலாம் என்று சில நேரங்களில் கிண்டல், கேலி பேசுவார்கள். 60 கி.மீ. வேகம், ஒன்று பாதுகாப்பான வேகம். இரண்டு பெட்ரோலுக்கு அதிக மைலேஜ் கிடைக்கும். வண்டியும் அதிக தேய்மானத்துக்கு ஆளாகாது. தேர்வாணையத்தில் அப்போது நான் உறுப்பினர். மே மாதம் எப்போதும் விடுமுறை. இது ஆங்கிலேயர் காலத்திலிருந்தே கோடைகால விடுமுறையாக இருந்துவரும் விதி. அந்த விடுமுறையைப் பயன்படுத்திக்கொண்டுதான் இங்கிலாந்து புறப்பட்டோம். இந்த விடுப்பில் உறுப்பினர்கள் ஊட்டி, கொடைக்கானல் போன்ற இடங்களில் சில நாட்கள் கழிப்பதற்கு ஒரு வாய்ப்பு.

ஷெப்பீல்டு என்பது பெசட்லாவுக்கு அருகில் உள்ள ஒரு நகரம். பெரிய மால்களை அங்குதான் முதன்முதலில் பார்த்தோம். அன்றாடத் தேவைக்கான பொருட்கள் மற்றும் பொழுது போக்குக்கு சினிமா அரங்குகள் உள்ளே உள்ளன. பிரமிக்கத்தக்க அளவில் இருக்கும் கடைகள், தேவைகள் எல்லாவற்றையும் பூர்த்தி செய்யும். ஓட்டல்கள், சினிமா என பொழுதுபோக்கிற்கு வார விடுமுறை நாட்களுக்கு, உகந்த இடம்.

சுவிட்சர்லாந்தில் சுக அனுபவம்

போன இடத்தில் அருகிலுள்ள லக்ஸம்பர்க், சுவிட்சர்லாந்து, பிரான்ஸ் போன்ற இடங்களுக்கு ஐந்து நாட்கள் பிரயாணம் மேற்கொள்ளத் திட்டமிட்டோம். அதற்கு காஸ்மாஸ் டூர் மூலம், லண்டனுக்குச் சென்று அவர்களின் பஸ்ஸின் மூலமாக செல்ல ஏற்பாடு. ரயிலில் மாப்பிள்ளை, பிரியா, நாங்கள் என விக்டோரியா டெர்மினஸ் வந்து, அங்கு ஒரு டாக்சி பிடித்து சுற்றுலா புறப்படும் இடத்துக்குச் சென்றோம். வழிக்கு பிரியா இட்லி, லெமன் ரைஸ் என தயார் செய்து கொடுத்தனுப்பினாள். சவுகரியமான பயணம். ஓட்டுநரே வழிகாட்டி.

இங்கிலீஸ் கால்வாயை கடப்பது வித்தியாசமான அனுபவம். பஸ்ஸூம் கப்பலில் ஏறிக்கொள்ளும். சுமார் அரை மணிநேர பயணம். டோவர் துறைமுகத்திலிருந்து மறுபக்கம் பிரான்ஸின் துறைமுகம். இதுதான் முதல் கப்பல் பயணம். கப்பலிலேயே மதிய உணவாக எடுத்து வந்த லெமன் மற்றும் தயிர் சாதங்களை ஒரு கை பார்த்தோம். வழியில் இயற்கை காட்சிகள், ஜூராசிக் பார்க் இடத்தை காண்பித்தார்கள். சுவிட்சர்லாந்துக்குப் போகும் வழியில் லக்ஸம்பர்க் நகரத்தைப் பார்வையிட்டோம். சரித்திர சான்றுகளாக, உயரமான கோபுரச்சிலைகள், ஊட்டி போன்று மேடு பள்ளமான வீதிகள். பூத்துக் குலுங்கும் மரங்கள், பெரிய பூங்காக்கள் என சிலவற்றை காலாற நடந்து பார்த்தோம்.

சுவிட்சர்லாந்தை அடையும் முன் நீண்ட ஒரு சுரங்கப்பாதை வழியாகச் சென்றோம். அந்தக் காலத்தில் சுரங்கப்பாதையை அமைத்தது மற்றொரு காரணத்துக்காக. போர்க் காலங்களில் எதிரிகளை எளிதாகத் தடுத்து நிறுத்திவிட முடியும் மற்றும் இணைப்பு வழியாக தூரத்தைக் குறைக்க முடியும்.

காஸ்மோ ஏற்பாட்டில் நல்ல ஓட்டல்களில் சுவையான உணவுகள் கிடைத்தன. சுவிட்சர்லாந்து பூமியின் சொர்க்கம்.

எல்லாம் கடலான ஏரிகள், நீல நிறமாக காட்சியளிக்கும். சுற்றியும் மலைகள், அவற்றின் மேல் செல்வந்தர்கள் வாழும் பெரிய பங்களாக்கள் இருக்கின்றன. நல்ல தட்பவெப்ப நிலையால் நோய்வாய்ப்பட்டவர்கள் குணமடைய ஏற்ற இடம்.

பண்டித ஜவஹர்லால் நேரு காசநோயால் பாதிக்கப்பட்ட மனைவி கமலா நேருவை அங்கு தங்கவைத்துதான் வைத்தியம் பார்த்தார். ஸ்டெப்டோமைசின் கண்டுபிடிக்காத காலம் அது. மருந்துகளால் குணப்படுத்துவதற்கு வழியில்லை. ஆரோக்கியமான வாச ஸ்தலங்கள் மூலம் ஓரளவுக்கு குணமடைய வழியுண்டு. அதனால் அங்கே நேரு அழைத்துச் சென்றார். குணம் அடையவில்லை. நாளுக்கு நாள் தேக ஆரோக்கியம் கெட்டதுதான் மிச்சம். செலவும் அதிகம். பணத்துக்கு நேரு எவ்வாறு சிரமப்பட்டார் என்பதையும் தனது சுயசரிதையில் குறிப்பிட்டிருப்பார்.

அந்த ஏரிகளைச் சுற்றியுள்ள ஆல்ப்ஸ் மலைகளில் பனிக்கட்டிகள் கரைந்து வருவதால் தண்ணீர் பளிங்குபோல் இருக்கிறது. இங்கிருந்து 'ஏவியன்' என்ற பிராண்டுடன் பாட்டிலில் அடைக்கப்பட்ட தண்ணீர், பலவிதமான கம்பெனிகளுக்கும் மற்றும் ஐந்து நட்சத்திர ஓட்டல்களுக்கும் விற்பனை செய்யப்படுகிறது. ஏரியில், படகு சவாரி மிகவும் ரம்மியம். மனதைக் கொள்ளை கொள்ளும் அழகு. நகரை ஏரியில் இருந்து பார்க்கும்போது அந்தச் சூரிய கிரணங்கள் கட்டடங்களுக்கு மேலும் மெருகைக் கூட்டுகிறது. மேலே வின்ச்சில் ஏறி உச்சிக்குச் சென்றால் ஒரே பனி படர்ந்த மலைகள். ஏதோ நாம் ஸ்கீயிங் செய்வதுபோல் அந்த தளவாடங்களுடன் புகைப்படம் எடுத்துக் கொள்ளலாம். நல்ல ஓட்டலும் உண்டு. இந்த ஆல்ப்ஸ் மலைகளில்தான் அணு ஆயுத விஞ்ஞானி டாக்டர். ஹோமி பாபா விமான விபத்தில் இறந்துபோனார்.

மணியுடன் கூடிய பசுக்கள் அந்நாட்டின் அடையாளம். பள்ளத்தாக்குகளில் அவை மேய்ந்துகொண்டிருக்கும். கழுத்தில் தொங்கும் பெரிய மணிக்கள் எழுப்பும் ஒலி ஏதோ பெரிய இசைக் கச்சேரியாக ஒலிக்கும், நகரின் தெருக்கள் தூய்மை. கைக்கடிகார கடைகள் ஏராளம். காஸ்மோ பஸ்காரர் அவருக்குப் பரிச்சயமான கடையில் சுற்றுலா பிரயாணிகளை இறக்கிவிட்டார். ஏதோ சலுகையைச் சொல்லி நம்மை கடிகாரங்களை வாங்க ஊக்கு விக்கின்றனர். அதே நேரத்தில் முக்கிய வணிக வீதிகளில் ரோலக்ஸ், ஒமேகா போன்ற விலை உயர்ந்த கடிகாரங்கள் விற்பனை செய்யும் கடைகளும் உண்டு. அந்தக் கடைகளுக்கும் கிப்ட் கூப்பன்கள் கொடுக்கிறார்கள். அதை வைத்து என்ன செய்ய? விலைகள் ஆல்ப்ஸ் மலையளவு அல்லவா இருக்கின்றது என்றாலும், இன்றும்,

என்றும் ஸ்விஸ் தயாரிப்பு என்றாலே தரம், நீடித்த நாட்கள் எந்தவிதமானரிப்பேர்களும் இல்லாமல் ஓடும் பாங்கு. பின்னாளில் மத்திய இணை அமைச்சரானபோது பாரிஸில் ஒரு பன்னாட்டு கருத்தரங்கை துவக்கி வைத்துவிட்டு சுவிட்சர்லாந்து சென்றேன். இதையும் ஜெர்மனியையும் இணைக்க, ஆல்ப்ஸ் மலையை குடைந்து ஐம்பது கி.மீ. மேல் தூரத்தையும் நேரத்தையும் சுருக்க, சுவிஸ்சர்லாந்து உள்நாட்டிலேயே நிதி ஆதாரங்களைப் பெற்று நடத்திய அந்த மலைக்குகை திட்டத்தைப் பார்க்கச் சென்றேன். இந்தியாவில் ஜம்மு காஷ்மீர் மாநிலத்துக்கு மலையைக் குடைந்து ரயில் பாதை அமைக்கத் திட்டமிட்டு செயல்படுத்தும் நிலையில் அடிக்கடி தோண்டப்படும் குகைகள் இடிந்து விழுவதையும் ஆல்ப்ஸ் மலையில் அதை எப்படித் தடுக்கிறார்கள் என்பதைக் கண்டறியவும் சென்றேன்.

சுவிட்சர்லாந்தில் லூசோனாவில் தங்கினோம். லூசோனாவில் ஓர் இரவைக் கழித்து மறுநாள், வழியில் இன்டர்லேக்கன் என்ற சுற்றுலா தலத்தைப் பார்த்தோம். பெரிய மலையை பின்னணியாகக் கொண்டிருக்கும். கடல் போன்ற நீலநிற ஏரிகள், கரையோரத்தில் அழகாக மிதந்து, தன் பெடையுடன் கொஞ்சி விளை யாடும் அன்னப்பறவைகள். நானும் மனைவியும் அந்த எரிக் கரையில் நின்று அழகை அனுபவித்துக் கொண்டிருந்தபோது சக பிரயாணி 70 வயதிற்கு மேற்பட்ட அமெரிக்கப் பெண்மணி, எங்க ளுடன் புகைப்படங்கள் எடுத்துக் கொண்டார். அடுத்து, மாலையில் ஒலிம்பிக் விளையாட்டின் தலைநகரான லூசன் என்ற நகரில் இரவு தங்குவதற்கான ஏற்பாடு வழியில் சீஸ் எப்படிச் செய்கிறார்கள் என்பதை ஒரு சீஸ் தயாரிக்கும் தொழிற்சாலைக்கு அழைத்துச் சென்று காண்பித்தார்கள். பார்க்கவேண்டிய தொழிற்சாலை. மிகவும் ருசியான சீஸை எல்லோரும் சுவைத்தோம். அதிகமாக கால்நடைகள். மிதமிஞ்சிய பால் உற்பத்தியாகிற காரணத்தால், உபரியாகவுள்ள பாலை மாற்றுப்பொருளாக மாற்றுகிறார்கள்.

பனானா பார்ட்டி

வழியில் மலைகளும், வளைந்து வளைந்து செல்லும் மலைப் பாதைகளும், சுரங்கப்பாதைகளும் நினைவில்கொள்ள வேண்டி யவை. இந்தப் பயணத்தில் இரவு உணவு, தங்கல் மற்றும் காலை சிற்றுண்டி மட்டும் காஸ்மோ வழங்கும். மதியம் மற்றும் இடையில் சிற்றுண்டி போன்றவை பயணிகள் பொறுப்பு. நாங்கள் அநேகமாக சாண்ட்விச் பிஸ்கட் மற்றும் வாழைப்பழம் ஆகியவற்றை வைத்தே சமாளித்தோம். நாங்கள் அடிக்கடி வாழைப்பழம் வாங்குவதைப்

பார்த்த மற்றைய நாட்டுப் பயணிகள் எங்களை 'பனானா பார்ட்டி' என்று வேடிக்கையாக குறிப்பிடுவார்கள். அங்கு கிடைக்கும் வாழைப்பழங்கள், மணலில் விளைந்த சர்க்கரை வள்ளிக்கிழங்கைப்போல் மிகவும் பருத்தும், ருசியாகவும் இருக்கும். ஒரு சரித்திரப் புகழ்வாய்ந்த சிறிய பழைய கோட்டையை வழியில் காண்பித்தார்கள்.

இந்தியாவில் இல்லாத கோட்டைகளா என நினைக்கத் தோன்றியது. லூசனில் இரவு தங்கல். காலையில் மறுபடியும் நீண்ட நெடிய பஸ் பயணம். வழியில் ஒரு சிறிய நகரத்தில் சிறிதுநேரம்—ஏதாவது சிற்றுண்டி சாப்பிட நேரம் தரப்பட்டது. எனக்குப் பசி. ஒரு ஓட்டலில் நுழைந்து சூப்புக்கு ஆர்டர் கொடுத்தேன். அதில் சூப் இல்லை. வெறும் சீஸ்தான் இருந்தது. சாப்பிட சாப்பிட மாளவில்லை. எடுக்க எடுக்க நூடுல்ஸ் போல வந்துகொண்டேயிருந்தது. பஸ் புறப்பட்டுவிடப் போகிறதோ என்ற பய உணர்வு. பஸ்சிலிருந்த மனைவிக்கு நான் இன்னும் வரவில்லையே என்ற தவிப்பு. பாதி சூப்பை அப்படியே விட்டுவிட்டு பில்லைக் கொடுத்துவிட்டு ஓடி வந்ததுதான் மிச்சம். சாதாரணமாக, உணவை வீணாக்காத எனக்கு அன்று சோதனை, சில நேரங்களில் நாம் எடுக்கிற முடிவுகள், திடமான பழக்க வழக்கங்கள், சந்தர்ப்ப சூழ்நிலைகளில் அமல்படுத்த முடியாத நிலைமை.

பாரிஸில் ஒரு புதுச்சேரி

மாலையில் பாரிஸ் நகரத்தை அடைந்தோம். எவ்வளவு பிரமாண்டமான கட்டடங்கள். எங்கு பார்த்தாலும் மேப்பிள் மரங்கள் வீதிகளை அலங்கரித்துக்கொண்டிருந்தன. ஹில்டன் ஓட்டலில் தங்கினோம். சிறிது தூரம் காலாற நடந்து சென்றால் ஒரு தெரு முழுதும் புதுச்சேரிக்காரர்கள் நடத்தும் உணவு விடுதிகளைக் காணலாம். தமிழ்நாட்டு மக்களுக்கு எப்போதும் கொஞ்சம் நாக்கு நீளம், ருசியைத்தான் குறிப்பிடுகிறேன். நல்ல காரம், எண்ணெய்யில் பொறித்தது, மசாலா வகைகளைச் சேர்த்தது என உணவுகளை வகைப்படுத்தி வேறுபடுத்தி நாக்கை சப்புக் கொட்டி உண்பதிலே இவர்களுக்கு நிகராக வேறொருவர் இருப் பார்களா இந்தப் பூமியில் என்பது சந்தேகமே!

மூன்று நாட்களாக, உப்புச் சப்பு இல்லாமல், ஆஸ்பத்திரியில் நோயாளிகளுக்கு வழங்கும் உணவுபோல் உண்டு வந்ததால் நாக்கு மரத்துப் போயிருந்தது. அதனால் இந்தப் புதுச்சேரி ஓட்டல்களைக்

கண்டதும், உற்சாகம் பீறிட்டுக்கொண்டு வந்தது. உள்ளே நுழைந்ததும் நல்ல வரவேற்பு மட்டுமின்றி, மெனு கார்டும் மிகவும் சந்தோஷத்தை கொடுத்தது. ஆப்பம், தந்தூரி ரொட்டி, வெஜிடபிள் குருமா என மூக்கையும் நாக்கையும் அவை ஒரு கை பார்த்தன. பாரிசிலும் தமிழ்நாடா என வியக்க வைத்தது, அந்த உணவு விடுதி. தங்கியிருந்த இரு நாட்களும் அந்தத் தெருவுக்கு நாங்கள் போகத் தவறியதில்லை. மேலும் தமிழகத்தில் இருந்து செல்லும் சுற்றுலாப் பயணிகளுக்கு நாங்கள் அந்த உணவு விடுதிகளின் பெருமையை சில வருடங்கள் சொல்லிக்கொண்டிருந்தோம்.

பாரிசில் லூவர் மியூசியம் பார்க்கவேண்டிய ஒன்று. முழுவதும் பார்க்க, புரிந்து கொள்ள, பல நாட்கள் பிடிக்கும். அங்கு சலவைக் கல்லில் வடித்த சிற்பங்களும், மோனாலிசா உள்ளிட்ட புகழ்வாய்ந்த ஓவியங்களும் என பிரான்சின் சரித்திரம் புதைந்து கிடக்கிறது. மாணவர்கள், ஆராய்ச்சியாளர்கள், சரித்திரம் படைப்பவர்கள், கவிஞர்கள், சிற்பிகள், ஓவியர்கள் என பல தரப்பட்டவர்களுக்கு நல்ல இடம் இந்தப் பயணத்தில் கிடைத்தது. பிரான்ஸ் நாட்டு மன்னர்கள் நிறுவி வாழ்ந்த அரண்மனை வெர்சலிஸை பார்க்க முடியவில்லை.

ஈபிள் கோபுரம் எல்லோரையும் வியப்பில் ஆழ்த்தி, பாரிசுக்கு அடையாளமாக திகழ்கிறது. இரவின் ஒளியில் அதன் கம்பீரம் பல மைல் தூரத்துக்கு கண்ணைக் கவரும். கோபுர உச்சியில் குளிர்காற்று வாட்டினாலும், பாரிஸ் நகரத்தை முழுமை யாகக் காணமுடியும். பக்கத்தில் ஓடும் சீன் ஆற்றில் படகுச் சவாரி இன்னுமொரு அற்புதம். அதில் ஏறிக்கொண்டால் புகழ்வாய்ந்த பல கட்டடங்கள், கலை இலக்கியம், விஞ்ஞானம் என பல பொக்கிஷங்களை உள்ளடக்கியவற்றைக் காண முடியும். இந்தப் பயணத்தில் பாரிசில் காசினோ எப்படி இருக்கிறது என்று அறிய, மற்ற பயணிகளுடன் சென்றோம்.

இளம் பெண்களின் நடன நிகழ்ச்சியும், கூடவே பல்வேறு சர்க்கஸ் சாகஸங்கள் போன்று அந்தரத்தில் தொங்கும் நிகழ்ச்சியும் மனதை கவரவே செய்கின்றன. சில காட்சிகளில் இளம் பெண்கள் சற்றே ஆடைக் குறைப்புடன் வந்து ஆடினாலும் அது விரசமாகத் தெரியிவில்லை. இந்தியாவிலுள்ள கஜுராஹோ மற்றும் சூரிய கோவில் சிற்பங்களை இந்த நடனங்கள் எந்தவிதத்திலும் தோற்கடிக்க முடியாது.

பிரெஞ்சுக்காரர்கள், ஆங்கிலம் தெரிந்திருந்தாலும் தாய்மொழி யான பிரெஞ்சில்தான் பேசுவார்கள். உலகில் பிரசித்தி பெற்ற மெட்ரோ ரயிலை ரஷ்யாவுக்குப் பிறகு பாரிசில் காணலாம்.

தாய் நாட்டு விடுதலைக்காக வாளேந்திய ஜோன் ஆப் ஆர்ச் மற்றும் பிரான்சின் சாம்ராஜ்யத்தை உலகெங்கும் விரிவுபடுத்த போரிட்டு கடைசியில் எல்பாவில் தனிமை சிறையில் மாண்டு போன நெப்போலியன் போன்றவர்களுக்கு அந்நாடு சிலை அமைத்து கவுரவித்திருப்பதையும் காணலாம்.

இரவு வாழ்க்கையை முதன்மையாகக்கொண்ட நகரம் பாரிஸ். கேளிக்கை, வேடிக்கை, டாம்பீகமான வாழ்க்கை போன்றவற்றுக்குப் பெயர் பெற்ற நகரம். அந்தக் காலங்களில் செல்வந்தர்கள் உல்லாச வாழ்க்கைக்குத் தேர்ந்தெடுத்த நகரம் பாரிஸ். நாட்டர்டாம் சர்ச் பிரிதொரு சரித்திரச் சின்னம். பல ஆண்டுகள் பிடித்ததாம் அதைக் கட்டி முடிக்க. கல்லூரியில் படித்த நாட்களில் ஆந்தனி குயின் ஜினிலோலா பிரிகிடா நடித்த “அன்ச் பேக் ஆப் நாட்டர்டாம்” என்ற ஆங்கிலப் படத்தில் எவ்வாறு அந்த சர்ச்சின் கோபுர உச்சியல் பூத்திருக்கும் ஒரு சிறு மலரை பறித்து வந்து இந்தக் கூனன் அந்த அழகு தேவதையின் மேல் வைத்த காதலை வெளிப்படுத்த அவளிடம் சேர்ப்பிப்பான் என்ற ஞாபகம், அந்த சர்ச்சை பார்த்ததும் வந்தது. அந்தப் படம் அந்த சர்ச்சில் எடுக்கப்பட்டது. மட்டுமன்றி, மிகவும் வெற்றிப் படமாக, உலகின் கவனத்தை கூனன் — பேரழகி காதல் ஈர்த்தது. பாரிசில் இரவுத் தங்கலை முடித்து மறுநாள் பஸ்ஸில் லண்டன் நோக்கிப் பயணம் மேற்கொண்டோம். டோவர் துறைமுகத்தைக் கடந்து லண்டன் செல்வதற்கு முன்பாகவே பெசட்லா போன்ற இடங்களுக்குச் செல்லும் பஸ்களில் பயணிகளை பிரித்து ஏற்றி விடுகிறார்கள். மாப்பிள்ளை அந்த மாலையில் பெசட்லா நகரத்திற்கு வந்து எங்களை அழைத்துச் சென்றார்.

14.04.2013 அன்று தமிழ் வருடப் பிறப்பு (விஜய ஆண்டு எனக் கூறுகின்றனர்) காலையில் பூசை முடித்து நெய்வேத்தியம் என கடவுளுக்கு படைத்த பின், காகங்களுக்கு, முன்னவர்களை நினைத்து சாதமிட்டு நானும், மனைவி, மகள் என ஒன்றாகச் சாப்பிட்டோம். இந்த தமிழ்வருடப் பிறப்பு நடுவில்தைத் திங்கள் முதல் நாள் என முந்தைய கருணாநிதி ஆட்சியில் அறிவிக்கப்பட்டு ஓரிரு ஆண்டுகள் கொண்டாடவும் செய்தனர். ஆட்சி மாற்றத்துக்குப் பின் ஜெயலலிதா ஆட்சியில் பழைய முறைப்படி சித்திரைத் திங்கள் முதல் நாளே, தமிழ்ப் புத்தாண்டு நாள் என அமலுக்கு வந்தது. தொன்றுதொட்டு வந்த ஒரு நிகழ்வை மாற்றுவது சிறிது கடினம்.

பெசட்லா சிறிய ஊர், எனினும் வனப்புமிக்க ஊர், அந்த ஊரில் சென்னையிலிருந்து புலம்பெயர்ந்த சிவ. சிதம்பரம்

குடும்பத்தினர், ஈழத்தைப் பிறப்பிடமாகக் கொண்ட தமிழர் டாக்டர் முத்தையா குடும்பத்தினர், சபாவுக்கும், பிரியாவுக்கும் உதவியாக இருந்தனர். சிதம்பரம் குடும்பத்தினர் புட்டபர்த்தி சாய்பாபா பக்தர்கள். அடிக்கடி பஜனைக்குச் செல்வர். பிரியா, மாப்பிள்ளையையும் கூடவே அழைத்துச் செல்வார்கள். பிரியாவுக்கு முதல் பிரசவம் வயிற்றிலேயே குழந்தை (ஆண்) இறந்து பிறந்தது. அப்போது அந்த டாக்டரின் மனைவி, பெரிதும் உதவியாக இருந்தார்கள். இரவெல்லாம் கண் விழித்து பக்கத்திலேயே இருந்து ஒரு தாயாக, அவர் ஆற்றிய பணி வாழ்வில் மறக்கமுடியாதது.

டில்லி, ஜெய்ப்பூர், உதய்பூர், ஆக்ரா போன்ற இடங்களுக்கு டாக்டரும் மனைவியும் உல்லாசப் பயணமாக வந்தபோது எல்லாவித ஏற்பாடுகளையும் நான் ரயில்வே துறை இணை அமைச்சராக இருந்த காரணத்தால் செய்து கொடுத்து அந்த நன்றிக் கடனை திருப்பிச் செலுத்தினேன். அதேபோன்று, அந்த டாக்டரின் மனைவி மட்டும் சென்னை வந்தபோது எல்லா ஏற்பாடுகளையும் செய்து தந்து வீட்டிற்கு அழைத்து உபசரித்து அனுப்பினோம். சுமார் இரண்டு மாத லண்டன் வாழ்க்கையை முடித்துக்கொண்டு சென்னை திரும்பினோம். எனக்கு ரஷ்யாவிற்கு பிறகு இது இரண்டாவது வெளிநாட்டுப் பயணம். மனைவிக்கு இது முதல்முறை.

அயல்நாட்டுப் பயணம் என்பது அதை மேற்கொள்வதற்கு முன்பு இருக்கும் ஆவல், எதிர்பார்ப்பு, கற்பனைகள், எல்லாம், அங்கே சென்றபிறகு நிறைவேறியதா என்பது விவாதத்துக்குரிய பொருள். தங்குமிடம், உணவு, போக்குவரத்துக்கான ஏற்பாடுகள் என ஒவ்வொன்றும் ஒரு பிரச்சனையை உருவாக்கும். வெளிநாடு செல்வதென்றால் அரசின் சார்பாகச் சென்றால், ஓரளவு பிரச்சனை குறைவாகயிருக்கும். தனியாகச் செல்வதென்றால் நிச்சயமாக நீங்கள் எடுத்துக் கொள்ள வேண்டிய முயற்சிகள் உங்கள் சக்தியை உறிஞ்சி, 'ஏனடா வந்தோம்' என்றாகிவிடும்.

அலகாபாத் பயணம்

இன்னொரு எல்.டி.சி. பிரயாணத் திட்டத்தில் முதலில் அலகா பாத்துக்கு ரயிலில் சென்றோம். (அறுவர் குழு. சுப்ரமணி மற்றும் அவர் மனைவி, சிவமணி, லதா சேகர், நாங்கள் இருவர்) அலகாபாத் சர்வீஸ் கமிஷன் மூலமாக ஏற்பாடு. அங்கு காலையில் திரிவேணி சங்கமத்தில் குளியல். கங்கை, யமுனா, சரஸ்வதி (கண்ணில் தென்படாதது) சங்கமம். படகுக்காரர்கள்

கொஞ்சம் ஏமாற்றுப் பேர்வழிகள். சுமார் ஐம்பது மீட்டர் தூரத்திற்கு ஆற்றின் நடுவில் செல்வதற்கு ஆயிரம் வரை கேட்டுப் பிழிந்தெடுக்கிறார்கள். இங்கே புனித நீராடினால் சகல பாவங்களும் விட்டொழியும் என்பது ஐதீகம். ஆற்று நீர் அவ்வளவு தெளிவாக இல்லை. இருந்தாலும் நம்பிக்கை, அதைப் பொருட்படுத்தவில்லை. காஞ்சி சங்கர மடம் ஒன்றுண்டு. அங்கே பிரார்த்தனை முடித்து, பண்டித ஜவகர்லால் நேருவின் பரம்பரை பங்களாவான ஆனந்தபவனை பார்வையிட்டோம். அதை இப்போது நினைவகமாக வைத்திருக்கிறார்கள். நேரு உபயோகப்படுத்திய அறைகள், பொருள்கள் என பார்வையாளருக்கு பொருட்காட்சியாக வைத்திருக்கிறார்கள். அலகாபாத் பெரிய நகரம், கன்டோன்மென்ட் என பலவிருந்தாலும் இன்னும் நவீனப்படுத்தாத நகரமாக. யாத்திரிகள் எளிதாக வந்து, தங்கிச் செல்லவேண்டிய வசதிகளை இன்னும் செய்ய வேண்டியுள்ளது. அதிகம் கவனிப்பில்லாத சாதாரண நகரமாகவே உள்ளது. அங்கிருந்து கார் மூலமாக பனாரஸ் (காசி) வந்தடைந்தோம். அங்கு விருந்தினர் மாளிகையில் தங்கினோம். காசியில் தமிழ்நாட்டு நகரத்தார்கள் ஒரு சிறப்பான மடத்தை நிர்வகிக்கிறார்கள். நாங்களிருந்த இரு தினங்களும் அங்கேதான் வாழையிலையில் சாப்பாடு. நியாயமான விலையில் சிற்றுண்டி, மதியம் மற்றும் இரவு உணவு தருகிறார்கள்.

காசி விஸ்வவநாதர், அன்னபூரணி என நகரத்தார்களே கோயிலை கட்டியிருக்கிறார்கள். கங்கை எல்லாவிதத்திலும் மாசுபட்டு கிடக்கிறது. கரையெங்கும் பிணங்களை எரியூட்டும் திடல்கள். மாலையில் நடைபெறும், விளக்கு பூசை (ஒளியும் ஒலியும் — சங்கொலி உட்பட) மிகவும் பிரமாதம். கரையோரம் ஓடும் நீர் குளிப்பதற்குத் தகுயில்லாததால் படகில் மறுகரைக்குச் சென்று ஓரளவிற்கு சுத்தமான கங்கையில் குளித்தோம். பனாரஸ் பட்டை வாங்க, கூட வந்திருந்த இல்லத்தரசிகள் மறக்கவேயில்லை. பனாரஸ் பட்டு பளபளப்பாகவும், உடுத்துவதற்கு லேசாகவும் (காஞ்சிப்பட்டு புடவைகள் கனம்) இருப்பதால் அதற்கு மிக்க மவுசு. காசி மிக பழமையான நகரம். குறுகலான தெருக்கள், சரியான வடிகால்கள்கூட காணோம். எங்கு பார்த்தாலும் மாடுகளும் மனிதர்களும் தெருக்களை பங்கு போட்டுக் கொள்கிறார்கள். எங்கும் சாணக் குவியல்கள். போதாததற்கு சைக்கிள், ரிக்சாக்கள். ஆறுதலான விஷயம், அந்த மாடுகள் மக்களை முட்டுவதில்லை.

காசிக்கு அருகில் புத்தர், சீடர்களுக்கு முதல் உபதேசம் செய்த இடம் சாரநாத். பழைய புராதனச் சின்னமாக மிகவும்

கம்பீரமாக அகண்ட வெளியில் அமைக்கப்பட்டுள்ளது. புதிதாக ஒரு நினைவாலயமும் அமைக்கப்பட்டு, பல்வேறு செய்திகளை பார்வையாளருக்கு உபயோகமாகச் செதுக்கி வைத்திருக்கிறார்கள். சீடர்களின் உருவச்சிலைகள், புத்தரின் பிரமாண்டமான சிலையென பார்க்க வேண்டிய இடம்.

காசி

காசியில் காலபைரவருக்குத் தனிக் கோவில் உண்டு. அங்கு பெற்ற அந்த காசிக்கயிறு இன்னும் என் வலது கரத்தில் ஒட்டிக்கொண்டிருக்கிறது. எத்தனையோ கயிறுகள் என்னிடமிருந்து விடைபெற்றுக் கொண்டிருக்கின்றன. இது மட்டும் எனக்கு கவசமாக, கர்ண குண்டலமாக அமைந்திருப்பது ஆச்சரியத்தை அளித்துக் கொண்டிருக்கிறது. வாழ்நாளில் காசிக்குச் சென்று வர வேண்டும் என்ற இந்துக்களின் சம்பிரதாயத்தை ஒருவாறாக நிறைவேற்றி, இரவில் ரயிலைப் பிடித்து கயாவுக்குப் பயணமானோம். பெற்ற தாய், தந்தையரை காசிக்கு அழைத்துச் சென்று என் பிதுர்க்கடனை நிறைவேற்றவில்லையே என்ற குறை மனதை நெருடியது. (பின்னாளில் நான் அமைச்சராக ஆனபோது என் மாமியார் திருமதி. மோகனாம்மாள் சீனிவாசன் அவர்களை சென்னையிலிருந்து தம்பி குப்புசாமி துணையுடன் டில்லிக்கு அழைத்து வந்து, பின் அலகாபாத் திருவேணி சங்கமத்தில் புனித நீராடச் செய்ததும் காசியில் கங்கையில் நீராடச் செய்ததும், விசுவநாதர் ஆலயம் என தரிசிக்க வைத்ததும் என ஓரளவு அந்த பிதுர்க்கடனை, பகுதியாக நிறைவேற்றினேன்.)

கயாவில்...

கயா, பீகார் மாநிலத்தில் ஒரு பிரசித்தி பெற்ற யாத்திரிகர் ஸ்தலம். அங்கு அரசு விருந்தினர் விடுதியில் தங்கினோம். அந்த விடுதிக் காப்பாளர் எங்கள் உணவுத் தேவையை கூடுமான வரை திருப்தியளிக்கும் வகையிலேயே நிறைவேற்றினார். திரு. செந்தில் ஐ.ஏ.எஸ்., பீகார் கேடரில் மாவட்ட கலெக்டராகப் பணியாற்றினார். அவர்மூலம் பிரயாணத் திட்டம், வாகன வசதியென ஏற்பாடு செய்திருந்தார்.

கயாவில் பல்குனி நதிக்குச் சென்று நம் முன்னோர்களுக்கான திதியைக் கொடுத்தல் விஷேசம். அங்கு அதற்கான குருக்கள் இருக்கின்றனர். மந்திரங்கள் ஓதி சிறப்பாகவே நடத்தி

வைக்கிறார்கள். அங்கு ஒரு ஐதீகம். ஆற்றில் ஏதாவது ஒரு பழத்தையோ அல்லது ஒரு காய்கறியையோ விட்டுவிடவேண்டும். சிலர் சுரைக்காய், அத்திப்பழம் என அதிகமாக விரும்பாத பழத்தை விட்டுவிடுவர். நான் அத்திப்பழத்தை விட்டுவிட்டேன்.

கயாவிலும் நகரத்தார் விடுதி ஒன்றைப் பார்த்தோம். செட்டிநாட்டு நகரத்தார் சமூகம் முக்கியமாக வணிகத்தை உள்நாட்டிலும் வெளி நாட்டிலும் பெருக்கி தங்கள் செல்வத்தைப் பெருக்கி பெரும் செல்வந்தர்களாக வாழ்பவர்கள். தாங்கள் நிரந்தரமாக செட்டிநாட்டில் தங்கி வாழவில்லை என்றாலும் தங்கள் கிராமத்தில் பூர்வீகமாகக் கட்டப்பட்ட பெரிய விசாலமான வீடுகள், பங்களாக்கள் அல்லது தாங்கள் திரை கடலோடி ஈட்டிய திரவியத்தில் புதிதாகப் பிறந்த மண்ணில் தங்களின் உயர்ந்த நிலையை பிரதிபலிக்கும் வகையில் பெரிய வீடுகளைக் கட்டிவிடுவார்கள். திருமணம் போன்ற நல்ல காரியங்களைத் தங்கள் கிராமத்தில் அந்த பங்களாக்களில் கொண்டாடுவர். மேலும் தமிழ்நாட்டில பல நகரங்களில் கோயில்களைக் கட்டியும், சத்திரங்களைக் கட்டியும், (பழனி, திருவண்ணாமலை என பல கோயில்கள்) பராமரிப்பதற்கான செலவுகளைச் சமாளிக்க தக்க வழி வகைகள் செய்தும், கல்வியை அளிக்க, அண்ணாமலைப் பல்கலைக்கழகம், காரைக்குடி அழகப்பா பல்கலைக்கழகம் என ஏற்படுத்தியும், தமிழ் இசையை வளர்த்தும் அரும்பணிகளை ஆற்றி, மற்றவர்களிடமிருந்து வேறுபட்டு வாழ்பவர்கள். காசி, காயா என சத்திரங்கள் கட்டி யாத்திரிகர்களுக்கு பெரும் தொண்டாற்றி வருகின்றனர். அண்ணாமலை செட்டியார், அழகப்பா செட்டியார், கவிஞர் கண்ணதாசன், ப.சிதம்பரம் என செட்டி நாட்டவர்களைக் குறிப்பிட்டேயாக வேண்டும்.

கயாவிற்கு அருகில் புத்த காயா, புத்தர் அரசமரத்தடியில் அமர்ந்து ஞானம் பெற்ற இடம். தாய்லாந்து, ஜப்பான், சீனா போன்ற கீழை நாடுகள், தனித்தனியாக, புத்த மடங்களை எழுப்பி, பெரிய அளவில் புத்தர் சிலைகளை நிறுவி வழிபட்டு வருகின்றனர்.

தமிழ்நாட்டவரான புகழ்பெற்ற கணபதி ஸ்தபதி, புத்த கயாவில் பிரமிக்கத்தக்க பிரமாண்டமான புத்தர் சிலையை (கன்னியாகுமரி கடலுக்குள் திருவள்ளுவர் சிலையை நிறுவியிருப்பது போல) வடிவமைத்துள்ளர். புத்தர் ஞானம் பெற்ற அந்த அரசமரம் பட்டுப் போன பின், இலங்கையிலிருந்து ஒரு கிளையை சங்கமித்ரா (அசோக சக்ரவர்த்தியின் மகள்) எடுத்து வந்து மறுபடியும் அந்த மரத்தை வளர்த்ததாகக் கூறுகின்றனர்.

நூற்றுக்கணக்கான திபெத்தியர்கள், சீனர்கள், ஜப்பானியர்கள் அங்கு வேண்டுதல் என தண்டால் எடுப்பதுபோல் தொடர்ந்து தரையில் படுத்தெழுகின்றனர். அங்குள்ள புத்தத் துறவிகள் அந்தக் கோயிலின் வரலாற்றையும், எப்படி கடைசியாக புத்தர் வானில் சென்று மறைந்தார் என்பதையும் விவரித்தனர். அந்தப் புத்தர்கோயில், வளாகம், சுற்றியுள்ள இடங்கள் மிகவும் சுத்தமாகவும் நேர்த்தியா கவும் பாராமரிக்கப்படுகிறது. பல்லாயிரக்கணக்கான யாத்திரி கர்கள் உலகெங்குமிருந்து புத்த கயாவுக்கு வருகிறார்கள்.

கயாவிலிருந்து ஒரு டாடா சுமோ வண்டியில் நாலந்தாவுக்குச் சென்றோம். சுமார் முப்பது மைல் தூரத்தைக் கடக்க எடுத்துக்கொண்ட நேரம் இரண்டு மணிக்கு மேல். மிகவும் மோசமான குண்டும் குழியுமான சாலை. வழிநெடுக நாச்சலைட்டுகள் வாழ்கின்ற கிராமங்கள். எந்த நேரத்திலும் தாக்குதல், வழிப்பறி நடக்கலாம் என்ற பீதி. ஒருவழியாக, காலை ஏழு மணிக்கு புறப்பட்டவர்கள், பகல் பதினோறு மணிக்குத்தான் நாலந்தாவிற்குச் செல்ல முடிந்தது.

நாலந்தா பல்கலைக்கழகம் புதைந்து போன, சிதைந்து போன கட்டடங்களைத் தோண்டி எடுத்தும், கிடைத்தவற்றைச் செம்மைப்படுத்தி பராமரித்தும் வருகிறார்கள். வகுப்பறைகள், கலைக்கூ. டங்கள், தங்கும் அறைகள் என எல்லாவற்றையும் உள்ளடக்கி, எவ்வாறு மாணவர்கள் பல்வேறு நாடுகளிலிருந்து வந்து தங்கி அங்கு கல்வி பயின்றார்கள், சீன யாத்திரிகர்களின் குறிப்பு, பல்கலைக்கழகம் எவ்வாறு பிரசித்திப்பெற்று விளங்கியது என்பதையெல்லாம் அரசால் நியமிக்கப்பட்ட வழிகாட்டி சொன்னார். மாலை மங்கிப்போவதற்கு முன், அவரசர அவரசமாக அந்தப் பாழாய்ப் போன பாதையில் கயாவை வந்தடைந்தோம். அங்கிருந்து கல்கத்தா பயணமானோம்.

கல்கத்தா

இந்தியாவின் தலைநகராக கல்கத்தாவை வைத்து ஆங்கிலேயர்கள் ஆண்டார்கள். கல்கத்தா, சென்னை, பம்பாய் என மூன்று முக்கிய நகரங்களில் மாநிலக் கல்லூரிகள், மற்றும் நிர்வாகத்துக்கான அலுவலகங்கள் அமைத்து அரசாண்டனர். இரண்டு நாட்கள் அங்கு தங்கியபோது சௌத்ரி என்பவர் வணிகத் துறையைச் சேர்ந்த உதவி ஆணையர் எல்லா இடங்களுக்கும் அழைத்துச் சென்று காண்பித்தார். கல்கத்தா காளி கோயில், விஞ்ஞான நகரம் ஹவுரா பிரிட்ஜ், கங்கையில் படகுச் சவாரி,

விக்டோரியா மகால் என பல இடங்களைப் பார்த்தோம். அங்கு மிகவும் பழமைவாய்ந்த டிராம் வண்டி ஓடியது. எங்கு வேண்டுமானாலும் ஏறி இறங்கிக் கொள்ளலாம் என்பதுபோல் அப்படியொரு போக்கு வரத்து சாதனம். வேகமோ பத்து பதினைந்து கி.மீ. தாண்டுமா என்பது சந்தேகம்.

கல்கத்தாவிற்கு இது எனது முதல் பயணம். எல்லாம் புதுமை யாகவே தோன்றியது. தெற்குப் பகுதியில் சுமார் நூறு ஆண்டுகளுக்கு முன்பாகவே, ஆங்கிலேயர் காலத்தில் அங்கு பல கம்பெனிகளில் பணியாளராக குடியேறிய தென்னிந்திய மேல்தட்டு மக்கள், பெருமளவில் வாழ்ந்து வருகிறார்கள். தென்னிந்திய உணவு விடுதிகள் சென்னையை நினைவூட்டிக்கொண்டிருக்கின்றன. காலை பத்து மணிக்கே பல உணவு விடுதிகளில் முழு சாப்பாட்டை வழங்குகிறார்கள். தமிழ்நாட்டுப் பழக்கம், பல ஆண்டுகளாக அங்கேயும் வேரூன்றியிருக்கிறது.

ஓரளவுக்கு தெற்கு கல்கத்தா சுத்தமாகவும், சுகாதாரமாகவும் தோன்றுகிறது. வடக்குப் பகுதி குறுகிய தெருக்களையும், மனிதர்கள் எப்படி வாழக்கூடாதோ அப்பேர்ப்பட்ட இடங்களில் விலங்கினம்போல் ஏதோ வாழ்ந்துகொண்டிருக்கிறார்கள். பிற்காலத்தில் 2004—2009ல் ரயில்வே இணை அமைச்சராகப் பணியாற்றிய காலத்தில் பலமுறை கல்கத்தாவுக்கும் மாநிலத்தின் உள் பகுதிகளுக்கும் செல்லும் வாய்ப்பு ஏற்பட்டது. கிராமங்கள் சுதந்திரம் பெற்று சுமார் அறுபத்தைந்து ஆண்டுகளுக்கு மேலான பின்பும், எந்தவித முன்னேற்றமும் இல்லை. குடிசைகளே பெரும் பான்மையாகவும், — பொருளாதாரத்தில் எந்தவித முன்னேற்றமும் இன்றி, மக்களை ஆடு மாடுகளைப்போல், கட்சித் தொண் டர்களாகவே வைத்திருக்கிறார்கள். அரசு தொழில் வளத்துக்கான எந்த திட்டத்தையும் வகுக்கவில்லையென்றே தோன்றுகிறது. ஆக மொத்தம் எந்தவித முன்னேற்றமுமின்றி முடங்கிக் கிடக்கிறார்கள் என்றே எண்ணத் தோன்றுகிறது.

கங்கைக் கரையில் ராமகிருஷ்ணர் ஸ்தாபித்த மடம் மிகவும் அமைதியான சூழ்நிலையில் அமைந்திருக்கிறது. வெள்ளம் கரையை தொட்டுக்கொண்டு செல்வதைப் பார்ப்பது மிகவும் ரம்மியமாகயிருக்கும். பலர் வாழ்க்கையை வாழ்ந்துவிட்டவர்கள். வாழ மனமில்லாமல் ஏதோ மாற்றாக அமைதியை தேடிச் சென்றவர்கள். ராமகிருஷ்ணரின் தத்துவத்தில் ஆழ்ந்து போனவர்கள் என பலவகையானவர்கள், ஒரே வகையாக மாறி அந்த வளாகத்தில் வாழ்நாளின் மீதி நாட்களை கழித்துக்கொண்டிருக்கிறார்கள் என எண்ண வழியுண்டு.

கல்கத்தாவில் காளி கோயில், நெருக்கடியான, சுகாதாரம் என்றால் என்ன விலை என வினவுகின்ற சூழ்நிலையில் இருக்கிறது. சேறும், சகதியும், பூக்கள் காலில் மிதிபட்டும் கூடுதல் மனக் கூச்சத்தை ஏற்படுத்தும்வகையில் இருக்கிறது. எப்போதும் கூட்டம். சிரமப்பட்டுதான் காளியை காண முடியும். ஆனால் அங்குள்ள குருக்கள், பூசாரிகள், கையில் காசை வைத்தால்தான் குங்குமம், பூ, ஆரத்தி என கொள்கையாகவே வகுத்துக்கொண்டு வழிபாட்டிற்கு வழிவிடுகின்றனர்.

இந்த அனுபவம் எனக்கு 1963ல் மகாராஷ்டிரா மாநிலத்தில் பயிற்சியின்போது பண்டர்பூர், பண்டரீபுரம் கோயிலுக்குச் சென்றபோது, வாழ்க்கையில் மறக்கமுடியாத அளவுக்கு கிடைத்தது. காசு கொடுத்தால் சூரணம், ஆரத்தி எல்லாம் கிடைக்கும். நினைத்தாலே ஏன் இந்த கோயிலுக்கு அத்தனை கஷ்டப்பட்டு வந்தோம் எனத் தோன்றும்.

பிற்காலத்தில் நான் அமைச்சராக ஆனபோது ஒரு நாள் அன்னை தெரசா வாழ்ந்த இடத்தைக் காண ஆவலுடன் வந்தேன். உள்ளே சென்றால் ஒரு சிறிய அறையில் ஒரு பழைய

மேசை, நாற்காலி, இன்னுமொருவர் தாராளமாகக்கூட புழங்க முடியாத அளவிற்கு ஒரு சிறிய அறை. என்ன எளிமை? உள்ளே, தொண்டிற்காகவே அர்ப்பணித்துக்கொண்ட செவிலியர்கள் வரிசையாக நின்று வரவேற்றதும், எல்லோரும் இணைந்து பாடி இறைவனை துதித்ததும், சில மணித்துளிகள் மெய்மறந்து, அந்த தியாக வாழ்க்கையின் சரித்திரக் காற்றை அனுபவித்ததை மறப்பது எப்படி? அன்னையின் வாழ்க்கை வரலாற்றைப் படித்தபோதும் அவர் தொழுநோயாளிகளைப் பராமரித்த விதமும் அன்றாடங் காய்ச்சிகளை அரவணைத்த விதமும், ஒருநாள் சென்னை பல்கலைக்கழகத்தில் பட்டமளிப்பு விழா உரையை முடித்து, முக்கிய விருந்தினர்கள் தங்களுக்கு வழங்கிய சிற்றுண்டிகளை வீணடித்து ஒதுக்கியபோது அவற்றை ஒன்றுவிடாமல் பொறுக்கி சேர்த்து பசியால் வாடும்தான் பராமரிக்கும் குழந்தைகளுக்கு எடுத்துச் சென்று பெரிய படிப்பினையை இந்த மேல்தட்டு மக்களுக்குப் புகட்டியவிதமும் என பல நிகழ்வுகள் அந்த சில கணங்களில் மின்னலாய் என் பொறியை தட்டிச் சென்றன. அன்னைக்கு நோபல் பரிசு கிடைத்தது. தொண்டிற்கு சூட்டிய அந்த மணி மகுடத்தை ஏழை மக்களுக்கு அர்ப்பணித்தார்.

தெரசா விருது

2009ஆம் ஆண்டு திடுதிப்பென்று ஒரு அறிவிப்பு, கல்கத்தா அன்னை தெரசா மில்லினியம் விழாக் குழுவிடமிருந்து வந்தது. நான் ரயில்வே நிர்வாகத்தில் ஆற்றிய தொண்டுக்காகவும், நிர் வாகத் திறமைக்காகவும் என அன்னை தெரசா விருது அறிவிக்கப்பட்டது. இதற்கு முன்பு ஹிலாரி கிளின்டன் போன்றவர்களுக்கு வழங்கிய ஒன்று, இந்த ஆண்டு தமிழ்நாடு மேதகு கவர்னர் பர்னாலாவுக்கு அறிவிக்கப்பட்டு கல்கத்தா வந்திருந்தார். இந்த அறிவிப்பு கிடைத்தபோது நான் அமைச்சர் பதவியிலிருந்து ராஜினாமா செய்திருந்தேன். கல்கத்தா செல்லவேண்டுமென்றால் விமான பயணம் எனது செலவு. ஆகையால் கல்கத்தாவிலுள்ள ரயில்வே ஜி.எம். அவர்களையே என் சார்பாக அதை வாங்க கேட்டுக்கொண்டேன். டாக்டர். அன்புமணி அவர்களின் வீட்டில் இந்த விருது பற்றி பேச்சு வந்தபோது, நான் கட்டாயம் நேரில் சென்றே அதைப் பெற வேண்டும் என்றும், அதற்காக என் மனைவிக்கும் சேர்த்து, விமான பயணச்சீட்டுகளை வாங்க தன் பி.ஏ. திரு. ராமநாதனை பணித்தார். டாக்டர் அன்புமணி அவர்களுக்கு அத்தனை மகிழ்ச்சி. கட்சிக்காரனுக்கு அத்தனை பெரிய அங்கீகாரம் கிடைத்ததில் அளவில்லா பெருமை. தன்

பரிசுத்தமான தலைமைப் பண்பை வெளிப்படுத்தினார் என்பது மறுக்கமுடியாத உண்மை. நான் அன்று அன்னை தெரசா இல்லத்துக்குச் சென்றபோது எனக்குக் கிடைத்த அனுபவத்தின் தொடர்ச்சியே இந்த விருது என்று நினைத்துக்கொண்டேன். அன்று என் மனைவி அந்த இல்லத்துக்கு உள்ளே வராமல் காரிலேயே இருந்து விட்டார். எத்தனை பெரிய இழப்பு என்று நான் எண்ணியதுண்டு. இது சிலருக்கே கிட்டும்.

கல்கத்தாவில் விக்டோரியா மகால் பல சிற்பங்களை உள்ளடக்கிய, பார்க்க வேண்டிய இடம். விசாலமான பூங்காங்கள், சாலைகள் தூய்மையாகப் பராமரிக்கப்படுகின்ற இடம். காலை வேளைகளில் நடைப்பயிற்சிக்கு ஏற்ற இடம். அருகில், ஈடன் கார்டன் கிரிக்கெட் மைதானம். அம்மாநிலத்தின் தலைமைச் செய லகமான ரைட்டர்ஸ் பில்டிங்கும் பக்கத்தில் அமைந்துள்ள இடம். வானளாவிய கட்டடங்கள் அங்கு செறிவுடன் காணப்படுவதால் அந்தப் பகுதியை ‘டவுன் டௌன்’ என்றே கூறலாம். இந்தப் பயணத்தில் அரசு அலுவலர் திரு. சவுத்திரி, நெருங்கிய நண்பரானார். பின்னாளில் சுப்ரமணியனின் (சகலை) மகன், விவேக் வங்காளப் பெண்ணை காதலித்து, திருமணத்தை அங்கு நடத்தியபோது அவர் அதற்கு உறுதுணையாக நின்றார்..

கல்கத்தா பயணத்தை முடித்துக்கொண்டு இந்த அறுவர் குழாம் ரயிலில் ஓரிசா மாநிலம் புவனேஸ்வருக்குக் கிளம்பியது. அங்கு ஆளுநராக பணிபுரிந்த எம்.எம். இராஜேந்திரன் அவர்களுக்கு எங்கள் வருகை குறித்து ஏற்கனவே தெரிவித்திருந்ததால் அங்குள்ள விருந்தினர் இல்லத்தில் தங்க ஏற்பாடு செய்திருந்தார்.கூடவே வாகன வசதிகளும் செய்து கொடுத்தார். ஓரிசா (தற்கா லத்தில் ஓடிசா) மிகவும் பின்தங்கிய மாநிலம். ஆற்று நீருக்கும், நிலத்தடி நீருக்கும் குறைவில்லை. செழிப்பான மண்வளமும், கனிம வளங்களும் செறிந்த மாநிலம். சரியாகத் திட்டமிட்டு செயல்படாத காரணத்தால் முன்னணி மாநிலமாகத் திகழவில்லை. பேரரசன் அசோகன் நிகழ்த்திய கலிங்கத்துப் போரில் ஆயிரக்கணக்கான வீரர்கள் இரத்த வெள்ளத்தில் மிதந்ததைக் கண்டு இனி போரிடுவதில்லை என போர்க்குணம் மாற்றிய பூமி.

புவனேஸ்வரத்தில் பார்க்கவேண்டியது வனவிலங்குப் பூங்கா. முக்கியமாக வெள்ளைப் புலிகள், கற்குகை சிற்பங்கள், மலையின் மேல் அமைக்கப்பட்டுள்ள புத்தர் ஆலயம் பூரியில் ஜகந்நாதர் ஆலயம்— நாங்கள் சென்றபோது விழாக்காலம். வீதிகளில் தேர் ஓட்டம் கோவிலிலும் கூட்டம் அதிகம். பழமைவாய்ந்த கோயி லானதால், பராமரிப்பு சிறப்பாக இல்லை. சூரியனார்

கோயிலுக்கும் சென்றோம். கலைநயம் படைத்த சிற்பங்கள் காண வேண்டியவை. ஆண் —பெண் உறவுகள், காதல் சிற்பங்கள் என உலகெங்கிலும் உள்ள யாத்திரிகர்களை கவர்ந்து இழுக்கும் ஓர் சுற்றுலா மையம். மனிதன் மனதில் தோன்றியதை ஒளிமறைவு இன்றி சிலைகளாக வடித்திருக்கிறார்கள். கஜுராகோவின் சிறிய அளவு பதிப்புத்தான் சூரியன் கோயில். பக்தி மணம் கமழ் வதைவிட அங்கு காதல் மணம்தான் வீசுகிறது. விரசம் என்று சொல்வதற்கு அங்கொன்றுமில்லை.

ஒடிசா மாநில கவர்னர் திரு. இராஜேந்திரன், தேநீர் அருந்துவதற்கு அழைத்திருந்தார். தமிழக முதன்மை செயலாளராக இருந்த காலத்தில் என்னை கனிவுடன் நடத்தியவர். அவரது அறுபதாவது வயது நிறைவு விழாவுக்கு தாஜ் ஐந்து நட்சத்திர ஓட்டலுக்கு அழைப்பு தந்தார். அவர் ஓய்வு பெற்ற பின் நெல்லை மாவட்டத்துக்கு வந்தபோது சங்கர் சிமென்ட் விருந்தினர் விடு தியில் மாவட்ட ஆட்சியராக இருந்த என்னை சந்தித்திருக்கிறார். நேர்மையான அலுவலர்களான செல்வி ரமேஷ், விஜயராகவன், சொக்கலிங்கம், சந்தானம் போன்ற பிரசித்தி பெற்றவர்கள் என்னைப் பற்றி ரகசியக் குறிப்பேட்டில் அவுட் ஸ்டேண்டிங் என்று எழுதியதைப் பார்த்த பிறகு என்மேல் அவருக்குப் பிரிய மும் ஈடுபாடும் ஏற்பட்டது என்று நினைக்கிறேன். சுமார் ஒரு மணி நேரத்திற்கு மேல் கவர்னர் மாளிகையில் பல விஷயங்களை பேசியபின், அவருடன் சேர்ந்து புகைப்படங்கள் எடுத்துக்கொண்ட பின், அன்று இரவு சென்னைக்குத்திரும்பினோம். இந்த பயணம் உத்திரப்பிரதேசம், பீகார், மேற்கு வங்காளம், ஓடிசா என நான்கு மாநிலங்களிலுள்ள முக்கிய இடங்களை பார்த்து வந்தது பயனுள்ள பயணம் என்றே கொள்ளலாம்.

ஜெர்மனி, ஆஸ்ட்ரியா

2002ல் அரசுப் பணியில் இருந்து ஓய்வுபெற்ற ஓரிரு மாதங்களில் லண்டன் செல்லவேண்டிய நிர்ப்பந்தம். மகள் பிரியா கருச்சிதைவுக்கு ஆளாகிய பின் மிகவும் தொய்வுற்று இருந்ததை சரி செய்யவும், மாப்பிள்ளை சபாபதியின் நெடு நாளையக் கனவான அமெரிக்காவுக்கு புலம்பெயர்வதற்கான வாய்ப்பு வந்திருப்பதால் தனியாக இருக்கும் பிரியாவுக்கு துணையாக இருக்கவும் சென்றோம். சபாபதி, எம்.பி.பி.எஸ்.. படிக்கின்ற காலத்திலேயே சிங்கப்பூர் சென்று இங்கிலாந்து மற்றும் அமெரிக்காவில் மேற்படிப்புக்கான தேர்வுகளை நல்ல மதிப்பெண்களுடன் பாஸ் செய்து வைத்திருந்தார். ஆனால்

அமெரிக்காவில் டாக்டர்கள் நுழைய தடை இருந்ததால் இரண்டு முறை அவருக்கு யு.எஸ்.. விசா மறுக்கப்பட்டது. ஆனால் லண்டனில் பணியாற்றியபோது, அவரின் தம்பி சிவக்குமார், ஐ.ஐ.டியில் படித்துப் பின் டெக்சாசில் பணியில் இருந்தார். அப்போது மத்தியப் பிரதேச போபாலிலிருந்து இஸ்லாமிய மதத்தைச் சேர்ந்த, அணு பௌதிகம் படித்துக்கொண்டிருந்த பெண்ணை காதலித்து திரும ணம் செய்தார். அதற்கு சபாவும் பிரியாவும் அமெரிக்காவுக்குச் சென்று திருமணத்தை முன்னின்று நடத்துமாறு இந்தியாவிலிருந்து சபாவின் தந்தை டாக்டர் பன்னீர்செல்வம் கட்டளை இட, சபாபதியின் தம்பி சிவக்குமார் அமெரிக்காவிலிருந்து அழைப்பித ழை அனுப்பியிருந்தார். திருமண அழைப்பிதழை வைத்து அமெரிக்க விசாவுக்கு மனு செய்ததும் யு.எஸ்.. அரசாங்கம் அனுமதியளித்தது.

அமெரிக்காவிற்கு பத்து வருடத்துக்கான விசா கிடைத்தது. அதன் அடிப்படையில் திருமணத்துக்குச் சபாவும் பிரியாவும் அமெரிக்காவிற்கு முதன்முதலாகச் சென்று வந்தனர். சபாவின் வகுப்புத் தோழர் ஸ்ரீதர் ஏற்கனவே டாக்டராக அமெரிக்காவில் பணியாற்றிய காரணத்தில் அவர்மூலம் சபா, ஆன்லைனில் தேர்வு எழுதி பப்பல்லோ மருத்துவ பல்கலைக்கழகத்தில் பயிற்சி டாக்டராகப் பணியில் சேர்ந்தார். பிரியா ஒரு மாதம் கழித்துத்தான் யு.எஸ்.. செல்லவேண்டியிருப்பதால் நாங்கள் துணைக்குச் சென்றோம். இந்தக் காலத்தைப் பயன்படுத்தி பத்து நாள் பயணமாக ஏற்கனவே பார்க்காமல் விட்டுப் போயிருந்த ஜெர்மனி, ஆஸ்டிரியா, இத்தாலி என அந்த நாடுகளைச் காண காஸ்மோ மூலமாக பிரியா ஏற்பாடு செய்திருந்தாள்.

மனைவியும் நானும் ஏற்கெனவே 1998ல் ஐந்து நாள் பயணமாக ஐந்து நாடுகளை ஐரோப்பாவில் பார்த்ததை குறிப்பிட்டிருந்தேன். இந்தமுறை மகள் பிரியா, மனைவி மற்றும் நான் பெசட்லாவிலிருந்து லண்டனுக்கு பயணமாகி அங்கிருந்து காஸ்மோ மூலம் பயணம். லண்டனில், சென்னையிலிருந்து வந்திருந்த ராமசாமி, அவர் மனைவி, எங்களுக்கு துணையாகச் சேர்ந்தார்கள். இந்தப் பயணத்தில் ஜெர்மனி நாட்டின் ஆற்றில் மேற்கொண்ட படகுச் சவாரி குறிப்பிடவேண்டிய ஒன்று. அந்தக் காலை பனிமூடத்தில் சிறிய கப்பல் போன்ற படகு அலையில் ஆடி ஆடிச் செல்வது அழகு. இரு மருங்கும் மலைகள். அவற்றில் ஏராளமான திராட்சைத் தோட்டங்கள். சிறிய சிறிய மலைக் கோட்டைகள் வளர்ந்து செழித்து பசுமையாகக் காட்சியளிக்கும் மரங்கள் என ரம்மியமான காட்சி. நான்கு மணி நேரத்துக்குப்பின்

பஸ் பயணம். உயரமான, வளைந்து வளைந்து செல்லும் மலைப் பாதைகள என கண்கொள்ளா காட்சி. ஹிட்லரால் சீரழிக்கப்பட்ட ஜெர்மனி, லட்சக்கணக்கான யூதர்களைக் கொன்று குவித்து ஒரு இனத்தையே ஒழித்திட மேற்கொண்ட முயற்சி, இரண்டாம் உலகப் போருக்குப்பின் தொழில் வளத்தில் அசுர வளர்ச்சி, முக்கியமாக தானியங்கி இயந்திரத் தொழில் உலக முன்னோடி என இன்று உலகிற்குப் பறைசாற்றிக்கொண்டிருப்பதைக் காணும்போது மிகவும் திகைப்பூட்டுகிறது ஜெர்மனி.

அடுத்து மலைக்குகை வழியாக ஆஸ்டிரியா நாட்டிற்குள் நுழைந்தோம். ஆஸ்திரியா அழகான நாடு. இயற்கை வனப்பில் ஐரோப்பிய நாடுகளில் முதலிடம் என்றுகூடச் சொல்லலாம். சவுண்ட் ஆப் மியூசிக் படத்தை எடுத்த நாடு. அதன் வழியாகச் சென்றோமே தவிர, அங்கு இறங்கி விவரமாக பார்க்க பிரயாணத் திட்டத்தில் இடமில்லை. ஜெர்மனியை அழித்த ஹிட்லர் பிறந்த நாடா இது என்று வியக்கத்தகும் குளுமை.

இரண்டாம் பயணத்தில், ஒலிம்பிக் கமிட்டியின் தலைமையிடமான லூலசரினில் தங்கினோம். பகலெல்லாம் பஸ்ஸில் மலைகள், ஏரிகள், அழகான வீடுகள், பசுமையான மரங்கள் நிறைந்த காடுகள் என சுகமான பயணம். காலை உணவு ஓட்டலிலும், மதிய உணவு வெளியிலும் என்றால், இரவுகளில் சைனீஸ் உணவு விடுதிகளில் நன்றாக வேகவைத்த சாதத்தை வாங்குவதும் அருகிலுள்ள சூப்பர் மார்க்கெட்டுகளில் தயிர், ரொட்டி, வெண்ணை, ஜாம், பழங்கள் என வாங்கிக்கொண்டால், கூடவே எடுத்து வந்திருந்த பருப்புப் பொடி, ஊறுகாய் என கூட்டு முயற்சி மூலம் நிறைவான உணவாக, உட்கொள்வதும் வாடிக்கையாயிற்று. ஆக, சைவ உணவுக்காகக் கஷ்டப்படவேண்டிய அவசியமேயில்லை. நெதர்லாந்து — ஆம்ஸ்டர்டாமில் கண்ணாடி வைர தொழிற்சாலைகளைப் பார்வையிட்டோம். இங்கு எல்லோரும் சைக்கிளில் சவாரி, ஆயிரக்கணக்கான சைக்கிள்கள் நகரத்தில் கால்வாய்கள் வழியாகப் படகு போக்குவரத்து உண்டு. சைக்கிள் திருட்டும் அதிகம் உண்டு என்கிறார்கள்.

இத்தாலியில் காலையில் ஒரு ஓட்டலில் உணவு உண்டு, கையை அலம்பிக்கொண்டு சாப்பிட்ட மேசைக்கு வந்தால் அங்கு வைத்திருந்த 'ரேபேன்' குளுமைக் கண்ணாடியை ஒரு நிமிட நேரத்தில் அங்குள்ள திருட்டுப் பருந்து ஒன்று கவ்விக்கொண்டு சென்றுவிட்டிருக்கிறது. திருடர்கள், பிக்பாக்கெட்டுகள் இத்தாலியில் அதிகம் என எச்சரிக்கை செய்யப்பட்டிருந்தும் என் பொறுப்பற்ற கவனக்குறைவுக்கு கிடைத்த தண்டனை அது.

வெனீஸில் எல்லா வீடுகளும் தண்ணீரால் சூழப்பட்டு கட்டப்பட்டிருக்கின்றன. கால்வாய், தெருக்களாய் அமைந்துள்ளன. சுற்றுலாப் பயணிகள் படகு சவாரியை ரசிக்கிறார்கள். பக்கத்து படகில் உள்ளூர்வாசிகள், கிடார், பாண்ட் என இசை முழக்கம் செய்துகொண்டே வருகிறார்கள். மிகவும் கவர்ச்சியான நகரம். உலகிலுள்ள மக்கள் இந்த மிதக்கும் வீடுகளைக் காணவும் படகு சவாரி செய்யவும், அதிகமாக வெனீசுக்கு வருகிறார்கள். அங்கு தரைப் பகுதியில் பெரிய விசாலமான இடம். புறாக்கள் சகிதம் மக்கள் கூடுகிறார்கள். நடனம், இசை என கேளிக்கை. மாலை வேளைகளில் சுற்றுலாப் பயணிகளை வெகுவாக கவர்கிறது. ரோமில் பல்லாயிரக்கணக்கான மக்கள் வாடிகன் தேவாலயம் முன்பாக கூடுகிறார்கள். நாங்கள் சென்றிருந்த அன்று விழா ஒன்று ஏற்பாடாகி இருந்தது.

இந்தியாவிலிருந்து சென்ற என்னை அந்நாட்டு டி.வி நிறுவனம் ஒன்று பேட்டி கண்டது. சரித்திர நிகழ்ச்சியில் கலந்துகொண்டதை பெருமையாகக் கருதுவதாகவும் நிகழ்ச்சி வெற்றிபெற என் வாழ்த்தையும் தெரிவித்தேன். அன்றிரவு அங்குள்ள ஓட்டலில் இத்தாலி பீசாவுக்கு பெயர்பெற்றது என்பதால் உணவுக்காக பீசா ஆர்டர் செய்தோம். காலையில் முதலில் வாடிகன் கதீட்ரலைப் பார்வையிட்டோம். மைக்கேல் ஏன்ஜிலோவின் தாய் மரியா மகன் ஜீசஸை மடியில் வைத்திருக்கும் காட்சி மனதைப் பிழிந்தெடுக்கும் உயிருள்ள ஓவியம். புளோரன்ஸ் என்ற நகரம். டேவிட் சிலை மற்றொரு சிற்பக்கலைச் சாதனை அந்நகரிலுள்ள தேவாலயம். சொர்க்கவாசல், கடைவீதிகள், மனதைக் கவரும் பீசாவின் சாய்ந்த கோபுரத்தை மறுநாள் பயணத்தில் பார்த்தோம். நாங்கள் சென்றபோது பழுது பார்க்கும் பணி நடந்ததால் மேலே ஏறிப் பார்க்க முடியவில்லை. அந்த சாய்ந்த கோபுரத்தை விழுந்துவிடாமல் தாங்கிப் பிடிப்பதைப்போல் புகைப்படம் எடுத்துக் கொடுக்கிறார்கள். பார்க்கவேண்டிய கட்டடக்கலைக் சாதனை. எனினும் ஆண்டுகள் பல செல்லச் செல்ல, மில்லி மீட்டராய் மேலும் சாய்வதால் பலப்படுத்திக் கெண்டிருக்கிறார்கள். உலக அதிசயங்களில் ஒன்றை இழக்க யார்தான் விரும்புவார்கள்?

பாரிசில் இந்த முறை வெர்சிலிஸ் அரண்மனையைப் பார்த்தோம். பிரமாண்டம். மன்னரின் ஆடம்பர வாழ்க்கைக்குச் சான்றாய் நிற்கின்றது. பிரெஞ்ச் புரட்சியின்போது மக்கள் பசியால் அரண்மனையைச் சூழ்ந்தபோது, 'வேண்டுமானால், சில ரொட்டித் துண்டுகளை வீசிப் போடுங்கள்' என்று ஆணவமாக மன்னன் கூறியதும், அவரின் தலை துண்டிக்கப்பட்ட அந்த இடத்தையும் பார்வையிட்டோம். சரித்திர நிகழ்ச்சிகள்.

ஓர் இரவு டஸ்கன் டின்னர் என்று ஒரு மலையின் மேல் அமைந்திருந்த ஓட்டலுக்கு அழைத்துச் சென்றார்கள். அது நம் கணக்கில் காசு கொடுத்து சாப்பிடவேண்டிய இடம். பாட்டு, நடனம் என்று வைத்திருக்கிறார்கள். கணவன் மனைவி சேர்ந்து ஆடுகிறார்கள். நாங்கள் வேடிக்கை பார்த்துக் கெண்டிருந்தோம். சைவ உணவு அதிகம் இல்லை. எல்லா ஐரோப்பிய நகரங்களைப் போன்று இங்கும் நகரின் நடுவில் ஆறு. அதில் படகு சவாரி.

பாரிஸில் தவித்தேன்

இந்த இரண்டாவது சுற்றில் வாழ்க்கையில் மறக்கமுடியாத நிகழ்ச்சி ஒன்று நிகழ்ந்தது. மனைவி, மகள், பிரியா, ஹில்டன் ஓட்டலில் இருக்க, நான் மாலைப் பொழுதில் நடைப்பயிற்சி மேற்கொண்டேன். பாரிசில் தெருக்கள், ஒரே மாதிரியாக, வளைவு எதுமின்றி நேர்க்கோட்டில் அமைந்திருக்கும். ஒன்றுக்கொன்றில் வித்தியாசம் காண்பது அரிது. அந்திப்பொழுது விடைபெற்று காரிருள் சூழ ஆரம்பிக்க, தெருவின் விளக்குகள் மின்ன ஆரம்பித்தன. நெடுந்தூரம் நடந்துவிட்டதை நான் உணரவில்லை. வழியை தவறவிட்டு விட்டேன். வந்த திசை நோக்கி நடக்கிறேனே தவிர, சேரவேண்டிய இடத்துக்குச் செல்வதாகக் காணோம். வேகமாக நடக்கிறேன். வியர்த்துக் கொட்டுகிறது. தொண்டை உலர்ந்துதாகம் எடுக்கிறது. சட்டையின் பாக்கெட்டில கைவிட்டால் பணம் இல்லை. காலியாக இருக்கிறது. ஹில்டன் ஓட்டல் விலாசமும் கையில் இல்லை. யாரும் தெருவில் அந்த நேரத்தில் நடக்கவில்லை. கார்கள், மோட்டார் சைக்கிள் என வண்டிகள்தான் ஓடிக் கெண்டிருக்கின்றன.

நேரம் கடக்க கடக்க, ஒருவிதமான பயவுணர்வு மேலோங்க ஆரம்பித்துவிட்டது. இப்போதுபோல செல்போன் இல்லை. ஓட்டலைக் கண்டுபிடிப்பது எப்படி? அந்த வேளையில் யாரிடம் போய்க் கேட்பது? மனிதர்கள் நடமாட்டம் இருந்தால்தானே கேட்க முடியும். திக்குத் தெரியாத காட்டில சிக்கித் தவிப்பதுபோல் பாரிஸ் நகரத் தெருக்களில் தவித்தேன். தொலைபேசி பூத்தை தேடிப் பேசுவதற்கும் கையில் காசு இல்லை. போலீஸ் ஸ்டேசன் எங்கேயிருக்கிறது? தேடத்தான் வேண்டும். எந்தவிதமான உதவிக்கும் வழியில்லை என்று சொல்வார்களே அந்த நிலை. கடவுளே, இது என்ன சோதனை. நேரம் செல்லச் செல்ல மனைவியும், மகளும் கவலை கொள்வார்களே என்ற எண்ணம் வாட்ட ஆரம்பித்து விட்டது. சத்திய சாய் பகவானே எனக்கு வழிகாட்டு என மனதுக்குள் வேண்டிக்கொண்டே நடந்துகொண்டிருக்கிறேன்.

கவலையும் துக்கமும் உச்சகட்டமடைந்து தவித்தவேளையில், பின்னால் ஒரு குரல் கேட்டது. எனக்குத் தூக்கி வாரி போட்டது.

"ஐயா நீங்க இந்தியர்தானே, தமிழ்நாட்டுக்காரர்தானே. எங்க இப்படி தனியா வந்தீங்க" எனக் கேட்டார் அந்தக் குரலுக்குச் சொந்தக்காரர். பாபாவே அவர் உருவில் வந்ததுபோல் மின்னலாய் என்னுள் எண்ணம் தோன்றி மறைந்தது. கனத்த நெஞ்சம் பஞ்சாய் மாறியது. தாங்கள் எந்த ஊர் என நான் கேட்க, இருபது வருடங்களுக்கு முன் பிழைப்புத் தேடி பாண்டிச்சேரியிலிருந்து வந்ததாகவும், வேலை முடிந்து முப்பது கி.மீருக்கு அப்பாலுள்ள வீட்டுக்குத் திரும்பிகொண்டிருப்பதாகவும் தெரிவித்தார். நான் பாதையை தவறவிட்டதைத் தெரிவித்தேன். உடன் தானும் ஹில் டன் ஓட்டலுக்கு அருகிலுள்ள மெட்ரோ ரயில்வே ஸ்டேசனுக்கு செல்வதாகவும். ஓட்டலில் என்னை விட்டுச் செல்வதாகவும் கூறினார். அவருக்கு எப்படி நன்றி சொல்வதென்றே தெரியவில்லை. 'ஓட்டலுக்குள் வந்து, தேனீர் அருந்திச் செல்லுங்கள்' என்ற அழைப்பைக்கூட ஏற்க மறுத்து விட்டார். உண்மையில் அவர் ஓர் ஆபத்பாந்தவர்.

அந்நிகழ்ச்சியில் நான் பட்ட வேதனையை, பொறுப்பற்ற முறையில் கையில் காசுகூட எடுத்துச் செல்லாமல் புதிய இடத்தில் அடையாள அட்டைகளை வைத்துக் கொள்ளாமல் நடைப்பயிற்சிக்குச் சென்ற அலட்சியத்தை, இனியும் இதுபோன்ற தவறைச் செய்யக்கூடாது என்று எடுத்த முடிவை. கடவுளை, பாபாவை ஒரு கணம் நினைத்து எனக்கு வழிகாட்டு என பிரார்த்தித்ததை, ஆபத்பாந்தவன் போல் பாண்டிச்சேரிக்காரர் வந்ததை, மனைவி மகள்கொண்ட கவலையை, உடனே பதிவு செய்தேன்.

பாரீஸ் ஆற்றுப் படகில் வலம் வந்தபிறகு கரையில் புகைப்படக்காரர் எல்லோரையும் (மூவர், மனைவி, மகள், நான்) உடனுக்குடன் அளிக்கும் புகைப்படத்தை எடுத்தார். அந்தப் புகைப்படத்தைப் பார்த்த மகள், "அம்மா, நான் அப்பாவின் சாயலில் மறுநகலாக இருக்கிறேன்" என்று அம்மாவிடம் பகர்ந்தாள். மகனும் மகளும் என் வடிவத்தையே சுமக்கின்றனர். அம்மாவை ஒருவர் உருக்கொண்டிருந்தால் மகிழ்ச்சி இன்னும் இரட்டிப்பாக இருந்திருக்கும். மண்ணில் மறைந்தபின், வம்ச வடிவங்களை அவர்கள்தானே முன்னெடுத்துச் செய்கிறார்கள். பலதலைமுறைகளுக்குப் பின் முன்னோர்கள், வடிவங்கள் மறைந்து போவதும் உண்டு.

இன்று 25.07.2013 எனக்குப் பிறந்த நாள். பாட்டாளி மக்கள் கட்சி நிறுவனத் தலைவர் டாக்டர். எஸ்.. ராமதாஸ் ஐயா அவர்களுக்கும் பிறந்த நாள். தொலைபேசி மூலம் அய்யா அவர்களுக்கு நீடுடிவாழ வாழ்த்துகளை தெரிவித்தேன். அவருக்கு இருதய அறுவை சிகிச்சை நடைபெற்று இறைவன் அருளால் சகஜ நிலைக்கு திரும்பிக் கொண்டிருக்கிற நாட்கள். பதினைந்து நாட்கள் திருச்சி சிறையில் கடும்வெயில் காலத்தில் அடைபட்டு கிடந்ததின் விளைவாக ஏற்பட்ட எதிர்பாராத இதய நோய், விரைவில் குணமடைய என பிரார்த்தனைகளைத் தெரிவித்தேன்.

இதைப் பதிவு செய்கின்ற மாதம் ஆகஸ்ட் 2013. நான் அரசுப்பணியில் சேர்ந்த நாள் 01.08.1963. ஆக ஐம்பது வருடங்கள் உருண்டோடிவிட்டன. நல்லதும் அல்லதும் நடந்தேறிவிட்ட காலம். இறைவன் அருளால், என் தாய் தந்தையார் செய்த புண்ணியத்தால் நல்ல கல்வியும், சுமார் முப்பது வருடங்கள் அரசுப்பணியும், பின் தொடர்ந்து அரசியலில் ஐந்து வருடங்கள், பாராளுமன்ற உறுப்பினர் மற்றும் ரயில்வே இணை அமைச்சர் என்ற பணியும் ஆற்றியிருக்கிறேன்.

அமெரிக்காவில்...

பாரீஸ் நகரைப் பார்த்தபின், லண்டன் நோக்கிப் பயணம். மாப்பிள்ளை ஏற்கனவே கேம்பிரிட்ஜில் ஓராண்டு ஆராய்ச்சிக்குப்பின் பழையபடி பெசட்லா திரும்பி, அதே மருத்துவமனையில் சேர்ந்தார். பிறகு ஆன்லைனில் தேர்வு செய்யப்பட்டு, பப்பல்லோ மருத்துவ பல்கலைக்கழகத்தில் பயிற்சியாளராக அமெரிக் காவுக்கு ஒரு மாதம் முன்பாகச் சென்றிருந்தார். நாங்கள் லண்டன் திரும்பியதும் வீட்டிலுள்ள சாமான்களை மூட்டைகட்டி கப்பலில் அமெரிக்காவுக்கு அனுப்பிவிட்டு, பின் அமெரிக்காவுக்கு மூவரும் பயணமானோம். ஹீத்ரு விமான நிலையத்தில் இருந்து சிகாகோ. அங்கிருந்து பப்பல்லோ பயணம். அமெரிக்காவுக்கு இது முதல் பயணம். பப்பல்லோ பிரசித்திபெற்ற பல்கலைக்கழகத்தைக் கொண்டது, சுமார் இருபத்தைந்து கி.மீ. தூரத்தில் உலகின் புகழ்வாய்ந்த நயாகரா அருவி. சமீப காலமாக அங்கு பெரிய காசினோ, மக்களை ஈர்க்கின்றது. நயாகராவைப் பார்க்க அமெரிக்கா, கனடா என அந்த ஆற்றின் இருகரைகளிலும் மக்கள் குவிகின்றனர். நயாகராவின் முழுவடிவத்தைக் காண வேண்டுமென்றால் கனடா பக்கம்தான் சிறந்தது. அமெரிக்கா—கனடா எல்லை நயாகராவில்தான் உள்ளது.

முதல் பயணத்தில் அமெரிக்காவில் இருந்து கண்டோம். ஒரு பகுதிதான் கண்ணுக்குப் புலப்படுகிறது. சில நாட்களுக்குப் பிறகு கனடாவுக்குத் தற்காலிக விசாவில் சென்று நயாகராவைப் பார்த்தோம். திரு. சண்முகம் அவர்களின் மூத்த சகோதரி திருமதி. லலிதா அங்கு பல வருடங்களாக வாழ்ந்து வருகிறார். அவர்களுக்கு மாலா என்ற மகள் உண்டு. நாங்கள் டொரண்டோ செல்வதற்கு முன்பாகவே அவர்கள் மூவரும் பப்பல்லோவுக்கு வந்தனர். லலிதாவின் கணவர், தன் வேலையிலிருந்து ஓய்வு பெற்றபின் முடக்கு நோயால் பாதிக்கப்பட்டு ஓர் ஆளின் துணையோடுதான் வாழ்ந்து வருகிறார். மகள் எம்.பி.பி.எஸ்.. முடித்து அவள் திருமணத்தைப் பார்க்க வேண்டும் என நினைத்தார் அவர். அந்த மகள் மருத்துவம் படிப்பதற்கு முன்பே அவரை காலன் கவ்விச் சென்றுவிட்டான். பிறகு அந்த மகள் காலே நகரில் மருத்துவம் படித்து, அங்கேயே ஒரு வெள்ளைக்காரரை காதலித்து திருமணம் செய்துகொண்டாள்.

அந்த நோய்வாய்பட்ட கணவரை பிடிவாதமாகப் பயணிக்க வைத்து பப்பல்லோவுக்கு அழைத்து வந்ததுதான் அதிசயம். அவர்களின் அழைப்பின் பேரில்தான் நாங்கள் டொரண்டோ சென்றோம். அது காலை நேரம். நயாகராவை கனடா பக்கம் பார்க்கும் பாக்கியம் கிடைத்தது. பிரமிக்கவைக்கும்

பிரமாண்டமான நீர்வீழ்ச்சியின் வேகம் எழுப்பும் ஓசை, ஒருவித பயம் கலந்த அனுபவத்தைக் கொடுக்கிறது,. இரு கரைகளிலும் பயணிகளுக்கான 5 நட்சத்திர ஓட்டல்கள் பெருகி பார்வையாளர்களை கவர்ந்திழுக்கிறது.

நயாகரா! பார்ப்பதற்கே பயத்தை உண்டாக்கும் அந்த நீர்வீழ்ச்சியை அண்மையில் ஆகாயத்தில் கம்பிமேல் ஒரு கரையிலிருந்து மறுகரைக்கு நடந்து சென்று கரணம் தப்பினால் மரணம் என்ற நிலையில் உலக ரெகார்டை படைத்த அந்த மனிதரை நினைத்து பூரித்தேன். இப்படியும் மனிதர்களா என, ஒரு நிமிடம் திகைக்க வைக்கும் சாதனை அது. நயாகரா என்றால் நீரின் பேரோசை என்று பொருளாம்.

நண்பர் எழுத்தளார் சா. கந்தசாமி இதை பார்த்துவந்தபின் அந்தத் தலைப்பில் ஒரு புத்தகத்தை எழுதிவிட்டார். டொரண்டோ சி.என். டி.வி. டவர், மேப்பிள் மரச்சாலைகள் என சிலவற்றைப் பார்த்துவிட்டு, லலிதா அவர்களின் வீட்டில் மதிய உணவை முடித்து மாலையில் வீடு திரும்பினோம். மொத்தத்தில் பப்பல்லோவிலிருந்து டொரண்டோ செல்ல, சுமார் மூன்று மணிநேரம் பிடிக்கிறது. நயாகராவில் பல சாமான்களுக்கு கம்பெனி விற்பனை பிரிவு அங்கேயிருப்பதால் சுற்று வட்டாரத்திலுள்ள மக்கள், அந்த மார்க்கெட்டில் குவிகிறார்கள்.

பப்பல்லோவில் தரமான நூலகம் உள்ளது. இங்கிருந்து சார்லஸ் டிக்கன்ஸ், வெல்ஸ் ஐன்ஸ்டின், சைவ சித்தாந்த வெளியீடான, உரைநடையில் ராமாயணம், அமெரிக்க எழுத்தாளர்களின் நாவல்கள் என பல புத்தகங்களை எடுத்துச் சென்று படிக்கும் வாய்ப்பைப் பெற்றேன்.

நல்ல குளிர்காலத்தில் பனி, மழையாய் கொட்டும் அந்த நவம் பர், டிசம்பர் மாதங்களில் லண்டனிலிருந்து அமெரிக்கா சென்றோம். வீட்டுக்கு வெளியே ஒன்று முதல் இரண்டு அடி வரை பனிக் கட்டிகள். இரவில் வீட்டுக்கு வெளியே, காரை நிறுத்தினால் காலையில் இரண்டு முதல் மூன்று அங்குலம் பனிக் கட்டிகள் உறைந்திருக்கும். மாப்பிள்ளை சபாபதி விடியற்காலையிலேயே நான்கு மணிக்கு எழுந்து பணிக்கட்டிகளைச் செதுக்கிவிட்டு ஐந்து மணிக்கு மருத்துவமனைக்குப் புறப்படுவார். அந்த இரண்டு வருடங்களும் மாப்பிள்ளை பட்டபாடு சொல்லி மாளாது.

அமெரிக்கா ஒரு வித்தியாசமான நாடு. இங்கிலாந்தையும் அதையும் ஒப்பிட்டால், ஒருபடி மனித நேயத்தில் உயர்ந்தே நிற்கிறது. கேம்பிரிட்ஜில் நான் இருந்தபோதும் பெசட்லாவில் இருந்தபோதும்

அந்த வித்தியாசத்தைப் பார்த்தேன். இங்கிலாந்துக்காரர் சாதாரணமாக வணக்கம் சொன்னால்கூட, அதை இன்முகத்துடன் ஏற்று, திருப்பிச் சொல்வதற்குத் தயக்கத்துடன் தோற்றமளிப்பார். பல நூற்றாண்டுகளாக அவர்கள் பல நாடுகளில் வியாபாரிகளாகத் தொடங்கி, ஆட்சிகளை வன்முறையில், தந்திரத்தில் கவிழ்த்து, ஆட்சியைக் கைப்பற்றி, அந்நாட்டு மக்களை அடிமைகளாக ஆக்கி, உலகில் பெரும்பான்மையான நாடுகளில் அரசாண்ட அவர்கள் கூறியது: 'சூரியன் எப்போதும் பிரிட்டிஷ் சாம்ராஜ்யத்தில் அஸ்தமனமாவது கிடையாது'. அதனால் அந்த ஆதிக்கப் பார்வையுடன் மற்ற நாட்டு மக்களை அவர்கள் காண்பதில் வியப்பேதுமில்லை.

அமெரிக்கா ஒரு புதிய கண்டம், நாடு. உலகின் பல பகுதிகளிலிருந்து மக்கள் குடியேறியவர்கள். அங்கும் பிரான்ஸ் நாடும், இங்கிலாந்தும் ஆரம்ப காலங்களில் ஆட்சி செலுத்தினாலும், பலநாட்டவர்கள் வந்தேறிகளாக விளங்கிய காரணத்தால் அவர்களிடம் அந்த கர்வம் இல்லையென்றே சொல்லாம். ஆனால் காலையிலிருந்து மாலை வரை உழைக்கிறார்கள். அதிலும், பொறியாளர்கள், டாக்டர்கள், விஞ்ஞானிகள் என அங்கு சென்றவர்கள் எந்தவித சுணக்கமுமின்றி தங்கள் உழைப்பைத் தாராளமாகத் தந்து, அதிலும் இந்தியர்கள் நல்ல பெயருடன் விளங்குகிறார்கள்.

அமெரிக்காவில் ரயில், விமானப் பயணங்களைவிட கார் பயணம் சுலபமானது. உங்கள் நேரம் உங்கள் கையில், செல்லுமிடங்களில் ஆன்லைன் மூலமாக தங்குவதற்கு ஓட்டல்களில் பதிவு செய்துவிடலாம். அப்படித்தான் நியூயார்க் செல்ல, அநதப் பனிமழை கொட்டும் நாளில் புறப்பட்டோம். வழியில் 'ஆல்பனி' நகரத்திற்கு அருகாமையில் பனிமழையில் வழியே தெரியவில்லை. கார் பனிக் கட்டியில் சறுக்கிக்கொண்டு, பக்கவாட்டில் பள்ளத்தை நோக்கிச் செல்லுகிறது. மாப்பிள்ளை காரை ஓட்டுகிறார். கார் வழுக்கிக்கொண்டே செல்கிறது. என்ன ஆகுமோ என்று ஒரே கவலை. திரும்பிச் செல்வதானாலும் அதே வழுக்கல் பிரச்சனை. ஆமையென மெல்ல மெல்ல ஊர்ந்து ஒருவழியாக அந்தப் பயங்கரமான கட்டத்தைத் தாண்டி வந்துவிட்டோம். காலை பதினோறு மணிக்கு மேல் கொஞ்சம் சூரியன் தலையை நீட்டியது. பப்பல்லோவிலிருந்து நியூயார்க் ஏறக்குறைய அறுநூறு மைல்கள் இருக்கும். ஆல்பனி என்ற பெரிய நகரம் (அங்குதான் பெரிய மைத்துனர் சிவானந்தத்தின் மகள் டாக்டர். சாலினியும், கணவர் டாக்டர். குமாரும் வேலையில் இருந்தார்கள். பார்க்க

நேரமில்லை). மாலையில் நியூயார்க்கை அடைந்தோம்.டைம்ஸ் ஸ்கொயரில் அமைந்திருந்த ஒரு ஓட்டலில் தங்கினோம்.

ஒரு கோணத்தில் பார்த்தால் பம்பாய், மதுரை போன்று நியூயார்க்கும் ஒரு தூங்கா நகரம், மக்கள் மேலும் கீழும் போய்க்கொண்டிருக்கிறார்கள். பல உணவு விடுதிகள் திறந்து இருக்கின்றன. இரண்டு நாட்கள் நியூயார்க்கில் சுதந்திர தேவியின் சிலையைப் பார்த்தோம். அதன் அருகிலுள்ள மியூசியம், பல சரித்திரத் தகவல்களைக் கொண்டிருக்கிறது.

யார் யார் கப்பலிலும் கள்ளத்தோணியிலும், ஐரோப்பா மற்றும் பிற நாடுகளிலிருந்து அங்கு வந்தார்கள் என்ற தகவல்கள், சீனர்கள் எவ்வாறு அங்கு கூலிகளாக வந்து, ரயில் பாதையமைக்கும் பணி செய்தார்கள், பணி முடிந்ததும் அவர்களை வெளியேற்ற சட்டம் இயற்றியும் அவர்கள் வெளியேற மறுத்து, ஒன்றாக இணைந்து போராடியது, சைனா டவுன் என எல்லா நகரங்களிலும் ஏற்படுத்திக்கொண்டு, உணவு விடுதிகள் மற்றும் பல்பொருள் அங்காடிகள் என வியாபாரத்தில் ஈடுபட்டு தங்களை முதலாளிகளாக மாற்றிக்கொண்டது போன்ற விவரங்கள் அதில் இருக்கிறது.

சுதந்திரதேவி சிலை, பிரான்ஸ் அரசு அமெரிக்காவுக்குக் கொடுத்த நன்கொடை. கடலில் படகில் சுற்றி வலம் வந்து, அந்த அற்புதமான சிலையைக் காண்பது அரிதான காட்சி. அந்தச் சிலை அமெரிக்காவின் அடையாளமாக பல நூற்றாண்டுகளாக அமைந்திருப்பதுதான் விஷேசம். பல நெருக்கடியான காலங்களில் பகைமை நாடுகள் அதை சேதப்படுத்த முயற்சித்தபோதும் அதை அமெரிக்கா பாதுகாத்து பல தலைமுறைக்கு கண்ணுக்கு விருந்தாய் அளித்துக்கொண்டிருக்கிறது. சென்ட்ரல் பார்க், இரட்டைக் கோபுரம், ராக்பெல்லர் கோபுரம், உலகவர்த்தக மையம், ஐக்கிய நாடுகளின் சபைக் கட்டடம் என சுற்றுலா பஸ்ஸில் காலை வேளையில் தொடங்கி, மதிய நேரத்திற்குள் பார்த்து முடித்தோம்.

நாங்கள் சென்ற நேரம் அந்த வருடம் நல்ல பனிமழையால் நியூயார்க் நகரம் வெண்மையாக கிறிஸ்துமசை கொண்டாடியது. அன்ற இரவுடைம்ஸ் ஸ்கொயரில் பெரிய வாண வேடிக்கையுடன் கிறிஸ்துமஸ் கொண்டாட்டம். வண்ண விளக்குக்கள் கட்டடங்களையும், தெருக்களையும் இரவை பகலாக்கியிருந்தன. அந்த பிரசித்தி பெற்ற இடத்தில் கிறிஸ்துமஸ் கொண்டாட்டத்தில் நாங்களும் கலந்துகொண்டோம். மறக்கமுடியாத நிகழ்வு. அங்கிருந்து பிலடெல்பியா வழியாக காரில் புறப்பட்டு வாஷிங்டன் சென்றடைந்தோம். திட்டமிட்டு

ஏற்படுத்தப்பட்ட நகரம். கேபிடல் ஒரு சிறந்த கட்டடம். ஆப்ரஹாம் லிங்கனின் சிலை அந்தக் கட்டடத்தில் கொலு விற்றிருப்பது, செருப்பு தைக்கும் தொழிலாளியின் மகன் அமெரிக்காவின் உயர்ந்த பதவியில் அமர்ந்திருந்ததை பார்வையாளர்களுக்கு நினைவூட்டாமலில்லை.

நாங்கள் சென்ற நாளில் அங்கும் தொழிலாளர்கள் பேரணி, கோஷம், கூச்சல். வெளியிலிருந்து வெள்ளை மாளிகை பல விஞ் ஞான அருங்காட்சிக் கூடங்கள். ஜனாதிபதி லிங்கன் சுடப்பட்ட தியேட்டர், அரிதான தாவரவியல் பூங்கா, அமெரிக்காவின் சார்ட்டருக்காக எழுப்பப்பட்ட நினைவுத்தூண்கள் என சரித்திர சின்னங்களைப் பார்த்தோம். இரவு 'அம்மா' என்ற பெயரில் ஒரு மலையாளி நடத்தும் உணவு விடுதியில் சாப்பாடு என நிகழ்வுகள். பல துறைகளுக்கு அங்கு கட்டடங்கள் கட்டியிருந்தாலும், கல்வித் துறையின் கட்டடத்திற்கு வெளியில் அற்புதமான வாசகங்களை பெரிய எழுத்தில் பொறித்திருக்கிறார்கள். 'நோ சைல்ட் ஈஸ் லெப்ட் பிகைண்ட்"— எந்தநிலையிலும், எந்தக் குழந்தையும் கல்வியை அளிக்காமல் விடுதல்கூடாது' என்பதே அதன் பொருள். என்னை மிகவும் கவர்ந்த வாசகம் அது. அமெரிக்காவின் கல்விக் கொள்கை எல்லா நாடுகளும் கடைப்பிடிக்க வேண்டிய ஒன்று. வாஷிங்டனில் இரண்டு நாட்களை முடித்துக்கொண்டு பப்பல் லோ திரும்பலானோம், வழியில் இரண்டு முக்கிய நிகழ்வுகள். ஒரு நகரின் பூமிக்கடியில் சுரங்கமாக பல ரசாயன தாதுப் பொருள்களால், அவை பல வண்ணங்களில் தொங்கும் கண்கவர் வடிவங்களாக, விளக்கின் ஒளியில் ஏதோ ஒரு சொர்க்கத்தை அங்கே ஏற்படுத்தியதுபோல் வியக்கவைக்கிறது. இதுபோல் உலகில் சில இடங்களிலேதான் இருக்கிறதாம், அதன்பின் வழியில் பிட்ஸ்பர்க்கில், வெங்கடேஸ்வரா பெருமாள் கோயிலை தரிசித்தோம். அங்குள்ள குருக்கள் கும்பகோணம், ஸ்ரீரங்கம் பகுதிகளைச் சார்ந்தவர்கள். அமெரிக்க வாழ் இந்தியர்கள் அற்புதமாக பெருமாளுக்கு ஆலயத்தை வடிவமைத்திருக்கிறார்கள். மனநிறை வான தரிசனம். ஒன்றை நான் அந்த மண்ணில் காண்கிறேன். புலம்பெயர்ந்து அங்கு சென்றவர்கள், இன்னும் நம் இந்தியக் கலாசாரத்தை மறக்காமல், தமிழை, இசையை, கலையை, தெய்வ நம்பிக்கையை அதிகமாகவே அங்கே வளர்த்துக்கொண்டிருக்கிறார்கள். என்பது வெள்ளிடை மலை. சுமார் ஆயிரம் மைல்களுக்கு அதிகமாக சுமார் ஆறு நாட்களாக இந்த நீண்ட நெடிய சுற்றுலா மிகவும், அசட்டுதைரியத்துடன் அந்த பனிமழையில் ஆரம்பித்தாலும், நியூயார்க், வாஷிங்டன், பிட்ஸ்பர்க் என மன நிறைவாக நிறைவேறியது, இரவு வழியில்

பீசாவை ஒரு கை பார்த்துவிட்டு பப்பல்லோவுக்கு நடு இரவில் வந்தடைந்தோம்.

நேற்று இரவு (17.8.13) ஒன்பது மணிக்கே, உறங்கச் சென்றேன். இன்று மகன் வயிற்றுப்பேரன் சாய்கிரஷ்க்கு பிறந்தநாள். ஒரு வாரத்திற்கு முன்பாகவே ராதாகிருஷ்ணா சாலையிலுள்ள மாலுக்குச் சென்று மனைவி, மகன், பேரன் சகிதம் சென்று அவனுக்கு வேண்டிய பொம்மைகள், அணியும் துணிகள் என தேர்ந்தெடுத்து வாங்கி வந்தோம். முதல் வகுப்பில் இந்த வருடம் டான்பாஸ்கோ பள்ளியில் படிக்கிறான். மிகவும் அமைதியான சிறுவன். யாரிடமும் வம்பு தும்புக்குச் செல்வதில்லை. அவன் அம்மாவும் அப்பாவும் பிரிந்து வாழ்ந்துகொண்டிருக்கிறார்கள். இவன் பாலமாயிருக்க மிக்க அழுத்தத்துடன் இங்கும் அங்குமாக இந்த ஆறு வயதில் அல்லாடிக்கொண்டிருக்கிற நிலையில், இந்த பயங்கலந்த அமைதி அவனுள் ஒரு பெரிய தாக்கத்தை ஏற்படுத்தி இருக்கிறதோ என்னவோ! இந்த வயதில் அவனுக்கு ஏன் இந்த நிலைமை!

பகவான் சத்யசாய் அருளால் அவன் தாய் இரண்டு கருச்சிதைவுக்குப் பின், இனி தாய்மை அடைந்து குழந்தை பெறும் பாக்கியம் இல்லை என மருத்துவர்களால் கைவிடப்பட்ட நிலையில் சத்திய சாய் பகவானே, "உனக்கு குழந்தை உண்டு" என்று புட்டபர்த்தியில் நேரில் தரிசித்தபோது சொன்னார்.

சுவாமியின் தனி அறையில் மனைவி, நான், மகன், மருமருள் என குடும்ப சகிதமாக சென்று தரிசித்தபோது, மருமகளைப் பார்த்து, 'நீ குழந்தை வேண்டிதானே வந்திருக்கிறாய்' என பாபா கேட்க, 'ஆமாம்' என மருமகள் (செந்தாமரை) சொல்ல, பகவான் அவ்வாறு கூறினார்.

பகவான் ஒரு கழுத்துச் சங்கிலியையும் அதற்கு ஒரு பென்டட்டையும் தன் சக்தியால் வரவழைத்து இணைத்து மருமகளுக்கு அளித்தார், சுவாமியின் திருக்கரங்களால். ஓராண்டிற்குப் பின், பகவானை நான் மட்டும் புட்டபர்த்தியில் சந்தித்தபோது, 'சுவாமி இன்னும் குழந்தை பாக்கியம் ஏற்படவில்லை' என முறையிட்டபோது 'உண்டு' என்றார். பின் கருவுற்ற நிலையில், பாபா சென்னை வந்தபோது 'சுந்தரத்தில்' மருமகளுக்கு விபூதி பிரசாதம் கொடுத்து, நல்ல ஆண்மகவு பிறக்கும் என ஆசி வழங்கியதை நான் பதிவு செய்தே ஆக வேண்டும். அப்படி பாபாவின் அருளால் பிறந்த இந்தக் குழந்தைக்கு ஏன் இந்த சோதனை? நினைத்தாலே நெஞ்சம் பதைக்கிறது. காலம்தான் இதற்கு ஒரு நல்ல முடிவை தருதல் வேண்டும். அது எப்போது?

நான் அமெரிக்காவில் இருந்தபோது பா.ம.க நிறுவனர் டாக்டர் ராமதாஸ் ஐயா அவர்களிடமிருந்து என் மகன் மூலமாக ஒரு செய்தி. அன்னார் பாரதப் பிரதமரை சந்திக்கப் போவதாகவும், எனது வாழ்க்கைக் குறிப்புகளை பெற்று, கவர்னர் பதவிக்கு பரிந்துரைக்கப் போவதாகவும் என் மகன் தெரிவித்தான். இது ஓர் அரசியல்ரீதியான நியமனம். எந்த அளவிற்கு இது சாத்தியம் என்று எனக்கு அப்போது விளங்கவில்லை. எனினும் முயன்று பார்ப்பதில் தவறு ஒன்றுமில்லை. மகனை தட்டச்சு செய்து கொடுக்கச் சொன்னேன்.

மருமகன் சபாபதி எடுத்த வீடு ஒரு காலனியில். பின் பக்கத்தில் காடு என அடர்ந்த மரங்கள் காலை, மாலை வேளைகளில் மான்கள் அங்கு வந்து மேய்ந்தும்/துள்ளி ஆடுவதும் மனதிற்கு ஆனந்தத்தை அளிக்கும். அந்தக் காலனி அலுவலகத்தில் நிறைய புத்தகங்கள், டி.வி.டி. இருக்கும் நூலகம். பயன்படுத்தினோம். பப்பல்லோவில்

மிகப் பெரிய நூலகம் உண்டு. கிடைத்தற்கரிய புத்தங்கள் உண்டு. வேறு எந்த வேலையும் இல்லாததால் இத்தனை ஆண்டுகளுக்குப் பின் வாழ்க்கையில் நிறைய புத்தகங்களை படிக்கும் வாய்ப்பை பெற்றேன். கம்ப ராமாயணத்தை சைவ சித்தாந்த நூற்பதிப்புக் கழகம் வெளியிட்ட உரைநடையில் எழுதப்பட்ட நூலை படித்து முடித்தேன். இதிகாசங்களை, உலக இலக்கியங்களை, தொட்டுப் பார்க்கக்கூட நமக்கு வாழ்நாள் போதாது. மகாபாரதத்தையும் அவ்வாறே படித்து முடிக்க ஆசை. அது சம்பந்தமான நூல்கள் அங்கு கிடைக்குமா என்பது சந்தேகமே.

இயந்திர வாழ்க்கை

அமெரிக்க வாழ்க்கை ஓர் இயந்திர வாழ்க்கை என்றே கூறலாம். காலை ஏழு மணிக்கு முன் தயாராகி பல மைல்கள் காரில் சென்று பகலெல்லாம் உழைத்து பின் மாலையில் கூட்டிற்கு திரும்புவதும், சனி, ஞாயிறு நாட்களில் வீட்டைக் கழுவி சுத்தம் செய்வதும் ஒருவேளை நேரம் கிடைக்குமாயின், இந்திய ஓட்டல்களில் ஒரு மாற்றாக சாப்பிடச் செல்வதும் வாடிக்கையாக உள்ளது. தியேட்டர்களில் படம் பார்க்கச் செல்வது என்பது அபூர்வம்; அதிக பணச் செலவும்கூட. அப்படியும் ஓர் ஆங்கிலப் படத்திற்கு மாப்பிள்ளை ஏற்பாடு செய்திருந்தார். இந்திய டாக்டர்கள் அமெரிக்காவின் பல பாகங்களில் பணியாற்றுகிறார்கள். பப்பல்லோவில் மற்றும் அருகாமையில் பணியாற்றுபவர்கள். மூன்று நான்கு மாதங்களுக்குகொரு முறை ஒன்றாகக் கூடுகிறார்கள். உள்ளூரிலுள்ளவர்கள் அவரவர்களின் வீட்டில் ஒன்றிரண்டு உணவுப் பொருள்களைத் தயாரித்து கூடும் இடத்திற்கு எடுத்து வருகிறார்கள். அதை பாட்லக் என்று அழைக்கிறார்கள். இதுவும் ஒரு நல்ல ஏற்பாடுதான்.

நம் ஊரில்கூட ஒருவர் புளியோதரை சாதம், ஒருவர் சர்க்கரைபங பொங்கல் என்று விடுமுறை நாட்களில் கடற்கரை, கேளிக்கை பூங்கா, கோயில் என்று செல்லும்போது பல குடும்பங்களின் கூட்டு முயற்சியாக, பணியை எளிதாக்குதல் போல! இந்தியாவில் இதற்கு எனன பெயர் வைக்கலாம்?

திருமணமாகி நான்கு ஆண்டுகளுக்கு மேலாகியும். பிரியாவுக்கு குழந்தை பிறக்கவில்லை. இங்கிலாந்தில் கருச்சிதைவு ஏற்பட்ட தற்குப்பின் மகளுக்கு ஏனோ அதில் நாட்டமில்லை. நானும் மனைவியும் அதிகமாகத் தள்ளிப் போடவேண்டாம் என நேரம் வாய்த்தபோதெல்லாம் அறிவுறுத்தி வந்தோம். மாப்பிள்ளையின்

வகுப்புத் தோழர் ஸ்ரீதர் அங்கு டாக்டராகப் பணியாற்றுகிறார் அவரின் மனைவி மீனா. இரண்டு குந்தைகள். பப்பல்லோவில் சபாவிற்கு ஆதரவாக இருந்தார்கள். ஸ்ரீதர் மூலமே ஆன்லைனில் தேர்வெழுதி மாப்பிள்ளை லண்டனிலிருந்து பப்பல்லோ சென்றார் என்று ஏற்கனவே குறிப்பிட்டிருந்தேன். அவர்களின் இரண்டு குழந்தைகளும் என்னிடம் பிரியமாகப் பழகும். அமெரிக்க பயணத்தை முடித்துக்கொண்டு மனைவியுடன் தாயகம் திரும்பலானேன். பப்பல்லோ விமான நிலையம் சிறியது என்றாலும் பாதுகாப்பு ஆய்வு சற்றுக் கடுமை. கோட்டு, ஷூ என்று எல்லாவற்றையும் கழற்றியாக வேண்டும். இந்தியப் பெண்கள் அணியும் நகைகள் ஒன்றில்லாமல் கழற்றியாக வேண்டும். சில விமான நிலையங்களில் தாலிச் செயினையும் அவர்கள் விடுவதில்லை.

இரட்டைக் கோபுரங்களை விமானம் தாக்கி தீக்கிரையாக்கி, அமெரிக்காவின் பெருமையை, மதிப்பை, பின்லேடனின் தீவிரவாத குழாம் ஒன்றுமில்லாமல் ஆக்கியபின் இந்த ஆய்வு மிகவும் கடுமையாக்கப்பட்டுவிட்டது. ஒருவருக்கு இரண்டு பெட்டிகள் மற்றும் அவற்றின் எடைகளில் எந்தவிதமான சலுகையும் இல்லை என்பதில் அமெரிக்கா கறார்.

பாப்பல்லோவிலிருந்து ஒன்றரை மணி நேர பயணத்துக்குப் பின் சிகாகோ வந்து ஏர் இந்தியா, லுப்தான்ஸா போன்ற விமானங்களைப் பிடித்து வரவேண்டும். உள்நாட்டு விமானங்களில் சாப்பிட சில பிஸ்கட் துண்டுகள், சிறிய அளவிலான குளிர்பானம் மட்டும்தான் கொடுப்பார்கள். மற்ற உணவுப் பண்டங்கள் வேண்டுமாயின் பணம் கொடுத்தும் பெற்றுக்கொள்ளலாம். மிகவும் கஞ்சத்தனம். இதை அறிந்துகொண்ட பிரியா வீட்டிலிருந்தே இட்லி, சட்னி என பேக் செய்து கொடுத்தது. இதை உள் நாட்டு விமான சேவை அனுமதிக்கிறது. ஏர் இந்தியா, லண்டன் வழியாக வரும். லுப்தான்ஸா பிராங்க்பர்ட் வழியாக வரும். சுமார் நான்கு மணி நேரம் ஓய்வு. இரண்டு பிரிவுகளிலும் தலா பத்து மணி நேரம் என இருபது மணி நேரப் பயணம். ஓய்வு, நான்கு மணி நேரம் என அமெரிக்கப் பயணம் இருபத்தி நான்கு மணி நேரம் ஆவதால் கொஞ்சம் சிரமம்தான்.

முனைவர் பட்டம்

2003ல் இந்தியா திரும்பியதும் இரண்டு காரியங்களைச் செய்ய முயற்சித்தேன். ஒன்று சென்னைப் பல்கலைகழகதில் முழுநேர

பிஎச்டி ஆராய்ச்சியாளராக பதிவு செய்தேன். முனைவர் சி.ஏ. பெருமாள் அவர்களின் உதவியுடன் விரிவுரையாளர் டாக்டர் கென்னடி (அரசியல் மற்றும் பொது நிர்வாகத்துறை) அவர்கள் 'கைடு'. வீட்டில் காலை உணவை முடித்த பின், கையில் டிபன் டப்பா சகிதம், 21ஜி பஸ்சை அடையார் கேட் நிறுத்தத்தில் பிடித்து, பல்கலை நிறுத்தத்தில் இறங்கி, மாலை மூன்று நான்கு மணி வரை ஆராய்ச்சிப் பணி. இரண்டாவது பணியாக தி.நகரில் இந்தி பிரச்சார சபாவில் சேர்ந்து இந்தி படிக்க முயற்சி. வீட்டிலிருந்து புறப்பட்டு பொடி நடையாக பதினைந்து நிமிடத்தில் இந்தி பிரச்சார சபாவிற்கு சென்றுவிடலாம். சில நாட்களில் பீயட் காரை நானே ஓட்டிச் செல்வதும் உண்டு. நடந்து செல்வதையே அதிகமாக விரும்பி மேற்கொண்டேன்.

நான் பிறந்த புதுப்பாளையத்தில் பக்கத்து வீட்டுக்காரர் திரு. பாஸ்கரன், தஞ்சை மாவட்ட கொல்லுமாங்குடியில் இந்தியை, பிரவின் வரையில் படித்து ஒண்ணுபுரம் உயர்நிலைப் பள்ளியில் இந்தி ஆசிரியராக பிற்காலத்தில் பணியாற்றினார். அவர் மூலம் நான் 5/6ஆம் வகுப்பு படிக்கும் காலத்திலேயே, இந்தி படிக்க ஆரம்பித்தேன். உயர்நிலைப் பள்ளிகளில் அக்காலத்தில் இந்தி ஒரு பாடமாக நடத்தாததால், மேற்கொண்டு படிக்க வாய்ப்பில்லாமல் போனது. அதை நிறைவேற்றும் முகமாக, அறுபத்து மூன்று வயதில் இந்திப் பிரசார சபாவில் முதல் வகுப்பு (பிராத்மிக் — முதல்நிலை) மாணவன்போல் சேருகிறேன். என்னைத்தவிர, வகுப்பில் எல்லாம் பத்து முதல் பதினைந்து வயதுள்ள மாணவ, மாணவிகள். நான் ஒருவன்தான் தாத்தா மாணவன். மற்றவர்க ளெல்லாம் பேரன், பேத்தி மாணவர்கள். மிகவும் வேடிக்கையாக இருக்கும். பாடம் நடத்தும் ஆசிரியரோ அல்லது குட்டிப் பசங்க ளோ ஏன் இந்த வயதில் இந்தி கற்கிறீர்கள் என்று ஒரு நாளும் கேட்டதில்லை. ஓராண்டு முடிவில் ஆண்டுத்தேர்வு வந்தது. எழுதி முதல் வகுப்பில் பிராத்மிக் தேர்வு பெற்றேன். 2004 வந்தது. அரசியல் ஆட்கொண்டது. மத்தியமா — இரண்டாம் நிலை இந்தி படிப்பு படிக்கும் ஆசை சிதைவுற்றது.

பிற்காலத்தில் ரயில்வே துறை இணை அமைச்சராகி ஐந்து ஆண்டுகள் புது டெல்லியில், வடமாநிலங்களில் பணியாற்றியபோது, இந்தியை முழுயாகக் கற்காத குறையை எண்ணி பல நேரங்களில் வருத்தமுற்றிருக்கிறேன். தமிழகத்திலிருந்து மத்திய அரசின் அமைச்சராக பல ஆண்டுகள் பணியாற்றியும், அவர்களில் பலருக்கு இந்தி மொழி தெரியாத காரணத்தால், மக்களவையிலும், மாநிலங்களவையிலும் அவர்கள் படும்பாடு, எல்லோரையும் சற்று

சிந்திக்கவே செய்கிறது. தமிழகத்தில் மும்மொழிக் கொள்கை, கல்வி நிறுவனங்களில் இரு மொழிக் கொள்கையாக ஆக்கப்பட்ட பின் இந்தி கற்க வாய்ப்பில்லாமல் போயிற்று.

தமிழகத்தை தவிர எல்லா மாநிலங்களிலும் மும்மொழிக் கொள்கை. இந்தி கற்கின்றனர். தமிழக எல்லையைத் தாண்டினாலே, தமிழ்நாட்டுக்காரன் அந்நிய நாட்டுக்காரனாகி விடுகிறான். இந்தி மொழி, இணைப்பு மொழி தெரியாத காரணத்தாலே பிற மாநிலங்களில் வேலை வாய்ப்புக்கும் வழியில்லை. மொழி கற்பதினால் யாரும் யாருக்கும் அடிமையாகிவிட முடியாது. அதுவும் விஞ்ஞானம் பல கோணங்களில் முன்னேறிவிட்ட நிலையில் மக்களிடம் எல்லா நிலையிலும் விழிப்புணர்வு வந்துவிட்டது. பிறகு எந்த மொழியும் அவர்கள் மேல் கோலோச்ச முடியாது. பள்ளிகளில், இந்தி, தெலுங்கு, பிரெஞ்சு என்று விருப்பப்பாடமாக வைத்தால் தேவைப்படுபவர்கள் கற்கலாம். கட்டாயமில்லை. அரசியல் காரணங்களுக்காக ஒரு காலக்கட்டத்தில் எடுக்கப்பட்ட முடிவை, தற்கால நிலைகளை கருத்தில்கொண்டு மாநில கல்விக் கொள்கையை மறுஆய்வு செய்வதில் தவறில்லை. வேண்டுமானால் மக்களின் கருத்தை ஊடகங்கள் மூலமாகப் பெற்றுமுடிவுக்கு வரலாம்.

தமிழகத்தின் நீண்ட எதிர்காலத்தை மனதில்கொண்டே என் தனிப்பட்ட கருத்தாகப் பதிவு செய்கிறேன். தமிழகத்தின் எல்லைகளை இந்திய துணைக் கண்டத்தின் எல்லைகளுக்கு விரிவுபடுத்துவதால் நன்மையே பயக்கும்! அரசியல் சுதந்திரம் பெற்றும் கல்வி சுதந்திரத்தை மாணவர்களுக்கு அளிக்க மறுப்பதேன்?

அரசியல் அழைப்பு

என் நெடுநாளைய நண்பரும் ஐ.ஆர்.டி.எஸ்.. அலுவலரும் ரயில்வே துறையில் நேர்மையான அதிகாரி என பெயர் பெற்றவரும், காலை நடைப்பயிற்சியில் தவறாமல் போட்கிளப் சாலைகளில் கலந்துகொள்பவருமான திரு. கோயில்பிள்ளை, உடல் நலிவுற்று எழும்பூரிலுள்ள மருத்துவமனையில் சிகிச்சை பெற்றுக்கொண்டிருந்தார்.

நானும் திரு. என்.பி. குப்தா ஐ.ஏ.எஸ்.. அவர்களும் அவரைக் காண சென்றிருந்தோம், அப்போது எனக்கு கைபேசியில் ஒரு அழைப்பு வந்தது. மறுபக்கம் பட்டாளி கட்சி நிறுவனர் டாக்டர் ராமதாஸ் ஐயா அவர்கள், தான் திண்டிவனம் சென்றுகொண்டிருப்பதாகவும் வழியில் மதுராந்தகத்திலிருந்து பேசுவதாகவும் ஒரு முக்கியமான செய்தியை தெரிவித்தார். 2004ல் நடைபெற இருக்கின்ற நாடாளுமன்றத் தேர்தலில் என்னை வேட்பாளராக நிறுத்தப் போவதாகவும், அதற்கு என்

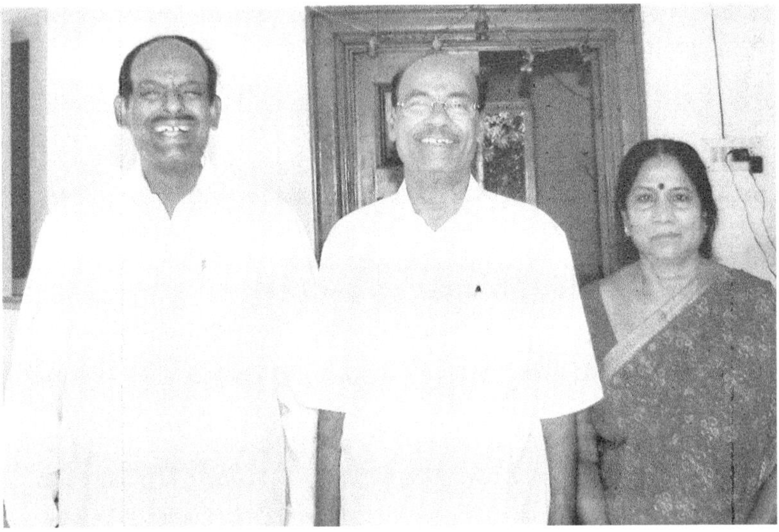

சம்மதத்தைக் கேட்டார். எனக்கு உடன் பதில் சொல்ல தயக்கம் ஏற்பட்டது. பிறகு அவரை தொடர்புகொண்டு பேசுகிறேன் எனக் கூறி விட்டேன்.

உடன் என் கைபேசி பேச்சைக் கேட்டுக்கொண்டிருந்த திரு. கோயில் பிள்ளையும், திரு. குப்தாவும், என் பதிலில் ஆச்சர்ய மடைந்தனர். இப்படியொரு வாய்ப்புத் தானாக தேடிவரும்போது, உடனே சம்மதத்தை தெரிவிக்காமல் பிறகு சொல்கிறேன் என்று சொல்வது சரியென்று அவர்களுக்குத் தோன்றவில்லை. அரசியலில் அவனவன் ஆலாய் எம்.பி. சீட்டுக்குப் பறக்கும்போது, என் அணுகுமுறை அவர்களுக்கு ருசிக்கவில்லை.

சுமார் முப்பத்தொன்பது வருடங்கள் நிர்வாகத்தில் அப்பழுக்கின்றி பணியாற்றி ஓய்வு பெற்றபின் அரசியல் பிரவேசம் தேவைதானா? அங்கு பணபலம் இல்லாமல் பிரகாசிப்பது மிகவும் கடினமாயிற்றே. பல வழிகளில் சம்பாதித்து தண்ணீராய் செலவு செய்வதுதானே அரசியல். நேர்மைக்கு இடம் எங்கே இருக்கிறது? மனதில் குழப்பம் மேலிட்டது. குப்தாவும் கோயில் பிள்ளையும் வாய்ப்பை தவறவிட வேண்டாம். ஒப்புக் கொள்ளுங்கள் என்று பரிந்துரையாக உற்சாகமூட்டினார்கள். மனைவி மல்லிகா, மகள் பிரியாவின் முதற் பிரசவத்திற்க்கு அமெரிக்காவில் பப்பல்லோ, சென்றிருந்தார். தொலைபேசியில் தொடர்கொண்டு பா.ம.க.வின் முடிவைப் பற்றி தெரிவித்தேன். தொலைபேசியின் மறுபக்கத்தில் மகிழ்ச்சியில்லை. காரணம் என் குணத்துக்கும் இயல்புக்கும் அரசியல் ஒத்துவராது. இத்தனை ஆண்டுகளாக நிர்வாகத்தில் ஏற்படாத கெட்டபெயர், கட்டாயம் அரசியலில் ஏற்படும், எந்தவகையிலும் தவிர்க்க முடியாது.

மேலும் பென்சன் பணத்தில் வாழ்க்கை நடத்தும்போது அரசியலுக்கு பணத்திற்கு எங்கே போவது? மேலும் வாழ்க்கை பூராவும் அரசுப் பணியென்று இராப்பகலாக, உழைத்தபோது குடும்பத்தை கவனிக்கவில்லை. பிள்ளைகளின் படிப்பிலும் அக்கறை காட்டவில்லை. ஓய்வுபெற்ற பிறகாவது வீட்டை கவனிக்கலாமே என்ற ஆதங்கமும் சேர்ந்துவிட்டதால், என் அரசியல் பிரவேசத்தை மனைவி, மகள், மகன் என மொத்தக்குடும்பமும் ஓரணியில் திரண்டு எதிர்த்தனர். என்னை நன்கறிந்த சக அரசு அலுவலர்களும், உங்களுக்கு அரசியல்லாயக்கில்லை என்று என அறிவுரை வழங்கினர்.

ஒரு பக்கம் குடும்பம், இன்னொரு பக்கம் என் நலனில் நாட்டமுள்ள நண்பர்கள். இருதலைக் கொள்ளி எறும்பானேன். முடிவொன்றும் எடுக்கவில்லை. வந்த அழைப்பை அப்படியே

ஒரு மாதத்திற்கு மேல் ஒரு பெட்டியில் போட்டு பூட்டி விட்டேன். பேராசிரியர் கிருஷ்ணமூர்த்தி, டி.பி.ஐ. திரு. கோபால், பெரியவர் நல்லி ராமநாதன் ஆகியோர்தைலாவரத்தில் டாக்டர் ஐயா அவர்களைப் பார்த்தபோது, என்னை எம்.பி.யாக்கும் திட்டத்தை அவர்களிடம் விவாதித்திருக்கிறார். அதற்கு பேராசிரியர் கிருஷ்ணமூர்த்தி, "வேலு, ஏதோ பென்சனில் வாழ்ந்துகொண்டிருக்கிறார். அந்த பென்சனையும் மற்ற ஓய்வூதியங்களையும், அவரை அரசியலில் இழுத்து ஏன் காலி செய்கிறீர்கள்" என்ற நல்ல உணர்வுடன் கூறியிருக்கிறார்.

அதற்கு அவர்கள், அவரை சமூக முன்னேற்ற சங்க பிரதிநிதியாகத்தானே நிறுத்தியிருக்கிறேன். நீங்களெல்லாம் சேர்ந்து அவருக்கு நிதி வசூலித்துக் கொடுக்க வேண்டியதுதானே என்று அன்புக் கட்டளையிட்டதுமின்றி, என்னை தேர்தலில் நிறுத் துவதில் உறுதியாக இருப்பதையும் தெரிவித்திருக்கிறார். சில வாரங்களுக்குப் பின் என்னை தி.நகர் அலுவலகத்திற்கு அழைத்து, பொருட்செலவைப் பற்றி கவலைப்படவேண்டாம் என்றும் கட்சி அதை பார்த்துக் கொள்ளும் என்றும், உடன் கட்சியில் உறுப்பினராகச் சேர படிவங்களையும் அளித்தார். அரக்கோணம் தொகுதியில் வேட்பாளராக நிறுத்தப்போவதாகவும், ஒருமுறை திரு. அன்புமணி ராமதாஸ் அவர்களையும் சந்திக்கும்படி ஆலோசனை கூறினார்.

சாதாரணமாக அப்பா, நான் படிக்கும் காலத்திலிருந்து என்னைப் பற்றி அதிகமாகக் கவலைப்படமாட்டார். ஒன்றை மட்டும் திருப்பித் திருப்பி தாரக மந்திரமாக சொல்லிக்கொண்டிருப்பார் "ஊக்கமது கைவிடேல்" என்று. அதை யார் அவருக்கு சிறுவயதில் புகட்டினார்களோ தெரியவில்லை. அவர் பள்ளிக்குச் சென்று படித்ததில்லை. பெற்ற தாயைப் பார்த்ததில்லை. தாத்தா இரண்டாவது மனைவியை திருமணம் செய்தபிறகு பெரிய தாத்தா வீட்டில் வளர்ந்தவர். அவர்களுக்கு என்ன அத்தனை பெரிய அக்கறை இந்த தாயில்லாத பிள்ளையைப் படிக்க வைக்க? ஆனால் இறையருளால் இவருக்கு அபார ஞாபக சக்தியையும், இறை பக்தியையும் கூர்ந்த அறிவையும் கொடுத்த காரணத்தால் நடராஜர் பத்து போன்ற பாடல்களை மனப்பாடமாக ஒப்பிப்பார். ஆடிமாத காலங்களில் முருகன்மேல் காவடிச் சிந்து போன்ற பாடல்கள் பாடுவார்.

தன் வாலிப வயதில் சத்யவிதுரனாக மகாபாரத தெருக்கூடத்தில் நடித்தபோது பாடிய பாடல்களை ராகத்துடன் உச்சஸ்தாயில் பாடிக் காண்பிப்பார். வாழ்நாள் முழுதும் சத்தியத்தின்

அடிப்படையில் வாழ்ந்தார். தாத்தா வரத கவுண்டர் அவரை விவசாயத்தில் ஈடுபடுத்தாமல் ஆடு மேய்ப்பதற்கு இன்னொரு தம்பி முருக கவுண்டருடன் (இருவருமாக) பணித்துள்ளார். சுமார் இருநூறு ஆடுகள் இருந்ததால் இரண்டு பிள்ளைகள் மேய்க்கத் தேவைப்பட்டது. ஒரு மகன் (பச்சையப்பன் சில காலங்களுக்குப் பின் இறந்து போக, அண்ணாமலை) மாடு மேய்க்கும் பணி. ஆடுகளும், மாடுகளும் இடும் சாணம், விவசாயத்திற்கு மிகவும் பயன்படும். ஆடு மேய்த்தல் சாதாரண பணி அன்று. மேய்ச்சல் நிலங்கள் மற்றும் அவை பருகத் தண்ணீர் ஆகியவற்றை கண்டறிதல், வெயில் காலங்களில் புல்லுக்கும் தண்ணீருக்கும் மிக்க தட்டுப்பாடு. பயிர் நிலங்களில் தப்பித்தவிறி மேய்ந்துவிட்டால் வசைக்கு ஆளாகுதல். உள்ளூரில் மேய்ச்சலுக்கு கடினமெனில் பக்கத்து கிராமங்களுக்கு புலம்பெயர்ந்து போய், அங்கேயே கடை மடக்குதல் சிலநேரங்களில் பட்டி போட்டு கடை மடக்குதல், மழைக் காலங்களில் அவற்றுக்கு வரும் கால் மற்றும் வாய் நோய்களைச் சமாளித்தல், ரயில்வே தண்டவாளங்களின் இரு மருங்கிலும் உள்ள புல்வெளிகளில், ஒண்ணுபுரம் சந்தை மேட்டிலிருந்து உரை உரைத்தான் தாங்கல் வரை சுமார் மூன்று கி.மீ. தூரத்திற்கு மேய்ந்தால் தண்டனைக்குப் பதில் அந்த காங்மேன்களுக்கு ஆண்டுக்கொருமுறை கப்பமாக ஒரு வெள்ளாட்டுக் கிடாவைக் கொடுத்தல், அப்பா அவர்களை, களா என்றும் விதுரன் என்றும் பெயரிட்டு அழைப்பார்கள்.

ரங்கசாமி என்று பெற்றோர் சூட்டிய பெயர் அவ்வளவு பிரசித்தம் இல்லை. சிறுவயதில், பெரிய தாத்தா வீட்டில் எப்போது பார்த்தாலும் வேர்கடலைவேண்டும் என்று அடம் பிடிப்பாராம். அவர்கள் ஒரு படியில் நிறைய துணியை நிரப்பி, மேலே கொஞ்சம் கடலையைப் போட்டு அந்த தணியாத ஆசையை ஒருவழியாக சமாளிப்பார்களாம், எப்போதும் கடலையைக் கேட்பதால் அது மருவி ‘களா’ என்ற பெயர் நிலைத்தது. தெருக்கூத்தில் அங்கும் பிடிவாதமாக விதுரன் வேடன்தான் வேண்டும் என்று கேட்டுவாங்கி நடித்ததால் விதுரன் என்ற மற்றொரு பெயர் விளங்கலாயிற்று. இவர் ஒரு நேர்மையான பிடிவாதக்காரர், நான் பணியாற்றிய மாவட்டங்களுக்கு அதிகமாக எங்கும் வந்ததில்லை.

தஞ்சாவூருக்கு ஒருமுறை யாரோ சந்தனக் கொட்டாய் ஊரைச் சார்ந்த ஒரு பையனுக்கு வேலைவேண்டும் என்றும் அவனை அழைத்துக்கொண்டு வந்தார். அப்போது நான் புதிதாக பீயட் கார் வாங்கியிருந்தேன். முதன்முதலாக அதில் ஏறும்போது அந்தக் காரை தொட்டுக்கும்பிட்டு அதில் ஏறிய நிகழ்வு, இவர் எதிலும் சரியான முறையை பின்பற்றியதைக் காலத்துக்கும்

நினைவுறுத்திக்கொண்டேயிருக்கும் அங்குள்ள பிரகதீஸ்வரர் போன்ற கோயில்களைத் தரிசித்து மறுநாளே ஊர் திரும்பினார். பிறிதொரு நேரம், கிராமத்திலிருந்து அப்பா, அம்மா மனைவி, வீராசாமி சித்தப்பா சகிதம் காரில் திருவண்ணாமலை கோயிலுக்கு அழைத்துச் சென்றேன்.

ரயில்வே ஸ்டேஷன், புதுப்பாளை கிராமத்திலிருந்து சுமார் இரண்டு கி.மீ தூரம். ஒண்ணுபுரம் ஒரு கி.மீ. தூரம். இடையில் நாகநதி. மழைக்காலங்களில் வெள்ளம் கரைபுரண்டோடும். கண்ணமங்கலம் பள்ளியில் படித்தபோது, புத்தகங்களையும் டிபன் பாக்சையும் தூக்கிப் பிடித்துக்கொண்டு நடப்பேன். சிறுவனாக இருந்தபோது சித்தப்பாக்களின் தோளில் ஏறிச்கொண்டு வெள்ள ஆற்றைச் கடப்பேன். பின்னாளில், பி.யூ.சி.யில் ஆங்கிலப் பாடத்தில் ஜூலியஸ் சீசர் எவ்வாறு டைபர் நதியைக் கடந்தான் என்பதை படித்தபோது நாகநதி நினைவுக்கு வரும். அதை நினைவில் வைத்துக்கொண்டு நண்பர் பாஸ்கர தாஸ் திட்டக் கமிஷனில் செயலாளராக இருந்தபோது இதைச் சொன்னேன். பிரத்யேகமாக சுமார் ஒன்றரைக் கோடி ரூபாய் மதிப்பீட்டில் புதுப் பாளையம்—ஒண்ணுபுரம் நாக நதி உயர்பாலம் கட்டப்பட்டது. அதேபோல், திட்டத்தில் சேர்க்கப்படாத கிராம சமுதாயக்கூடம் புதுப் பாளையம் கிராமத்துக்கு பாஸ்கர தாஸ் ஏற்பாடு செய்து கொடுத்தார்.

சென்னைக்கு மாற்றுதலாகி, டி.யூ.சி.எஸ்.. தனி அலுவலராகப் பணியாற்றியபோது என் அப்பா, கவர்மென்ட் எஸ்.டேட்டில் ஓரிரு நாட்கள் தங்கிச் சென்றார். கூட்டுறவு காலனியில் புதிதாக வீடு கட்டி கிரகப்பிரவேசம் செய்தபோது, தன்னுடைய நெடுநாளைய நண்பர் புதுப்பாளையம் பஞ்சாயத்து தலைவர் பரமகவுண்டர் உடன் சென்னைக்கு வந்தார். வீடு கட்டுவதற்கு சிறுதொகையையும் கொடுத்தார். அடுத்த சில மாதங்களில் கண் புரையை நீக்குவதற்கு, கிராமத்திற்கு சென்று காரில் அழைத்து வர முற்பட்டேன். கார் வாலாஜாவை தாண்டியபோது, ஏதோ நான் தவறான கருத்தைக் கூறப்போக, நான் ஓட்டிச் சென்ற காரை உடன் நிறுத்தச் சொன்னார். தான் அங்கேயே இறங்கி பஸ்ஸில் கிராமத்திற்குச் செல்வதாகவும், என்னை சென்னைக்குச் செல்லவும் பணித்தார். கோபம் உச்சக் கட்டத்தில் காரை சாலையின் ஒரு பக்கம் நிறுத்தினேன். இக்கட்டான சூழ்நிலை, நான் பேசியது தவறு என்று மன்னிப்பைக் கேட்டு, அவரின் கோபத்தை தணிக்க, போதும்போதும் என்றாகிவிட்டது! கூட்டுறவு காலனியில் ஜாகை, எழும்பூர் கண் மருத்துவமனையில் டாக்டர்

சாம்ராஜ் அவர்களின் உதவியுடன் அப்பாவுக்கு கண் ஆபரேஷன், காலையில் சமைத்த உணவை சைக்கிளில், சுமார் ஐந்து கி.மீட்டர் தூரத்திற்குப் போக்குவரத்து நிறைந்த அண்ணா சாலையில் பயணித்து கொடுத்துவிட்டு வருவேன். அந்த சைக்கிள் நான் கண்ணமங்கலம் உயர்நிலைப் பள்ளியில் படித்தபோது அப்பா வாங்கிக் கொடுத்தது.

குள்ளமான பையன் ஆனதால் பெடலை எட்டி எட்டி உதைத்துத்தான் செல்லவேண்டும். இல்லையேல் ரிம்முக்கு நடுவில் காலை விட்டு அரை பெடல் அடித்துச் செல்லவேண்டும். அந்த சைக்கிள் சுமார் ஐம்பது வருடங்கள் சென்னை வரை வந்து உழைத்து பென்சன் வாங்கிக்கொண்டது.

அப்பாவிற்கு நண்பர் வழிகாட்டி, குரு என்பவர் யாரென்றால் ஒண்ணுபுரம் திரு. சாமிகிரி, அவர் புதல்வர் பிச்சாண்டி என நண்பர். சில மாலை வேளைகளில் அப்பா ஒண்ணுபுரம் சென்று சாமிகிரியை சந்தித்து வருவார். அங்கு பாப்பய்யா என்பவர் டீ கடை வைத்திருந்தார் அவர் கடையில் தயாரிக்கும் போண்டா (மூசு உருண்டை) மிகவும் பிரசித்தம். வேகமாக அதைத் தின்றால் மூச்சடைக்கும். அதனால்தான் அதற்கு மூச்சு உருண்டை என பெயரிட்டனர் போலும்! அப்பா வீட்டிற்கும் கொஞ்சம் மிக்சர் பொட்டலம் வாங்கி வருவார். நான் ஒண்ணுபுரம் பக்கம் சென்றால் பாப்பய்யா, மிக்க வாஞ்சையுடன் முகம் மலர்ந்து என்னை சாப்பிடச் சொல்வார். யார் வந்தாலும் மிகவும் புன்னகையுடன் வரவேற்று தன் கடையிலுள்ள பலகாரங்களை வழங்குவார். பலர் கடனாக கணக்கெழுதி விட்டு சிலர் அதுவும் எழுதாமல் ஓசியில் தின்றுவிட்டு செல்வர். இவர் எப்படி கடை நடத்தி எங்கே முன்னேறப் போகிறார் என்று அந்தச் சிறு வயதிலேயே எனக்குச் சந்தேகம் எழும்.

‘அப்பா, நான் ஏன் குள்ளமாகவே இருக்கிறேன்’ என்று சில சமயம் கேட்பேன். கவலைவேண்டாம். முருகப்பெருமான் உன்னை உயரமாக வளரச் செய்வான் என்று சமாதானம் கூறுவார். பள்ளியை முடித்து கல்லூரிக்கு வந்தபோது மொத்தமே நான்கு அடி நான்கு அங்குலம்தான் உயரம். கல்லூரியில் இருந்த இரண்டு குள்ளன்களில் நான் ஒன்று. மற்றொருவன் சுபேதார் தாமோதரன் அவர்களின் மகன், என் வகுப்புத் தோழன் விசுவேசுவரன். கல்லூரியில் சேர்ந்த இரண்டு வருடங்களிலேயே மடமடவென்று சோளத்தட்டைப்போல் வளர்ந்து ஐந்தடி ஒன்பது அங்குலத்தைத் தொட்டேன். இது என்ன உடற்கூறு என்று விளங்கவில்லை.

நான் தஞ்சையில் 1964ல் பயிற்சியில் இருந்தபோது ஒண்ணுபுரம் ரயில்வே ஸ்டேசனுக்கு அப்பா, ஆடு மேய்க்கும் கம்பு, இடுப்பில் காவியாக மாறியுள்ள வேட்டி, மேலே ஒரு துண்டு என வழிய னுப்ப வந்திருந்தார். "தம்பி நீ ஏன் செகண்ட் கிளாசில் போகாமல், மூன்றாம் வகுப்பில் செல்கிறாய், நீ பெரிய ஆபிசர் அல்லவா?" எனக் கேட்பார். ஆட்டுக்காரன் மகன் இன்னும் ஏன் கீழ் மட்டத்திலேயே இருக்கவேண்டும் என்று ஆதங்கப்பட்டாரோ என்னவோ? அல்லது நாம்தாம் இப்படி படிக்காமலே, வெயிலிலும் மழையிலும், கூட்டுக்குடும்பத்தில் படாதபாடு பட்டுக்கொண்டிருக்கிறோமே, தன் மகன் இன்னும் அந்தச் சேற்றிலிருந்து மேலே எழும்பாமல் இருக்கிறான் என்று நினைத்தாரோ என்னவோ? 'அந்த செகண்ட் கிளாஸ்' உள்ளேயிருந்து தன்னை அறியாமல் பீறிட்டு வந்தது.

பல நாட்கள் படிக்கின்ற நாட்களில் அதுவும் மழைக் காலங்களில் ஒரு கோல், ஒரு ராந்தல் என அப்பா, சித்தப்பாக்களில் ஒருவர் என அந்த ஒண்ணுபுரம் ஸ்டேசன் வந்து நிற்பார்கள். அந்த ஸ்டே சனுக்கு அருகாமையில் ஒரு டூரிங் டாக்கீஸ் ஓடிச்கொண்டிருந்தது. பக்கத்திலுள்ள கிராமங்களுக்கு, காலையிலிருந்து மாலை வரை ஒரு மாட்டுவண்டியின் இருபக்கமும் சினிமாவின் சுவரொட்டி ஒட்டி மக்களை கவர்ந்திழுப்பார்கள்.

டூரிங் டாக்கீசில், சில குச்சிகளின் மேல் பலகை அடித்து உட்கார வைப்பது பெஞ்சு டிக்கெட். மற்றவர்கள் ஆற்றுமணல் பரவிய தரையில்தான். கிராமத்து மக்கள் சரளமாகத் துப்பும் எச்சிலையும், துண்டுப் பீடிகளையும் கங்கையைப்போல் காவிரியைப்போல் உள் வாங்கிக் கொள்ளும் அந்த மணல்தரை. நான் கண்ணமங்கலம் கொட்டகையில் சிவகவி, பக்த கௌரி, வேதாள உலகம் போன்ற திரைப்படங்களை அம்மா, அப்பாவுடன் சிறு வயதில் பார்த்திருக்கிறேன்.

திருவல்லிக்கேணி மகளிர் மருத்துவமனையில், அம்மாவுக்கு கருப்பையில் ஆபரேஷன். அப்போது ஊட்டியில் ஏற்கனவே பழக்கமான மருத்துவர் திருமதி. விஜயலட்சுமி ராமமூர்த்தி அவர்கள்தான் உதவி செய்தார்கள். அப்போது ஒரு வாரம் அம்மாவுக்கு சென்னை வாசம். அதன் பின், நான் திருநெல்வேலியில் மாவட்ட ஆட்சியாளராகப் பணியாற்றிய காலத்தில், அப்பா இறந்த பின், அந்த கலெக்டர் பங்களாவில் அம்மா ஒரு வாரம் தங்கியிருந்தார். அப்பா தஞ்சை, சென்னையத் தவிர மற்ற மாவட்டங்களுக்கு வந்ததில்லை. என்னைப் பெற்றெடுத்து வேலூர், சென்னை நகரங்களில் என் படிப்புக்கான பணத்துக்கு எவ்வளவோ கஷ்டப்பட்டு தெய்வ நம்பிக்கையே மூலாதாரமாகக்கொண்டு,

இந்த நிலைக்கு நான் வர தியாகம் செய்த அந்த இரண்டு ஜீவன்களுக்கு நான் என் கடமையைச் சரிவர செய்தேனா? அவர்கள் நிம்மதியாக வாழ்ந்தார்களா? என்றெல்லாம் என் மனம் பல நேரங்களில் விசாரணை செய்கிறது.

அரக்கோணம் வேட்பாளர்

பட்டாளி மக்கள் கட்சி நிறுவனர் டாக்டர் ஐயா அவர்கள் விருப்பப்படி ஒருநாள் மாலை திரு. அன்புமணி ராமதாஸ் அவர்களை அவரது வீட்டில் சந்திக்கச் சென்றேன். அவரை தனியாக நான் சந்தித்தது கிடையாது. சில கூட்டங்களில் அவர் கலந்துகொண்டபோதும் நண்பர் டி.பி.ஐ. கோபால், நான் தேர்வாணையத்தில் அங்கத்தினராகப் பணியாற்றிய காலத்தில் ஒருமுறை என் அறைக்கு அழைத்துவந்தபோதுதான் நேரடியாக பேச வாய்ப்புக் கிடைத்தது.

திரு. அன்புமணி எம்.பி.பி.எஸ்.. படித்தவர் எம்.எம்.சி.யில் மிகவும் பிரசித்தமானவர். விளையாட்டு வீரர். கவர்ச்சிகரமான இளைஞர் என்று சக மாணவர்கள், ஆசிரியர்களால் புகழப்பட்டவர். படிப்பிலும் கெட்டிக்காரர். எம்.எஸ்.. படிப்பைத் தொடராமல் அரசியலுக்கு வந்துவிட்டார் அல்லது இழுக்கப்பட்டு விட்டார் போலும். அவருக்கு ஒரு பொன்னாடை அணிவித்து, டாக்டர் ஐயா அவர்கள் சந்திக்கும்படி சொன்னதையும் அரக்கோணம் பாராளுமன்றத் தொகுதியில் என்னை நிறுத்தப்போவதாகவும் தெரிவித்ததை சொன்னேன். அதற்கு திரு. அன்புமணி எனக்கு வாய்ப்புக் கிடைத்தால் அரக்கோணத்தையே தேர்வு செய்வேன்.

சமுதாய மக்கள் அதிகமாக உள்ள தொகுதி என மறைமுகமாக ஊக்கு வித்தார். தந்தையும் மகனும் நான் தேர்தலில் நிற்கவேண்டும் என்பதில் உறுதியாக உள்ளனர் என்பதை தெரிந்துகொண்டேன்.

என் மனதில் குழப்பம். அரசியலில் பணம்தான் பிரதானம், நீக்குபோக்குடன் செயல்படுதல் போன்றவை பூதாகரமாக, உருவெடுத்து ஒருவிதமான பயம் என்னை ஆக்ரமித்துக்கொண்டது. அரசியல் பிரவேசத்திற்கான முதல் நாள் என்னை ராணிப் பேட்டையிலுள்ள திமுக எம்.எல்.ஏ, காந்தியை நேராக சந்திக்கச் சொன்னார்கள். ஏற்கனவே அவரிடம், 'நான் ஒரு சரியான வேட் பாளரை அனுப்பி வைக்கிறேன். அவர் உங்களைச் சந்திப்பார்' என்று ஐயா கூறியுள்ளார்.

பா.ம.க.விலுள்ள பொறுப்பாளர்களை மாவட்ட எல்லையில் ஒரு வரவேற்பை கொடுக்கச் சொல்லியிருந்தார். அவர்கள் எல்லோரும் மேளதாளத்தோடு, கையில் கொடியேந்தி ஒச்சேரிக்கு முன்பாக மாவட்ட எல்லையில் கூட்டமாகக் கூடி கோஷங்கள் எழுப்பி வரவேற்றனர். ஒச்சேரியில் ஒரு சிறிய மேடை அமைத்து அங்கிருந்த கூட்டத்தில் அறிமுகப்படுத்தினார்கள். பின் காந்தி விட்டுக்குச் சென்றேன். அங்கு பத்திரிகையாளர் கூட்டத்தில் என்னை முதல் முதலாக காந்தி அறிமுகப்படுத்திப் பேசும்போது, நம்மிடம் மிகவும் எளிமையான மனிதர் வந்திருக்கிறார் என்று சொன்னார். அவர் என்னைப் பார்த்தவுடன் அவ்வளவு நல்ல அபிப்பிராயம் கொள்ளவில்லை என்றே நினைக்கிறேன். நாள் போகப்போக தன் எண்ணத்தை மாற்றிக்கொண்டார்.

தன் ஓட்டலில் ஓர் அறையை ஒதுக்கி, நிரந்தரமாகக் குடியேறும் வரை தங்க ஏற்பாடு செய்தார். சில நாட்களிலேயே பாரதி நகரில் திரு. சுப்ரமணிய முதலியார் அவர்கள் வீட்டை வாடகைக்கு எடுத்துக்கொண்டேன். பிரச்சாரத்துக்கு கட்டாயம் ஒரு கார், வேன் வாங்கவேண்டும் என்று தெரிவிக்கப்பட்டது. தம்பி குப்புசாமி பெயரில் வங்கியில் நான்கு லட்சம் ரூபாய் கடன் பெற்று ஒரு பழைய குவாலிஸ் காரை வாங்கினேன். அது ஏற்கனவே விபத்தில் சிக்கி ரிப்பேர் செய்யப்பட்டு விற்பனைக்கு வந்த கார். தேர்தலில் ராப்பகலாக அடியோ அடி என்று பயன்படுத்திய பின் முதல் வேலையாக அதை விற்றுவிட்டேன்.

வேட்பு மனுதாக்கல் செய்யும் நாளில், திரு. காந்தி, என் சார்பில் பத்தாயிரம் ரூபாய் நாமினேசன் கட்டணம் கட்டினார். நான்தான் கட்டுவேன் எனப் பிடிவாதமாக அதைச் செய்தார். ஆனால் அதை பின்னால் வேறுவிதமாகத் திருப்பிவிட்டேன் என்பது வேறு விஷயம். ஆனால், அவரின் விசாலமான மனதையும்,

டாக்டர் ஐயா, 'நீங்கள்தான் முன் நின்று தேர்தல் வேலைகளைப் பார்க்க வேண்டும்' என்று கூறியதை சிரமேற்கொண்டு பா.ம.க., தி.மு.க., காங்கிரஸ், கம்யூனிஸ்ட் என கூட்டணியில் உள்ள அனைத்து பொறுப்பாளர்களையும் ஒருங்கிணைத்து, ஆற்றிய பெருந்தொண்டையும் கணக்கேதும் பார்க்காமல், ஒரு தலைமைப் பண்பை வெளிப்படுத்தும்வகையில், வெற்றியும் பெற்றுத் தந்ததையும் என்றும் மறக்க மாட்டேன்.

அரசியலில் பலர் கூலிக்கு மாரடிப்பது சகஜமான நிலை. ஆனால் காந்தி மாறுபட்ட மனிதராகச் செயல்பட்டார். தேர்தலில், தான் நிற்பது போன்று செயல்பட்டார். திறந்த ஜீப்பில் மழையிலும் வெயிலிலும், வேட்பாளருடன்கூடவே வந்தார். 2004 ஆண்டு எழுபது நாட்களுக்கு மேல் பிரச்சாரம் செய்ய வேண்டிய நிர்ப்பந்தம். சரியான கோடை வெயில். தமிழ்நாட்டில் அதிகமான வெயில் அரக்கோணம் தொகுதியில்தான். காரணம் மலைகளும், குன்றுகளும், வானம் பார்த்த பூமியும் அதிகமாகவுள்ள தொகுதி. பல நாட்கள் வெயில் நூறு டிகிரியைத் தாண்டும். இடையில் களத்தில் மதிய உணவை முடித்தபின் ஓய்வு ஏதுமின்றி தொடர்ந்து பிரச்சாரம். தலையில் தொப்பி அணிவதற்கோ அல்லது குடை பிடிப்பதற்கோ வாய்ப்பில்லை. ஏற்கனவே கறுப்புநிறக் கண்ணனான வேலு. மேலும் கறுப்பாவதற்கு அங்கு இடமில்லையென அந்நிறத்திற்கு இலக்கணம் வகுத்துவிட்டான். இரவு பத்து மணி வரை ஒலி பெருக்கியுடன் பிரச்சாரம். பிறகு விடியற்காலை இரண்டு மூன்று மணி வரை ஒலிப் பெருக்கியின்றி வீடு வீடாகச் சென்று பிரச்சாரம். அதன்பிறகு வீடு திரும்பி இரவு உணவு. சுமார் மூன்று மணி நேரம் மட்டும் ஓய்வு உறக்கம். மறுபடியும் ஆறு மணிக்கெல்லாம் குளித்து முடித்து களத்திற்குப் புறப்பட்டுவிட வேண்டும்.

ஆறு தொகுதிகள், பன்னிரெண்டு லட்சத்திற்கு மேற்பட்ட வாக்காளர்கள். ஒரு முனையிலிருந்து மறு முனைக்குள்ள தூரம் நூறு கி.மீட்டருக்கு மேல், ஒருமுறை எல்லா கிராமங்களுக்கும் சென்று வர, இந்த எழுபது நாட்களே போதாத நிலை என்றால் யோசித்துப் பார்க்க வேண்டும். மிகவும் கரடுமுரடான, கடினமான இலக்கு. இதற்கு முன் சந்திக்காத அனுபவம். காலை ஆறு மணியிலிருந்து இரவு பத்து மணி வரை ஜீப்பில் நின்றுகொண்டே செல்லவேண்டும். பாதங்கள் நாளாக நாளாக வீங்க ஆரம்பித்து விட்டன.

தங்கை மகன் சரவணன், காலுக்கு என்ணெய் தடவி, உருவி, வெந்நீர் ஒத்தடம்கொடுத்து வீக்கத்தைக் குறைத்து,

மறுநாள் நிற்பதற்கு தயார் செய்துவிடுவான். பாரதி நகரில் அந்த தேர்தலின்போது என் வீட்டில் ஒரு சமையல்காரரை ஏற்பாடு செய்து, மூன்று வேளைக்கும் உணவு சமைத்து சுமார் இருபது முப்பது பேருக்கு வழங்கப்பட்டது. ஓட்டல் உணவை உட்கொண்டு இப்படி இருபது மணிநேரம் ஓயாமல் உழைப்பது என்பது கடினமான காரியம்.

தமிழ்நாட்டில், புதுச்சேரியை சேர்த்து தி.மு.க. கூட்டணி நாற்பது தொகுதியிலும் வெற்றி பெற்றது. பா.ம.க சார்பில் போட்டியிட்ட ஆறு பேரும் வெற்றி பெற்றனர். கூட்டணி ஏற்படுத்தியபோது போட்ட ஒப்பந்தப்படி, திரு. அன்புமணி ராமதாஸ் அவர்களும், மேல்சபை தேர்தலை எதிர்பார்த்து மத்திய அமைச்சரவையில் காபினெட் அமைச்சர் ஆனார். தேர்தலில் வெற்றி பெற்ற பின் டாக்டர் ஐயா அவர்களை, தைலாபுரம் தோட்டத்தில் திரு. காந்தி உள்பட கட்சி பொறுப்பாளர்களுடன் சந்தித்து வாழ்த்து பெற்றேன். சென்னையில் வெற்றி பெற்ற வேட்பாளர்களை, பத்திரிகையாளர்களை கூட்டி, தமிழகத்திற்கு டாக்டர் ஐயா அவர்கள் அறிமுகப்படுத்தினார்.

பிறகு டெல்லிக்கு வர அழைப்பு. பத்திரிகையாளர் பாக்கியநாதன், கலையரசன் உடன்வர டெல்லிக்குப் பயணமானோம். டெல்லி விமான நிலையத்தில் இறங்கி, காரில் வரும்போதே டாக்டர் ஐயா கைபேசி மூலம் ஒரு செய்தியைச் சொன்னார். என்னை இணை அமைச்சராக்க இருப்பதாகவும், அதை யாரிடமும் தெரிவிக்க வேண்டாம் என்றும் உரைத்தார். மனைவி அமெரிக்காவில் இருப்பதால், மகன் டாக்டர். தணிகைநாதன் மற்றும் மருமகள் செந்தாமரை ஆகிய இருவரையும் பதவியேற்பு விழாவிற்கு வரும்படி ஐயா அவர்கள் ஆலோசனையாகக் கூறினார். இரு வரையும் விமானத்தில் வரும்படி ஏற்பாடு செய்தேன்.

அமைச்சருக்கு தமிழ்நாடு அரசு விருந்தினர் இல்லத்தில் இரண்டு அறைகள் கட்டணமின்றி ஒதுக்கீடு செய்கிறார்கள். ஒரு அறையில் மகனையும் மருமகளையும் தங்கச் சொன்னேன். மறுநாள் பதவி ஏற்பு. முந்தைய நாள் மாலை, கலையரசனை அழைத்துக்கொண்டு கன்னாட் சதுக்கத்தில், லூயி பிலிப்ஸ் கம்பெனி ரெடிமேடாக விற்கின்ற பந்த்கலா கோட் ஒன்றை ஏழாயிரத்து ஐநூறு ரூபாய்க்கு வாங்கினேன். அதன் நிறம் பிரௌன். எனக்கு மிகவும் பொருத்தமாக இருந்தது என்று நண் பர்கள் சொன்னார்கள். பதவி ஏற்கும் விழாவில் கலந்துகொள்ள ஐயாவுக்கும் அவர்தம் மனைவி அவர்களுக்கும், அன்புமணி ராமதாஸின் மனைவி அவர்களுக்கும் மட்டும்தான் அனுமதி

கிடைத்தது. தணிகைநாதன், மருமகள், கலையரசன், பாக்கிய நாதன் போன்ற எல்லோரும் தொலைக்காட்சியில்தான் பார்த்தார்கள். அவர்களின் டில்லி பயணத்தின் நோக்கம் நிறைவேறாதது வருத்தத்தை அளித்தது.

பதவி ஏற்பு விழா அரங்கிற்குள் நுழைந்து இருக்கையில் அமர்ந்தாயிற்று. தமிழ்நாட்டை சேர்ந்த இணை அமைச்சர்களில் எனக்கு முதுநிலையில் முதலிடம் கொடுக்கப்பட்டது. 'நான் ஏற்கனவே எம்.பி.யாக இருந்திருக்கிறேன். அது எப்படி உங்களுக்கு இணை அமைச்சர்களில் முதலிடம் கொடுத்தார்கள்?' என்று சற்று பொறாமை கலந்த உணர்வுடன் தமிழக இணை அமைச்சர் ஒருவர் கேட்டதற்கு என்னால் சரியாகப் பதில் கூற முடியவில்லை. எந்த அடிப்படையில் முதுநிலைப்பட்டியலை தயாரிக்கிறார்கள் என்பது யாருக்கும் தெரியாது. ஒருவேளை, நான் ஏற்கனவே இந்திய ஆட்சிப்பணி, அரசியலமைப்பு சட்டத்தின்கீழ் நியமிக்கப்பட்ட தேர்வாணைய உறுப்பினர் பதவி ஆகியவற்றை வகித்தவன் என்பதால் இருக்கலாம் என யூகித்துக்கொண்டேன்.

மூக்குக் கண்ணாடியை மறந்தேன்

எல்லோருக்கும் ஒரு பக்க அளவில் பிரமாணம், உறுதிமொழி வாசகம் கொடுக்கப்பட்டது. அப்போதுதான் அந்த அதிர்ச்சி காத்திருந்தது. படிப்பதற்குத் தேவையான மூக்குக் கண்ணாடியை காரிலேயே விட்டுவிட்டேன். வயிற்றைக் கலக்கிவிட்டது. மேதகு ஜனாதிபதி அவர்கள் தொடங்கி வைக்க, அந்த உறுதிமொழி பத்திரத்தைப் படிக்க வேண்டும். மின்னலாக ஒரு யோசனை தோன்றியது. ஒவ்வொரு வரியையும் கண்ணுக்குச் சற்று தூரத்தில் வைத்து மனப்பாடம் செய்ய ஆரம்பித்தேன். எப்படியும் படிப்பதுபோல் பாசாங்கு செய்து ஒப்பித்துவிடுவது என்று மனப்பாடம் செய்வதைப் பக்கத்து இருக்கையில் இருந்த ராஷ்ட்ரிய ஜனதாதள கட்சியின் இணை அமைச்சர் பார்த்தார். 'ஏன் மனப்பாடம் செய்கிறீர்கள்?' எனக் கேட்க, நான் கண்ணாடி விஷயத்தைச் சொன்னேன். உடன் தன் கண்ணாடியைக் கொடுத்து சரியாக உள்ளதா என்பதை பார்க்கச் சொன்னார். சரியாக இருக்கிறது என்றதும் அவர் உறுதிமொழி ஏற்று திரும்பியதும் தருகிறேன் என்றார். அதன்படியே செய்தார். சத்யசாய் பாபாவே நேரில் வந்ததுபோல் ஒரு கணம் தோன்றியது.

கண்ணாடியை காரில் விட்டுவிட்டு வந்தது எத்தனை பெரிய தவறு என்று நொந்துக்கொண்டேன். டாக்டர் ஐயா அவர்களின் ஆசியை கண்களால் பெற்று, மேதகு ஜனாதிபதி அப்துல் கலாம்

அவர்கள் தொடங்கி வைக்க, உறுதி மொழியை படித்து பதவியை ஏற்றுக்கொண்டேன்.

பதவி ஏற்பை டிவி.யில் பார்த்ததால், அன்று இரவு ஒரே பாராட்டுகள். முக்கியமாக, பந்துகலா கோட்டும் ஆங்கில உச்சரிப்பும் நேர்த்தியாக இருந்ததாகக் கூறினார்கள். ஏற்கனவே தஞ்சாவூரில் அரசுப் பணி பயிற்சியில் இருந்தபோது, பந்துகலா கோட் ஒன்றை அணிந்து எடுத்த புகைப்படங்கள் மிகவும் நன்றாக வந்ததை நினைவூட்டியது. அது சந்தனக்கலர், இப்போது வாங்கியது லேசான பிரௌன். ஆடை பாதி ஆள்பாதி என்பது சில நேரங்களில் சரியாகத்தான் பொருந்துகிறது.

மறுநாள் உறுதி மொழியேற்ற அமைச்சர்கள், அவர்களின் அலுவலக அறைக்குச் செல்லவேண்டும். அன்று காலையில் டாக்டர். அன்புமணி, ஐயா உள்பட குடும்பத்தினர் உடன்வர அப்பதவி நாற்காலியில் அமர்ந்தார். மந்திரி சபையில் மிகவும் இளைய காபினெட் அமைச்சர். முப்பத்தைந்து வயதிலேயே சரித்திரம் படைத்தார். அடுத்து வந்த ஐந்து வருடங்களில் ஒரு சிறந்த அமைச்சராக, காபினெட்டில் பிரகாசித்தார்.

பதவியேற்பதற்கு முதல் நாள் டாக்டர் ஐயா, ஜி.கே.மணி, டாக்டர் அன்புமணி மற்றும் நான், திரு. லாலு அவர்களின் பங்களாவிற்குச் சென்றோம். இன்முகத்துடன் அனைவரையும் வரவேற்றார். 'எனக்கு ஒரு நேர்மையான கலெக்டரை இணை அமைச்சராக கொடுத்திருக்கீறீர்கள். அதற்கு நன்றி' என்று லாலு கூறினார். எனக்குத் தூக்கிவாரிப் போட்டது. இன்னும் பதவிகூட ஏற்கவில்லை. அதற்குள் என்னைப் பற்றிய விவரங்களை அவர் சேகரித்து வைத்திருந்தது அவரின் அரசியல் வெற்றியை, சொல்லாமல் சொல்லியது. மேலும் அவர், 'ரயில்வே துறையை நடத்தும் பொறுப்பை நான் உங்கள் கட்சி அமைச்சரிடம் விட்டுவிடப் போகிறேன்' என்றதும் ஐயாவும் மற்றவர்களும் மகிழ்ந்து போனார்கள். திரு. லாலுவின் இந்தச் சொற்கள், அதுவும் முதன்முதலாகப் பார்க்கும்போது சொன்னது என்னை மிகவும் உற்சாகப்படுத்தியது.

திரு. அன்புமணி தன் அலுவலகத்தில் முறையாகப் பதவியில் அமர்ந்த பிறகு, நான் ரயில் பவனுக்கு மகன், மருமகள், கலையரசன், பாக்கியநாதன் உடன் வர திரு. லாலுவின் அறைக்குள் நுழைந்தேன். 'வெல்கம் வேலுஜி' என்று வரவேற்றார். பின், அவர் என்னை அழைத்துச் சென்று என் அறையின் இருக்கையில் அமரச்செய்து நல்லாசிகளை வழங்கினார். அங்கேயே மகன், மருமகள், நான், லாலு சேர்ந்து புகைப்படம் எடுத்துக்கொண்டோம்.

கூடுதல் பொறுப்பு

மத்திய அரசில் இணை அமைச்சர் பதவி என்பது எந்தவிதமான தனிப்பட்ட அதிகாரங்களையும் அந்தத் துறையில் உள்ளடக்கியது அல்ல. ஆனால் ரயில்வே துறையில் காபினெட் அமைச்சரின் கீழ் பணிபுரியும் இரண்டு இணை அமைச்சர்களையும் சேர்த்து மொத்தப் பணிகளையும் மூன்றாகப் பிரித்து காபினெட் மந்திரிக்கும் மற்றும் இணை அமைச்சர்களுக்கும் நிதி அதிகாரத்தை வரையறுத்து ஓரளவிற்கு தனியாக முடிவெடுக்கும் அதிகாரங்களை வழங்கியுள்ளார்கள். அந்தவகையில் மற்ற துறை இணை அமைச்சர்களைக் காட்டிலும் ரயில்வே இணை அமைச்சர்களுக்கு கொஞ்சம் மரியாதை இருப்பதாகக் கருதலாம். என்னை பொறுத்த வரையில் இணை அமைச்சர் இருவரில், திரு. லாலு எனக்கு கூடுதலாக முக்கியமான பொறுப்புகளை கொடுத்தார்.

அவை :

1. மக்களவை, மற்றும் மாநிலங்களவையில் கேள்வி நேரத்தில் ரயில்வே சம்பந்தமான கேள்விகளுக்குப் பதில் அளிக்கவேண்டும்.

2. ஒத்திவைப்புத் தீர்மானங்கள் போன்றவற்றுக்கும் பதிலளிக்க வேண்டும்.

3. பாராளுமன்ற (கீழ் மற்றும் மேல்சபை) உறுப்பினர்கள் அனுப்பும் கோரிக்கைகளுக்கு, காபினெட் அமைச்சர்தான் பதில் அனுப்பவேண்டும். அந்தப் பொறுப்பு என்னிடம் ஒப்படைக்கப்பட்டது. இதில் ஏராளமான கோப்புகள் தினம் தினம் வந்து சேரும். ஆங்கிலத்தில் பதில் அனுப்ப வேண்டியதில் கடினமில்லை. இந்தியில் கடினம். படிக்கத் தெரியுமே தவிர, பொருள் எல்லாவற்றிலும் விளங்காது.

4. பாராளுமன்றத்தில் கேள்விநேரம் முடிந்ததும் சபாநாயகர், மேல் சபை தலைவர் ஒவ்வொரு துறை சம்பந்தமான விஷயங்களைப் பதிவு செய்ய, சம்பந்தப்பட்ட அமைச்சர்களை அழைக்கும்போது திரு. லாலுவுக்குப் பதில், நான் பதில் அளிக்க வேண்டும்.

5. ரயில்வே துறைக்கு மட்டும் தனி பட்ஜெட். வருடாந்திர பட்ஜெட்டை லாலு இரண்டு அவையிலும் படிப்பார். பின்பு அந்த பட்ஜெட்டை நிறைவேற்றுவதற்கு முன்னால் உறுப்பினர்கள் எழுப்பும் சந்தேகங்கள், கேள்விகள்

ஆகியவற்றிற்கு நான் பதிலளிக்க வேண்டியதாயிருக்கும். (ஒரு வருடம் மாநிலங்களவையில், பட்ஜெட்டை நிறைவேற்ற வேண்டிய நாள், காபினெட் அமைச்சர், உறுப்பினர் கோரிக்கைகளுக்குப் பதில் சொல்லவேண்டும். லாலு வரவில்லை. எதிர்க்கட்சியிலிருந்து, லாலு எங்கே என ஒரே கூச்சல் குழப்பம். இணை அமைச்சர் பதிலை ஏற்றுக்கொள்ளுவதாக இல்லை என இரைச்சல். அப்போது பாராளுமன்ற பொறுப்பு அமைச்சர் திரு. குலாம்நபி ஆசாத் எழுந்து, பார்லி மென்ட் விதிகள் மற்றும் நடவடிக்கை குறித்தவற்றைப் படித்தார். அமைச்சர் என்றால் அது இணை அமைச்சரையும் சேர்த்துதான் என்று கூறி, எதிர்க்கட்சியினரின் வாயை அடைக்கச் செய்தார். சுமார் நாற்பது நிமிடம்களுக்குமேல், ஒவ்வொரு கேள்வி, கோரிக்கைகளுக்கு சரியாக, நிதானமாக பதில் சொன்னேன். நடுவில் எழுப்பிய சந்தேகங்களுக்கும் அவை துணைத் தலைவர் திரு. ரகுமான் கான், 'அமைச்சரின் உரையைக் கேளுங்கள். எல்லாவற்றிற்கும் பதில் கொடுப்பார்' என அமைதியை அவையில் திரும்பச் செய்தார். என் உரையை, பதிலை நாற்பது நிமிடங்களில் முடித்தபின் பட்ஜெட் நிறைவேற்றப்பட்டது. எதிர்க் கட்சியினரும் ஓடிவந்து கையைப் பிடித்துக்கொண்டு பாராட்டினார்கள் இனி வருங்காலத்தில், பட்ஜெட்டுக்கு நீங்களே பதில் சொல்லுங்கள் என்று சற்று அதிகமாகவே பாராட்டிப் பேசினார்கள்.

ஆளும் கட்சியின் சார்பாக திரு. ஜெயராம் ரமேஷ், திரு, சுதர்சன நாச்சியப்பன், திரு. குலாம்நபி ஆசாத், தி.மு.க.வில் திரு. சிவா, அ.தி.மு.க.வில், திரு. மலைச்சாமி, திரு. மைத்ரேயன், கம்யூனிஸ்ட் திரு. டி. ராஜா எனப் பலரும் ஒன்றையும் விட்டுவிடாமல் எல்லா தரப்பினரையும் திருப்திப்படுத்தும் அளவில் பதிலுரை நிகழ்த்தியதற்கு பாராட்டு மழை பொழிந்தார்கள். உண்மையில், அன்றைய நாள் எனக்கு ஒரு ரெட் லெட்டர் டே என்றே கூற வேண்டும்.

சோம்நாத் சட்டர்ஜியின் பதிவு

அதேபோல் மக்களைவையிலும், சபாநாயகர் திரு. சோம்நாத் சட்டர்ஜி என்னை அன்புடனும், மரியாதையுடனும் நடத்தி வந்தார். ரயில்வே, பெரிய துறை. ஒவ்வொரு எம்.பி.யின் தொகுதியிலும் ரயில்வே சம்பந்தமான பல கோரிக்கைகள். நெடுநாட்களாக

தீர்க்க முடியாத பிரச்சனைகள், புதிய ரயில் தடம், ஏற்கனவே ஓடும் ரயில்களுக்கு புதிய நிறுத்தங்கள், கூடுதலான ரயில் சேவை, மின்மயமாக்குதல், அகலப்பாதையாக மாற்றுதல் என பதில் சொல்லிக்கொண்டு இருக்கும்போதே, வேறொரு எம்.பி. நடுவில் நுழைந்து தடை செய்வார். அப்போது சபாநாயகர் திரு. சோம்நாத் சாட்டர்ஜி, "ஏன் பொறுமையிழந்து பேச ஆரம்பிக்கிறீர்கள். இணை அமைச்சர் வேலு உங்களின் எல்லா கேள்விகளுக்கும் பதில் சொல்லத் தயாராக இருக்கிறார். தயவு செய்து உட்காருங்கள்' என்று அவர்களை அடக்குவார். நான் பல நேரங்களில் விரிவாகவும் விளக்கமாகவும் பதில் கூறும்போது 'மதிப்பிற்குரிய எம்.பி. அவர்களே, திருப்திதானே' என மகிழ்ச்சி பொங்கக் கூறுவார்.

பிரிதொரு நேரம், பாராளுமன்றத்தில் பெரிய கூச்சல் குழப்பத்துக்கு இடையே நான் பதில் சொல்லிக்கொண்டிருக்கும்போது, பல எம்.பி.க்கள் எழுந்து நிற்க, ஒரு பள்ளி ஆசிரியரைப்போல், சபாநாயகர் தன் இருக்கையில் இருந்து எழுந்து நின்று, மாணவர்களை அடக்குவதுபோல் கூறினார், 'சுகாதாரத் துறை அமைச்சரைப் போல வேலுவுக்கு ரயில்வேயைப் பற்றி எல்லாம் தெரியும்' என்று.

எனக்கு ரயிலைப் பற்றி எல்லாம் தெரிந்திருப்பதைப் பற்றியும், தடையின்றி, ஒப்புக்கொள்கின்ற வகையில் உருப்படியாக பதில் சொல்வார் என்பதையும் சபைக்கு உணர்த்தினார், அதே நேரம் பா.ம.க.வின் காபினெட் அமைச்சர். திரு. அன்புமணி ராமதாஸ் அவர்களுக்கும் பாராட்டுரையாக, அவர் தன் துறையில் எல்லாம் தெரிந்தவர் என்பதை சுட்டிக்காட்டி பார்லிமென்ட் நடவடிக்கைகளில் பதிவு செய்தார்.

முத்திரை சான்று

2009ம் வருடம், தேர்தலில் யாருடன் கூட்டணி சேருவது என்ற விவாதம். ஐயா அவர்கள் தன் மகள் திருமதி. காந்தியின் வீட்டில் தொடர்ந்து பல நாட்களாக நடத்திக்கொண்டிருக்கிறார். ஒரு மாலை வேளையில் என் வீட்டிற்கு திரு. அன்புமணி வந்தார். கூட்டணி பற்றி விவாதித்துக்கொண்டிருந்தபோது, திரு. சோம்நாத் சட்டர்ஜி, பார்லிமென்டில் இருவரைப் பற்றி பெருமையாகக் கூறிய பதிவின் நகலை அவரிடம் காண்பித்தேன். மகிழ்ச்சியுடன் ஒரு நகலை கையில் எடுத்துச் சென்றார். கூட்டணி யாருடன் சேர்வது என்பதற்கான பொதுக்குழு ஓட்டெடுப்பு காமராஜ் அரங்கில் நடைபெற்றது. அப்போது ஐயா அவர்கள், திடுதிப்

பென்று தன் உரையில், திரு.சோம்நாத் சட்டர்ஜி சொன்ன வாச கங்களைப் படித்தார். தமிழ் ஓசை போன்ற நாளேடுகளிலும் அது பதிவாயிற்று. இதை திரு. அன்புமணி அவர்களும் ஐயா அவர்களும், பா.ம.க. அமைச்சர்கள் பெரிய முத்திரை பதித் தற்கான சான்று என எல்லாக் கூட்டங்களிலும் கூறுவார்கள்.

ஒருநாள், ரயில்வே புதிய திட்டங்கள் குறித்து லோக்சபாவில் விவாதம். எந்த பார்முலாவின் அடிப்படையில் திட்டங்கள் ஒப்புதல் வழங்கப்படுகிறது. ஒரு திட்டத்தில் முதலீட்டிற்கு பத்து சதவீதத்திற்கு குறையாமல் வருமானம் வந்தால்தான் அது லாபகரமானது. அதற்கு குறைந்தால், அவை பொருளாதாரரீதியாக சரியில்லை. வேண்டுமானால் அவை மக்கள் சேவையை முன்னிறுத்தி, லாபநோக்கம் எதுமின்றி ஒப்புதல் அளிக்கலாம், முக்கியமாக வருங்கால வருமானத்தை பின்பற்றி ஒப்புதல் செய்வதுதான் வழக்கமான முறை என்பதை விளக்கினேன்.

சபாநாயகர், அவையைப் பார்த்து, 'விளக்கம்போதுமா, இன்னும் வேண்டுமா?' என்று முகம் மலர தன் பாராட்டுரையைக் கொடுத்தார். காங்கிரசின் இளம் எம்.பி.களான திரு. சிந்தியா போன்றவர்கள், கல்லூரிப் பேராசிரியர் போன்று, எங்களுக்கு கற்றுத் தருகிறீர்கள் என்று தங்களின் பங்காகப் பாராட்டுரை வழங்கினார்கள்.

பல நேரங்களில் மேல்சபையில் பதில் சொல்லி, வெளியே வரும்போது முன்னாள் தமிழக கவர்னர், டாக்டர் அலெக்ஸ் சாண்டர், டாக்டர் மலைச்சாமி போன்றவர்கள், 'எல்லா புள்ளி விவரங்களையும் மொத்தமாக ஒன்றுவிடாமல் சொல்லி விடு கிறீர்கள். நாங்கள் துணை கேள்வி கேட்பதற்கு வாய்பில்லாமல் ஆக்கிவிடுகிறீர்கள்' என்று அடிக்கடி கூறுவார்கள்.

கேள்வி நேரம் என்பது ஒரு மணிநேரம். சபாநாயகர் மற்றும் மேல்சபை தலைவர், இரு அவைகளிலும் இந்த நேரத்தை வீணடிக்காமல் பார்த்துக் கொள்ளுவார்கள். அதன் முக்கியத்துவத்தை உணர்ந்து சாதாரணமாக இதில் காபினெட் அமைச்சர்கள்தான் இதற்கு பதில் அளிப்பார்கள். ரயில்வேயை பொறுத்தவரை திரு. லாலு இந்தப் பொறுப்பை எனக்கு அளித்தார்கள். பார்லிமென்ட் ஆரம்பமான சில மாதங்களிலேயே கீழ், மேல் சபையிலுள்ள எல்லா எம்.பி.க்களையும் தெரிந்து கொள்ள இது பெரிய வாய்ப்பாக அமைந்தது.

கேள்விக்குப் பதில் என்பது உறுதிமொழி போன்றது. அவையில் உரைப்பதை நிறைவேற்ற வேண்டிய கடமை ரயில்வே துறைக்கு

உள்ளது. இல்லையென்றால் பார்லிமென்ட் அவமதிப்புக்குள்ளாகி விடும். சொற்களை கவனமாகப் பயன்படுத்துதல் வேண்டும். தெரிந்ததை தெளிவாகக் கூற வேண்டும். சில நேரங்களில் போதிய விவரங்கள் கையில் இல்லையெனில், அவற்றைச் சேகரித்து தெரிவிப்பதாக உறுதிமொழி தருதல் வேண்டும். அந்த உறுதியை தொடர் நடவடிக்கை எடுத்து நிறைவேற்றுதல் வேண்டும்.

வாரத்தில் புதன், வெள்ளிக்கிழமைகளில் ரயில்வே துறைக்கு கேள்வி நேரம் வரும். அந்த நாட்களுக்கு முந்தைய நாட்களில், கேள்விக்குரிய ரயில்வே போர்டு உறுப்பினர், அலுவலர்கள் ஆகியோருடன் என் அறையில் விடைக்கான கலந்தாய்வு நடை பெறும். மற்றொரு இணை அமைச்சரான திரு. ராத்வாவும் இதில் கலந்துகொள்ளுவார். அதிகமான கேள்வி நாட்களில் அந்த கலந்தாய்வு இரவு ஒன்பது பத்து மணி வரை நீடிக்கும், பிறகு விடியற்காலையில் எழுந்து. துணை கேள்விகள் எதுவாக இருக்கும் என்பதை எதிர்பார்த்து அதற்கு கூடுதலான விவரங்களை தயார் செய்ய வேண்டும்.

பல நேரங்களில் சில கேள்விகள் கொள்கை சம்பந்தமாக இருக்கும். அப்போதெல்லாம், திரு. லாலுவை முன்னதாகவே தொடர்புகொண்டு என்ன பதில் சொல்லவேண்டும் என்பதை தெரிந்து கொள்வேன். ஐந்து வருடங்களில் ஒரு நாளும், துறைக்கு தீங்கு ஏற்படுகின்றவகையிலோ அல்லது லாலுவுக்கு அவப்பெயர் ஏற்படும்வகையிலோ பாராளுமன்றத்தில் என் பதில் அமைந்ததில்லை. நான் என்றும் வரையறையைத் தாண்டி செல்லவில்லை என்றுதான் சொல்லவேண்டும்.

ரயில் பவன்

ரயில் பவன் ஒரு தனி சாம்ராஜ்யம். ஒவ்வொரு உறுப்பினரும் சக்திவாய்ந்த மையம். சாதாரணமாக, அவர்களிடத்தில் எந்தவிதமான உதவியையும் பதிலையும் அவ்வளவு எளிதில் பெற முடியாது. ரயில்வே போர்டின் தலைவரும் அவ்வளவு சுலபமாக அவர்களை வேலை வாங்கவும் முடியாது. துறை அமைச்சருக்கு வேண்டுமானால், கொஞ்சம் கருணைகூர்ந்து, சொல்வதை செய்வார்கள். வேண்டாம் என்று நினைத்துவிட்டால், அந்த திட்டம் நடைபெறக்கூடாததற்கு காரணங்கள் பல கண்டுபிடித்து, நீண்ட நெடிய குறிப்பை கோப்பில் எழுதி (நேரில் சொல்ல தயங்கும்போது) அனுப்புவார்கள். ஒவ்வொருவரும் ஒரு குறுநில மன்னர் போன்று, நடை, உடை, பாவனை அமைந்திருக்கும். அமைச்சருக்கே, சுணக்கமும் தயக்கமும் காட்டும், இவர்களுக்கு இணை அமைச்சர் என்றால் கிள்ளுக்கீரை. இந்த மனோபாவம் நான் ரயில் பவனில் சேர்ந்த சில மாதங்களே. பாராளுமன்ற கேள்விக்கான கலந்தாய்வுக் கூட்டங்களில் அவர்கள் சரியாக தயார் பண்ணிக்கொண்டு வரவேண்டும் என்ற நிலை ஏற்படவே, தங்களை நன்றாகவே மாற்றிக்கொண்டார்கள்.

எல்லா உறுப்பினர்களும் அப்படி இருந்தார்கள் என சொல்லுவதற்கில்லை. சிலர் அன்புடன் எப்பொழுது கூப்பிட்டாலும் வந்து பதில் அளிப்பார்கள். அந்த ஐந்து ஆண்டுகளில் மூன்று நிதி ஆணையர்கள் இருந்தார்கள். மூவரும் மிகவும் ஒத்துழைப்புத் தந்தார்கள். முக்கியமாக, திருமதி. விஜயலட்சுமி. நான் ரயில் பவனில் இருக்கும் நாட்களில், மிகவும் சிரத்தையுடன் வந்து ஒவ்வொரு திட்டத்தையும் கலந்தாய்வு செய்வார்கள்.

தென்னிந்திய திட்டங்கள் என்றால் அவர்களுக்கு எல்லா இடங்களும் நன்கு பரிச்சயம் என்பதால், அதிலும் தெற்கு ரயில்வே என்றால் மிகவும் ஒத்தாசையாக இருந்து அனுமதி வழங்க ஏற்பாடு செய்வார்கள். அதற்குப்பிறகு வந்த திரு.நாயர் அவர்களும் தென்னிந்தியாவைச் சேர்ந்தவர் என்பதால்

திட்டங்களை புரிந்துகொண்டு தமிழ்நாடு, ஆந்திரா, கர்நாடகா மற்றும் கேரளா ஆகிய மாநிலங்களின் பல்வேறு ரயில்வே திட்டங்களுக்கு ஒப்புதல் அளிப்பதற்கு பெரிதும் துணைபுரிந்தார். கூடுதல் உறுப்பினர் திரு. சுந்தரராஜன், இ.டி. திட்டங்கள் ஷாங்கி, இணை இயக்குநர் கே.பி. யாதவ், கூடுதல் பி.ஏ.பாண்டே, இ.டி. பைனான்ஸ் வைத்தியலிங்கம் ஆகியோர் பெரிய உதவி புரிந்தனர்.

ஒரு மீட்டர்கூட மீட்டர் கேஜ் இல்லை

தமிழ்நாட்டில் ஒரு மீட்டர்கூட மீட்டர் கேஜ் இருக்கக்கூடாது என்று பா.ம.க. கட்சி நிறுவனர் டாக்டர் ராமதாஸ் ஐயா என்னைக் கேட்டுக்கொண்டதால் அதையே முக்கிய விஷயமாக எல்லா அரசியல் மேடைகளிலும் அவர்கள் பேசிக்கொண்டு வந்தார்கள். தெற்கு ரயில்வேயில் மொத்தமுள்ள 4006 கி.மீ.ல் சுமார் 1800 கி.மீ வரை இன்னும் மீட்டர் கேஜாகவே இருந்தது. காரணம், இது பயணிகள் ரயில்வே. இங்கு வணிக சம்பந்தமான ரயில் போக்குவரத்து அதிகமில்லை. இங்கு நூற்றிப் பத்து ரூபாய் செலவழித் தால்தான் நூறு ரூபாய் வருமானமாக பெறமுடியும். இதற்கு ஆபரேட்டிங் ரேஷ்யோ என்று பெயர். பல ரயில்வேக்களில் எண்பது ரூபாய் செலவழித்தால் நூறு ரூபாய் பெறலாம். இது, எழுபத்தைந்தாக இருக்கும்போது இருபத்தைந்து ரூபாய் உபரியாக கிடைக்கும். அதன்மூலம் ரயில்வே துறைக்கு வேண்டிய தேய்மான நிதி, புதிய திட்டங்களுக்கான நிதி, அடிப்படை கட்டமைப்புக்கான நிதி என அந்த உபரி நிதி உதவும். தெற்கு ரயில்வேயில் அதற்கு இடமில்லை. இங்கு எப்போதும் நஷ்டக் கணக்குத்தான். நிலக்கரி மற்றும் சிமென்ட் ஏற்றிச் செல்லுவதால்தான் ஏதோ இந்த இடைவெளி ஓரளவிற்கு குறைந்துள்ளது.

இதனால் எந்த லைனை எடுத்துக்கொண்டாலும் பொருளாதாரரீதியாக லாபம் ஈட்டுவதில்லை. இதுவே இங்கு நாற்பது சத வீதத்திற்கு மேல் மீட்டர் கேஜ் ஆக இருப்பதற்குக் காரணம், முக்கியமாக, திருச்சி—ராமேஸ்வரம், திண்டுக்கல்— பழநி, பொள்ளாச்சி, (பாலக்காடு) கோவை. காட்பாடி— விழுப்புரம். மயி லாடுதுறை—நாகை. திருவாரூர்—மானாமதுரை, விருதுநகர்—மானாமதுரை, திருநெல்வேலி—திருச்செந்தூர், திருநெல்வேலி—தென்காசி, மதுரை—போடிநாயக்கனூர், திருத்துறைப்பூண்டி—வேதாரண்யம் என மீட்டர் கேஜ் லைன்கள் எல்லாம் தமிழ்நாட்டைச் சேர்ந்தவை.

கேரளாவைப் பொறுத்தவரையில் எல்லாம் அகலப் பாதை அங்குள்ள எம்.பிக்கள் மிகவும் விவரமானவர்கள். எந்தக் கட்சியைச்

சேர்ந்தவராயினும், கேரளா சம்பந்தமான திட்டங்கள் என்றால் எல்லோரும் ஒன்று சேர்ந்து குரல் எழுப்புவர் பாராளுமன்றத்தில். பலவற்றை நிறைவேற்றிக் கொள்வர். மீதமுள்ள சிலவற்றை, ரயில்வே அமைச்சரின் அறை எண் ஆறு (பார்லிமெண்ட்டில் ஒதுக்கப்பட்ட அலுவலக அறை)க்கு எல்லோரும் ஒன்று சேர்ந்து வந்து, பெருமுயற்சி எடுத்து பூர்த்தி செய்து கொள்வார்கள். உண்மையிலேயே, கேரள எம்.பி.க்கள் முன்மாதிரியானவர்கள், பாராட்டுக்குரியவர்கள். தமிழ்நாட்டில் ஒரு சேலம் கோட்டத்தைக் கொண்டு வர அறுபது ஆண்டுகளுக்கு மேல் ஆயிற்று.

காட்பாடி—விழுப்புரம் மீட்டர் கேஜை, அகலப்பாதையாக மாற்றினால் தெற்கிலிருந்து வடபகுதிக்குச் செல்ல கூடுதல் பாதையாகவும், சென்னையில் நெருக்கடியை குறைப்பதற்கு தோதாக இருக்கும் என்றும், இது ஒரு வரப்பிரசாதமாக அமையும் என்றும், இந்த நூற்றி அறுபது கிலோமீட்டரை மின்மயமாக்கிவிட்டால், நடுவில் டீசல் என்ஜின் மாற்றும் வேலையால் கால விரயத்தைக் குறைக்க முடியும் எனவும், அந்தக் கோப்பில் என் குறிப்பை எழுதினேன். நிலுவையில் கிடந்த அந்தத் திட்டத்தை தூசி தட்டி, மின்மயமாக்குதலையும் சேர்த்து ரயில்வே போர்டு திட்ட கமிஷன் கேபினெட் என பல நிலைகளில் கோப்பை நகர்த்தி ஒப்புதல் பெறப்பட்டது. அதேபோல் திண்டுக்கல்—பொள்ளாச்சி— பாலக்காடு பாதையை அலகப்பாதை ஆக்குவதற்கு அது எப்படி மேற்கத்திய கடற்கரை (கொச்சின்) கிழக்கு கடற்கரை (தூத்துக்குடி) துறைமுகங்களை இணைக்கும் என்றும், ஏற்றுமதி இறக்குமதிக்கு வழிவகுக்கும் என்றும், மேலும் பொருளாதார, கல்வி மேம்பாட்டிற்கு வழி வகுக்கும் என்றும், மிகவும் பழமையான பழநி திருமுருகன் கோயிலுக்கு பக்தர்கள், இந்தியாவின் பல பகுதிகளிலிருந்து நேரடியாக வந்து செல்ல வழிவகுக்கும் என்றும், நாளடைவில், இந்த பாதை பொருளாதாரரீதியாக லாபகரமாக மாறும் என்ற வாதங்களை முன்வைத்து ஒப்புதல் பெறப்பட்டது.

ரயில்வே போர்டு கேள்வி

மயிலாடுதுறை— நாகப்பட்டினம்— திருவாரூர்— மானாமதுரை பாதையில் நஞ்சை நிலங்கள்— நிறைய ஆறுகள், கால்வாய்கள் என அதிகளவில் இருப்பதாலும் திட்ட மதிப்பீடு அதிகமாக இருப் பதாலும், ரயில்வே போர்டு பல கேள்விகளை திருப்பித் திருப்பி எழுப்புகிறது. வருடத்தில் ஆறு மாதங்களே பணி செய்வதற்கான காலம் (6 மாதங்கள் ஆறுகளிலும், கால்வாய்களிலும் தண்ணீர்)

திருவாரூரிலிருந்து மானாமதுரை வரை தற்போதுள்ள மீட்டர் கேஜ் ரயிலைக்கூட முழு அளவில் பயன்படுத்த முடியாத நிலை என பலகோணங்களில் இந்தத் திட்டம் வேண்டாம் என்றே ரயில்வே போர்டு தள்ளுபடி செய்கிறது. இந்த வாதத்தை முடியடிக்க, இது அகலப்பாதையாக மாற்றப்பட்டால் திருச்சியிலிருந்து மதுரை வரை ஏற்கனவே பாதை முழுமையாகப் பயன்பட்டுவிட்ட நிலையில், இது இரண்டாவது பாதையாக, மயிலாடுதுறை, திருவாரூர், திருந்துறைப்பூண்டி, மானாமதுரை, விருதுநகர் வரை, விழுப்புரத்திலிருந்து மெயின் லைனில் மயிலாடுதுறை வரை வந்து, பின் மேற்சொன்ன பாதையாகச் செல்லும் என்ற வாதத்தை வைத்து, எல்லா நிலைகளிலும் கோப்பை நகர்த்தி ஒப்புதல் பெற்றோம்..

மேலும் இந்தப் பாதையில் ஒரு கிளைப்பாதை திருத்துறைப்பூண்டி— வேதாரண்யம். சுமார் இருபத்தைந்து கி.மீ தூரத்திற்கு ரயில், பஸ் மட்டும் சிலகாலம் இயக்கப்பட்டு தற்போது மூடிய நிலையில் உள்ளது. வேதாரண்யம் பெரிய உப்பளம், உப்பு உற்பத்தி செய்யும் இடம். இங்கிருந்து பிரிட்டிஷ் காலத்திலிருந்து உப்பு, ரயில்வே வேகன் மூலமாக மத்தியப்பிரதேசம், பீகார் போன்ற மாநிலங்களுக்கு ஏற்றிச் செல்லப்பட்டு வருமானத்தைக் கொடுத்தது. வேதாரண்யத்திற்கு மீட்டர்கேஜ் பாதை. வடமாநிலங்களில் அகலப் பாதை. இதனால் மூட்டைகள் மாற்றுவதில் பிரச்சனை. இதன் காரணமாக, தற்போது உப்பு, சாலை வழியாக லாரிகளில் செல்கிறது. அதை மறுபடியும் அகலப்பாதை வேகன்களில் ஏற்றிச் செல்ல, இந்தப் பாதையை மாற்றுதல் வேண்டும் என்ற வாதத்தை முன்வைத்து ஒப்புதல் பெறப்பட்டது.

அடுத்து, மானாமதுரை — விருதுநகர் பாதையை அகலப்பாதையாக மாற்றுவது. இங்கு ஓரிரண்டு பாசஞ்சர் ரயில்தான் ஓடிக்கொண்டிருக்கிறது. அவசியமில்லை என்பது போர்டின் கருத்து. இரண்டாவது பாதை என்ற வாதம் வெற்றி பெற்றது.

அப்பாடா! ஒரு பெரு மூச்சு!

திருநெல்வேலி— திருச்செந்தூர் யாத்திரிகர்கள் ஸ்தலம். அப்பகுதிகளில், பொருளாதார கல்வி மேம்பாட்டிற்கு வழி வகுக்கும். வழியில், வைஷ்ணவ ஸ்தலங்கள் என வாதங்களை முன்னிறுத்தி ஒப்புதல் பெறபட்டது. எல்லா மீட்டர் கேஜ் தடங்களும், பல தடைகளை கடந்து ஒப்புதல் அளித்தபின்,

ஒரு தடம், மதுரை—போடிநாயக்கனூர் மட்டும் தனித்தீவாய் நின்றுவிட்டது. ஒரு நாளைக்கு காலையில் ஒரு பாஞ்சர் ரயில், மாலையில் ஒன்று என ஏதோ பெயருக்கு ஓடிக்கொண்டிருந்தது. அதிகமாக வணிகப் பொருளும், ஏற்றுமதி இறக்குமதி இல்லை. தமிழகத்தில் எல்லா தடங்களையும் மாற்றிவிட்டு, இது மட்டும் தனித்து இருந்தால் இயக்குவதில் பல சங்கடங்கள் உள்ளன.

1. கொஞ்சம் அளவில் போடியில் ஏற்றப்படும் வாசனைப் பொருட்கள் (ஏலக்காய் போன்றவை) மதுரையில் அகலப்பாதை ரயிலில் ஏற்ற கூடுதல் செலவு.

2. மீட்டர் கேஜ் இஞ்சினை பராமரிப்பு செய்தவற்கு பிரத்யேக ஏற்பாடு செய்து, திருச்சி பொன்மலைக்கு ஏற்றி வருதல் வேண்டும். அதேபோல் பெட்டிகளைப் பராமரிக்க மதுரையில் தனியாக ஏற்பாடு.

பாதை செல்லும் மலைப்பகுதி, செங்குத்தாகவும் மேடாகவும் இருப்பதால், இஞ்சின் (மீட்டர் கேஜ்) மிகவும் திணறுகிறது. ஆகவே பெரிய அளவில் மேட்டைக் கரைத்து சமன் செய்ய வேண்டுமென்றால் அது பெரிய செலவு என ரயில்வே போர்டில் எதிர்ப்பு. எனினும் இந்தக் கடைசித் திட்டத்தை எப்படியும் நிறைவேற்றிவிடவேண்டும் என்ற முனைப்பில் திட்டக்கமிஷன் துணைத் தலைவர் மான்டேக் சிங்அலுவாலியா அவர்களையும். நிதி அமைச்சர் ப. சிதம்பரம் அவர்களையும் சந்தித்து நிலைமையை விளக்கிச் சொன்னேன். சிதம்பரமும், என் வாதத்தில் இருக்கும் உண்மைத்தன்மை, நிர்வாகச் சிக்கல் ஆகியவற்றை உணர்ந்து அலுவாலியாவிடம் பேசவும் செய்தார் (சாதாரணமாக, சிதம்பரம் யாரிடமும் பேசுவது என்பது அரிது!) மிகவும் சிரமத்திற்கிடையில் முக்கியமாக நிர்வாக இயக்குநர் (திட்டங்கள்) ஷாங்கி மற்றும் உறுப்பினர் (பொறியியல்) ஆகியோர்களை உடன்படச் செய்து, நான்கு நிலைகளில் பரிந்துரை செய்யப்பட்டு, கடைசியில் காபினெட் கமிட்டியில் ஒப்புதல் அளிக்கப்பட்டது. அப்பாடா! ஒரு பெருமூச்சு! தமிழகத்தில் உள்ள அனைத்து மீட்டர் கேஜ் பாதைகளுக்கும் அகலப்பாதையாக மாற்ற ரயில்வே போர்டு அனுமதி வழங்கிவிட்டது. இனி அவற்றை, போதிய நிதி ஒதுக்கீடு பெற்று அமல்படுத்துவதுதான் அடுத்த கட்ட நடவடிக்கை.

மயிலாடுதுறையிலிருந்து திருவாரூர் வரையிலான சுமார் முப்பது கி.மீ. தூரம் பல நதிகள், கால்வாய்கள். புதிதாக பாலங்கள் கட்டுவது, அதிக மாதங்கள் எடுத்துக் கொள்ளும் என்பதற்காக, திருவாரூர்—மானாமதுரை அகலப்பாதைக்கு ஒப்புதல் அளித்திருந்தாலும் அந்த பிரிவில் மாணவர்கள், பொதுமக்கள் சவுகரியத் திற்காக

திருவாரூரில் மீட்டர் கேஜ் பிரிவை தொடர்ந்து இயக்க தனி ஏற்பாடு செய்யப்பட்டது. (திருவாரூர்—நாகப்பட்டினம். அகலப் பாதை திட்டத்திலேயே நாகப்பட்டினம்— வேளாங்கண்ணி, திருத்துறைப்பூண்டி திட்டத்திலேயே திருக்குவளை வழியாக என்று புதிய பாதைக்கு ஒப்புதல் அளிக்கப்பட்டது. இதற்கு மெட்டீரியல் மாடிபிகேசன் என்று பெயர். திட்டக்கமிசன் கேபினட் அனுமதி வேண்டியதில்லை. ரயில்வே போர்டு அளவிலேயே ஒப்புதல் அளிக்கலாம். இதனால் பம்பாய், கோவா போன்ற இடங்களிலுள்ள கத்தோலிக்க கிறிஸ்துவர்கள் நேரிடையாக அன்னை வேளாங்கண்ணி மாதாவை தரிசித்துச் செல்லமுடியும்.

கருணாநிதியின் மலரும் நினைவு

திருவாரூர்—நாகப்பட்டினம் மீட்டர் கேஜை அகலப்பாதையாக மாற்றி அதை அப்போதிருந்த முதல்வர் கலைஞர் கருணாநிதியை அழைத்து தொடங்கி வைக்க ஏற்பாடு செய்யப்பட்டது. மேடையில், என்னை வெகுவாகப் பாராட்டிப் பேசினார். தமிழக தெற்கு மாவட்டங்களில் ஏற்பட்ட கலவரங்களை அடக்கி, அமைதியைக் கொண்டு வர எவ்வாறு இரண்டாம் முறையாக திருநெல்வேலி மாவட்ட ஆட்சியராக அமர்த்தப்பட்டார். நிர்வாகத்தில் பிரச்சனை ஏற்பட்ட இடங்களில் எல்லாம் எவ்வாறு தீர்த்துவைத்து அரசுக்குப் பெருமை தேடித் தரும் வகையில் பணியாற்றினார் என்றெல்லாம் பேசினார். அவர் பிறந்த திருக்குவளை வழியாக, புதியதாக ரயில்பாதை, திருவாரூர், நாகப்பட்டினம், வேளாங்கண்ணி (அகலப்பாதை மற்றும் கிளைப்பாதை) திட்டத்தின் கீழ் மெட்டீரியல் மாடிபிகேசனாக அது ஒப்புதல் அளிக்கப்பட்டது என்பதையும் நன்றியுடன் அந்த விழா மேடையில் அறிவித்தார்.

அந்த உரையை தி.மு.க.வின் முரசொலி பத்திரிகையில் மறுநாளே பிரசுரித்தார். அன்று காலை ரயிலில் சென்னையிலிருந்து திருவாரூர் வந்து அரசு விருந்தினர் மாளிகையில் தங்கி, பின் தாய் அஞ்சுகத்தம்மாள் நினைவிடம் சென்று மலர்தூவி வணங்கினார். என்னையும்கூடவே அழைத்துச் சென்று, மலர்தூவச் சொன்னார். அன்னையின் மேல் அளவு கடந்த பாசமுள்ள மகன், பின் சுமார் பத்து மணி அளவில் அவரின் காரில் திருக்குவளைக்கு அழைத்துச் சென்றார். தான் எப்படி சிறு வயதில் தன் உறவினர்களுடன் திருவாரூர் வரை வந்து ரயிலை ஒரு காட்சிப் பொருளாகக் கண்டு களித்தேன் என்றும் வழியில் உள்ள கிராமங்களைப் பற்றியெல்லாம் நினைவு கூர்ந்து மலரும் நினைவாக அந்த கால நிகழ்வுகளை சொல்லிக்கொண்டே வந்தார். எல்லாவற்றையும்

அமைதியுடன் கேட்டுக்கொண்டே வந்த நான், 'ஐயா நான் 1989ல் நாகை சார் ஆட்சியராகப் பணியாற்றபோது எவ் வாறு கீவலூரிலிருந்து இந்தப் பகுதிகளுக்கெல்லாம் குடி தண்ணீர் வர ஏற்பாடு செய்தேன்' என்று சொல்ல, ஆச்சர்யப்பட்டார். அவர் திருக்குவளை இல்லத்தில் 'பார்வையாளர் குறிப்புப் புத்தகத்தை' என்னிடம் அளித்து என் கருத்துகளை, எழுதச் சொன்னதையும், நான் எழுதியதை வாங்கிப் படித்ததையும் குறிப்பிட்டே ஆக வேண்டும்.

பாம்பன் பால சாதனை

ஆங்கிலேயர்கள் காலத்தில் மண்டபத்துக்கும் பாம்பனுக்கும் இடையில் கடலில் கட்டப்பட்டதுதான் பாம்பன் பாலம். அதில், கப்பல் வந்தால் வழிவிடும்வகையில் அமைக்கப்பட்டிருக்கும் சிசர்ஸ் பாலம் சிறப்பு வாய்ந்தது. அந்த ரயில் பாதையை, அகல ரயில் பாதையாக மாற்ற முடியாது என்று ரயில்வே நிர்வாகம் கைவிட்டுவிட்டது. இது எனக்கு ஏற்புடையதாக இல்லை. ரயில்வே பொறியாளர்கள் மற்றும் வல்லுனர்களிடம் ஆலோசித்தேன். தமிழக அரசின் பொறியியல் வல்லுனர்கள், சென்னை ஐஐடி மற்றும் லக்னோவில் உள்ள ரயில்வே பொறியாளர்கள் ஆகியோர்களிடம் ஆலோசனை நடத்தி கடலுக்கடியில் பாலங்களின் உறுதித் தன்மையை ஆராயத் தீர்மானித்தோம்.

பாலங்கள் உறுதியாக இருப்பது தெரியவந்தது. இதையடுத்து ரயில்வே டிராக்கில் முன்பிருந்த கான்கிரீட் கர்டர்களுக்கு பதிலாக இரும்பு கர்டர்களை பயன்படுத்தினால் அகல ரயில்பாதை அமைக்க முடியும் என்றார்கள். இதை நேரடியாகச் சென்று

ஆய்வு செய்தோம். இந்த ஏற்பாடு அப்போதைய ஜனாதிபதி அப்துல் கலாமுக்கும் திரையிட்டு விளக்கப்பட்டது.

பின்னர், ஆயிரம் கோடி ரூபாய் செலவில் அங்கு ஏன் அகல ரயில் பாதை? என்று ஒதுக்கப்பட்ட அந்த திட்டத்தை, விடா முயற்சியால் வெறும் 25 கோடி ரூபாயில் நிறைவேற்றி முடித்தோம். இதன்மூலம் மண்டபத்தில் ஏறி இறங்குவதும் சாமான்களை மாற்றி ஏற்றுவதுமான பெரும் சிரமங்களைத் தவிர்த்து, பயணிகள் நேராகவே ராமேஸ்வரத்துக்குச் செல்ல வழிகோலப்பட்டது. வெவ்வேறு மாநிலங்களில் இருந்து வரும் ரயில் பயணிகளுக்குப் பெரும் வசதியை செய்து கொடுத்த திருப்தியும் ஏற்பட்டது.

செங்கோட்டை— புனலூர் அகல ரயில் பாதை

செங்கோட்டை—புனலூர் இடையேயான ரயில் பாதை 35 கிலோமீட்டர் தூரம் கொண்டது. குறுகிய வளைவைக்கொண்ட இதில் ஐந்து சுரங்கங்கள். இரண்டு சுரங்கங்கள் நீளமானவை. மற்றவை சிறியவை. சுமார் இருபதுக்கும் மேற்பட்ட மேம்பாலங்கள் இருக்கின்றன. சில, பெரிய தூண்களைக் கொண்டவை. இதை நேரடியாகச் சென்று ஆய்வு செய்தோம்.

குகையை அகலப்படுத்துவது, மேம்பாலங்களை ஸ்திரப்படுத்துவது என இரண்டு வேலைகளை செய்ய முடிவெடுத்தோம். இலங்கையில் இந்த மாதிரியான பாலங்களில் குறைந்த வேகத்தில் ரயில்களை இயக்குகிறார்கள். அதே போல இங்கும் இயக்க முடிவு செய்து திட்டத்தை தொடங்கினோம். இந்தப் பாதை இப்போது திறக்கப்பட இருக்கிறது.

செங்கோட்டை—புனலூர் இடையேயான மீட்டர் கேஜ் பாதையை அகல ரயில் பாதையாக மாற்றாமல் அப்படியே பாரம்பரிய நினைவுச் சின்னமாக வைத்துவிடலாம் என்று ரயில்வே நிர்வாகம் முதலில் முடிவு செய்திருந்தது. ஏனென்றால், கேரளாவில் நிலம் கையகப்படுத்தி புதிய அகலப்பாதையை அமைப்பது என்பது எளிதான காரியம் அல்ல.

தமிழ்நாட்டில் ஒரு மீட்டர்கூட, மீட்டர் கேஜ் இருக்கக்கூடாது என்கிற லட்சியத்தை நிறைவேற்ற வேண்டும் என்பதற்காக, இருக்கின்ற தடத்திலேயே சுரங்கங்களை அகலப்படுத்தியும் பாலங்களை உறுதிப்படுத்தியும் இத்திட்டம் நிறைவேற்றப்பட்டது.

சேலம் கோட்டம்

தமிழ்நாட்டில் பாலக்காடு கோட்டத்தைப் பிரித்து சேலம் ரயில்வே கோட்டம் அமைக்க, நீண்டகாலமாக முயற்சி

மேற்கொள்ளப்பட்டு வந்தது. ஆனால், அதற்கு பாராளுமன்றத்திலும் அதற்கு வெளியிலும் கடும் எதிர்ப்பு. பாலக்காடு கோட்டம் பெரிய பரப்பளவைக் கொண்டதால் நிர்வகிப்பது சிரமம். அதனால் வளர்ச்சிப் பணிகள் பாதிக்கப்பட்டது. பெரும் போராட்டத்துக்குப் பிறகு சேலத்தை, பாலக்காட்டு கோட்டத்திலிருந்து பிரித்தோம்.

2007ம் ஆண்டு நவம்பர் 1ம் தேதி ரயில்வே அமைச்சர் லாலு தலைமையில் மாநில முதல்வர் கருணாநிதி, டாக்டர் ராமதாஸ் ஐயா உட்பட தமிழக அரசியல் தலைவர்கள் உடனிருக்க, தொடக்கி வைக்கப்பட்டது இந்தக் கோட்டம்.

பொதிகை எக்ஸ்பிரஸ்

கொல்லம்— விருதுநகர் பாதையை அகலப்பாதையாக மாற்ற ஒப்புதல் அளித்திருந்தாலும் விருதுநகரிலிருந்து தென்காசி வரை அகலப்பாதையாக மாற்றப்பட்டது. ராஜபாளையத்தில் பெரிய அளவில் ஒரு விழா ஏற்பாடு செய்து, திரு.லாலு அவர்களின் கையால் அகலப்பாதையை திறந்துவைப்பது, மேலும் ஒரு விரைவு ரயிலை எழும்பூரிலிருந்து தென்காசி வரை அறிமுகம் செய்வது என ஏற்பாடு செய்யப்பட்டது. ராஜபாளையத்தில் விழா மேடையில், அகலப்பாதையை திறந்து வைத்தபின் புதிய ரயிலுக்கு என்ன பெயரிடலாம் என என்னிடம் கேட்டார் திரு. லாலு. பொதிகை எக்ஸ்பிரஸ் என்று பெயரிடலாம், இதில் எந்த அரசியல் நோக்கமும் இல்லை. பொதிகை மலை இதிகாசங்களில் பேசப்பட்ட அகஸ்தியர் வாழ்ந்த மலை என விளக்கிய பின் அவ்வாறே பெயர் சூட்டினார்.

வரும் வழியில் ஓடும் ரயிலில் கதவருகில் நின்றுகொண்டிருந்தார் லாலு. அப்போது, விருதுநகரில் பத்துப் பதினைந்து பெண்கள் குடமேந்தி தண்ணீர்கொண்டு வர, ரயில்வே லைனுக் கருகில் நடந்து சென்றுகொண்டிருந்தார்கள். அப்போது அவர்கள் லாலுவை பெட்டியின் வாயிலில் பார்த்தபோது, 'அதோ பார் லாலு, லாலு' என குரலெழுப்பினார்கள். லாலு ஒருகணம் திகைத்துப் போனார். அந்த சாதாரண நடுத்தர குடும்பப் பெண்கள், அவரை அடையாளம் கண்டுகொண்டது பற்றி ஆச்சர்யம். லாலுவைப் பற்றி சொல்வதாயின் அவர் ஒன்றும் நெடிய, மிகவும் கவர்ச்சிகரமான பர்சனாலிட்டியைக் கொண்டவர் இல்லை. வெள்ளை வெளேரென்ற முடி. அமல் பேபியைப்போல் காற்ற டித்து ஊதிய பலூன் போன்று குண்டு முகம், எப்போதும் மாவு மில் போன்று வெற்றிலை, பாக்கு, புகையிலை, என

குதப்பிக்கொண்டிருக்கும் வாய், காலர் வைத்த, காலரில்லாத வெள்ளை கதர் ஜிப்பா, பைஜாமா, எதையும் கூர்ந்து கவனிக்கும் கண்கள், சைவ உணவு ஆனாலும் அவர், 'டார்லிங் ஆப் இந்தியா'!

அந்த விபத்து

அவர், வீட்டுக்காவலில் மாட்டுத்தீவன ஊழல் சம்பந்தமாக கைது செய்யப்பட்டு இருந்தபோது, காளி தன் கனவில் தோன்றி, சைவத்திற்கு மாறும்படி உணர்த்தியதாகவும் அப்படி மாறிய சில நாட்களிலேயே, சிறைக்காவலில் இருந்து விடுபட்டதாகவும், பின் முட்டையை சாப்பிடலாமே என ஆம்லெட் உண்ண முயற்சித்தபோது அந்த ஆம்லெட்டில் புழுக்கள் நெளிவது போன்று தோற்றமளிக்க அதையும் தவிர்த்ததாகவும் பின்னர் நூறு சதவிதம் சைவ உணவுக்கு மாறியதாகவும் ஒரு ரயில் விபத்தை பார்வையிட சென்றபோது சொன்னார். அப்போது இணை அமைச்சர் ராவத்தும் உடனிருந்தார்.

மங்களூர்—கோவா இடையே புதிதாகக் கட்டப்பட்ட பாதையில் ஒரு கோர விபத்து. இரவு. கொட்டும் மழை. மலையிலிருந்து பாறாங்கற்கள் உருண்டு ரயில் பாதையில் விழுந்துள்ளது. எஞ்சின் அதில் மோதி, மேம்பாலத்திலிருந்து எஞ்சினும், ஐந்தாறு பெட்டிகளும் ஆற்றில் விழ, பலர் உயிர் இழந்தனர். அந்த விபத்து நடந்த இடத்தை பார்வையிட லாலு, ரத்வா, நான் என ஒரு தனி ரயில் மூலம் பம்பாயிலிருந்து சென்றுகொண்டிருந்தபோது தன் வாழ்க்கை நிகழ்வுகளைச் சொன்னார் லாலு. அதில் ஒன்றுதான் சைவத்துக்கு மாறிய கதை.

அன்று காலை, டெல்லியிலிருந்து கொல்கத்தாவிற்கு நாங்கள் மூவரும் சென்றோம். அப்போதுதான் இந்த கோர விபத்து சம்பந்தமாக செய்தி வந்தது. உடனே தனி விமானம் மூலம் பம்பாய் சென்று அங்கிருந்து சிறப்பு ரயில் மூலம் விபத்தைக் காணச் சென்றோம்.

கோவா— மங்களூர் புதிய ரயில்பாதை சவாலானது. மழைக் காலங்களில் தொடர்மழை, மண், பெருங்கற்கள் சரிவு, ஆறுகளில் மித மிஞ்சிய வெள்ளம். அதனால் ரயில்வே பாலங்களுக்கு ஆபத்து ஏற்படுகின்ற நிலை. இவ்வளவு ஆபத்துகளையும் உள்ளடக்கிய பாதை என்றாலும் கேரளாவிற்கு செல்லவேண்டுமானால் சென்னை அல்லது பெங்களூர் வழியாக, சுமார் 300 கி.மீ.க்கு மேல் சுற்றி செல்லுவதைக் குறைக்கும் பாதை இது. நேர்மையான ரயில்வே அதிகாரி ஸ்ரீதரன் காலத்தில் ஏற்படுத்தப்பட்ட அற்புதமான, அதிசயமான பாதை.

இணை அமைச்சராக இருந்த காலத்தில் ஒருமுறைகூட இந்தப் பாதையில் முழு தூரத்தையும் பயணிக்கவில்லையே என்ற குறையிருந்தாலும், அந்த விபத்து மூலம் ஒரு பகுதி தூரத்திலாவது பயணிக்க முடிந்தது. அந்த விபத்தை பார்வையிட்டபின், வருங்காலத்தில் மழையின்போது ஏற்படும் நிலச்சரிவு, மலையிலிருந்து கற்கள் உருண்டு வருவதை தடுத்து நிறுத்துவது, எந்த அளவிற்கு இன்னும் கூடுதலாக இரு பக்கங்களையும் அகலப்படுத்துவது, செங்குத்தான பக்கச் சுவர்களில் எவ்வாறு இரும்பு கம்பிகள், வலையிடுதல் என்றெல்லாம் குறிப்புகள் கொடுத்து மேல் நடவடிக்கைக்கு ஏற்பாடு செய்தோம். நாளாக ஆக, இந்த புதிய தடத்தில் ஏற்பட்ட பல குறைகளை நிவர்த்தி செய்தோம். மலைக்குகை பாதைகள் மற்றும் ஆழமான நதிகளுக்குமேல் உயர ரயில் பாலங்கள் என இந்தப் பாதையை ஒரு ரயில்வே 'மார்வெல்' என்றேகூட சொல்லலாம்.

லாலுவுக்கு விருந்து

லாலு அவர்கள் தென்னாட்டிற்கு வரும்போதெல்லாம் அவரை ஆங்கிலத்தில் உரையாற்றும்படி கேட்டுக் கொள்வேன். அவர் ஒரு பி.எஸ்.ஸி. பட்டதாரி., எல்.எல்.பி. என்பது பலருக்குத் தெரிய வாய்ப்பில்லை, ஆங்கிலத்தில் அவரால் உரையாற்ற முடியும். ஒருமுறை, தன் குடும்ப சகிதமாக தமிழ்நாடு, கேரளா என தன் பயணத்தை மேற்கொண்டார். சென்னைக்கு ரயில்வே அமைச்சராக பொறுப்பேற்று முதல்முறையாக வருகிறார். அவரை வரவேற்க, அவர் குடும்பத்துடன் வந்ததால், என் மனைவியுடன் விமான நிலையத்திற்குச் சென்று அவர் மனைவிக்கு மலர் கொத்து கொடுத்து வரவேற்றோம். திருமதி. ராப்ரி தேவி அப்போது பீகார் மாநில முதல்வர். அதிகம் படிக்காதவர். லாலு ஏற்கனவே இரண்டு முறை அம்மாநிலத்தில் முதல்வராகப் பணியாற்றியவர்.தான் மாட்டுதீவன ஊழலில் சிக்கி பதவியிழந்ததும் மனைவியை அந்தப் பதவியில் அமர்த்தியவர். தான் பின்னாலிருந்து அவரை இயக்கலாம் என்ற தைரியம். போஜ்புரி மொழி மட்டும்தான் தெரியும், ஆனால் தைரியமான பெண்மணி என்றே சொல்லவேண்டும்.

அரசியலுக்கு அதிகம் படிக்கவேண்டிய தேவையில்லை. பொது அறிவின் மூலம் மக்களின் பிரச்சனைகளை, தேவைகளை அறிந்து அவற்றைப் பூர்த்தி செய்யும் வகையில் திட்டமிட்டு செயலாற்றினால்போதும். உதாரணமாக, சென்னை மாகாணத்தில் திரு. காமராஜ், அதிகம் படிக்காதவர். ஆனால் திறமைமிக்க

முதல்வராகப் பணியாற்றினார். அவருடைய பட்டறிவே அவருக்கு பெரிய பலமாக இருந்து உயர்த்தியது.

இன்னும் தமிழ்நாட்டில 1967ல் காங்கிரஸ் கட்சி திராவிடக் கட்சிகளுக்கு ஆட்சியை தாரைவார்த்துக் கொடுத்த பிறகு நாற்பத்தைந்து ஆண்டுகளுக்கு மேலாக, மறுபடியும் ஆட்சியைப் கைப்பற்ற முடியாமல், மீண்டும் காமராஜ் ஆட்சியை அமைப்போம் என வெற்று கோஷங்களைத்தான் எழுப்பி வருகிறார்கள். திரு.காமராஜ் போன்ற தலைமைப் பண்புகொண்ட ஒரு தலைவர், காங்கிரஸ் கட்சியில் இல்லாததேக் காரணம். திரு. ஜி.கே. மூப்பனார், திரு. வாழப்பாடி ராமமூர்த்தி ஆகியோர் காமராஜரின் தலைமைப் பண்பை கட்சிக்கு கொடுத்து, காங்கிரசை தூக்கி நிறுத்தினார்கள். ஆனால் ஆட்சியைப் பிடிக்கும் அளவிற்கு அவர்களாலும் முடியவில்லை. காரணம் அக்கட்சி பிளவு பட்டுப் போனதால்தான். ஆனாலும் ராப்ரி தேவி ஒருமுறைதான் முதல்வராக நீடிக்க முடிந்தது. லாலு, தன் மனைவியை ஒரு பொக்கிஷமாகக் கருதினார். ஒருவேளை, தன் பிள்ளைகளில் வளர்ந்த பிள்ளைகள் அந்தக் காலக் கட்டத்தில் இருந்திருப்பார்களேயானால், அவர்களை அரியணை ஏற்றியிருப்பார்.

லாலு, அவர் மனைவி. நான்கு மகள்கள், 2 மகன்கள் என சென்னை வந்தார்கள். அவர்களை என் வீட்டிற்கு மதியம் விருந்திற்கு அழைத்தேன். என்ஜினீயர் ஜெயராமன் (குடிசை மாற்று வாரியம்) அவர்கள், வீட்டின்முன் பந்தல், லாலுவின் படத்துடன் வரவேற்பு வளையம், மேள தாளம் என அவருக்கு ராயல் வரவேற்பு கொடுக்க ஏற்பாடு செய்தார். டாக்டர் ராமதாஸ் ஐயா. மாண்புமிகு சுகாதார அமைச்சர் டாக்டர். அன்புமணி, கட்சி தலைவர் ஜி.கே. மணி அவர்களும் வீட்டிற்கு வந்திருந்தார்கள். வீடு பெரிய பங்களா இல்லை. முதல் மாடியில் வரவேற்பு, தரை தளத்தில் விருந்து. அவர்களுக்குப் பிடித்தமான உணவு வகைகள் தயார் செய்து அளிக்கப்பட்டது. மதிய விருந்தை முடித்துக்கொண்ட பின், திரு. அன்புமணி ராமதாஸ் அவர்களின் வீட்டிற்கு அழைக்கப்பட்டார்கள். அங்கு திருமதி சௌமியா அன்புமணி அவர்கள் ராப்ரிதேவி அவர்களுடன் இந்தியில் சரளமாக உரையாடினார்கள். என் மனைவிக்கு மொழி பிரச்சனை.

நல்ல பரிசுகளை லாலுவின் குடும்பத்தினருக்கு திரு. அன்புமணி குடும்பத்தினர் வழங்கி, கௌரவப்படுத்தி அனுப்பினார்கள். திரு. லாலு, டாக்டர். ஐயா, ஐயாவின் மனைவியார். திரு. அன்புமணி, திருமதி. சவுமியா, வீட்டிலுள்ள குழந்தைகள், இவர்களின்

கல்வியறிவு, வாழ்கின்ற முறை, உபசரித்தவிதம் ஆகியவற்றை வெகுவாகப் பாராட்டினார்.

இந்தப் பயணத்தில்லாலு குடும்பத்தினரை திரு. கே.பி யாதவ் (லாலுவின் நம்பிக்கைக்குரிய ரயில்வே துணை அலுவலர்) சென்னையில் பார்க்கவேண்டிய இடங்களுக்கு அழைத்துச் சென்று காண்பித்தார்.

அன்று மாலை தனி ரயில் மூலம், வாலாஜாவிற்கு பயணமானோம். சுமார் இருபத்தைந்து வருடங்களாக நிற்காமல் சென்ற பிருந்தாவன் எக்ஸ்பிரஸ் ரயிலை, லாலு அங்கு ‘நிறுத்தம்’ கொடுத்து நிறுத்தினார். மக்கள் ஏராளமானோர் அந்த நிகழ்ச்சிக்கு வந்தனர். நீண்ட நாள் கனவு அந்த மக்களுக்கு நிறைவேறியது.

இரவில் வாலாஜாவில் டாக்டர் ஐயா தலைமையில் பொதுக் கூட்டம். வாலாஜா ரயில் நிலையத்திலிருந்து, ஒரே வரவேற்பு வளையங்கள். வாலாஜா காங்கிரஸ் முன்னாள் எம்.எல்.ஏ. ஹுசேன் இந்தக் கூட்டத்தில் முக்கியப் பணியாற்றினார். பீகாரில், ஏன் இந்தியாவில், முஸ்லிம்களுக்கு குரல் கொடுத்து பேராதரவு தந்து கொண்டிருப்பவர் லாலு என்பதை மனதில்கொண்டு, வாலாஜா. ராணிப்பேட்டை, ஆற்காடு, விஷாரம் முஸ்லிம் சமுதாயத்தின் சார்பாக, லாலுவுக்கு தங்க கிரீடமும், ராப்ரி தேவிக்கு தங்கத்தில் கழுத்து செயினையும் அணிவித்து மகிழ்ந்தார்.

இஸ்லாமிய சகோதரர்களும் அந்தக் கூட்டத்திற்கு பெருமளவில் வந்திருந்தார்கள். மைதானம் நிறைந்திருந்த கூட்டத்தில் ஒரே ஆரவாரம். டாக்டர் ஐயா அவர்கள் தலைமை உரையை சிறப்பாக ஆற்றினார். பாட்டாளி மக்கள் கட்சியின் சமூகநீதி கொள்கைகளைப் பற்றியும், பிற்பட்ட சமுதாய மக்களுக்கு அது எவ்வாறு பணியாற்றி வருகிறது என்பதைப் பற்றியும் விளக்கமாகப் பேசினார். திரு லாலு சில நிமிடங்கள் ஆங்கிலத்தில் உரையாற்றியபின் இந்தியில் பேச, அது மொழிபெயர்க்கப்பட்டது. மேடையில் அமர்ந்திருந்த என்னை அழைத்து என் கையையும், அவர் கையையும் ஒன்றாக உயர்த்தி ஆங்கிலத்தில் ‘இங்கே ஒரு நேர்மையான கலெக்டர் நிற்கிறார். ரயில்வே நிர்வாகப் பொறுப்பு அனைத்தையும் அவரிடமே ஒப்படைத்துள்ளேன்’ என்று அந்த மேடையில் சொல்ல, எங்கள் தலைவரும், கூடியிருந்த மக்களும் கைதட்டி வரவேற்றார்கள்.

அன்று கூட்டம் முடிந்து தனி ரயிலில் மதுரைக்குப் பயணமானோம். காலையில் மீனாட்சியம்மன் கோயிலில் தரிசனம். கோயிலின் வடக்கு மாடவீதியில் சென்றபோது, லாலு

பயணித்த காரை நிறுத்தும்படி சொன்னார். அங்கு ஒரு பெண் தன் குழந்தையை இடுப்பில் வைத்துக்கொண்டு, வறுமை வாட்ட, வீதியில் நடப்போரிடம் பொருளுதவி கேட்டுக்கொண்டிருந்தார். அந்தப் பெண்ணை அழைத்து இருநூறு ரூபாயைக் கொடுத்தார். பின்னாலேயே துரத்திக்கொண்டு வந்திருந்த புகைப்படம் எடுப்போர், செய்தியாளர்கள், அந்தக் காட்சியை படம் எடுத்து அன்று மாலை பத்திரிகையில் பிரசுரித்து லாலுவின் ஈகை குணத்தைப் பாராட்டி எழுதினார்கள்.

மதுரை மீனாட்சி அம்மனையும் சுந்தரேஸ்வரரையும் தரிசித்து விட்டு, நாகர்கோயில், கன்னியாகுமரிக்குப் பயணித்தோம். கன்னியாகுமரியில் இரண்டு நாட்கள் முகாம். முதல் நாள் விவேகானந்தர் பாறை, கோயில், சூரிய உதயம், அஸ்தமனம் என சுற்றுலா ஸ்தலங்கள், ரயில்வே நிலைய ஆய்வு என நிகழ்வுகளை முடித்தோம். அன்று இரவு கேரளா, தமிழ்நாட்டு நடனங்கள் என கலை நிகழ்ச்சிகள், கேரள அரசு விருந்தினர் மாளிகையில் நடைபெற்றது. லாலுவும் ராப்ரிதேவியும், குடும்பத்தினரும் தென்னிந்திய கலை நிகழ்ச்சிகளில் மூழ்கிப் போயினர்.

மறுநாள் காலை திருவனந்தபுரத்தில் ரயில்வே நிகழ்ச்சி. திருவனந்தபுரம்—நாகர்கோவில் அகலப்பாதை துவக்கம், குருவாயூருக்கு புதிய ரயில் என நிகழ்ச்சிகள். அந்த மேடையில் அந்நாளைய கேரள முதன்மந்திரி திரு. அச்சுதானந்தம் அவர்கள், திருச்சூர் குருவாயூர் வழித்தடத்தை மின்மயமாக்க வேண்டும் என கேட்டுக்கொண்டார். அதை இணைத்து, திருவனந்தபுரம்— கன்னியாகுமரி வழித்தடத்தையும் மின்மயமாக்க வேண்டும் என்பதை லாலுவிடம் கோரிக்கையாக வையுங்கள் என அச்சுதானந்தனுக்கு ஆலோசனையாக வழங்கினேன். அவர் உடன் மேடையிலேயே ரயில்வே அமைச்சரிடம் கோரிக்கை வைத்ததும், லாலு ஒரு நிமிடம் என்னுடன் கலந்தாலோசித்தவுடன், இது ஒன்றும் பெரிய முதலீடு இல்லையென்றும், அகலப்பாதையாக மாற்றும் திட்டத்தின் பகுதியாக இதை ஒப்புதல் அளிக்கலாம் என்று கருதி, லாலு தன் உரையில் மேடையிலேயே அந்த மின்மயமாக்குதலை அறிவித்தார்.

அன்று திருவனந்தபுரம் பத்மநாப சுவாமி கோயில், கோவளம் (இரவு தங்கல்) கதக்களி நிகழ்ச்சி என சுமார் ஒரு வாரம் தமிழ்நாடு கேரளா, ரயில்வே நிகழ்ச்சிகளை முடித்துக்கொண்டு புதுடெல்லி திரும்பினார். (மதுரை நிகழ்ச்சிக்கு முன்பாக லாலு கங்கையிலிருந்து கொண்டு வந்த பெரிய குட நீருடன், ராமேஸ்வரத்திற்கு சென்று ராமநாதசாமியை தரிசித்தார். தனுஷ்கோடி வரையில்

முன்பிருந்த ரயில் பாதையை மறுபடியும் (1964 புயலில் அடித்துச் செல்லப்பட்டது) புதிதாகக் கட்டுவதற்கு ஏற்பாடு செய்வதாக, உறுதியளித்தார். அந்த திருக்கோயிலுக்கு வரும் வடநாட்டு யாத்திரிகர்களைக் கண்டு திகைத்துப் போனார்)

போஜ்புரியில் பேசினேன்

மத்திய ரயில்வே அமைச்சர் லாலுபிரசாத் யாதவ், பீகாரில் அவர் கட்சி சார்பில் ஒரு பொதுக்கூட்டத்தைக் கூட்டியிருந்தார். இதில் பேச என்னையும் அழைத்திருந்தார். அந்த மாபெரும் கூட்டத்தில் என்னைப் பேச அழைத்தார் லாலு. நான், நண்பர் ஒருவரின் மூலம் போஜ்புரி மொழியில் என் உரையை எழுதி வாங்கியிருந்தேன். அதை அவர்கள் ஸ்லாங்கிலேயே நிறுத்தி, நிதானமாகப் பேசினேன். பேசி முடிந்ததும் ஏகப்பட்ட கைதட்டல்கள். லாலுவும், அவரது கட்சித் தலைவர்களும் திகைத்துப் போனார்கள். போஜ்புரி மொழியில் திக்காமல் திணறாமல் நான் பேசியதை குறிப்பிட்டுப் பாராட்டினார்கள்.

கபூலி வாலா கதை

பாராளுமன்ற சபாநாயகராக இருந்த சோம்நாத் சட்டர்ஜி, அவரது சொந்த தொகுதியில் சில ரயில்வே பணிகள் தொடர்பாக ஆய்வு மேற்கொள்ளச் சொன்னார். அதற்காக மேற்கு வங்க மாநிலத்தில் உள்ள அவரது போல்பூர் தொகுதிக்குச் சென்றேன். அப்போது, கல்வி கற்பதற்கு உகந்த சூழ்நிலையில் அமைந்த, சாந்திநிகேதனில் எனக்கு ஒரு வரவேற்பு கொடுத்தார்கள். நான் உரை நிகழ்த்தியபோது தாகூரின் கபூலி வாலா உட்பட சில கதைகளை நினைவுபடுத்திப் பேசினேன். அந்த நிகழ்ச்சி, நான் மறக்கமுடியாத ஒன்று.

மன்மோகன் சிங் ஆலோசனை

'ரயில்வேயில் பேரிடர் மேலாண்மை' பற்றிய எனது புத்தகத்துக்கு வாழ்த்துரை வழங்கினார் அப்போதைய பிரதமர் மன்மோகன் சிங். அந்தக் காலகட்டத்தில் மும்பையில் தீவிரவாதிகள் தாக்குதல் நடத்தியிருந்தார்கள். மும்பை ரயில்வே ஸ்டேஷனுக்குள் புகுந்த தீவிரவாதிகள் கண்மூடித்தனமாக துப்பாக்கிச்சூடு நடத்தியதில் பலர் பலியானார்கள். பிறகு தாஜ் ஓட்டலுக்குள் நுழைந்து பெரும் தாக்குதலில் ஈடுபட்டார்கள். இந்தியா மட்டுமின்றி

உலகையே குலுங்கச் செய்த இந்தச் சம்பவத்தை மையப்படுத்தி, 'இந்த மாதிரியான நேரங்களில் என்ன செய்யலாம் என்பதையும் சேர்த்து எழுதினால் நன்றாக இருக்கும்' என்று ஆலோசனை கூறியிருந்தார் பிரதமர். அவர் கூறிய ஆலோசனையும் புத்தகத்தில் சேர்த்து வெளியிட்டேன்.

லோடி பூங்கா

ரயில்வே இணை அமைச்சராகப் பொறுப்பேற்று சுமார் இரண்டு மாதங்களுக்கு மேல் சாணக்கியபுரியில் உள்ள தமிழ்நாடு இல்லத்தில் தங்குவதாயிற்று. டெல்லியில் அமைச்சர்களுக்கு பங்களா கிடைப்பது கால தாமதம் ஆகும். அதுவும் தனி பங்களா என்றால் மிகவும் அரிது. பிளாட் என்றால் எளிதாக கிடைக்கும்.

புதுடெல்லியில் காலையில் நடைபயிற்சிக்கு ஏதுவாக, லோடி பூங்காவுக்கு அருகிலுள்ள பங்களா ஏதும் கிடைத்தால் நன்றாக இருக்கும் என எண்ணினேன். அப்போது நகர் மேம்பாடு மற்றும் வீட்டு வசதி அமைச்சராக இருந்த திரு. குலாம்நபி ஆசாத் அவர்களை, அவர் அலுவல அறையில் சந்தித்தேன். அவர்களும் சில நாட்களிலேயே லோடி எஸ்.டேட்டிலேயே நல்ல பங்களா ஒதுக்கிக் கொடுத்தார். பக்கத்தில் மேற்குவங்கத்தை சேர்ந்த காபினெட் செயலாளர், இதுபோன்ற பங்களாவில் வசித்து வந்தார். இது வாஸ்துப்படி சிறந்த வீடு என கணக்குப் போட்டு ஆந்திராவைச் சேர்ந்த இணை அமைச்சர் ஒருவர் எனக்கு ஒதுக்கீடு ஆன பிறகு, தனக்கு விட்டுக் கொடுக்கும்படி கேட்டார். அப்படி வாஸ்துபடி சரியான வீடு என்றால் அதில் வசிக்க எனக்கு விருப்பம் இருக்காதா என்பதை சிந்திக்காமல் கேட்கிறாரே என்று மனதில் எண்ணிக்கொண்டேன். அரசியல்வாதி தன்னைப் பற்றி மட்டும்தான் சிந்திக்கின்றான் என்பதற்கு எடுத்துக்காட்டு அந்த அமைச்சர்.

வீட்டிற்கு வேண்டிய அனைத்து சோபா, நாற்காலி மற்றும் புல்வெளி, காய்கறித் தோட்டம் என அரசே கவனித்துக் கொள்கிறது. வீட்டில் சூரிய ஒளியைப் பயன்படுத்தி சுடுதண்ணீருக்கு ஏற்பாடு செய்திருக்கிறார்கள். மின்சாரம் இலவசம். அமைச்சர்களுக்கு ஃபோன் டெல்லி, சென்னை, தொகுதி, ஆகிய மூன்று இடங்களிலும் இலவச இணைப்பு.

எம்.பி.களுக்கு அதேபோன்று பல வசதிகள் உண்டென்றாலும், ஒவ்வொரு இனத்திற்கும் வரையரை வைத்திருக்கிறார்கள். அந்த அளவுகளை மீறும்போது கூடுதல் உபயோகத்திற்கு உரிய

கட்டணத்தை செலுத்துதல் வேண்டும். அதேபோன்று எம்.பி.களுக்கு சலுகை கட்டணத்தில் வீட்டுவசதி, ஐந்து வருட காலம் முடிந்த பின் காலி செய்யவில்லை என்றால். வெளிச்சந்தை வாடகையை கட்டுதல் வேண்டும்., ஒருசில எம்.பி.க்கள் இந்த விதிமுறைகளை கடைப்பிடிக்காததால் அவர்கள் பெயரை நாளேடுகளில்கூட அரசு வெளியிடத் தயங்குவதில்லை. நாட்டின் எதிர்காலத்தை, தலையெழுத்தை மாற்றி எழுத, சட்டம் இயற்ற, திட்டங்கள், வகுக்க, நிதிநிலை அறிக்கையை அங்கீகரிக்க, அளவு கடந்த அதிகாரம் அவர்களுக்கு அளித்துள்ளநிலையிலும், நாட்டிற்கு வழிகாட்டும் நிலையிலுள்ள அவர்களில் சிலர் தங்கள் கடமையை ஆற்றுவதில் போதிய அக்கறை காட்டுவதில்லை. லோடி எஸ்.. டேட் பங்களாவில் முன்புறத்தில் பூந்தோட்டமும், பின்புறத்தில் காய்கறி தோட்டமும் உண்டு. குழந்தைகள் விளையாட முன்புறத்தில் சறுக்கு மரம் போன்ற சாதனங்கள் உண்டு.

டெல்லியில் மிகவும் புகழ்வாய்ந்த பூங்காக்களில் லோடி பூங்கா ஒன்று. இந்த பூங்காவில், உச்சநீதிமன்ற நீதிபதிகள், மூத்த வக்கீல்கள், காபினெட் அமைச்சர்கள், எழுத்தாளர்கள், வணிகர்கள் என பலதரப்பட்ட மனிதர்கள் இங்கே காலை, மாலை என நடைப் பயிற்சி செய்வதைப் பார்க்கலாம். இந்தப் பூங்காவில் பல வகையான மரங்கள், செடி கொடிகள், மலர்கள் என ஒரு குளுமையான சூழ்நிலையை இங்கு அனுபவிக்க முடியும். லோடி பார்க்கில் சுமார் இருபதுக்கும் மேற்பட்ட பறவை இனங்களையும் அவை எழுப்பும் ஓசையையும் இங்கே காணலாம், கேட்கலாம். ஒரு பெரிய குளம். அதில் நீர் கோழி, வாத்துக்கள், தாமரை, அல்லி என மலர்கள். அவற்றை கண்டு களிக்கும் குழந்தைகள். அவற்றுக்கு பொறி, கடலை என உணவு வகைகளைகொண்டு வந்து, கரையில் அமர்ந்து அன்னதானப் பிரபுக்களாக வழங்குவர், உள்ளேயே லோடியின் மசூதி என இரண்டு சரித்திரப் புகழ்பெற்ற புராதனக் கட்டடங்கள், மரங்களிலுள்ள பலவகை கனிகளை உண்டு, மகிழ்ந்து குறுக்கும் நெடுக்குமாக ஓடும் மந்திகள் கூட்டம் என காலை ஆறு மணி முதல் இரவு ஒன்பது மணி வரை பூங்கா கலகலப்பாகயிருக்கும்.

இன்னொரு பக்கம் யோகா வகுப்புகள். உடற்பயிற்சி செய்வோர். மாலை வேளைகளில் குடும்பம் குடும்பமாக முக்கியமாக, விடுமுறை நாட்களில் அங்கு நேரத்தைக் கழிக்க வருவார்கள். டெல்லியில் தங்கியிருந்த ஐந்து வருடங்களிலும் ஒரு மணி நேரத்துக்கு குறையாமல் இந்தப் பூங்காவில் நடைப் பயிற்சி செய்து வந்தேன்.

அமெரிக்க அதிபர் ஒபாமா, இந்திய பார்லிமென்டில் உரை நிகழ்த்த வந்தபோது, லோடி பூங்காவை அவரை பார்க்கச் செய்தார்கள். எனில், இந்தப் பூங்காவின் முக்கியத்துவம் விளங்கும். எனக்குக் கிடைத்த வரப்பிரசாதமாகவே நான் கருதினேன்.

அமைச்சர் பணியை நிறைவு செய்து, மறுதேர்தலில் வெற்றி பெறாத நிலையில், டெல்லிக்கு கட்சி நிமித்தம், தேர்தல் கமிஷன், வன்னியர் அறக்கட்டளை சார்பாக, என்ஜினீயரிங் கல்லூரிக்கு அகில இந்திய தொழில்நுட்பக் குழுவின் அங்கீகாரம் பெறுதல், பிற்பட்டோர் நலன் சார்ந்த அகில இந்திய அளவில் நடைபெறும் கமிட்டி கூட்டங்களில் பங்கேற்றல் போன்றவற்றுக்கு டெல்லி செல்லும்போது தமிழ்நாடு இல்லத்தில் தங்குவேன். அப்போது லோடி பூங்காவுக்கு நடைப் பயிற்சி செல்ல மறப்பதில்லை. தங்கியிருந்த அந்த 58ம் எண் பங்களாவுக்கும் இரண்டு முறை சென்று அங்கு பணியாற்றிய அலுவலர்களைச் சந்தித்து நலம் விசாரித்து வந்தேன்.

மேற்குவங்கத்தைச் சேர்ந்த இணை அமைச்சர் அதில் அப்போது தங்கியிருந்தார். நான் சென்ற நாட்களில் அவர் முகாமில் இருந்ததால் அவரைச் சந்திக்க இயலவில்லை. இந்த பங்களாவிற்கு இணைப்பாக, இரண்டு அலுவலகங்களும் ஐந்தாறு வேலையாட்கள் தங்குவதற்கு குடியிருப்புகளும் உண்டு. சாதாரணமாக அந்த குடியிருப்புகளை வெளியாட்களுக்கு வாடகைக்கு விட்டு விடுவார்கள். உதாரணமாக, 58 லோடி எஸ்.டேட்டில் முன் பிருந்தவர் லாண்டரி பணி செய்பவருக்கு விட்டிருந்தார்கள். அவர்களை காலி செய்து, பாங்களாவில் பணி செய்பவர்களுக்கே இலவசமாக தங்க ஏற்பாடு செய்தேன்.

ஐந்து வருடங்களும் ரயில்வே பவனில் எனக்கு உண்மையாக உழைத்தவர் திரு. பாண்டே. விஷயம் தெரிந்த அரசு அலுவலர். எல்லா அமைச்சகத் துறைகள், ரயில்வேயில், அகில இந்தியாவின் மூலைமுடுக்களைத் தெரிந்தவர். கடுமையாக உழைப்பவர். நான் பதவியைத் துறந்து சென்னை வந்துவிட்ட பிறகும் டெல்லி அளவில் நான் கேட்கும் உதவிகளைச் செய்வார். நாக்பூரைச் சேர்ந்த இந்த அலுவலர் நிர்வாகத்தில் நெளிவு சுளிவுகளை அறிந்த காரணத்தால் காரியங்களை எளிதில் முடிக்க முடிந்தது.

ஜெய்சந்த், அரசு ஓட்டுநர். மிகவும் விஷயம் தெரிந்த ஓட்டுநர். திறமையாக ஓட்டக் கூடியவர். பல இணை அமைச்சர்களுக்கு கார் ஓட்டியவர் பார்லிமென்ட் வளாகத்தில் தீவிரவாதிகள்

சுட்டபோது, மிகவும் சாமர்த்தியமாக காரை பின்நோக்கி ஓட்டி, இணை அமைச்சரை காப்பாற்றியவர்.

டெல்லியில் இருந்த காலத்தில் பிரியா யூ.எஸ்..எம்.எல்.இ. எழுதுவதற்கு பிரத்யேக வகுப்பில் சேர்ந்து படித்தாள். சக்திவேல் (முதல் பேரன்) ஆச்சியின் பார்வையில் வளர்ந்தான். சாதாரணமாக அவனை சாப்பிட வைக்க முடியாது. சாப்பாடு என்றால் அவனுக்கு எட்டிக்காய். ஆச்சிமேல் அளவுகடந்த பிரியம் என்றாலும் ஆச்சியின் மிரட்டலுக்குத்தான் சற்று பயந்து கொஞ்சம் உணவு உள்ளே செல்ல, திருவாயைத் திறப்பான். இரண்டாவது குழந்தை வயிற்றில் இருக்க, கையில் சக்திவேலுடன் டெல்லியிலிருந்தே அமெரிக்காவுக்குப் பயணித்தாள் பிரியா. மிகவும் சிரமப்பட்டே, கண்களில் நீர்மல்க அந்தப் பயணத்தை மேற்கொண்டாள்.

ஒவ்வொரு பயணத்தின்போதும் இது நெஞ்சை உருக்கும் நிகழ்வாக அமைந்தாலும், பிள்ளைதாய்ச்சிப் பெண், இவ்வளவு சிரமங்களுக்கு ஆளாகிறதே என நினைக்கும்போது துயரத்தைத் தந்தது இம்முறை. அந்த அமெரிக்கத் தேர்வை ஆன்லைனில் எழுதி நல்ல மதிப்பெண் பெற்றுப் பின் இப்பயணத்தை, மேற்கொண்டது, மனதிற்கு சற்று ஆறுதலாக இருந்தது.

ரயில்வே பணிகள்

ரயில்வே பவன், பாராளுமன்ற கட்டடத்திற்கு மிகவும் அருகில் அமைந்துள்ளது. பல நேரங்களில் கால்நடையாக சென்றுவிட லாம். ரயில் பவனில்தான் ரயில்வே அமைச்சர், இணை அமைச்சர், ரயில்வே போர்டு சேர்மன், அங்கத்தினர்கள் மற்றும் அலுவலர்கள் எனப் பலரும் இருப்பார்கள். கொள்கை முடிவுகள், ஆண்டு வரவு, செலவு அறிக்கை தயார் செய்தல் என காரியங்கள் நடக்கும்.

இந்திய ரயில்வே துறை, உலகில் இயங்கும் பெரிய பொதுத் துறைகளில் ஒன்று. சுமார் பதினான்கு லட்சம் ஊழியர்களைக்கொண்ட பெரிய அரசுத் துறை நிறுவனம்,. சுமார் ஏழு லட்சத்திற்கு மேல் ஓய்வூதியம் பெறும் ஓய்வுபெற்ற ஊழியர்கள், வரும் வருமானத்தில் பாதிக்கு மேல் ஊழியர்கள் சம்பளம் மற்றும் பென்சன் என்றே செலவாகிவிடும். சுமார் அறுபத்து நான்காயிரம் கி.மீட்டருக்கு மேல் ரயில் பாதையை அமைத்து சுமார் ஒரு கோடியே ஐம்பது லட்சத்துக்குமேல் பயணிகளை தினம் தினம் ஏற்றிச் செல்லும் பெரிய நிறுவனம்.

ஆங்கிலேயர்கள் ரயில்வே துறைக்கு ஒவ்வொரு நகரத்திலும், பெரிய சொத்தாக நிலம், கட்டடம் என விலை மதிப்பில்லாத வையாக சேர்த்து வைத்தனர். அவர்களின் நோக்கம் இரண்டு. ஒன்று ரயிலில் ராணுவத்தை இந்தியாவின் தேவைப்பட்ட பகுதிகளுக்கு எடுத்துச் செல்வது, இரண்டு, நம் நாட்டின் பல பகுதிகளில் உற்பத்தியாகும் பொருள்களை ரயில் மூலமாக துறை முகங்களுக்கு எடுத்துச்சென்று இங்கிலாந்திற்குக் கொண்டு செல்வது.

வெள்ளையர்கள் தங்கள் சுயலாபத்துக்கு இந்த ரயில் போக்கு வரத்தை அமைத்தாலும், அதுவே இந்திய நாட்டின் பொருளாதார முன்னேற்றதிற்கும், விடுதலை இயக்கத்திற்கும், தீண்டாமையை ஒழிப்பதற்கும், கல்வியை பெருக்குவதற்கும் என பல்வேறு வழிகளில் சுதந்திர இந்தியாவில் உதவி செய்துகொண்டிருக்கிறது.

ஒரு நாட்டின் நாகரிகம், போக்குவரத்துத் துறையில் எந்த அளவிற்கு முன்னேறியிருக்கிறது என்பதைப் பொறுத்தே அமையும் என்பார்கள். சுதந்திர இந்தியாவில் ரயில் பாதைகளின் நீளத்தை அதிகமாகக் கூட்டவில்லை என்ற குற்றச்சாட்டை அடிக்கடி எழுப் புகின்றனர். வெள்ளையர்கள் அமைத்த (1856லிருந்து சுமார் 150 ஆண்டுகள்) ரயில் தண்டவாளங்கள் காலப்போக்கில் தேய்ந்தும், பழுதடைந்தும் போனநிலையில், அவற்றைப் புதுப்பிக்கவே சுதந்திர இந்தியாவில் (சுமார் 60 ஆண்டு காலம்) நிதி நிலைமை இடம் கொடுத்திருக்கிறது என எண்ணலாம்.

ஆக, அறுபத்து நான்காயிரம் கி.மீக்கு சமமாக பழைய டிராக்குகளை மாற்றி புதுப்பித்திருக்கிறார்கள் என்றே புரிந்துகொள்ள வேண்டும். பாராளுமன்றத்தில் உறுப்பினர்கள் தங்கள் தொகுதிக்கு மாநிலத்திற்கு புதிய தடங்கள், ரயில்வே தொழிற்சாலைகள் என பல கோரிக்கைகளை எழுப்புகிறார்கள். இவற்றிற்கு பெருமளவில் நிதி தேவைப்படுகிறது. ரயில்வே துறை தனக்கென தனி பட்ஜெட் (வேறு எந்தத் துறைக்கும் இல்லாத ஒன்று) தயாரித்து பாரா ளுமன்றத்தின் ஒப்புதல் பெறுகிறது. அதில் மத்திய அரசின் நிதி பங்களிப்பு சொற்பமாகவே உள்ளது. வேண்டிய நிதிக்கு ரயில்வே துறையே, தன் அளவில் முயற்சி செய்ய வேண்டியுள்ளது.

துறையின் மூலமாக ஈட்டுதல், ஜப்பான், உலக வங்கி, ஆசிய வங்கி போன்ற நிறுவனங்களிடமிருந்து தினம் தினம் இயக்க வேண்டிய காரியங்களுக்கும், புதிதாக நிறுவப்படுகின்ற திட்டங்களுக்கும் நிதித் தேவையை பூர்த்தி செய்ய கடன் வாங்க வேண்டியுள்ளது. ரயில் சாமான்ய மக்களின் போக்குவரத்து சாதனம் என்பதால், எந்த

ரயில்வே அமைச்சரும் டிக்கட் விலையை உயர்த் துவது இல்லை. ஆம் ஆத்மி ரயில் என்ற போர்வையில் பயணிகள் கட்டணத்திற்கு லாப, நஷ்டம் கணக்குப் போடுவதில்லை. தவிர்க்க முடியாத நேரங்களில் மேல் வகுப்பு கட்டணம் உயர்த்தப்படக்கூடும், ஆனால், அதனால் பெறும் கூடுதல் வருமானம் சொற்பமே. ஆகவேதான் பல கமிட்டிகள் ரயில் கட்டணத்தை நிர்ணயிக்க தனிக்குழு அமைக்கப்பட வேண்டும் என்று பரிந்துரைத்திருக்கின்றன. ஆனால் அதை எந்த தேர்ந்தெடுக்கப்பட்ட அரசும், அமைச்சரும், அரசியல் காரணங்களுக்காக அமல்படுத்து வதில்லை.

ரயில்வேயின் வரவுக்கும் செலவுக்கும் எந்தவிதமான தொடர்பும் இல்லை என்று சொல்கின்ற அளவிற்குத்தான் நிர்வாகம் செயல் பட்டுக்கொண்டிருக்கிறது,. போதிய நிதி இல்லாத காரணத்தால் ஏற்கனவே அமைக்கப்பட்ட, நிறுவப்பட்ட சொத்துகளைப் புதுப்பித்து, நவீனப்படுத்துவதற்கும் புதிதாக திட்டங்களை அமல்படுத்துவதற்கும் வழியில்லாமல் உள்ளது.

இந்திய தேசத்தில் ரயில்வேயின் பங்கு கடந்த நூற்றி ஐம்பது ஆண்டுகளுக்குமேல் கணிசமான ஒன்று. ஆனால் வளர்ந்துவரும் நெடுஞ்சாலைகள், தங்க நாற்கரச் சாலைகள் என தரைவழிச் சாலை போக்குவரத்து பெருகிவிட்ட நிலையில், ரயில்வே தனது சந்தை பங்கு படிப்படியாக குறைந்துகொண்டே வருவதை நிர்வாகம் கவனத்தில் கெள்ளவேண்டிய நிலையில் உள்ளது. இது பயணிகள் பிரிவுகள் மட்டுமின்றி சரக்கு ரயில்களுக்கும் பொருந்தும். ஒரு காலத்தில் சரக்கு ரயில்களின் சந்தைப் பங்கு முப்பத்து மூன்று சதவீதத்திற்கு மேல் இருந்தது. இப்போது இருபது சதவீதத்திற்கும் கீழே வந்துள்ளது. முக்கியமான காரணம், சரக்குகள் கட்டணம் சாலை மூலம் அனுப்பும்போது அதிகமாகயிருந்தாலும், குறித்த காலத்தில் சரக்குகள் சேரவேண்டிய இடத்திற்கு சென்றடைகிறது. சாலைகள் குறுகிய காலத்தில் சேதமடைவதும் சுற்றுச்சூழல் எஞ்சின் புகை, வழிநெடுக நிலக்கரி, இரும்பு தாது, உணவுப் பொருட்கள் ஆகியவற்றால் பாதிக்கப்படுவதால் நாட்டின் நலனுக்கு பாதிப்பே எனினும் வணிகம் செய்வோருக்கு அதைப்பற்றி கவலை இல்லை. பணம் ஒன்றே குறிக்கோள்.

தீர்க்கமான முடிவு

ரயில்வேயின் வருமானத்தைப் பெருக்குதற்கு என்னதான் வழி? புதிதாக திட்டங்களைத் தீட்டி செயல்படுத்தி வருமானத்தைப் பெருக்க நிதியில்லை. இருக்கின்ற சொத்துகளை வைத்து, அவற்றின் பயனை முழுவதுமாகச் செயல்படுத்தினால் என்ன என்று ஆலோசிக்கப்பட்டது. அதன் தொடர்ச்சியாக நானும், நிதி ஆணையர் திருமதி. விஜயலட்சுமி அவர்களும், கல்கத்தாவில் முகாமிட்டு ஆய்வு மேற்கொண்டு அந்த ரயில்வேயின் பொது மேலாளர் மற்றும் உயர் அதிகாரிகளுடன் நீண்ட விவாதத்தை மேற்கொண்டோம். பல கோணங்களில் பல பொருட்களை விவாதித்தாலும் முக்கியமான ஒரு பொருளில் தீர்க்கமான முடிவை எடுக்கத் தீர்மானித்தோம்.

அதாவது, சில முக்கியமான தடங்களில் சரக்கு, தற்போது ஒரு வேகனில் ஐம்பது டன் ஏறுகிறது என்றால் அதில் கூடுதலாக பத்து டன் வரை ஏற்றிச் செல்வது. இதை பரீட்சார்த்தமாக சில தடங்களில் சுமார் மூன்று மாதங்களுக்கு அமல்படுத்திப் பார்ப்பது. இந்த ஆலோசனைக்கு பெரிய அளவில் எதிர்ப்பு கிளம்பியது. ஏற்கனவே இருக்கும் தண்டவாளங்கள், பாலங்கள், இந்தக் கூடுதல் சுமையை தாங்காது. தண்டவாளங்களில் முறிவு, விரிசல் ஏற்பட்டு, சரக்கு ரயில் தடம் புரண்டுவிடும். பாலங்களில் அவ்வாறு நேர்ந்தால் பெரிய ஆபத்தையும், சேதத்தையும் விளைவிக்கும் என்று ரயில்வே துறையில் ஏற்கனவே பணியாற்றி ஓய்வுபெற்ற உயர் அதிகாரிகள், தற்போது பணியில் இருக்கும் அதிகாரிகள், ஊழியர்கள் என எதிர்க்க ஆரம்பித்தார்கள்.

நிதி ஆணையர், அங்கத்தினர் (பொறியியல்), நான் ஆகியோர் ரயில்வே அமைச்சர் திரு. லாலுவைச் சந்தித்து இந்த முயற்சி பற்றி விவாதித்தோம். அவரும் ஆதரவு தெரிவித்தார். இதன் மூலம் சுமார் பதினைந்து முதல் இருபது சதவீதம் வரை கூடுதல் சுமையை ஏற்றிச் செல்ல முடியும். இந்த காலக்கட்டத்தில் சீனா போன்ற நாடுகளுக்கு இரும்புத் தாது ஏற்றுமதி பெரிய

அளவில் நடந்துகொண்டிருந்தது. கல்கத்தா, சென்னை, கோவா போன்ற துறைமுகங்களில் ஏற்றுமதி விறுவிறுப்பு. அதனால், ஏற்று மதியாளருக்கு போதிய வேகன் கிடைக்காததால் காத்திருப்பு பட்டியல் நீண்டுகொண்டேயிருந்தது. ரயில்வே நிர்வாகம் இப்படியொரு முடிவு எடுத்ததால் முதலாண்டே சுமார் ரூ. 9000/— கோடி வரை கூடுதல் வருமானம் கிடைத்தது. இந்த சுமை முக்கிய தடங்களிலேயே ஏற்றிச் செல்லப்பட்டதால் எந்தப் பகுதியிலும் ரயில் தண்டவாளங்கள் விரிசலோ, விபத்துகளோ ஏற்படவில்லை. இந்த முடிவை எடுப்பதற்கு வேறு முக்கியமான காரணங்களும் உண்டு.

திரு. லாலு வடபுலத்தில், சில சரக்கு ரயில்களை முக்கியமாக இரும்புத் தாது, நிலக்கரி ஏற்றிச்செல்லும் சரக்கு ரயில்களை ஆய்வு செய்தார். நானும் தென்னக ரயில்வேயில் சென்னை புறநகர் பகுதியில் ஆய்வு செய்தேன். ஆய்வின் முடிவு, அதிர்ச்சி அளிப்பதாக இருந்தது. ஒவ்வொரு வேகனிலும் சுமார் ஐந்து முதல் பத்து, டன் வரை அனுமதிக்கப்பட்ட அளவிற்குமேல் சுமை ஏற்றப்பட்டிருந்தது.

ஏற்றுமதியாளர்களுக்கும் ரயில்வே ஊழியர்களுக்கும் இடையில் ஏற்படுத்திக்கொண்ட தவறான வழிமுறையினால், லஞ்சம் பெற்றுக்கொண்டு ரயில்வேக்கு வரவேண்டிய வருமானத்தை இரு சாராரும் பல ஆண்டுகளாக சூறையாடிக்கொண்டிருந்தார்கள். சம்பந்தப்பட்ட ஊழியர்களை பதவி இடைநீக்கம் செய்தல், ஏற்று மதியாளர்களை கருப்புப்பட்டியலில் சேர்த்து செயலிழக்கச் செய்தல் என மேல் நடவடிக்கைகள் எடுக்கப்பட்டது. இச்செய்தி நாடெங்கிலும் உள்ள அனைத்துத் தரப்பினருக்கும் பரவ, இந்த ஒழுங்கீனம் ஓரளவிற்கு முடிவுக்கும் வந்தது எனலாம். திரு. லாலுஜி எந்த ஒரு புதிய முயற்சிக்கும் துணை நிற்பார். இது ஒரு உதாரணம்.

நான் அரசியலுக்கு 2004ல் வந்தது. ஒரு விபத்து, எதிர்பாராதது என்பதைப் பற்றி வேறொரு இடத்தில் விவரித்துள்ளேன். 2004—2009ல் ஐந்து வருடங்கள் பாராளுமன்ற உறுப்பினராகி, அமைச்சராக ஓரளவிற்கு ஆற்றவேண்டிய கடமைகளை ஆற்றியாகிவிட்டது. கூடுமான வரை தென்னக ரயில்வே—க்கும் ஏன் இந்திய ரயில்வேக்கும் செய்யவேண்டிய அனைத்துக் கடமைகளையும் ஆற்றியிருப்பதால் நல்ல பலன்களையே அவை பெற்றன. தொகுதிக்கும், தமிழகத்துக்கும் என்ன தேவை என்பதை அறிந்து அவற்றைப் பூர்த்திசெய்யவும். முயற்சிகள் மேற்கொள்ளப்பட்டன.

ஆண்டிற்கு, இரண்டு கோடி ரூபாய் பாராளுமன்ற உறுப்பினர் தொகுதி நிதியையும், எங்கள் பாட்டாளி மக்கள் கட்சி நிறுவனர் டாக்டர் ஐயா அவர்களின் ஆலோசனைபடி, பள்ளிக்கூட கட்டடங்களை கட்டுவதற்கே ஒதுக்கீடு செய்தோம். (கும்பகோணம் ஓலைக்கீற்று பள்ளியில் ஏற்பட்ட தீ விபத்தில் அந்த இளம் மொட்டுகள் கருகி சாம்பலான கோர விபத்திற்குப் பின் பள்ளிகளுக்கு கான்கிரிட் கட்டடங்கள் எவ்வளவு அவசியம் என்பதை உணர்ந்தே இந்த முடிவு). ஒவ்வொரு ஒன்றியத்திலும் நூற்றுக்கணக்கான மனுக்களைப் பெற்று (குறை தீர்க்கும் நாள் என்று கூட்டி), அனைத்து அலுவலர்களையும் வரவழைத்து, தீர்வு கண்டது, நல்ல வரவேற்பைப் பெற்றது. பாராளுமன்றம் கூடாத நாட்களில் அதிகமான நாட்கள் தொகுதியிலேயே சுற்றிச் சுற்றி வந்தது அனைத்துத் தரப்பினர் கவனத்தை ஈர்க்கவே செய்தது. கட்சி பாகுபாடு இன்றி, பொதுநல ஊழியனாகவே பணியாற்றினேன்.

குக்கிராமத்தில் தங்கல்

தொகுதி மேம்பாட்டில் ஒதுக்கப்பட்ட நிதியை எல்லா ஒன்றியங்களுக்கும் சமமாகப் பங்கிட்டு, எந்தவித தவறுக்கும் அதில் இடமளிக்காமல் அதன் மூலம் நடைபெறும் பணிகளை, திடீர் ஆய்வு மேற்கொண்டு குறையின்றி நிறைவேற்ற பெருத்த முயற்சி மேற்கொள்ளப்பட்டது. இத்தகு ஆய்வினால் தொகுதியில் நடைபெற்ற, பிற கட்டுமானப் பணிகளும் செவ்வனே நடைபெற வழிவகுத்தது. சில நாட்கள், தொகுதியில் குக்கிராமங்களில் இரவு தங்கல். முதல்முதலாக, அப்படித் தங்கிய ஒரு கிராமம் தானியூர். அந்தக் கிராம மக்களை பொதுவான கோயில் அருகில் கூட்டி பேசியபோது, அவர்களின் நீண்ட நாள் கோரிக்கைகள் நிறைவேற்றப்படாமல் இருந்தது தெரியவந்தது. அதிலும் பெண்கள் அதிகமாகக் கலந்துகொண்டது குறிப்பிடத்தக்கது. அன்று மாலை எல்லா வீடுகளுக்கும் சென்று பெரியவர்கள், மூதாட்டிகள், அவர்களுடன் உட்கார்ந்து பேசியது. அவர்களுக்கு மிகுந்த மகிழ்ச்சியை அளித்தது.

கிராமத்தை ஒட்டியதுபோல் அமைந்துள்ள அருந்ததியர் வீட்டில் அன்றிரவு உணவு. கேழ்வரகுக் களி. (இதை பெரியளவில் குமுதம் ரிப்போர்ட்டர் பிரசுரித்தது). இரவில் அந்தக் கிராமத்தில் ஒரு வீட்டின் வெளியில் தெருவில் ஒரு கயிற்றுக் கட்டிலில் உறங்கியதும் ஏதாவது நேரிடுமோ என்பதை சரிபார்க்க, இரவு பதினோறு மணியளவில் அப்பகுதியின் டிஎஸ்..பி. ஆய்வு மேற்கொண்டது,

மறுநாள் காலையில் பக்கத்திலுள்ள ரயில்வே தண்டவாளத்தைத் தாண்டி அமைந்துள்ள குக்கிராமத்திற்குச் சென்று மக்களை சந்தித்து குறைகேட்டது. பின் அக்கிராமத்தில் சலவைத் தொழிலாளர்களின் வாழ்க்கை முறையை கேட்டு அறிந்தது, நிலத்தில் ஏர் ஓட்டுபவரை சற்றே இளப்பாறச் சொல்லிவிட்டு, நான் ஏர் பிடித்து ஓட்டியது, பின் அந்த கிணற்று பம்பு செட்டில் குளித்தது என இரண்டு நாட்கள் (முந்தைய நாள் மாலையிலிருந்து மறுநாள் காலை பத்து மணி வரை) முகாமிட்டு, அனைத்து வங்கி பொறுப் பாளர்களையும் அழைத்து, பால்மாடு வாங்க, சிறுதொழில் செய்ய என கடன் மனுக்களுக்கு உடனடி நிவாரணம் கிடைக்க அறிவுறுத்தியது, அருந்ததி காலனி மக்களுக்கு வீட்டு மனை பட்டா வழங்க, வருவாய் அதிகாரிகளை அழைத்து விவாதித்து, மேல் நடவடிக்கை எடுத்தது, பள்ளியில் குடிதண்ணீர் மற்றும் கழிப்பறைக்கு ஏற்பாடு செய்தது, தானியூர் மற்றும் அதன் குக்கிராமங்களில் எல்லா தேவைகளையும் பூர்த்தி செய்யும் முயற்சியாக அந்த இரவு தங்கல் அமைந்தது.

அதேபோல் பிரிதொரு நாள் ஆற்காடு வட்டத்தில் காவனுரை அடுத்த வெள்ளகுளம் கிராமத்தில் இரவில் முகாமிட்டோம். அன்றிரவு அந்த ஊர் மக்கள், தெருக்கூத்தை பாடல்கள் மூலம் பாடியும் ஆடியும் அனைவரையும் மகிழ்வித்தார்கள். வேலூர் பகுதியில் இருந்து திரு. கலையரசன் (தற்போது எம்.எல்.ஏ.) அவர்கள் குழாமுடன் அன்றிரவு அங்கு வந்தார்கள். எல்லா சமுதாய மக்களும் கூடி அக்கிராமத்தின் தேவைகளை எடுத்துரைக்கத் தவறவில்லை. அன்றிரவு அவ்வூரின் பள்ளியில் தரையில் சிலர், பெஞ்சுகளில் சிலர் என உறங்கினோம். சிலர் விட்ட குறட்டை அந்தப் பள்ளியின் மேற்கூரையை துளைத்துக்கொண்டிருந்தது. சிலர் அதைப் பொறுத்துக்கொள்ளாமல் (தூக்கம் கலைவதால்) பள்ளியின் வராண்டாவிற்கு முணுமுணுத்துக்கொண்டே சென்றது, அரை தூக்கத்திலும் என் காதில் நுழைந்தது.

மறுநாள் காலையில் பக்கத்திலுள்ள கிராமத்திற்கு வாயில் ஆலங்குச்சி சகிதம், பல் விளக்கிக்கொண்டு பெரியவர்களையும் பெண்களையும் சந்தித்துப் பேசினோம். சில குடும்பங்கள் என் கிராமத்தில் (புதுப்பாளையம்) சம்பந்தம் (பெண் கொடுத்து பெண் எடுத்தது) செய்துள்ளதை அறிந்தபோது அவர்களுக்கு மகிழ்ச்சியை அளித்தது. சிலர் கூழ் கரைக்கட்டுமா? சாப்பிடுகிறீர்களா? எனக் கேட்டபோது, வயிறே நிறைந்ததுபோல் ஆனதை மறக்கமுடி யுமா? நான் குறிப்பிட்ட தானியூர், வெள்ளகுளம் முகாம்களைப் பற்றி வார இதழில், நாளேட்டில் படித்த மக்களுக்கு ஆச்சர்யத்தை அளித்ததாக எனக்குச் செய்திகள் வந்தன.

முக்கியமாக, எங்கள் கட்சி நிறுவனர் டாக்டர் ராமதாஸ் ஐயா அவர்கள் எல்லோரிடத்திலும், நிகழ்ச்சிகளிலும் பெருமையாகக் குறிப்பிட்டது மற்றுமின்றி, பின்னொரு நாளில் நான் நேரில் பார்த்தபோது மேலும் இந்த விவரங்களை மகிழ்ச்சியுடன் கேட்டுத் தெரிந்துகொண்டார். அதிலும் அந்த அருந்ததியரின் வீட்டில் நான் உணவு உட்கொண்டு, அவர்களின் பிரச்சனைக்கு தீர்வு தேடியது அவருக்கு மனநிறைவை அளித்ததாகக் கூறினார்.

நானும் மனைவியும் ஒரு நிச்சயதார்த்த நிகழ்ச்சிச் சென்றோம். அங்கேதான் கட்சி நிறுவனர், என் தானியூர் இரவுத் தங்கலைப் பற்றி கேட்டபோது, நான் உணவு அருந்தியதை பற்றி என் வீட்டில் என்ன ரியாக்ஷன்? இதெல்லாம் உங்களுக்குத் தேவையா என்று கேட்டார்களா?' என வினாவினார். நான் அதற்கு சிரிப்பையே பதிலாக்கினேன். ஏனென்றால் நான் அரசியலில் செய்யும் எந்த காரியத்தையும் வீட்டில் விவாதிப்பதேயில்லை. அதேபோன்று அரசு நிர்வாகத்தில் பணியாற்றியபோதும் எதையும் வீட்டில் தெரிவிப்பதேயில்லை. மனைவியும் அதுபற்றி கவலைப்படுவதில்லை. வீட்டை தனி உலகமாக்கியும் என் பணிகளை தனி உலகமாக்கியும் வாழ பழகிக்கொண்டேன். எந்தவித சோதனையையும் அதனால் ஏற்பட்ட வேதனைகள், மன உளைச் சல்கள், எதுவாயினும் என்னுள்ளேயே புதைத்துக்கொண்டேன்.

வல்லான் வகுத்த வழி

நான் எனக்கென்று ஒருவழியை வகுத்துக்கொண்டு செல்லவில்லை. வல்லான் வகுத்த வழியிலேயே சென்றுகொண்டிருக்கிறேன். இன்னும் என்ன பாக்கியென்று புரியவில்லை? தந்தையளித்த கல்வியை ஊன்று கோலாக்கி, வாழ்க்கைப் பாதையில் வழுக்கிவிடாமல் அல்லது திசைமாறிப் போகாமல் சென்றுகொண்டிருக்கிறேன். பாதையின் நீளம் தெரியவில்லை. மலைப் பாதையில் செல்லுங்கால் மேகம், பனிசூழ்ந்தபோது தெரியும் பத்தடிப்பாதையை மட்டும் பின்பற்றிச் செல்வதுபோல் வாழ்க்கை வண்டி பல நேரங்களில் மெதுவாகவும் சில நேரங்களில் வேகமாகவும் சுழன்றுகொண்டிருக்கிறது.

நாளாக நாளாக வண்டிச் சக்கரங்களில் தேய்மானம் அதிகமாகிக்கொண்டிருக்கிறது. புதுப்பித்தல் அவ்வப்போது தேவைப்படுகிறது. அதிலும் நான், சர்க்கரை நோயை சுமார் முப்பத்தாறு வருடங்களுக்கு மேல் தாங்கிக்கொண்டிருப்பவன். மருத்துவர்கள், சர்க்கரையை நோய் என்பதில்லை. குறைபாடு என்கிறார்கள்.

நான் சர்க்கரையை நண்பன்போல் பாவித்து வாழ்ந்துகொண்டிருக்கிறேன். இனிப்பு பலகாரங்கள் இதற்கு எதிரி. அளவுக்குமேல் உணவுகள், முக்கியமாக அரிசி உணவுகள் இதற்கு சத்ரு. இந்தியா, உலகின் சர்க்கரை தலைநகராக, சுமார் பத்து சதவீதம் பேர் இந்த நோய்க்கு ஆளாகியுள்ளனர். அதிலும் இந்த சதவீதத்தை பத்துக்கு உயர்த்தியவர்கள் அதிகமாக தமிழ்நாட்டு மக்கள்தான். தமிழர்களின் உணவுப் பழக்கம், உடற்பயிற்சியின்மை போன்ற பல காரணங்களில் இவை முக்கியமானவை.

மருத்துவர்கள் முக்கியமாக இதற்கு ஆலோசனையாக இரண்டு வழிமுறைகளைக் கூறுவர். ஒன்று, தினமும் தவறாமல் உடற்பயிற்சி. இரண்டு சர்க்கரை அளவிற்கு தகுந்ததாற்போல் மருந்தின் அளவுகளை நிர்ணயித்துக்கொண்டு உணவை நான்கு அல்லது ஐந்து முறையாக சிறுக சிறுகப் பிரித்து உட்கொள்ளுதல். இந்த நோயுள்ளவர்கள், மருத்துவர்கள் கூறும் வழிமுறைகளைக் சரியாக கடைப்பிடிக்காவிட்டால், உடலில் உள்ள முக்கியமான உறுப்புகளைத்தான் அது தேடி தாக்கும். இதயம், கண், கால்கள், மூளை, நரம்பு மண்டலம் என்பவை அவற்றுள் அடங்கும். விக்ர மாதித்தன் வேதாளத்தை சுமந்ததுபோல், இந்த நோயை காலம் பூராவும் சுமந்தே ஆகவேண்டும். இதை முற்றிலும் குணப்படுத்த முடியாது. ஒரு தடவை வந்துவிட்டால், காடு வரை விடுவதாயில்லை.

என் அன்னை எனக்கு கொடுத்த சீதனம் இது. ஒருவேளை நான் பிறந்தபோது ‘என் இனிமையான குழந்தையே’ என்று கொஞ்சியிருக்கலாம். ‘நீயே இனிமை. உனக்கு இனிப்புப் பண்டங்கள் ஏதும் உன் வாழ்நாளில் வேண்டாம்’ என கூறியிருக்கலாம். அம்மாவும் இந்த சர்க்கரை நோயினால், உடல்பாதியாகி, காரைக்கால் அம்மையார்போல் எலும்பும் தோலுமாக, உருமாறி வேலூர் சி.எம்.சி. ஆஸ்பத்திரியில் கார்த்திகை திங்கள் (1993 நவம்பர் 26) மகா தீபத்தன்று சரியாக, தீபம் ஏற்றும் அந்த ஆறு மணிக்கு இவ்வுலகை விட்டு மனைவி, நான் என எங்கள் கண்முன்னால் பிரிந்ததற்கு இந்த நோய்தான் அடிப்படைக் காரணம்.

2009 பாராளுமன்றத் தேர்தல்

2004 தேர்தல் வித்தியாசமான ஒன்று. நாற்பது தொகுதிகளிலும் எதிர்க்கட்சி கூட்டணி மாபெரும் வெற்றி பெற்றது. அந்த அலையில் எதிரணியில் நின்றவர்களெல்லாம் வெற்றி பெற்றுவிட்டார்கள். பாட்டாளி மக்கள் கட்சி நிறுத்திய ஆறு பேரும் அதில் அடங்குவர்.

ஆனால் 2009ல் கட்சி ஒரு பொதுக்குழுவைக் கூட்டி எந்த அணியில் பா.ம.க. சேரவேண்டும். என்பதை வாக்கெடுப்பு மூலம் முடிவு செய்தது, 90 சதவீதத்திற்கு மேல் அ.தி.மு.க கூட்டணியில் சேர வாக்களித்தனர். அந்தத் தேர்தலில் இரண்டு முட்டுக் கட்டைகள் பா.ம.க.விற்கு. ஒன்று செல்வி. ஜெயலலிதா, தன் கட்சியினருக்கு பா.ம.க. வெற்றி பெற கடுமையாக உழையுங்கள் என்று எந்தக் கூட்டத்திலும் வெளிப்படையாகச் சொல்லவில்லை. பா.ம.க.வின் பொதுக்கூட்டங்களுக்கு ஹெலிகாப்டரில் வந்து இறங்கி, தயாரிக்கப்பட்ட உரையை சம்பிரதாயத்திற்குப் படித்துவிட்டு போனதால் ஒரு பயனும் கிட்டவில்லை.

அந்தக் கட்சித் தொண்டர்கள் யாரும் முழுமையாகத் தங்களை ஈடுபடுத்திக்கொண்டு வெற்றியை நோக்கிப் பணியாற்றவில்லை. அப்படி பணியாற்றாத நபர்களைப் பற்றி புகார் கூறவும் அந்தக் கட்சியில் அதிகார மையம் ஏதும் இல்லை. அரக்கோணம் தொகுதியில் அதிமுக தலைவர்களுக்குள் ஈகோ பிரச்சனை. சில நேரங்களில் அவர்களுக்குள் வாய்ச் சண்டை. கருத்து வேற்றுமை. தேர்தல் பணி அவர்கள் பார்வையில் முக்கியத்துவம் ஏதும் பெறவில்லை. ஒருவேளை, லாப நஷ்டக் கணக்கில் பா.ம.க வெற்றி பெற்றால் அந்தக் கட்சிக்கு எந்த ஒரு பயனும் இல்லை என்று கருதியிருக்கலாம்.

அடுத்த முட்டுக்கட்டை, தி.மு.க.விடமிருந்து. அந்த தலைமை பா.ம.க.வை பரம எதிரியாகப் பாவித்து, தமிழ்நாட்டில் அதை அழித்து ஒழித்துவிடவேண்டும் என கங்கணம் கட்டிக்கொண் டது. யார் வேண்டுமானாலும் வெற்றி பெறலாம். எப்பாடுபட்டேனும் எத்தனை பொருள் செலவானாலும் தேர்தலில் நிற்கின்ற அத்தனை பா.ம.க. வேட்பாளர்களையும் தோற்கடிக்க வேண்டும். அதேபோன்று, பண முதலாளியான திரு. ஜெகத்ரட்சகனை எனக்கு எதிராக, அரக்கோணம் தொகுதியில் நிறுத்தியது தி.மு.க.

ஐந்து நட்சத்திர ஓட்டல்கள், சாராய ஆலைகள், பொறியியல் கல்லூரிகள், மருத்துவக் கல்லூரிகள் என அத்தனைக்கும் சொந்தக் காரரான அவர், பணத்தை வாரி இறைத்தார். கிராம மக்களும் வேட்பாளரின் தகுதி, திறமை, தொகுதிக்கு பயன் போன்றவற்றைச் சற்றும் அறியாதவர்கள். ஐநூறுக்கும் ஆயிரத்துக்கும் விலை போகிறவர்கள். இதையெல்லாம் அறிந்துதான் தனியாக வீர வன்னியர் சங்கம் என்று ஆரம்பித்து வன்னியர் சங்கத்திற்குப் போட்டியாக நடத்திய அந்தக்கட்சியை ஒரே நாளில் திடுதிப்பென்று கலைத்துவிட்டு தி.மு.கவில் சேர்ந்து, அரக்கோணம் பாராளுமன்றத் தொகுதியில் வேட்பாளராக நின்றார். பணத்தை வைத்தே வெற்றி

பெற்று இணை அமைச்சராகவும் ஆகிவிட்டார் ஜெகத்ரட்சகன்.

2004—2009ல் தொகுதிக்கும், தமிழகத்திற்கும் ஏன் இந்தியா அளவில் ரயில்வே துறையில் செய்த சாதனைகள் பின்னுக்குத் தள்ளப்பட்டன. 2009 தேர்தலில் பணம் எல்லா தொகுதிகளிலும் தலைவிரித்து பேயாட்டம் ஆடியது. பொது வாழ்க்கையில் தூய்மை, நேர்மை எந்தவித எதிர்பார்ப்பும் இல்லாமல் ஆற்றிய பணிகள், செய்த சாதனைகள் அனைத்தும் குழிதோண்டிப் புதைக்கப்பட்டன. கடந்த ஐந்து ஆண்டுகளாக, அந்த வெற்றி வேட்பாளர் இணை அமைச்சராக, அதிகாரம் கையில் இருந்தும் தொகுதிப் பக்கம் எட்டிப் பார்க்காமல் விழாக்களில் மட்டும் இங்கொன்றும் அங்கொன்றுமாகக் கலந்துகொண்டதாகச் சொன்னார்கள்.

ஆயிரம் கோடி ரூபாயில் மிக்க சிரமப்பட்டு, பல தடைக் கற்களைத் தாண்டி 181 கி.மீ. உள்ளடக்கிய நான்கு மாவட்டங்களின் ஊடே, ரயிலையே பார்க்காத, பின்தங்கிய மக்கள் வாழ்கின்ற பகுதிகளுக்கு அவர்களின் சமூக, கல்வி, பொருளாதார மேம்பாட்டிற்காக அனுமதிக்கப்பட்ட திண்டிவனம்— நகரி ரயில் பாதை, அப்படியே ஐந்து வருடங்களாக முடங்கிக் கிடக்கிறது. அரசியலில் மாற்றம் அல்லது நான் வெற்றி பெறவில்லை என்றால் இந்த புதிய ரயில்பாதை திட்டம், ரத்து செய்யப்பட்டுவிடுமோ என அஞ்சி, 2008—2009ல் பாலாற்றின் குறுக்கே, முப்பத்தைந்து கோடி செலவில், வேக வேகமாக ரயில்வே மேம்பாலம் கட்டப்பட்டது.

பள்ளிப்பட்டு, சோளிங்கர், ஆரணி, செய்யாறு போன்ற இடங்களில் அரசு நிலங்களாக இருப்பதால் அவற்றில் ரயில் நிலையங்களுக்கு அடிக்கல் நாட்டுதல், சிறுசிறு பாலங்களைக் கட்டுதல் என பணிகளை மேற்கொண்டதால் இந்த தற்கால மதிப்பீட்டின்படி ஆயிரம் கோடி ரூபாய் புதிய ரயில்பாதை திட்டம், வேலூர், திருவள்ளூவர், திருவண்ணாமலை, விழுப்புரம் மாவட்டங்களுக்குப் பயன்படுவது உறுதிசெய்யப்பட்டது. இன்றில்லை என்றாலும் இன்னும் சில ஆண்டுகளுக்குள் நிதி ஆதாரத்தின் அடிப்படையில் திட்டம் நிறை வேறியே தீரும்.

அதேபோன்று, இந்தியா முழுவதும் மொத்தமாக நானூறுக்கும் மேலாக ஒப்புதல் அளித்ததில், தமிழ்நாட்டுக்கு நூற்றி முப்பது ரயில்வே மேம்பாலங்களுக்கு அனுமதி பெறப்பட்டது. அவற்றில் அரக்கோணம் தொகுதிக்கு சோளிங்கர் (இரண்டு டிராக்குகளுக்கு மேல்) திருத்தணிக்குச் செல்லும் வழியில், மருதாலம், பாணாவரம் கொளத்தூர்கேட் என ஐந்து பாலங்கள் ஒப்புதல் அளிக்கப்பட்டது. திருவள்ளூரிலிருந்து அரக்கோணம் வரையான மூன்று வழியை நான்கு வழி ரயில் பாதையாக மாற்றுதல், அரக்கோணத்தில் பல

நூறு ஆண்டுகளுக்குமேல் கனவாக இருந்த மூன்று கண்வாரா வதி, மூன்றாவது ரயில்பாதை திட்டத்தில் சேர்க்கப்பட்டது. வாலாஜா, அரக்கோணம் ரயில் நிலையங்களில் பல ரயில்களுக்கு நிறுத்தம் கொடுத்தது, வேலூர்— சென்னை கடற்கரை பாஸ்ட் புதிய ரயில் ஆகியவை அரக்கோணம் தொகுதிக்கு ஆனவை.

வடகிழக்கு மாநிலங்களுக்கு ரயில் பாதை

சுமார் நூற்றி ஐம்பது ஆண்டுகளுக்குமேல், இந்தியாவில் ரயில் ஓடிக்கொண்டிருந்தாலும் வடகிழக்கு மாநிலங்கள் அதன் பூகோள அமைப்பு, சட்டம் ஒழுங்கு பிரச்சனை, ஜனத்தொகையின் அளவு ஆகியவை, ரயில்வே திட்டங்கள் அங்கு விரைந்து செயல்படுத்துவதற்கு பெரிதும் தடையாயிருந்தன. பாராளுமன்றத்தின் மேல் சபையில் வடகிழக்கு மாநிலங்களின் எம்.பி. ஒருவர் எழுப்பிய கேள்விக்கு எல்லா மாநிலங்களுக்கும் ரயில்வே இணைப்புக் கொடுக்கப்படும் என உறுதியளித்தேன். அந்த திசையில் சிக்கிம் உள்பட விடுபட்ட வடகிழக்கு மாநிலங்களுக்கு ரயில் பாதை இணைப்பு ஒப்புதல் வழங்கப்பட்டது. திரிபுரா மாநிலத்திற்கு அகலப்பாதை ரயில்வே திட்டம் அமலாக்கப்பட்டது. நக்சலைட்களின் அட்டூழியத்தால் ரயில்வே பணியாளர்கள், ஒப்பந்தக் காரர்களின் பணியாளர்கள் என பலபேர் சுடப்பட்டனர். அந்த மாநில அரசுகள், போதிய பாதுகாப்பை கொடுக்கத் தவறியதால் இந்த அவல நிலை.

பாராளுமன்றத்தில் கேள்வி எழுப்புகிற எம்.பி.க்கள், தங்கள் மாநில அரசுகளிடம் இதுபற்றி வலியுறுத்துவதுமில்லை. மேலும் வட கிழக்கு மாநிலங்களுக்குத் தனியாக மத்திய அரசின் எல்லா துறைகளின் ஒதுக்கீட்டிலிருந்து ஒரு பகுதியை ஒதுக்கி, வளர்ச்சி நிதி என்று ஏற்படுத்தியபோதும், அந்த நிதி போதுமானதாக அமைவதில்லை. பிரம்மபுத்ரா நதியின் குறுக்கே ரயில்வே மேம் பாலம் கட்டுவது அசாத்திய சாதனை. வெள்ளம் நதியின் கரைகளை தாறுமாறாக மாற்றும் நிலையில், ஏற்கனவே பாதியில் நின்ற வேலைகள் உருமாறிப்போகின்ற நிலை. இருந்தும் ரயில்வே துறை பொறியாளர்களின் திறமை அளப்பரியது.

கங்கை, கோசி, கோதாவரி, கிருஷ்ணா, காவேரி போன்ற நதிகளில் அவற்றின் பூகோளத்தை அறிந்து ஒவ்வொன்றிற்கும் அதன் தன்மைக்கும் ஏற்றார்போல் வடிவமைத்து, வெற்றிகரமாக ஒற்றை மற்றும் இரண்டடுக்கு, இரட்டை மேம்பாலங்கள் என

கட்டி முடித்திருக்கிறார்கள்.

ஒரு மேம்பாலம் கட்டுவதற்கு முன் வெள்ளப்பெருக்கின் அளவுகள், சுற்றுப்புறத்தில் அமைந்திருக்கும் நீர்நிலைகள் (ஏரிகள், அணைகள்) போன்றவற்றிலிருந்து வரும் உபரி நீர், அந்த நீர் நிலைகளின் ஸ்திரத்தன்மை போன்றவற்றை, சம்பந்தப்பட்ட மாநில அரசுகளின் பொதுப்பணித்துறைகளுடன் கலந்தாலோசித்து, வேண்டிய புள்ளி விவரங்களைப் பெற்று அதற்குத் தகுந்தாற்போல் மேம்பாலத்தின் உயரம், அடித்தளம் போன்றவற்றை நிர்ணயிப்பார்கள்.

விழுப்புரம், கடலூர், மயிலாடுதுறை திருச்சி மீட்டர் கேஜ் பாதையை அகல ரயில் பாதையாக மாற்றும்போது கொள்ளிடத்தில் பெரிய சிக்கல் உண்டானதால் அப்பாலப் பணி, பல மாதங்கள் தள்ளிப் போயிற்று. முதலில் ஆற்றின் வடகரைக்கு அருகில் பைல் பௌன்டேஷன் போட்ட போது கீழே பாறைகள் தட்டுப்பட்டதால், மாற்றாக கிணற்று பௌன்டேஷன் போடப்பட்டு பெரும் பெருட்செலவுக்குப் பின் நிறைவேற்றப்பட்டது.

டாடா நிறுவனம் முதன்முதலாக ரயில்வே திட்டத்தை மேற்கொண்டது இங்கேதான். முதல் திட்டமே அவர்களுக்கு லாபத்தைப் பெற்றுத்தரவில்லை. பணியை பாதியில் நிறுத்தி விட்டனர். பிறகு அந்த நிறுவனத்தின் எம்.டி.க்கு, 'பொறுப்பை தட்டிக் கழிப்பதால் அந்த நிறுவனத்தின் பெயர் கெட வாய்ப்புள்ளது. லாப நஷ்ட கணக்கைப் பார்க்காமல், ஒப்பந்தப்படி திட்டத்தை நிறைவேற்றவேண்டும்' என கடிதம் எழுதினேன். சாதாரணமாக, அமைச்சர் அளவில் ஒரு நிறுவனத்திற்கு கடிதம் எழுதுதல் வழக்கம் அல்ல. ஆனால், நிலைமை மோசமாகப் போனதால் தமிழகத்தின் அகலப்பாதை திட்டங்களைத் தொய்வின்றி நிறைவேற்ற வேண்டும் என்பதால் கௌரவம் பார்க்காமல் அக்கடிதத்தை எழுதவேண்டியதாயிற்று.

மேம்பால சவால்கள்

தமிழகத்தில் அகலப்பாதை மற்றும் புதிய பாதைகள் அமைக்கும் திட்டத்துக்கு சவாலாக அமைந்தவை நதிகள், நீர்நிலைகளுக்கு மேல் அமைக்கப்படும் மேம்பாலங்கள்தான். ஒப்பந்தக்காரர்களும் அதிகமாக இதில் ஆர்வம் காட்டுவதில்லை. தண்டவாளம் அமைப்பது போன்றவற்றில் காலம் அதிகம் விரயமாவதில்லை. போட்ட முதலுக்கு லாபம் உறுதி.

ரயில்வேயில் ஆங்கிலேயர் காலத்தில் இருந்து கட்டுமானம் மற்றும் பாராமரிப்பு பணிகளுக்கு தக்க விதிகள், வழிகாட்டுதல்கள் வகுத்திருக்கிறர்கள். பணியின் தரத்தில் குறைவிருக்கக்கூடாது என்பதில் ரயில்வே உறுதியாகவுள்ளது. ஏனென்றால் பயணிகளின் பாதுகாப்பு என்பது ரயில்வேயில் முக்கியம். அதனால்தான் சுமார் நூறு ஆண்டுகளுக்குமுன் கட்டப்பட்ட, பல வளைவு மேம்பாலங்கள், சிறு மேம்பாலங்கள் இன்னும் உறுதியுடன் நிலைத்து, அவை தரத்துடன் கட்டப்பட்டவை என்பதை பறைசாற்றிக் கொண்டிருக்கின்றன.

ரயில் பெட்டிகளைப் பொறுத்தவரை வருடாந்திர பராமரிப்பு உண்டு. பெரம்பூர், பஞ்சாபின் கபூர்தலா போன்ற இடங்களில் ரயில் பெட்டிகள் செய்கிறார்கள். வளர்ந்து வரும் தேவைக்கேற்ப கூடுதலாகப் பெட்டிகள் செய்ய தற்போது கேரளா, அமேதி, பீகாரில் புதிதாக தொழிற்சாலைகள் நிறுவப்படுகின்றன. அந்த தொழிற்சாலைகளில் பெட்டிகள் தயாரித்து வரும்வரை பழைய பெட்டிகளைப் புதுப்பித்து ஓட்டிக்கொண்டிருக்கிறார்கள்.

2004—2009 காலகட்டத்தில் ரயில்வே துறையில் மேற்கொள்ளப்பட்ட சீர்திருத்தங்கள், வளர்ச்சிப் பணிகள், ஒட்டுமொத்த நிர்வாகமும் ஒருங்கிணைந்து செயல்பட்டது என எத்தனையோ குறிப்பிடலாம். அவற்றின் பயனாக, நெடுங்காலமாக நஷ்டத்திலேயே இயங்கிவந்த இந்த மாபெரும் பொதுத்துறை, நஷ்டத்தையும் ஈடுகட்டி ஐந்தாம் ஆண்டு இறுதியில் சுமார் எண்பத்து ஒன்பதாயிரம் கோடி உபரிநிதியாக ஈட்டித் தந்தது சரித்திர சாதனை. அந்தச் சாதனையில் நானும் இருக்கிறேன் என்பதே எனக்குப் பெருமை!